എകർന്ന മലപോലെ
പടർന്ന വള്ളിപോലെ

Ekarnna Malapole Padarnna Vallipole
Study

V K Anilkumar

CHINTHA PUBLISHERS
Thiruvananthapuram

First Edition
January 2021

Second Impression
September 2021

Published
Chintha Publishers, Thiruvananthapuram

Typesetting
Sreebhadra, Thiruvananthapuram

Printed at

Cover Design
Vinod Mangoes

Photos
Prasoon Kiran, Saneesh T K
Varun Aduthitla, Sreeyesh

ISBN : 978-93-90301-34-8

CO - 2973 / 5533

₹ 240

Email: chinthapublishers@gmail.com
Website: www.chinthapublishers.com

Distribution
DESHABHIMANI BOOKHOUSE
H O Thiruvananthapuram 695035

Branch
Head Office Kunnukuzhi • Statue Thiruvananthapuram
KSRTC Bus Station Alappuzha • KSRTC Bus Station Ernakulam
Machingal Lane Thrissur • IG Road Kozhikode
Mavoor Road Kozhikode • NGO Union Building Kannur
Central Bus Terminal Complex Thavakkara Kannur

എകർന്ന മലപോലെ
പടർന്ന വള്ളിപോലെ

തെയ്യംദേശങ്ങളിലൂടെയും തെയ്യക്കാരുടെ
ജീവിതങ്ങളിലൂടെയുള്ള സഞ്ചാരം..

വി കെ അനിൽകുമാർ

ചിന്ത പബ്ലിഷേഴ്സ്
തിരുവനന്തപുരം-695 035
₹ 240

വി കെ അനിൽകുമാർ

കാസർഗോഡ് ജില്ലയിലെ തൃക്കരിപ്പൂർ സ്വദേശി. മലയാള സാഹിത്യത്തിൽ മാസ്റ്റർബിരുദം. ഇപ്പോൾ കേരള സംഗീത നാടക അക്കാദമിയിൽ പ്രോഗ്രാം ഓഫീസർ. ഉത്തരമലബാറിലെ ജനജീവിതത്തെ ആഴത്തിൽ സ്വാധീനിക്കുന്ന തെയ്യത്തെക്കുറിച്ചും തെയ്യംദേശങ്ങളെക്കുറിച്ചും എഴുതുന്നു.

മേലേരി (The Pyre), *ദൈവക്കരു,* The Memoirs of A Tragic God, *കനലാടി* (Only the Frail body between Man and God)തുടങ്ങിയ ഡോക്യുമെന്ററികൾക്ക് രചനയും സംവിധാനവും നിർവ്വഹിച്ചിട്ടുണ്ട്. ചലച്ചിത്ര അക്കാദമിയുടെ ഇന്റർനാഷണൽ ഡോക്യുമെന്ററി ഫെസ്റ്റിവലിൽ മത്സര വിഭാഗത്തിലേക്ക് *മേലേരി* (The Pyre), *ദൈവക്കരു* എന്നിവ തെരഞ്ഞെടുക്കപ്പെട്ടു. തൃശൂരിലെ അന്തർദ്ദേശീയ ചലച്ചിത്രോത്സവത്തോടനുബന്ധിച്ചു നടത്തിയ ഡോക്യുമെന്ററി മത്സരത്തിൽ *മേലേരി* മികച്ച ചിത്രത്തിനുള്ള പുരസ്കാരം നേടി. *ദൈവക്കരു*വിന് മികച്ച ഛായാഗ്രഹണത്തിനുള്ള സംസ്ഥാന സർക്കാരിന്റെ സ്പെഷ്യൽ ജൂറി പുരസ്കാരം ലഭിച്ചു. *കനലാടി*ക്ക് മികച്ച കഥേതര ചിത്രത്തിനുള്ള സംസ്ഥാന സർക്കാരിന്റെ പുരസ്കാരവും ലഭിച്ചു.

വിലാസം : പ്രോഗ്രാം ഓഫീസർ
കേരള സംഗീത നാടക അക്കാദമി
തൃശൂർ 20

ഫോൺ : 9895280511, 9497246805

ഇമെയിൽ : anilksna@gmail.com

ഉള്ളടക്കം

പ്രസാധകക്കുറിപ്പ്

തെയ്യത്തെ സംബന്ധിച്ച് ഗൗരവപൂർണ്ണമായ ഒരു പഠനമാണ് വി കെ അനിൽകുമാറിന്റെ *എകർന്ന മലപോലെ പടർന്ന വള്ളിപോലെ* പ്രകൃതി കേന്ദ്രീകൃതമായ ഒരനുഷ്ഠാനം എങ്ങനെ മതകേന്ദ്രീകൃതമാകുന്നു എന്ന അന്വേഷണമാണ് ഇതിൽ നടത്തുന്നത്. ആര്യ കേന്ദ്രീകൃതമായ വിശ്വാസങ്ങളും ചിന്തകളും നമ്മുടെ എല്ലാ പഠന മേഖലകളെയും നിയന്ത്രിച്ചു നിർത്തുമ്പോൾ ദളിത് ജീവിതം എല്ലാ ചരിത്രപാഠങ്ങളിൽനിന്നും തുടച്ചുമാറ്റപ്പെടുന്നു. ഇതു തെയ്യം പഠനത്തിലും നിലനില്ക്കുന്നു. പഠിതാവ് പാഠ്യവിഷയത്തേക്കാൾ ഉയർന്നുനില്ക്കുന്ന തരത്തിലായിരുന്നു, ആദ്യകാല തെയ്യം പഠനങ്ങൾ. ആരെയും അതിശയിപ്പിക്കുന്ന തെയ്യത്തിലെ കീഴാള പ്രതിരോധജീവിതവും സവർണ്ണ തത്ത്വശാസ്ത്രങ്ങൾക്കു ശക്തമായ ബദൽ എന്ന നിലയിലുള്ള തെയ്യത്തിന്റെ ആസ്തിത്വവും ആദ്യകാല പഠനങ്ങളിൽ വേണ്ടവിധത്തിൽ കടന്നുവന്നില്ല. തെയ്യം പഠനത്തിന്റെ പോരായ്മകൾ പരിശോധിക്കുകയാണ് വി കെ അനിൽകുമാർ ഈ പുസ്തകത്തിൽ. ഇതിനെത്തുടർന്നു വരേണ്ടുന്ന ശാസ്ത്രീയവും സത്യസന്ധവും പ്രകൃതി കേന്ദ്രീകൃതവുമായ പഠനങ്ങൾക്ക് ഒരു ആമുഖമോ മാർഗ്ഗദർശിയെന്നോ ഉള്ള നിലയിൽ *എകർന്ന മലപോലെ പടർന്ന വള്ളിപോലെ* എന്ന ഈ കൃതി പ്രശംസനീയമാണ്. ഇത് ആത്മാർത്ഥമായ പഠനത്തിനും സത്യസന്ധമായ വിലയിരുത്തലിനും വിധേയമാക്കാൻ സാംസ്കാരിക പഠനത്തിൽ വ്യാപരിക്കുന്നവർ തയ്യാറാകട്ടെ എന്ന് ആശംസിക്കുന്നു.

ചിന്ത പബ്ലിഷേഴ്സ്

വീത്

വീത് മറഞ്ഞുപോയവർക്കാണ്. മറഞ്ഞുപോയ കാലത്തിന്, ദേശത്തിന്, മനുഷ്യന്. മറഞ്ഞുപോയ വാക്കുകൾക്ക്. വീര്യമുറ്റിയ റാക്കും വീതിറച്ചിയും വീത്കുന്നും മലയും മരങ്ങളും മോഹിച്ച് ഈ മണ്ണുപേക്ഷിച്ചു പോകാനാകാത്തവർ വീണ്ടും വരും. വീതിൽ വീതിച്ച ശരീരങ്ങളിലേക്ക് ഇടവിലോകത്തിന്റെ ദുരിതക്കാഴ്ചകളിലേക്ക് ഉലകീയുന്നവർ. ദൈവമെന്നാൽ നിലയ്ക്കാത്ത നിലവിളികളെന്നാണ് തെയ്യം ചൊല്ലിക്കെട്ടി വിശേഷിക്കുന്നത്. നിലവിളിയും പോർവിളിയുമാണ് തെയ്യത്തിന്റെ വരവിളികൾ. സഹനത്തിന്റെ ഇന്നലകളിൽ മനുഷ്യൻ ചോരവീഴ്ത്തി വീണ്ടെടുത്ത തെയ്യത്താരകളാണ് ദൈവത്തിലേക്കും മനുഷ്യനിലേക്കുമുള്ള കാട്ടുവഴികൾ.

ഓർമ്മകൾ ജീവനെടുത്ത ശരീരങ്ങളാണ്. ശവങ്ങൾ ദ്രവിച്ച മണ്ണിലാണ് സംസ്കാരം തെഴുത്തത്. കൊലക്കത്തിക്കിരയാകുന്നത് മനുഷ്യൻ മാത്രമല്ല കാലവും ദേശവും ചരിത്രവുമാണ്. എടക്ക്ന്ന് പറിച്ച് മാറ്റപ്പെട്ട ജീവജാലങ്ങൾ ജീവിതമെന്ന മനോഹാരിതയലേക്കുയിർക്കുന്നതാണ് തെയ്യം. ഇന്നലകളെ പുന:സൃഷ്ടിക്കലാണ്. ഇല്ലാതാക്കുന്ന ചരിത്രത്തെ വീണ്ടെടുക്കലാണ്. തെയ്യത്തെ എഴുതുക എന്നാൽ ജീവിതം എഴുതുക എന്നത് തന്നെ. ഫോക്ക്ലോറും ഗവേഷണവും എടത്തും വലത്തുമായി തമ്പുരാൻ നൽകിയ കച്ചും ചുരികയുണിഞ്ഞ് ഈ എഴുത്തുകളുടെ കൈ താങ്ങുന്നില്ല. ഫേക്ലോറിന്റെയും ഗവേഷകരുടെയും പരിധിക്കപ്പുറത്തുള്ള പൊള്ളുന്ന ജീവിതമാണ് പ്രശ്നം.

കഠിനകാലത്തിന്റെ മാളങ്ങളിൽ നിന്നും ഓടിച്ചുവിട്ട വിഷജീവികൾ ഒന്നും പോയിട്ടില്ല. നേരവും കാലവും ഒത്തുവരുമ്പോൾ മാളങ്ങൾ വിട്ട് വീണ്ടും വരികയാണ്. കൊന്നാലും ചാകാത്ത ജാതിവാലിൽ ചവിട്ടിയാൽ തിരിഞ്ഞുകൊത്തും. പൊലയനും മലയനും മാവിലവും വണ്ണാനും നലി

ക്കത്തായയും വേലനുമൊക്കെയാണ് ദൈവമാകുന്നത്. അവരുടെ ശരീരങ്ങൾ തിളപ്പിച്ച് സംസ്ക്കരിച്ചാണ് നമുക്കു വേണ്ടുന്ന ദൈവത്തെ നിർമ്മിച്ചെടുക്കുന്നത്. കാണാൻ പാങ്ങുള്ള തെയ്യത്തെ വാഴ്ത്താനായി മത്സരിക്കുമ്പോൾ ദൈവങ്ങളുപേക്ഷിച്ച പാങ്ങില്ലാത്ത തെയ്യക്കാരന്റെ ശരീരം പാമ്പ് പൊഴിച്ച ഉറപോലെ വ്യർത്ഥവും ശൂന്യവുമാകുന്നു. ആ ശൂന്യതയിലാണ് അക്ഷരങ്ങളെ വീത്വെക്കുന്നത്. അണിയറയുടെ ഇരുളിലടിഞ്ഞ തെയ്യത്തിന്റെ സങ്കടങ്ങൾ ചാലിച്ചാണ് വാക്കിന്റെ കണ്ണെഴുതിയിരിക്കുന്നത്. പക്ഷിയുപേക്ഷിച്ച തകർന്ന കൂടുപോലെ ദൈവം കയ്യൊഴിഞ്ഞ ശരീരങ്ങളുണ്ട്. രോഗങ്ങളിലേക്കും മദ്യപാനത്തിലേക്കും ഇരുളുറയയൊനൊരുങ്ങുന്ന ദൈവമനുഷ്യരെയാണ് എഴുതുന്നത്. വള്ളിപുള്ളി വില്ലി വിസർഗ്ഗം തെറ്റാതെ തലതിരിച്ചെഴുതുക എത്ര ദുഷ്കരമാണ്. എന്നാലും എഴുതുക തന്നെ.

പടർന്ന വള്ളിയും എകർന്ന മലയും മനുഷ്യനു വേണ്ടി മാത്രമല്ല. മനുഷ്യനല്ല തെയ്യാനുഷ്ഠാനത്തിന്റെ കേന്ദ്രം. പ്രകൃതിയിലെ എല്ലാ ജീവജാലങ്ങളും മണ്ണും മലയും വെള്ളവും ആകാശവും ആരാധനയുടെ ഭാഗമാണ്. അധികാരത്തിന്റെയോ കലയുടെയോ ഉഗ്രശാസനകളെ തെയ്യം അനുസരിക്കില്ല. തെയ്യത്തിന് എല്ലാവരും അനുസരിക്കുന്ന ഒറ്റ ശരിയില്ല. ഓരോ തെയ്യത്തിനും ഓരോ ശരിയാണ്. അതുകൊണ്ട് ശരിയുടെ ഒറ്റമാതൃകയിലുള്ള എഴുത്തും സാധ്യമല്ല. എഴുത്തിന്റെ അന്തസ്സുള്ള വഴികളിലേക്കാനയിക്കാപ്പെടാത്ത ജീവിതപ്പടർപ്പുകളിൽ അക്ഷരങ്ങളുടെ അന്തിത്തിരി കൊളുത്തിവെക്കുകയാണ്. അങ്ങേയറ്റം വ്യക്തിപരവും വൈകാരികവുമാണ് അതിന്റെ വഴികൾ.

തെയ്യത്തെ മുന്നേ നടന്ന എത്രയോ മനീഷികൾ എഴുതി. സിദ്ധാന്തത്തിന്റേയും ജ്ഞാനവ്യവസ്ഥയുടെയും വ്യവഹാരങ്ങളിലൂടെ വ്യാഖ്യാനിച്ചു. പക്ഷേ, ഇവിടെ എഴുതുന്നയാളുടെ അറിവ് എത്രയോ നിസ്സാരമാണ്. എഴുതുന്നയാൾ കണ്ട തെയ്യാനുഭവത്തെയല്ല പങ്കുവെക്കുന്നത്. തെയ്യം തെയ്യത്തെ കാണുന്നവിധം എഴുതുകയാണ്. പാതി ഉടല് വെന്ത മനുഷ്യനാണ് തെയ്യം. ദൈവത്തിന്റെ നിയമങ്ങൾക്ക് പുറത്താണ് തോറ്റ മനുഷ്യൻ തോറ്റമാകുന്നത്. ചരിത്രത്തിന്റെ തീണ്ടൽപ്പലകകൾക്കുപുറത്ത് തോൽപിക്കപ്പെട്ട പുലയനും മലയനും മാവിലനും വണ്ണാനുമാണ് തോറ്റവരുടെ മാനിഫെസ്റ്റോ ആയ തെയ്യങ്ങളെ തോറ്റിച്ചമക്കുന്നത്.

തെയ്യം മനുഷ്യനെ തൊടുമ്പോൾ ഒരു ദു:ഖം മറ്റൊരു ദു:ഖത്തെ ആശ്ലേഷിക്കുകയാണ്. സമാനതകളില്ലാത്ത ദുരിതപർവ്വങ്ങൾ താണ്ടിയ തെയ്യത്തോളം മനുഷ്യസങ്കടങ്ങളുടെ അടിത്തട്ടു കണ്ടവരില്ല. ഇന്നലകളിൽ ബലിയായവർ തങ്ങൾ ബാക്കിയാക്കിയ ജീവിതമോഹത്തിലേക്കുയിർക്കലാണ് തെയ്യം. ആരും ഇല്ലാതാകുന്നില്ല. വീത് ഒരു സ്മരണയാണ്. ആരും ഇല്ലാതാകുന്നില്ലെന്ന ഓർമ്മപ്പെടുത്തലാണ്. കൊലചെയ്യപ്പെട്ടവരെ ചാകാനനുവദിക്കാതെ അച്ചൻതെയ്യങ്ങളിലൂടേയും വീരൻതെയ്യങ്ങളിലൂടേയും മനുഷ്യദു:ഖങ്ങളുമായി സമന്വയിക്കുകയാണ് കാർന്നോമ്മാർ ചെയ്തത്. വീതും മുതിർച്ചയും പാരണയും മരിച്ചുപോയവർക്കാണ്. കൊന്നുകളഞ്ഞവർക്കാണ്.

തലമുറകൾ ആവി പൊന്തുന്ന വീര്യമുറ്റിയ റാക്കും എരിഞ്ഞു പൊള്ളുന്ന മീനും ഇറച്ചിയും മൺമറഞ്ഞ കാർന്നോന്മാർക്ക് വീത് വെക്കും. ദൈവത്തെ മണക്കുന്ന കാസ്രസഗോഡൻ അടക്കയും വെറ്റിലയും തൊണ്ടച്ചന്മാർക്ക് പലകയിൽ വെച്ചു കൊടുക്കും. വീതെന്നാൽ ഇന്നലകളിൽ തീപിടിച്ച തീയ്യന്റേയും പൊലയന്റേയും ഉയിർപ്പാണ്. പുണൂൽ ചുറ്റി പുണ്യാഹം തളിച്ച ചരിത്രപുസ്തകം കീറിയെറിഞ്ഞ് മറ്റൊരു നരകജീവിതം ജീവിക്കേണ്ടി വന്ന കാർന്നോന്മാർ തെയ്യമായും സാന്നിദ്ധ്യമായും കീറി മുറിക്കപ്പെട്ട സത്യമായി വീതിന്റെ സമൃദ്ധിയിൽ വെളിച്ചപ്പെടും. നാടൻറാക്ക് മോന്തി മീൻ തൊട്ട് നക്കി തുമ്മാനും തിന്ന് അവർ കിസ പറയാനിരിക്കും.

ദുരന്തങ്ങളുടെ കളിയാട്ടക്കാഴ്ചകളിൽ നടുങ്ങിപ്പോകുമ്പോൾ കേവലം മിത്തുകൾക്കപ്പുറമുള്ള തെയ്യത്തിന്റെ ജീവിതം എഴുതിപ്പോവുകയാണ്. നമ്മുടെ തന്നെ ഇന്നലകളുടെ ചോരപ്പാടുകളിൽ ചവുട്ടി നടക്കുകയാണ്. പുരാവൃത്തത്തിന്റെ പഴകി ബലംവെച്ച കെട്ടുകൾ പൊട്ടിച്ച് അതിലെ മനുഷ്യനെ പ്രകൃതിയെ അറിവിനെയാണ് മോചിപ്പിക്കാൻ ശ്രമിക്കുന്നത്. എഴുത്തിന്റെ മുഖ്യധാരയിലേക്കുവരുമെന്ന് ഒരിക്കൽ പോലും ചിന്തിച്ചിരുന്നില്ല. പക്ഷേ ഏറെ എഴുതാനുള്ള ദേശവും മനുഷ്യരുമാണ് ചുറ്റുമുള്ളത്. ക്യാൻസർരോഗത്തിൽ മരിച്ചും തീവണ്ടിക്കുമുന്നിൽ സ്വയം ബലിയായും പീശാക്കത്തി കൊണ്ട് പുണ്ണ് വിണ്ട കാൽവിരലുകൾ സ്വയം മുറിച്ചുകളഞ്ഞും ചോരയെത്താത്ത ഹൃദയവുമായി അണിയറയുടെ ഇരുളിൽ വിങ്ങിപ്പൊട്ടിയും അവസാനിക്കുന്ന തെയ്യങ്ങളുടെ ദുരന്തജീവിതങ്ങൾ. ഇരുളിലാണ്ടുപോയ ദേവജന്മങ്ങൾക്ക് മുളഞ്ചൂട്ടും പൊയ്ക്കണ്ണും നൽകി വായനയുടെ മുറ്റത്തുറഞ്ഞാടാൻ അനുവദിച്ച കമൽറാം സജീവിനോടും മനിലയോടുമുള്ള സ്നേഹം മനസ്സിലെന്നും സൂക്ഷിക്കുന്നു. തുടർന്നുള്ള തെയ്യം എഴുത്തുകളെ വായനക്കാരിലേക്കെത്തിച്ച ദേശാഭിമാനി, പച്ചക്കുതിര, മാതൃഭൂമി, മലയാളം എന്നീ പ്രസിദ്ധീകരണങ്ങളിലെ പത്രാധിപരോടുള്ള സ്നേഹവും ഇവിടെ രേഖപ്പെടുത്തട്ടെ.

ഇത് അക്ഷരങ്ങളുടെ വീതും മുതിർച്ചയുമാണ്. നാടൻറാക്കിന്റെ തീയാളുന്ന വാക്കുകളിൽ ചോരപൊടിയുന്നുണ്ട്. ഈമണ്ണുപേക്ഷിച്ചുപോകാനാകത്തവർക്കായി ഇത്രമാത്രം. വീതിന്റെ വീര്യത്തിലേക്ക് അടിച്ച കാറ്റും ചോർന്നവെയിലും പെയ്തപെരുമഴയും കൊണ്ട് വീത്കുന്നിറങ്ങി കണ്ണൻകർണ്ണമൂർത്തി വരുന്നുണ്ട്. ചീനിക്കുഴലൂതുന്ന തീവണ്ടിക്ക് മുന്നിലെ കുർസിയിൽ നിന്നും ഉറഞ്ഞെണീറ്റ് പൊട്ടൻകളിയുമായി മരണത്തെ തോൽപിച്ചുവരുന്നത് സജിത്പണിക്കരാണ്. ചോരയും കണ്ണീരുമായി വീത് വെച്ച വിഭവങ്ങളിലെ സ്വപ്നങ്ങളുണ്ണാൻ. മേലേരിക്കണലിൽ വാട്ടിയെടുത്ത മലയനെന്ന മലയജശൈലം. എകർന്നമലപോലെയും പടർന്നവള്ളിപോലെയും ശേഷിപ്പെടുന്നവർക്കായി ചോരയിലും കണ്ണീരിലും കുതിർന്ന വാക്കുകളുടെ പാരണ.

വി കെ അനിൽകുമാർ

കാവിന്റെ കാവൽ

ഇ പി രാജഗോപാലൻ

ഒരാൾക്ക് ഏറ്റവും തെളിച്ചത്തോടെ എഴുതാനാവുക ജനിച്ചു വളർന്ന നാട്ടിലെ കാര്യങ്ങളാണ്. ഇത് ഏതാണ്ട് ഒരു സിദ്ധാന്തത്തിന്റെ ഉറപ്പോടെ നിലനില്ക്കുന്ന പ്രതീതിയാണ്. ഈ നാട് സ്വാഭാവികമായി കണ്ട് കണ്ട് മനസ്സിൽ ഇടംപിടിച്ചതാണ്. ഓരോ ആളും സ്വന്തം നാടിന്റെ ഒരു പാഠം സ്വന്തം ജീവിതത്തോടൊപ്പം കൊണ്ടു നടക്കുന്നുണ്ട്. ആഗോളവല്ക്കരണത്തിന്റെ ഒരു ചീത്ത ഉന്നം ഈ മാനവിക സംസ്കാരം മായ്ച്ച് കളയുകയും രാജ്യാന്തര വിപണിയുടെ ഏക പാഠത്തിലേക്ക് കൂടുതൽ ശ്രദ്ധ കൊണ്ടു വരികയും ചെയ്യുക എന്നതാണ്. വി കെ അനിൽകുമാറിന്റെ നാട് തൃക്കരിപ്പൂര് ആണ്. കണ്ണൂർ ജില്ല കഴിഞ്ഞ് കാസർഗോഡ് ജില്ല തുടങ്ങുന്ന സ്ഥലത്താണ് വീട്. (പരമ്പരാഗത) ഫോക്‌ലോർ ഏറെ കൂടിയ സാന്ദ്രതയോടെ നിലനിന്നു പോരുന്ന ഒരു പ്രദേശമാണ് വടകര തൊട്ട് മഞ്ചേശ്വരം വരെയുള്ള കേരളം. തെയ്യമാണ് ഇവിടുത്തെ ഫോക് ആവിഷ്കാരത്തിന്റെ നന്നേ ഉണർന്നതും സമഗ്രവുമായ രൂപം. അനിൽകുമാർ തെയ്യത്തെ ആധാരമാക്കി എഴുതുമ്പോൾ ഒരുപക്ഷേ, സ്വയമറിയാതെ ഈ നാടിന്റെ ബദൽ സ്വഭാവമുള്ള സംസ്കാരത്തിന്റെ ഒരു (വ്യക്തിഗത) ചരിത്രമാണെഴുതുന്നത്. ഈ നാട്ടിൽ ജനിച്ചും വളർന്നും ഇടപഴകിയും നടന്നും കണ്ടും വിനിമയം ചെയ്തും ഉണ്ടായ സ്വാഭാവിക ജ്ഞാനത്തെയാണ് (മുൻമാതൃകകൾ നോക്കാതെ) അനിൽകുമാർ എഴുതുന്നത്.

പല ഫോക്‌ലോർ പഠനങ്ങളും ഒട്ടും ജൈവമാവാറില്ല. പഠന വിഷയവുമായി വൈകാരികമായി ചേരാത്ത ആളുകളുടെ എഴുത്തു പണിയുടെ കനികളാണവ എന്നതാണ് കാരണം. ഫോം (Form) പൂരിപ്പിക്കുന്നതു പോലെ തെയ്യം പഠനങ്ങൾ നടത്തിപ്പോന്ന കുറേയാളുകൾ ഉണ്ട്. വെറും വസ്തുത ശേഖരണത്തിനപ്പുറം, അതിന്റെ യാന്ത്രികമായ വർഗ്ഗീകരണ

ത്തിനപ്പുറം രണ്ടടി വെക്കാൻ പോലും ഈ പഠനാദ്ധ്വാനങ്ങൾക്ക് കഴിയുന്നില്ല. ഇത്തരം യന്ത്രപ്പണികൾ കൂടിക്കൂടി വരുന്നതുകൊണ്ടാവണം പരമ്പരാഗത നാട്ടറിവിന്റെ പഠനം ഇപ്പോൾ ഏതാണ്ട് നിന്നു പോയ നിലയിലാണുള്ളത്. തെയ്യത്തിന്റെ സാംസ്കാരിക ജീവിതത്തോട് അന്വേഷകന്റെ ഉണർവ്വോടും ഉത്സാഹത്തോടും കൂടി സമഗ്ര ദർശനം ലക്ഷ്യമാക്കിക്കൊണ്ട് സ്വന്തം നാട്ടു ചരിത്രം മനസ്സിലാക്കിക്കൊണ്ട് പ്രതികരിച്ച്, ആകർഷകമായ ഭാഷയിൽ എഴുതാൻ കഴിയുന്ന ഫോക്ലോറിലസ്റ്റുകൾ വളരെ കുറവാണ്. കരിയറിസ്റ്റുകളുടെ ഒരു പ്രളയമായി ഫോക്‌ലോർ ഗവേഷണ രംഗം മാറിയിരിക്കുന്നു എന്നും പരമ്പരാഗത കലാകാരന്മാർക്ക് ഇവരോട് യഥാർത്ഥമായ സൗഹൃദം സാധിക്കാറില്ല എന്നുമുള്ള വസ്തുതകൾ വിമർശന പരമായി പരിശോധിക്കേണ്ടതാണ്.

അനിൽകുമാർ തെയ്യം പ്രകടനങ്ങളേയും അവയ്ക്ക് പിന്നിലെ മനുഷ്യരുടെ വ്യത്യസ്തമായ വ്യക്തി ജീവിതത്തേയും ഒരേ സമയം പൂരകഭാവത്തിൽ സ്ഥാനപ്പെടുത്തുന്ന ഡോക്യുമെന്ററികളാണ് ചെയ്ത് തുടങ്ങിയത്. ഇത് തെയ്യത്തിന്റെ വ്യത്യസ്തമായ പാഠമായിത്തീർന്നിട്ടുണ്ട്. ഇപ്പോഴും അനിലിനെ ഈ പ്രവർത്തനത്തിന്റെ ബദൽഭാവം ഉത്സാഹിയായി നിർത്തുന്നുണ്ട്. അധിനിവേശകനെ പോലെയല്ല തെയ്യക്കാരന്റെ പുരാവൃത്തങ്ങളിലേക്കും അടച്ചിടലുകളിലേക്കും വിനിമയപ്രകാരങ്ങളിലേക്കും കടന്നു ചെല്ലേണ്ടത് എന്ന (കൊളോണിയൽ വിരുദ്ധമായ) അറിവാണ് അനിൽകുമാറിന്റെ രചനാ രാഷ്ട്രീയം. അതിനാൽ തെയ്യത്തിന്റെ നാടുകൾ ഈ അന്വേഷകനോട് കൂടുതൽ സംസാരിക്കുന്നു. അവ കൂടുതൽ കാട്ടിക്കൊടുക്കുന്നു.

ഒരു സൈദ്ധാന്തിക മാതൃക കാലേക്കൂട്ടി സജ്ജീകരിച്ച് അതിനൊത്ത് കാണുന്നതും കണ്ടെത്തിയതുമായ കാര്യങ്ങൾ വെട്ടിയൊതുക്കുന്ന (sizing) ഏർപ്പാട് ഔപചാരിക ഗവേഷണങ്ങളുടെ തീരാ ശാപമാണ്. അനിൽ അക്കാദമികമായ ഉന്നങ്ങളുള്ള, ആ വഴിക്കുള്ള ഉന്നതികൾ മുന്നിൽ കാണുന്ന ഒരാളല്ല. വാസ്തവത്തിൽ ഈ ചെറുപ്പക്കാരൻ തന്റെ നാട്ട് പ്രകൃതത്തിന്റെ ആഴങ്ങളെ എഴുതി വെക്കുകയാണ്, തികഞ്ഞ ആത്മാർത്ഥതയോടെ. പാഷൻ എന്ന ഇംഗ്ലീഷ് വാക്ക് അനിലിന്റെ പുറപ്പാടുകളെ നന്നായി വെളിപ്പെടുത്തിയേക്കും എന്നു തോന്നുന്നു.

അനിൽകുമാറിന്റെ നാട്ടറിവു പഠനങ്ങളിൽ തെയ്യം ഒറ്റപ്പെട്ട ഒന്നല്ല. വെറും നാടൻ കലയല്ല. തെയ്യത്തിലൂടെ വന്നു ചേരുന്ന നാട്ടു സംസ്കൃതിയുടെ വൈവിദ്ധ്യങ്ങൾ, വൈരുദ്ധ്യങ്ങൾ എന്നിവ അനിൽ നന്നായി കണ്ടറിയുന്നു. നടനാവിഷ്കാരങ്ങളെ പ്രതിയുള്ള സാർവ്വ ലൗകികമായ ചില ധാരണകൾ ഈ പഠനങ്ങളിൽ യുക്തിയുടെ വെളിച്ചം പരത്തുന്നു. ഒരു വിശ്വാസവും അനുഷ്ഠാനവും ഭൗതികേതരമല്ല എന്ന് തിരിച്ചറിയുന്നു. പഞ്ചഭൂതങ്ങളുമായുള്ള തെയ്യത്തിന്റെ നാടകീയ വിനിമയങ്ങളുടെ തെളിവുകൾ മാറി മാറി അടയാളപ്പെടുത്താനാകുന്നു. തെയ്യത്തെ സമകാലികമായ സാഹചര്യങ്ങളുമായി ചേർത്തു വെച്ച് കാണുന്നു. തെയ്യം കാണ

ലിന്റെ ആൾക്കൂട്ടമനഃശാസ്ത്രം അസാധാരണമായ സമഗ്രതയോടെ വെളിപ്പെടുത്തുന്നു. തെയ്യം എന്നതിലെ ലോകഭാവനകളുടേയും നാട്യക്രമങ്ങളുടേയും ആഖ്യാനശീലങ്ങളുടേയും താള വഴക്കങ്ങളുടേയും പാട്ടുമട്ടുകളുടേയും ചേർച്ചകളെ സഗൗരവം കാണുന്നു. വൈവിദ്ധ്യത്തിന്റെ സംസ്കാര സ്ഥലമായി തെയ്യത്തെ നിർവ്വചിച്ച് വെക്കുന്നു.

ഇങ്ങനെയൊരു ഫോക്‌ലോർ പഠനാനുഭവം മലയാളികൾക്ക് മുന്നിലേക്ക് മുൻപ് പുറപ്പെട്ടെത്തീട്ടില്ല. ഇത് പുതിയൊരു അരങ്ങ്. കാവിന് പുതിയൊരു കാവൽ.

തെയ്യത്തിന്റെ ബിസ്നോയി ഗ്രാമങ്ങൾ

ആദ്യം ജീവിതമാണ്. പിന്നെയാണ് കഥയും ശാസ്ത്രവും ചരിത്രവും. ചൈമർ ഇതിൽ ഏതാണ്. മായ്ക്കുന്ന, മറയ്ക്കുന്ന, മയക്കുന്ന ഭൂതമാണ് ചൈമർ. കാലദേശ പരിഗണനകൾക്കതീതമായ ഒരനുഭവാവസ്ഥയാണ്. ഭാവനയും യുക്തിയും കൂടിക്കലർത്തി, ജീവിതത്തിന്റെ ചതുപ്പുകളിലും നീരൊലിപ്പുകളിലുമാണ് ചൈമർ അധിവസിക്കുന്നത്. കാസർഗോഡ് ജില്ലയിലെ പെരിയ മുട്ടനടുക്കം എന്ന മലയോര ഗ്രാമം ആദ്യം കഥയായും പിന്നെ ശാസ്ത്രവും ചരിത്രവുമായും ശേഷിപ്പെടുന്നുണ്ട്.

വീട്ടുമുറ്റത്തെ ചെമ്മണ്ണിൽ കളിക്കുന്ന നാലുവയസ്സുകാരി കുട്ടിയെ പെട്ടെന്ന് കാണാതായി. അതെ, കല്ലിലും പുല്ലിലും ഓടിച്ചാടി നടന്ന കുഞ്ഞി നോക്കി നില്ക്കെ മാഞ്ഞുപോയി. വീട്ടുമുറ്റത്തൂടെ ഒരു നീർച്ചാലൊഴുകുന്നുണ്ട്. വലിയ വെള്ളമൊന്നുമില്ല. തീരം മുഴുവൻ മുൾക്കാടുകളാണ്. വെള്ളത്തിലേക്ക് കുഞ്ഞിക്ക് നടന്നു പോകാനാകില്ല. മുൻപ് ശക്തമായ നീർപ്രവാഹമായിരുന്നു. നിറയെ മീനുകളും ഞണ്ടുകളും തവളകളും ഉണ്ടായിരുന്നു. കുട്ടിയെ കാണാനില്ല. അത് വാസ്തവമാണ്. ഒയൽച്ചപുണ്ട ജനങ്ങൾ കാട്ടിലും മലയിലും നീറ്റിലും കുട്ടിയെ പരതി. ഇനി എന്തു ചെയ്യും. ഭയവും സങ്കടവും പെരുകി.

മാവിലൻ ഗോത്രമൂപ്പന്മാരുടെ നിനവുകളിൽ അറിവുകളുറഞ്ഞു. തടുപ്പയിലെ അരിയിൽ രാശി തെളിഞ്ഞു. മൂപ്പന് ദൃഷ്ടാന്തങ്ങളുണ്ടായി. പ്രാക്തന സ്മൃതിയിൽ അണ്ണപ്പപ്പഞ്ചുരുളി ചുട്ടു വീശി. തടുപ്പയിലെ ഇരുളകറ്റി. തടുപ്പയ്ക്ക് കാട്ടാനയുടെ കായബലം. പഞ്ചുരുളിയുടെ ഓലച്ചൂട്ടിൽ മൂപ്പൻ കണ്ടു. കുട്ടിയെ ചൈമർ മയക്കിയിരിക്കുന്നു. കാഴ്ചയിൽ നിന്നും മറച്ചിരിക്കുന്നു. മലയും പുഴയും കുട്ടിയെ കൊണ്ടുപോയില്ലെന്നറിഞ്ഞതിൽ അച്ഛനമ്മമാർ സന്തോഷിച്ചു. പക്ഷേ, ചൈമർ മയക്കിയ

കുട്ടിയെ അതേപോലെ തിരിച്ചുകിട്ടുമോ. മണ്ണിലുള്ളതും വെള്ളത്തിലുള്ളതും എല്ലാം ചൈമർ ഭൂതത്തിനുള്ളതാണ്. ഊക്കും അർക്കത്തുമുള്ള വാല്യക്കാർ കത്യാളും കൈമഴുവുമായിറങ്ങി. മുൾപ്പടർപ്പുകൾ വെട്ടിമാറ്റി പുഴയോരത്തിലൂടെ കുട്ടിയെ തേടിയലഞ്ഞു. ഒടുവിൽ കൂർത്തുമൂർത്ത ചീമുൾപ്പടർപ്പുകൾ വായ മൂടിയ വലിയ മാളത്തിന് മുന്നിലെത്തി. മുൾക്കാടുകൾ വയക്കി വാല്യക്കാർ മാളത്തിലെ ഇരുളിലേക്ക് കടന്നു. നേർത്ത പ്രകാശത്തിൽ കണ്ട കാഴ്ചയിൽ ഭയപ്പെട്ട് അവരുടെ ബോധം മറഞ്ഞു. മാളത്തിൽ രണ്ടു കണ്ണുകൾ മാത്രം തീക്കട്ട പോലെ ജ്വലിക്കുന്നു. ചുറ്റിലും ശക്തമായ നീരൊഴുക്ക്. വെള്ളം തൊടാത്ത വലിയ പാറയിൽ ഒരു വിചിത്ര രൂപമിരിക്കുന്നു. വെള്ളത്തിലും മണ്ണിലുമിരിക്കുന്ന ആയിരക്കണക്കിന് ജീവജാലങ്ങൾ കുട്ടിയുടെ പേലവ മേനി പൊതിഞ്ഞിരിക്കുന്നു. കുഞ്ഞിക്കണ്ണുകളെ മാത്രം ജ്വലിക്കാൻ അനുവദിച്ചുകൊണ്ട് ആയിരക്കണക്കിന് കറുത്ത കുഞ്ഞിത്തവളകൾ, ചോന്ന ചൈമർ ഞണ്ടുകൾ. പച്ച തത്തമ്മുള്ളുകൾ. പാറ്റകൾ, പ്രാണികൾ, പുഴുക്കൾ പെൺകുട്ടിയുടെ ശരീരത്തിലെ മണ്ണിലും വെള്ളത്തിലും പുളയ്ക്കുന്നു. ജീവന്റെ വലിയൊരു തുരുത്ത് പാറയ്ക്ക് മുകളിൽ ഇരുളിൽ കണ്ണുകൾ തുറന്ന് പിടിച്ചിരിക്കുന്നു. ചൈമർ ഭൂതം മായ്ച്ച കുട്ടി. തന്റെ ഇഷ്ട ഭാജനങ്ങളും ഭോജനങ്ങളുമായ ഉഭയ ജീവജാതികളുടെ കൂട്ടത്തിൽ ചെറവക്കുട്ടിയെയും ചേർത്തിരിക്കുന്നു.

വാല്യക്കാർ ചൈമർ തെയ്യത്തെ വിളിച്ച് കരഞ്ഞു. കുട്ടിയെ രക്ഷിച്ചേ പറ്റൂ. ചൈമറുടെ മനസ്സലിഞ്ഞു. കുട്ടിയെ വിട്ടുകൊടുക്കാൻ തീരുമാനിച്ചു. മനുഷ്യ സാന്നിദ്ധ്യം മണത്ത ജന്തുജാലങ്ങളഴിഞ്ഞ് വെള്ളത്തിലപ്രത്യക്ഷമായി. മാംസമടർന്ന് പെൺകുട്ടിയുടെ ശരീരത്തിൽനിന്നും ചോരയിറ്റി. വാല്യക്കാർ പെൺകുട്ടിയെ തോളത്തിരുത്തി. ചുകന്ന ചൈമർ ഞണ്ടുകളും കറുത്ത കുഞ്ഞിത്തവളകളും പരൽമീനുകളും നുരയ്ക്കുന്ന നീർച്ചാൽ മുറിച്ചു കടന്നു. പ്രാണികളും പുൽച്ചാടികളും നിറഞ്ഞ ചീമുൾപ്പടർപ്പുകൾ കടന്ന് വെളിയിലെത്തി. ചൈമർ കോപിച്ചിരിക്കുന്നു. മാവിലൻ മൂപ്പന്മാർ ഒത്തുകൂടി. വെള്ളത്തിന്റെയും മണ്ണിന്റെയും ജന്തുജാലങ്ങളുടെയും വംശവർദ്ധനവിനായി മനുഷ്യന്റെ ക്ഷേമത്തിനായി ചൈമർ തന്റെ ജീവ ജാതികളുടെ ആവാസ സ്ഥലത്തേക്ക് കുതിച്ചു. വിവസ്ത്രനായ ചൈമർ നീറ്റിലിറങ്ങി. തവളകളും ഞണ്ടുകളും മീനുകളും ചൈമറുടെ നഗ്നശരീരത്തിന് ചുറ്റും പുളച്ചു.

ചൈമർ ഭൂതമേ നിന്റെ വെള്ളത്തിലും മണ്ണിലും ഞങ്ങൾ നഞ്ച് കലക്കില്ല. നിന്റെ മലയിലും കാട്ടിലും ഞങ്ങൾ മഴുവെറിയില്ല. വെള്ളത്തിൽനിന്ന് മണ്ണിലേക്കും മണ്ണിൽനിന്നു വെള്ളത്തിലേക്കുമുള്ള നിന്റെ ഉഭയ ജീവിതത്താരകളിൽ ഞങ്ങൾ കുപ്പിച്ചില്ലു കൊണ്ട് മതിൽ പടുക്കില്ല. നീ വെള്ളമായൊഴുകുന്ന പുഴയെ ഞങ്ങൾ തടുത്ത് നിർത്തില്ല. കൂട്ടായ്മ പ്രായശ്ചിത്തം ചെയ്തു. നൂൽബന്ധമില്ലാത്ത ചൈമർ ഭൂതത്തിന് മുകളിൽ മല മഴയായും മഴ പുഴയായും പുഴ വനമായും വനം നക്ഷത്രമായും പ്രസാദിച്ചു.

തെയ്യത്തിന്റെ പ്രകൃതി വിചാര വ്യവസ്ഥകൾ

കാടിനെ ജീവാഭയ വ്യവസ്ഥയായി കാത്ത് പരിപാലിച്ചു പോരുന്ന ആചാരവും ജീവിതക്രമവും അനാദികാലം മുതല്ക്കേ ഭൂമിയിൽ നിലനില്ക്കുന്നതാണ്. വിശുദ്ധ വനങ്ങൾ ആരാധനയിലധിഷ്ഠിതമായ ആദിമ സാംസ്കാരിക കേന്ദ്രങ്ങൾ കൂടിയാണ്. അവിടെ അതീത ശക്തികൾക്കായി പ്രത്യേകം സ്ഥാനങ്ങളുണ്ട്. മനുഷ്യനെയും അവന് ചുറ്റുമുള്ള ആവാസ വ്യവസ്ഥയെയും കേന്ദ്രമാക്കിയുള്ള പ്രകൃതി വിചാര വ്യവസ്ഥയാണ് തെയ്യം. അത് വിവേചനത്തിന്റെ, അധികാര വിനിയോഗത്തിന്റെ, മദമാത്സര്യങ്ങളുടെ പൗരോഹിത്യ മതവിചാര വ്യവസ്ഥയല്ല. ലാഭ കേന്ദ്രീകൃതമായ മൂലധനാഷ്ഠിത താല്പര്യങ്ങൾക്ക് പുറത്താണ് കാവ് കാട് കയറി വളർന്നിട്ടുള്ളത്. മനുഷ്യൻ എന്നത് ഒരൊറ്റ ജീവ ജാതിയല്ല. പ്രകൃതിയിലെ നിരവധി നിരവധിയായ ജീവൽ സമൂഹത്തിന്റെ തുടർച്ച മാത്രമാണ്. അവൻ നിലനില്ക്കുന്ന, അവനെ നിലനിർത്തുന്ന മണ്ണിനോടും വെള്ളത്തിനോടും പുലർത്തേണ്ടുന്ന കർശനമായ നീതിന്യായ വ്യവസ്ഥകൾ രേഖപ്പെടുത്തി വെച്ചിട്ടുള്ള വിശുദ്ധ ഗ്രന്ഥങ്ങളാണ് തെയ്യക്കാവുകൾ.

ഋതുഭേദാനുസാരിയായി മലയെയും മരങ്ങളെയും ആരാധിച്ച് ബഹുമാനിച്ച് സഹവസിച്ച പരസ്പരാശ്രിതത്വത്തിന്റെ സഹവർത്തിത്വത്തിന്റെ വിശാലമായ ജൈവമനസ്സിനെയാണ് തെയ്യങ്ങൾ ആരൂഢമായി സ്വീകരിച്ചിട്ടുള്ളത്. ബയോഫീലിയ എന്നും ബയോഡൈവേഴ്സിറ്റി എന്നും ശാസ്ത്രലോകം വാചാലമാകുന്നതിനുമുമ്പ്, നട്ട് നനച്ചേടത്തും കരിച്ച് വാളിയേടത്തും ചാലിടുമ്പോൾ ചൂളിപ്പോകാത്ത വിത്തുകളിൽനിന്നും വിളഞ്ഞും പൊലിഞ്ഞ തെയ്യങ്ങൾ തങ്ങളുടെ കാവകത്ത് സസ്യശാസ്ത്ര നിഘണ്ടുവിൽ അതിന്റെ അർത്ഥങ്ങളെ വ്യാഖ്യാനിച്ച് രേഖപ്പെടുത്തി സൂക്ഷിക്കുന്നുണ്ട്. തെയ്യങ്ങളുടെ പാരിസ്ഥിതിക സഞ്ചാരങ്ങളിലൂടെയാണ് കാവെന്ന പച്ചത്തഴപ്പുകൾ തുളുനാട്ടിലാകെ പടർന്ന് പന്തലിച്ചിട്ടുള്ളത്. പ്രമുഖ ഇക്കോളജിസ്റ്റും പരിസ്ഥിതി ശാസ്ത്രജ്ഞനുമായ മാധവ് ഗാഡ്ഗിൽ *Ecological Journies* ലും പശ്ചിമഘട്ട പഠന റിപ്പോർട്ടിലും ആഴത്തിൽ വിശകലനം ചെയ്യുന്നുണ്ട്. മലയുടേയും മഴയുടേയും മനവും പൊരുത്തവുമറിഞ്ഞ് ജീവിച്ച ഗോത്ര സംസ്കൃതി. പരസ്പരാശ്രിതത്വത്തിന്റെ പ്രകൃതി ജീവനവും അതിൽ നിന്നുരുവപ്പെടുന്ന അനുഷ്ഠാനവും അവരുടെ ജീവിതത്തെ നിയന്ത്രിച്ചു. നിർണ്ണയിച്ചു. ബയോഫീലിയ എന്നും ബയോഡൈവേഴ്സിറ്റിയെന്നും ശാസ്ത്ര സംജ്ഞകളുടെ രൂപകങ്ങൾ മുളപൊട്ടുന്നതിന് മുമ്പെ അതിനെ ജീവിതചര്യയാക്കിയ ഗോത്രജീവിതത്തിന്റെ തിരുശേഷിപ്പുകളാണ് Sacred groves എന്ന പേരിൽ വിഖ്യാതമായ തെയ്യക്കാവുകളും അതിന്റെ ആത്മാവായ തെയ്യവും.

പ്രകൃതിയെയും പ്രകൃതി വിഭവങ്ങളെയും കൈകാര്യം ചെയ്യുന്നത് പിഴയ്ക്കുമ്പോഴുള്ള ദുരന്തമാണ് ചൈമർ തെയ്യം പറയുന്നത്. പ്രകൃതിയെ ചൂഷണം ചെയ്യുന്നതിന് പകരം ജൈവസന്തുലനത്തിനായി തങ്ങൾക്ക

നുകൂലമാക്കേണ്ടതെങ്ങനെയെന്നാണ് കാസർഗോഡ് ജില്ലയിലെ കുണ്ടൻ കുഴി, കുറ്റിക്കോൽ, ബദിയടുക്ക ഭാഗങ്ങളിൽ മാത്രം അത്യപൂർവ്വമായി കെട്ടിയാടുന്ന ചൈമർ ഭൂതം കൂട്ടായ്മയെ പഠിപ്പിക്കുന്നത്. കുറ്റിക്കോൽ പുളുവഞ്ചിയിലെ മോർണയെന്ന മാവിലൻ തൊണ്ടച്ചൻ തുളുവിലും മലയാളത്തിലും ചൈമറെ തോറ്റം ചൊല്ലി തോറ്റിയുണർത്തുമ്പോൾ കരയിലെയും വെള്ളത്തിലെയും ജീവജാതികളെ ശുദ്ധമായി നിലനിർത്തേണ്ടുന്ന ശാസ്ത്രം കൂടി കൂട്ടായ്മയ്ക്ക് പകർന്നു കൊടുക്കുന്നുണ്ട്. ചൈമർ ഭൂതം മനുഷ്യനെ പ്രത്യേകിച്ച് കുട്ടികളെ ബാധിക്കുന്ന പീഡയാണ്. പശ്ചിമഘട്ട മലയോരങ്ങളിലെയും ഇടനാടൻ ചെങ്കൽ കുന്നുകളിലെയും ശുദ്ധമായ തെളിനീരിലും നിത്യഹരിതവനങ്ങളിലുമാണ് തെയ്യത്തിന്റെ സ്വൈരവിഹാരം. വിശുദ്ധ ഭൂമിയും വിഭവങ്ങളും ദുര മൂത്ത മനുഷ്യൻ കവർന്നെടുത്ത് മീനും ഞണ്ടും വൃക്ഷഛായയും നിഷേധിക്കപ്പെടുന്ന ചൈമർ മനുഷ്യനെ മായയാക്കി മറച്ചു കൊണ്ടുപോവുകയല്ലാതെ പിന്നെന്താണ് ചെയ്യേണ്ടത്.

തെയ്യത്തിൽ എല്ലാവിധ മനുഷ്യപ്പച്ചയുമിറ്റിയ ദൈവതത്തെ കാണാം. തെയ്യം അടിയുറച്ച Biophylicആണ്. ജൈവ വൈവിദ്ധ്യത്തിന്റെ സമൃദ്ധിയെയാണ് തെയ്യം ആരൂഢമായി സ്വീകരിച്ചിട്ടുള്ളത്. പരലോക സങ്കല്പമെന്ന ദൈവവ്യവസ്ഥ ഇഹലോകത്തിലെ മനുഷ്യനായി തുലാമഴയിൽ കിളിർത്ത് കുംഭം മീനത്തിൽ പൂത്ത് മേടച്ചൂടിൽ കായ്ച്ച് വിളയുന്ന ദൈവികാനുഭൂതിയാണ്. വിവേചനത്തിന്റെയോ വിഭാഗീയതയുടെയോ അധികബലത്തിലല്ല ഇതിന്റെ പടർപ്പുകൾ തെഴുക്കുന്നത്. തെയ്യമെന്ന മനുഷ്യൻ ഒരുമയുടെ പൗരോഹിത്യബദലാണ്. സമൂലം ദൈവമാണ്. നിഗൂഢമായ, ആരാലും സ്പർശിക്കപ്പെടാത്ത, അതീവ വിശുദ്ധമായ പൗരോഹിത്യരൂപമെന്ന തന്ത്രീശ്വരൻ തെയ്യത്തിലില്ല. മതമില്ല. ജാതിയില്ല. മനുഷ്യനല്ല അനുഷ്ഠാനങ്ങളുടെ കേന്ദ്രം. പ്രകൃതിയിലെ സൂക്ഷ്മ സ്ഥൂലജീവജാലങ്ങളോടുള്ള അടങ്ങാത്ത കാരുണ്യമാണ് അനുഷ്ഠാനത്തിന്റെ കേന്ദ്രം.

വേദ കേന്ദ്രീകൃതമായ പൗരോഹിത്യ വർണ്ണവ്യവസ്ഥ എല്ലാ ജൈവിക ധാരകളെയും വേർതിരിക്കുമ്പോൾ തെയ്യമെന്ന പ്രാചീന ഗോത്രാചാരം പ്രകൃതിയിലെ വിവിധ ഘടനകളെ ഒരു മരച്ചോട്ടിലെ ഒരുമയാക്കുന്നു. നീരൊഴുക്കുള്ള എപ്പോഴും പച്ചയിറ്റുന്ന ആരണ്യകങ്ങളുടെ തുറസ്സുകൾ തെയ്യം ആരൂഢമാക്കുന്നത് ഈ ഏകീകരണത്തിന് വേണ്ടിയാണ്. പശുവും പുലിയും ഒന്നായിരിക്കുന്നേടത്ത് തെയ്യാരാധന നില നില്ക്കണമെന്ന പ്രാകൃത നിഷ്ഠയെക്കുറിച്ചാലോചിക്കുമ്പോഴാണ് എത്ര വിശാലമായ പ്രകൃതി ജീവന വ്യവസ്ഥയിലാണ് തെയ്യം നില നില്ക്കുന്നതെന്ന് മനസ്സിലാക്കാൻ സാധിക്കുക. ഇരയും ഇരപിടിയനും ഒരനുഷ്ഠാനത്തിലെന്ന പോലെ പെരുമാറുന്ന സന്തുലിത പ്രകൃതിയെ കാവുകളാക്കി ആരാധനാ കേന്ദ്രങ്ങളാക്കിയ പ്രാചീനമായ ജ്ഞാന മാർഗ്ഗങ്ങൾ അറിവിന്റെയും അതിജീവനത്തിന്റെയും അഭ്യസന കേന്ദ്രങ്ങൾ കൂടിയാണ്. തുളുനാട്ടിലെ നൂറുകണക്കിന് വലുതും ചെറുതുമായ തെയ്യക്കാ

വുകൾ പ്രകൃതി ജീവനത്തിന്റെ, ദ്രാവിഡ ജീവിതവഴക്കങ്ങളുടെ, മനുഷ്യന്റെ അതിജീവനത്തിന്റെ മാഗ്നാ കാർട്ടകളാണ് വിളംബരം ചെയ്യുന്നത്.

തെയ്യത്തിന്റെ ബിസ്നോയ് ഗ്രാമങ്ങൾ

ഖെജഡി ഒരു മരത്തിന്റെ പേര് മാത്രമല്ല. രാജസ്ഥാനിലെ ജോധ്പൂരിലെ 363 സ്ത്രീകളുടെ ചോരയിൽ വേരുകളാഴ്ത്തിയാണ് ഖെജഡിയെന്ന വിശുദ്ധ വൃക്ഷം വളരുന്നത്. ബീസ് നൗ ഇരുപത്തിയൊൻപത് എന്ന ദൈവനീതി ശാസനങ്ങളെ മരങ്ങളുമായി സമന്വയിപ്പിച്ച് വളർന്ന ഒരു ജനത. രാജസ്ഥാനിലെ ഉഷ്ണച്ചൂളയിൽ വെന്തുരുകുമ്പോൾ ജമ്പാജി എന്ന മഹാഗുരു ഖെജഡി മരങ്ങൾ സംരക്ഷിച്ചു. കന്നുകാലികളെയും ആടുകളെയും തീറ്റുന്നതിനായി പച്ചപ്പുകൾ തേടി അലയുന്നവരെ ഖെജഡ്‌ലി ഗ്രാമത്തിൽ കൂട്ടമായി താമസിപ്പിച്ചു. ഖെജഡി മരത്തെ അവരുടെ ഗോത്ര ചിഹ്നമായി സ്വീകരിച്ചു. ഒരു മരത്തെ ഒരു ഗ്രാമമായി സ്വീകരിച്ചു. കൃഷ്ണമൃഗങ്ങൾക്കും ചിങ്കാരമാനുകൾക്കും മയിലുകൾക്കും പക്ഷിജാലങ്ങൾക്കും ജീവാഭയമൊരുക്കി. മണ്ണിനെ, വെള്ളത്തിനെ, മരങ്ങളെ, ജന്തുജാലങ്ങളെ സ്നേഹിക്കുന്നതിനായി ജമ്പേശ്വർ 29 നീതിശാസനങ്ങൾ ഗ്രാമ്യ നിവാസികളെ ചൊല്ലിപ്പഠിപ്പിച്ചു. ബിസ്നോയികളുണ്ടായതങ്ങനെയാണ്. കരുണയും അഹിംസയും ആഹരിച്ച് ഖെജഡി തരു നികരങ്ങൾ പൊള്ളുന്ന ഭൂമിക്ക് മുകളിൽ ഹരിത ഛത്രം വിടർത്തി. ഇരുപത്തിയൊൻപത് നീതി ശാസനങ്ങളിൽ വെള്ളം, വിറക്, വാക്ക് എന്നീ മൂന്ന് പരിഗണനകളിലാണ് ബിസ്നോയികളുടെ ആത്മീയ ജീവിതം ഉൾച്ചേർന്നിരിക്കുന്നത്. വെള്ളവും വാക്കും അമൂല്യമാണ്. സംശുദ്ധമാണ്. വെള്ളത്തിലും വാക്കിലും വിഷം കലർത്തരുത്. വിറകൊരു വൃക്ഷശരീരമാണ്. ഭക്ഷണം പാചകം ചെയ്യുന്നതിന് വിറക് വേണം. ഉണങ്ങിയ തരു ശാഖികളെ തീപിടിപ്പിക്കുന്നതിൻ മുമ്പ് അതിൽ ഏതെങ്കിലും സൂക്ഷ്മ ജീവികൾ അകപ്പെട്ടിട്ടുണ്ടോ എന്ന് പരിശോധിക്കണം. വിറകിനുള്ളിലെ ഒരുറുമ്പിന്റേയോ പ്രാണിയുടെയോ ജീവിതത്തിന് മുകളിൽ ബിസ്നോയികൾ അത്രമേൽ അനുതാപം ചൊരിയുന്നുണ്ട്.

ഇരുപത്തിയൊൻപത് ധർമ്മ ശാസനങ്ങൾ ചോരയിൽ മുങ്ങിപ്പോയത് സ്നോയികളുടെ എക്കാലത്തെയും മഹത്തായ ചരിത്രമാണ്. 1730 ൽ 363 ബിസ്നോയ് സ്ത്രീകളുടെ തലകൾ രാജകിങ്കരന്മാർ അറുത്തെടുത്തു. തലയില്ലാത്ത ചോരയിൽ കുതിർന്ന പെണ്ണുടലുകൾക്ക് മുകളിൽ ഖെജഡി മരങ്ങൾ മുറിഞ്ഞു വീണു. പെൺ ചോരയിൽ മരങ്ങൾ ചോന്നു. ആദ്യം അറുത്തിട്ട തല അമൃത ദേവിയുടേതായിരുന്നു. പിന്നെ അവരുടെ മൂന്ന് പെൺമക്കളുടെ മൃദുല കാണ്ഡങ്ങളും കോടാലി കൊണ്ട് കൊത്തിയരിഞ്ഞു.

ജോധ്പൂർ രാജാവിന്റെ കൊട്ടാരം പണി നടക്കുകയാണ്. ചുണ്ണാമ്പ് ചൂള കത്തിജ്വലിക്കുന്നുണ്ട്. ചൂളയിലെ അഗ്നി ജ്വലിക്കണമെങ്കിൽ മരങ്ങൾ വേണം. ഖെജഡിയുടെ തമാലവനങ്ങളിൽ രാജാവിന്റെ കണ്ണുകളുടക്കി.

29 ജീവമന്ത്രങ്ങളെഴുതിയ ഹരിതപത്രം വീശി അപ്പോഴും മരങ്ങൾ തണലിന്റെ കാരുണ്യം ചൊരിഞ്ഞു. വൃക്ഷ സത്രത്തിനായി രാജകല്പന മുഴങ്ങി. ബിസ്നോയി ശാസനങ്ങളാൽ വേലികെട്ടി ജാംബോജിയുടെ പരമ്പര സംരക്ഷിച്ചു പോരുന്ന ജീവാഭയ കേന്ദ്രം ബലി കൊടുക്കപ്പെടുകയാണ്. കോടാലിയുമായിവന്ന മരംവെട്ടുകാരനെ ആദ്യം പ്രതിരോധിക്കാനെത്തിയത് അമൃത ദേവിയായിരുന്നു. കാട്ടുവള്ളിപോലെ ഖെജഡിയെ കെട്ടിപ്പുണർന്നു. ആദ്യത്തെ വെട്ടിൽ അമൃത ദേവിയുടെ തലയറ്റ് മണ്ണിൽ വീണു. രണ്ടാമത്തെ വെട്ടിൽ മരം വീണു. ബിസ്നോയികൾ കിണ്ണം മുട്ടി ഖെജേർളി ഗ്രാമത്തെ ഉണർത്തി. 363 ശരീരങ്ങൾ ഖെജഡിയെ ആലിംഗനം ചെയ്ത് കവചമൊരുക്കി. 363 ശരീരങ്ങളെയും രാജ കിങ്കരന്മാരുടെ കോടാലികൾ അരിഞ്ഞു വീഴ്ത്തി. ചോരയുടെ മഹാവിപിനം. ആചാര്യൻ വൃക്ഷ ശരീരത്തിലെഴുതിയ 29 ധർമ്മങ്ങൾ മാത്രം മഴുവേല്ക്കാതെ ബാക്കിയായി. ബിസ്നോയികൾ ലോകത്താകമാനമുള്ള മരങ്ങളുടെ ആത്മാവാകുന്നതങ്ങനെയാണ്.

മൂലധനാധിഷ്ഠിതമായ നവീകരണപ്രവർത്തനങ്ങളുടെ കോടാലിക്കൈകളിൽനിന്നും മരങ്ങളെ പുണർന്ന് മരങ്ങളായിത്തന്നെ നൂറ്റാണ്ടുകളായി നിലനില്ക്കുന്ന തെയ്യം തന്നെയാണ് നമ്മുടെ സ്വന്തം ബിസ്നോയി. എല്ലാ അധിനിവേശങ്ങളെയും പ്രതിരോധിച്ച് ഇന്നും നിലനില്ക്കുന്ന കമ്മാടം കാവ്, തെയ്യോട്ട് കാവ്, തവിടിശ്ശേരിക്കാവ്, ഇടയിലെക്കാട്ട് കാവ്, നീലിയാർകോട്ടം, മാപ്പിട്ടച്ചേരിക്കാവ്, പലിയേരിക്കാവ് പോലുള്ള അതിജീവനത്തിന്റെ വന വിസ്മയങ്ങൾ പ്രകൃതിയിലേക്ക് തുറക്കുന്ന ജ്ഞാന വാതായനങ്ങളാണ്. മറ്റെവിടെയുമില്ലാത്ത പ്രകൃത്യുപാസനാ രീതി കേരളത്തിൽ തുളു നാട്ടിൽ മാത്രമാണ് നിലനില്ക്കുന്നത്. ഒരേക്കർ കൂടുതൽ വിസ്തീർണ്ണമുള്ള ഇരുനൂറ്റി അൻപതിലധികം വിശുദ്ധാരണ്യകങ്ങൾ കണ്ണൂർ, കാസർഗോഡ് ജില്ലകളിലുണ്ട്. ഏറ്റവും കൂടുതൽ ക്ഷേത്രങ്ങളുള്ള തൃശൂരിൽ രണ്ടേരണ്ട് കാവുകളേ ഒരേക്കറിൽ കൂടുതലുള്ളൂ. പാമ്പുമ്മേക്കാട്ട് കാവും കൊടുങ്ങല്ലൂരിലെ ശങ്കുകുളങ്ങര കാവും. തൃശൂർ പട്ടണത്തിൽ ലോകപ്രശസ്തമായ പാറമേക്കാവുണ്ട്. കമ്മാടം കാവും തെയ്യോട്ട് കാവും കണ്ട് പാറമേക്കാവിലെത്തുമ്പോഴാണ് കാവെന്നതിന് ചുട്ടുപൊള്ളുന്ന മരുപ്രദേശം എന്ന അർത്ഥം കൂടിയുണ്ടെന്ന് മനസ്സിലാവുക.

കർണ്ണാടകയുടെ അതിർത്തിപ്രദേശത്തോട് ചേർന്ന് നില്ക്കുന്ന 95 ഏക്കർ വിസ്തൃതിയിലുള്ള കമ്മാടത്ത് കാവെന്ന നിത്യ ഹരിത വനമേഖലയാണ് കേരളത്തിലെ ഏറ്റവും വലിയ കാവ്. എന്നാൽ ഔദ്യോഗിക രേഖകളിൽ ഏറ്റവും വലിയ കാവായി എണ്ണപ്പെടുന്നത് 20 ഏക്കർ വിസ്തൃതിയിലുള്ള എറണാകുളം ജില്ലയിലെ ഇരിങ്ങോൾ കാവാണ്. ഉത്തരകേരളത്തിന്റെ പാരിസ്ഥിതിക സവിശേഷതകളിൽ ഏറ്റവും പ്രധാന്യമുള്ളതാണ് വലുപ്പം കൊണ്ടും പ്രകൃതം കൊണ്ടും ഏവരെയും അതിശയിപ്പിക്കുന്ന വിശുദ്ധ വനങ്ങളെന്ന തെയ്യക്കാവുകൾ. കേരളത്തിലെ 44 നദികളിൽ 17

എണ്ണം നിറഞ്ഞൊഴുകുന്നത് ഉത്തര മലബാറിലാണ്. അവയിൽ പതിനൊന്നോളം പുഴകൾക്ക് വേണ്ടുന്ന വെള്ളമെത്തിച്ചു കൊടുക്കുന്നത് കാവുകളെന്ന നിത്യഹരിത വനങ്ങളാണ്. കാവുകൾക്ക് പുറമെ കാനം, പള്ളം, സുരങ്ക പോലുള്ള ജലസംഭരണികളും ഇവിടെ സുലഭമാണ്. തൃക്കരിപ്പൂർ കടലിനോട് ചേർന്നുള്ള 15 ഏക്കർ വിസ്തൃതിയുള്ള ഇടയിലെക്കാട്ട് കാവാണ് തീരദേശമേഖലയിലെ ഏറ്റവും വലിയ കാവ്. സസ്യശാസ്ത്ര പഠിതാക്കളെ ഏറെ അതിശയിപ്പിക്കുന്നതാണിതിന്റെ ഘടന. പശ്ചിമഘട്ട മലനിരകളിൽ കാണുന്ന അപൂർവ്വമായ സസ്യജാലങ്ങൾ കേരളത്തിന്റെ കടലോരത്തുള്ള ഏറ്റവും വലിയ ഈ കാവിന്റെ മാത്രം സവിശേഷതയാണ്. രണ്ട് തരത്തിലുള്ള ഓരിലത്താമരയെ ഇടയിലെക്കാട്ട് കാവിൽ നിന്നും കണ്ടെത്തിയിട്ടുണ്ട്. വംശ നാശ ഭീഷണിയിൽ ഒന്നാം പട്ടികയിൽ പെടുന്ന വെള്ള വയറൻ കടൽപ്പരുന്തിന്റെ 22 കൂടുകളിൽ 16 എണ്ണവും മാഹിപ്പുഴയ്ക്ക് ഇക്കരെയാണ് കണ്ടെത്തീട്ടുള്ളതെന്ന് എഴുത്തുകാരനും പ്രമുഖ പരിസ്ഥിതി പ്രവർത്തകനുമായ ഇ ഉണ്ണികൃഷ്ണൻ നിരീക്ഷിക്കുന്നുണ്ട്. ഏറ്റവും ഉയരത്തിലുള്ള ഉറപ്പുള്ള മരത്തിലെ മണിസൗധത്തിലേ വെള്ള വയറനെന്ന പക്ഷിരാജൻ വാഴൂ. നോക്കിയാൽ കടലിന്റെ വിസ്താരം കാണണം. കടൽപ്പാമ്പുകളും മത്സ്യങ്ങളുമാണ് ഭക്ഷണം. രണ്ട് കൂടുകൾ അടുത്ത കാലംവരെ കാവിലുണ്ടായിരുന്നുവെന്ന് കാവുണ്ണിമാഷ് സാക്ഷ്യപ്പെടുത്തുന്നുണ്ട്. കാവിനകത്തുള്ള ചൂരൽപ്പടർപ്പുകൾ കുട്ടികളെ ഏറെ ആകർഷിക്കുന്നു. നൂറിലധികം ഔഷധ സസ്യങ്ങളും ഇവിടെയുണ്ട്.

അതെ തെയ്യം കൂടുകൂട്ടിയ ബിസ്നോയി ഗ്രാമങ്ങളാണ്. കവ്വായി

കായലിനാൽ ചുറ്റപ്പെട്ട ഇടയിലെക്കാട്ടു കാവിലാണ് മനുഷ്യരുമായി ഏറ്റവും കൂടുതൽ ചങ്ങാത്തത്തിലുള്ള കുരങ്ങന്മാരുള്ളത്. ഉച്ചയാകുമ്പോൾ പപ്പീ.. പപ്പീ.. എന്നുള്ള നീട്ടി വിളി കേൾക്കാൻ തുടങ്ങും. പാത്രത്തിൽ ചോറുമായി കാവിലേക്ക് നടന്നു വരുന്ന മാണിക്കേട്ടിയാണ് ഇടയിലെക്കാട്ട് കാവിന്റെ ഏറ്റവും ഹൃദയഹാരിയായ കാഴ്ച. മാണിക്കത്തിന് മുമ്പ് അമ്മ ചിരിയാണ് കുരങ്ങന്മാരുടെ പോറ്റമ്മയായി കാവിലെത്തിയത്. ഒരനുഷ്ഠാനം പോലെ മാണിക്യം എന്ന ബിസ്നോയി അമ്മമ്മ ഇപ്പോഴും ചോറൂണ് തുടരുന്നു. പപ്പി അവരുടെ വാനര സന്തതിയാണ്. വലിയപറമ്പ ബാക്ക്വാട്ടർ ടൂറിസം ഭൂപടത്തിൽ ഇടം കണ്ടെത്തിയതോടെ ഇടയിലെക്കാട്ടിലേക്ക് സഞ്ചാരികൾ എത്തിത്തുടങ്ങി. കാവിന്റെ ഭാഗ്യചിഹ്നമായ വെള്ള വയറൻ ആദ്യം കൂടുപേക്ഷിച്ചു പറന്നു. കടൽ കാണണമെന്ന പ്രാക്തനമായ നിനവുകളിൽ ഏറ്റവും ഉയരമുള്ള മരങ്ങൾ തേടി കടൽപ്പരുന്ത് അലഞ്ഞു. ചോറുരുളയുമായി മാണിക്കേട്ടി പപ്പീയെന്ന് നീട്ടി വിളിക്കുമ്പോൾ കാതോർക്കാത്ത മക്കളെയോർത്ത് ആ വൃദ്ധ മാതൃത്വം സങ്കടപ്പെട്ടു. സഞ്ചാരികൾ നല്കുന്ന ജങ്ക്ഫുഡ് കഴിച്ച് അജീർണ്ണം ബാധിച്ച മക്കൾക്ക് മാണിക്കത്തിന്റെ പഴഞ്ചൻ ചോറിനോട് വലിയ പ്രിയമില്ല. പ്ലാസ്റ്റിക് കവറുകൾ കാട്ടിനകത്തേക്ക് കൊണ്ടുപോയി കടിച്ചു വലിക്കുന്ന കാടിന്റെ മക്കളുടെ കാഴ്ച കാവിന്റെ വരാനിരിക്കുന്ന ദുരന്തത്തിലേക്കാണ് വിരൽ ചൂണ്ടുന്നത്.

മനുഷ്യൻ പ്രകൃതിയുടെ തുടർച്ച മാത്രമാണെന്ന് തവിടിശ്ശേരി നാട്ടുകാർ ഉസ്കോളിൽ പോയി പഠിച്ചതല്ല. ഖേജഡ്‌ലിയിലെ ജമ്പോജിയെ പോലെ അനുഷ്ഠാനങ്ങളുടെ കാർക്കശ്യത്തിൽ തവിടിശ്ശേരിക്കാവിലെ കലയക്കാരനെന്ന തീയ്യൻ ഒരു വനത്തെ ഉടലിൽ കൊണ്ടു നടക്കുന്നുണ്ട്. മനുഷ്യസ്പർശമേല്ക്കാതെ 17 ഏക്കറുകളിലായി പടർന്ന തമാല വനത്തെ ഇന്നും കലയക്കാരൻ വ്രതനിഷ്ഠയോടെ കാക്കുന്നു. കാവിന് മുന്നിലെ നീറ്റിലെ തണുപ്പിൽ നീരാടി നീരണിഞ്ഞ് കൈയിൽ ഇളനീരും കാഞ്ഞിര ഇലയുമായി ആരണ്യഗമനം. ഉൾക്കാട്ടിലേക്ക് പ്രവേശനമില്ല. കാവിൽ തവിടിശ്ശേരി അച്ചിയാണുള്ളത്. എല്ലാ മാസവും സംക്രാന്തിക്ക് നേർച്ചയുമായി കാവിൽ പ്രവേശിക്കാം. മേൽവസ്ത്രമില്ലാതെ ഈറനോടെ. കാവിനുള്ളിൽ നാട്ടു പരദേവതയായ തവിടിശ്ശേരി അച്ചിയുണ്ട്. മഹാമാന്ത്രികനായ കാളകാട്ടിന് അച്ചിയെ കീഴ്പ്പെടുത്താനായിട്ടില്ല. മാടായിക്കാവിലമ്മയുടെ വിത്ത് വീണ് മുളച്ച് പൊന്തിയ വൻമരമാണ് തവിടിശ്ശേരിക്കാവിലച്ചി. കാവിൽനിന്നും അല്പം മാറി കളരിയിലാണ് തെയ്യം. കാളകാട്ടിന് തെയ്യത്തെ പിടിച്ചു കെട്ടാൻ പറ്റാത്തതുകൊണ്ട് ഒരു ബ്രാഹ്മണ വിധിയും കാവ് അനുസരിക്കുന്നില്ല. തീയ്യനായ കലശക്കാരനാണ് അനുഷ്ഠാനത്തിന്റെ കേന്ദ്രം. സാക്ഷാൽ അച്ചിയായി പ്രത്യക്ഷപ്പെടുന്നത് ആലപ്പടമ്പനെന്ന തെയ്യക്കാരനും. വൃശ്ചികം ആദ്യത്തെ ചൊവ്വാഴ്ച വണ്ണാൻ വന്ന് കൊട്ടിപ്പാടുന്നതോടെ തെയ്യം അനുഷ്ഠാനം തുടങ്ങും. കാവിലെ മരങ്ങളുടെയും മൃഗങ്ങളുടെയും അവകാശി അച്ചി മാത്രമാണ്. ആളെത്തിന്നാൻ

നരി വന്നാൽപോലും വെടിവെക്കാനുള്ള ഉത്തരവിറക്കേണ്ടത് അച്ചിയാണ്. കലശക്കാരൻ തപശ്ചര്യയിൽ സ്ഫുടം ചെയ്തെടുത്ത പുരോഹിത ശരീരമാണ്. മത്സ്യവും മാംസവും കഴിക്കാം.

പയ്യന്നൂർ നഗരം മുതൽ തവിടിശ്ശേരിക്കാവിലേക്ക് വഴി ചോദിക്കുമ്പോൾ ആരും നിങ്ങളുടെ യാത്രയെ പ്രോത്സാഹിപ്പിക്കില്ല. ആട എന്തിനിപോന്ന്. കാവില് ആരെയും കേറ്റുല. ഫോട്ടോ എടുക്കാനാവുല. അരുതുകളുടെ ജൈവവേലികൾ ഓരോരുത്തരായി വളച്ചു കെട്ടുന്നുണ്ട്. കാവിന്റെ ഇക്കോളജിക്കൽ വാല്യുവോ ബയോസെന്ട്രിക്കായ കാവിന്റെ അനുഷ്ഠനങ്ങളുടെ സവിശേഷതയോ അവർക്കറിയില്ല. അവർ പരിസ്ഥിതി പ്രവർത്തകരോ ഇക്കോ ക്ലബ്ബ് അംഗങ്ങളോ അല്ല. പക്ഷേ, ആരും പറയാതെ തന്നെ അവർ ഓരോരുത്തരും കാവിന്റെ രക്ഷകരാകും. ശുദ്ധമായ വെള്ളം. ശുദ്ധമായ വെളിച്ചം. ശുദ്ധമായ ജീവിതം. കാവുകളെന്ന വിശുദ്ധ വനങ്ങളുടെ വരദാനമാണെന്ന് അവർക്കറിയാം.

ഓരോ കാവിനും അതിന്റേതായ ജൈവ നീതികളുണ്ട്. കാവ് തന്നെ സ്വയം ഏർപ്പെടുത്തീട്ടുള്ള വിലക്കുകളുണ്ട്. ആ വിലക്കിന്റെ കണിശമായ ഭീതിയുള്ളതുകൊണ്ട് മാത്രമാണ് എല്ലാ തരത്തിലുള്ള കൈയേറ്റങ്ങൾക്കിടയിലും പ്രത്യാശയുടെ പച്ചത്തഴപ്പുകൾ ഇപ്പോഴും ബാക്കിയാകുന്നത്. കേരളത്തിന്റെ മറ്റെല്ലാ ഭാഗങ്ങളിലും വിശുദ്ധ വനങ്ങളെ മനുഷ്യൻ തിന്ന് തീർത്തപ്പോൾ തുളുനാട്ടിൽ മാത്രം ഇത് സംഭവിച്ചത് വെറുതെയല്ല. അച്ചിയും കമ്മാടത്തമ്മയും മുതലാളും നീലിയാർകോട്ടത്തമ്മയും ദൈവപ്പണിക്ക് പുറമെ ഫോറസ്റ്റ് ഗാർഡിന്റെ ചുമതലയും സത്യസന്ധമായി നിർവ്വഹിച്ചിരുന്നു. കമ്മാടം, തെയ്യോട്ട്, തവിടിശ്ശേരി, ഇടയിലെക്കാട്ട് പോലുള്ള വമ്പൻ കാവുകൾ നവീകരണകലശക്കാരുടെ വൃക്ഷക്കുരുതികളിൽനിന്നും രക്ഷപ്പെട്ടപ്പോൾ നൂറുകണക്കിന് വലുതും ചെറുതുമായ

മറ്റ് കാവുകൾ ഹോളോകോസ്റ്റിന് വിധേയമായിട്ടുണ്ട്. നവീകരണ കല ശത്തിന്റെയും വിഗ്രഹപ്രതിഷ്ഠയുടെയും മേല്ക്കൂര മേയുന്നതിന്റെയും കോൺസൺട്രേഷൻ ക്യാമ്പുകളിലൊടുങ്ങിപ്പോയ വൃക്ഷജീവിതങ്ങളുടെ കണക്ക് പോലും തിട്ടപ്പെടുത്താനാകില്ല.

കാവിനെക്കുറിച്ചുള്ള പല പല ഓർമ്മകളാണ് എൺപത് വയസ്സിനോ ടടുത്ത് പ്രായമുള്ളവർക്ക് പങ്കു വെക്കാനുള്ളത്. മരവേട്ടയും മൃഗവേട്ടയും അനുവദിച്ചിരുന്നില്ല. കാവിന് ചുറ്റുമുള്ള താഴ്വരകളിൽ പുനം കൃഷി യുടെ മഹോത്സവങ്ങളായിരുന്നു. പൊഴ്തു കൊള്ളുമ്പോഴും കാട് വയ ക്കുമ്പോഴും വിത്തെറിയുമ്പോഴും കൊയ്യുമ്പോഴും തവിടിശ്ശേരി അച്ചിക്ക് മുതിർച്ച വെച്ചു. അച്ചി അവരോടൊപ്പം പൊനമയതിലെ ചൂടിലുരുകി വിയർത്തു. അടുത്തകാലംവരെ ചുറ്റിലും കൊടുങ്കാടായിരുന്നു. നരിയുടെ മുരൾച്ച കേൾക്കാം. കാട്ടിൽനിന്നും വീടുകളിലെത്തി കന്നുകാലികളെയും മനുഷ്യരെയും ഉപദ്രവിക്കുന്ന അത്യപൂർവ്വാവസരങ്ങളിൽ നരിയെ വെടി വെച്ചിരുന്നു. അതിന് പ്രത്യേകം വെടിക്കാർ ഉണ്ടായിരുന്നു. നാല്പത് കൊല്ലം മുമ്പ് വരെ തവിടിശ്ശേരിയിൽ നരിയുണ്ടായിരുന്നു. നരി വീണാൽ മാത്രം കാവിനകത്തുനിന്നും നാല് തൂണു കൊത്തി ചതുരാകൃതിയിൽ കാട്ടുവള്ളി കൊണ്ട് കെട്ടി ഒരു മഞ്ചലുണ്ടാക്കും. നരിരാജനെ അതിൽ ബന്ധിച്ച് നിർത്തും. വായ മലർക്കെ തുറന്ന് അതിൽ കമ്പ് കുത്തി നിർത്തും. തുറന്ന വായും പിടിച്ച് ചത്തുപോയ നരി നാടു കാണാനി റങ്ങും. പ്രത്യേക താളത്തിലുള്ള കൂവലുമായി ജനം ശാർദ്ദൂല ജാഥയിൽ പങ്കെടുക്കും. കൂവൽ കേട്ടാൽ ഗ്രാമവാസികൾക്കറിയാം നരി വരുന്നു ണ്ടെന്ന്. നേരെ തെയ്യം നടക്കുന്നത് തവിടിശ്ശേരിക്കളരിയിലേക്കാണ്. ജന ങ്ങൾ അരി, തേങ്ങ, വെല്ലം, പച്ചക്കറികൾ എന്നിവ വിശുദ്ധ പുലിരാജന് കാഴ്ച വെക്കണം. കളരിയിൽ അന്തിത്തിരിയൻ നരിയുടെ തുറന്നു പിടിച്ച വായിൽ മഞ്ഞൾക്കുറിയിടും. തവിശ്ശേരിയിലെയും പൊറക്കുന്നിലെയും അറകളിലേക്കും താനങ്ങളിലേക്കും പുലിയെ എഴുന്നള്ളിക്കും. അപ്പോ ഴേക്കും നരിയോടൊപ്പമുള്ള ആൾക്കൂട്ടം പെരുകീട്ടുണ്ടാകും. അന്ന് വെടി ക്കാരന്റെ വീട്ടിൽ ഗംഭീരമായ സദ്യയുമുണ്ടാകും. വ്യാഘ്രശ്രേഷ്ഠന്റെ ഭൗതികാവശിഷ്ടത്തിന് മുകളിൽ ആർക്കും അവകാശമില്ല. അച്ചിയുടെ ഇഷ്ട പുത്രനാണവൻ. അത് അച്ചിക്ക് മാത്രമുള്ളതാണ്. പൊറക്കുന്നിലെ വലിയ കോളിമരത്തിൽ തല കീഴായി നരിത്തെയ്യത്തെ കെട്ടിത്തൂക്കും. പല്ലോ നഖമോ വാലോ തോലോ ആർക്കും എടുക്കാനവകാശമില്ല. ആത്മാവിനോട് ചേർന്ന ശരീരം സ്വയം അഴിഞ്ഞടർന്ന് കാട്ടിലെ വിശു ദ്ധിയിൽ ലയിക്കുന്നു. നരി ഒരോർമ്മയും എത്രയോ നരികളെ കെട്ടിത്തൂ ക്കിയ ആൽമരച്ചില്ലകൾ ഒരു ചരിത്രമൊ ആകുന്നത് അങ്ങനെയാണ്.

ഉത്തര മലബാറിന്റെ അനുഷ്ഠാന ജീവിതത്തിൽ നരി ഒരവിഭാജ്യ ഘടകമാണ്. പശുവിന് യാതൊരു വിശുദ്ധ പദവിയും തെയ്യം കല്പിക്കു ന്നില്ല. പകരം പശുവിനെ ആഹരിക്കുന്ന നരിയാണ് തെയ്യത്തിലെ ദൈവം. തുളുർവനത്തിലെ നരിപാതാളത്തിൽ നിന്നിറങ്ങി വന്ന ഐവർ പുലി

തെയ്യങ്ങൾ ഉത്തര കേരളത്തിലെ നിരവധിക്കാവുകളിൽ ജനങ്ങൾക്ക് മഞ്ഞൾക്കുറി നല്കി അനുഗ്രഹിക്കുന്നുണ്ട്. തുറന്നു പിടിച്ച വായോ ടെയുള്ള മരത്തിലുള്ള വ്യാഘ്രത്തിന്റെ പൂർണ്ണകായപ്രതിമ നിരവധി തെയ്യ ക്കാവുകളിലുണ്ട്. പുലിക്കോട്, പുലിയന്നൂര്, പുലിയൂര്, നരിക്കാട്, നരി മാളം പോലുള്ള സ്ഥലനാമങ്ങൾ സുലഭമാണ്. 1970 ൽ കൊടക്കാട് നിന്ന് നരിയെ തുണിൽ ബന്ധിച്ച് കരിവെള്ളൂരിൽ കൂടി എഴുന്നള്ളിച്ചതായി മുതിർന്ന പരിസ്ഥിതി ചിന്തകനും സീക്കിന്റെ ഡയറക്ടറുമായ പപ്പൻ മാഷ് (ടി പി പത്മനാഭൻ മാസ്റ്റർ) അഭിപ്രായപ്പെടുന്നുണ്ട്.

പ്രളയത്തിന്റെ മഹാകെടുതിയിൽ കാടെന്നും മലയെന്നും പശ്ചിമ ഘട്ടമെന്നും നിലവിളിക്കുന്നതിൽ അർത്ഥമില്ല. പ്രകൃതിയെന്നത് മനുഷ്യന് ഉപയോഗിക്കാനുള്ളതാണ്. ചൂഷണം ചെയ്യാനുള്ളതല്ല. ബിസ്നോയി കളും കാവിലെ കാട്ടു വള്ളികളിലൂയലാടി തെയ്യവും പറയുന്നത് ഇനി യെങ്കിലും പ്രകൃതി സംരക്ഷണത്തിന്റെ പാഠങ്ങൾ ഉൾക്കൊള്ളേണ്ടുന്ന തിന്റെ ആവശ്യകതയെക്കുറിച്ചാണ്. ദുരന്തങ്ങളെ അതിജീവിക്കാനാണ്. തെയ്യത്തിന്റെ ജാതി സർട്ടിഫിക്കറ്റും മതസർട്ടിഫിക്കറ്റും സാക്ഷ്യപ്പെടു ത്തുന്നവർ ഇനിയെങ്കിലും ഓർക്കുക. ബിസ്നോയികളുടെ കുലചിഹ്നം പോലെ തുളുനാടിന്റെ ജൈവ ബിംബമാണ് കാലിച്ചാനിരിക്കുന്ന കാഞ്ഞിരം. ഗോത്രസമൂഹ ജീവിതത്തിൽ കാഞ്ഞിരവും അതിന്റെ കയ് ക്കുന്ന തണലിൽ കാലിയാന്മാരൊരുക്കിയ സംസ്കൃതിയും തുളുനാടിന്റെ അതിസമ്പന്നതയാണ്. കാലിച്ചാൻ പൊതിയും കാലിച്ചാനടുക്കവും കാലി ച്ചാമരവും കാഞ്ഞിരപ്പൊയിലും കാഞ്ഞിരോടും കാഞ്ഞിരത്തറയും കാഞ്ഞിരപ്പൊതിയും സംഘ സംസ്കാരത്തെ അടക്കം ചെയ്ത ഭൂതകാല സ്മൃതി ഭൂമികകളാണ്. കാസർഗോഡ് എന്നവാക്കിന്റെ കയ്പു നീരിൽ കാഞ്ഞിരമരത്തിലിരിക്കുന്ന കാലിച്ചാൻ തെയ്യമുറയുന്നുണ്ട്.

പുള്ളിന്റേയും പുലിയുടേയും അഭയാരണ്യകങ്ങൾ

പുള്ളിന്റേയും പുലിയുടേയും ജീവാഭയസ്ഥാനങ്ങൾ പ്രളയത്തിൽ ഒഴുകിപ്പോയാലും പുള്ളിരിക്കുന്ന മരച്ചില്ലകൾ നിങ്ങൾ അരിഞ്ഞെടു ത്താലും നരിമാളങ്ങൾ മണ്ണുമാന്തിയന്ത്രങ്ങൾകൊണ്ട് മാന്തിപ്പൊളിച്ചാലും തന്റെ അരുമയായ പുള്ളിനും പുലിക്കും തെയ്യം അഭയാരണ്യകമൊരു ക്കുന്നുണ്ട് തൊണ്ണൂറ്റിയഞ്ചേക്കർ നിത്യഹരിതവനത്തിന്റെ അധി ദേവത യായ കമ്മാടത്തമ്മ. തന്റെ ഇരു കവിൾത്തടങ്ങളുമാണ് വടക്കൻ പുള്ളെന്ന ദേവപതംഗത്തിന് അനുവദിച്ചിട്ടുള്ളത്. അതിമനോഹരമായ പുള്ളെഴു ത്താണ് തെയ്യത്തിന്റെ മോത്തെഴുത്ത്. പിറകിലേക്ക് കഴുത്ത് ചെരിച്ച് ചിറ കിൽ കൊക്ക് ചേർത്ത പുള്ളെന്ന പ്രകൃതിയുടെ കുഞ്ഞോമനയെയാണ് ക്ണാവൂരിലെ നാരാണേട്ടൻ മണിക്കുറുകളിലെ ഏകാഗ്രതയ്ക്കൊടുവിൽ തെയ്യക്കാരന്റെ മോത്ത് പച്ചീർക്കിൽക്കൊടി കൊണ്ടെഴുതിച്ചേർക്കുന്നത്. ഇരുപത്തിയൊന്ന് പാളകളിൽ കല്ലരച്ച് ഭൂതങ്ങളുടെ ബീഭത്സ രൂപങ്ങൾ

വരച്ച് ചേർത്ത ഒരു തെങ്ങോളം വലുപ്പത്തിലുള്ള മുടിയെടുത്താടുന്ന ഹരിത മൂർത്തിയാണ് കമ്മാടത്ത് ഭഗവതി തെയ്യം. കാണുമ്പോൾ ഭയവും അത്ഭുതവും ജനിപ്പിക്കുന്ന പ്രചണ്ഡരൂപം. പക്ഷേ, ഏറ്റവും അരുമയായ രണ്ട് കുഞ്ഞിണപ്പക്ഷികളെയെടുത്താണ് പെരുവണ്ണാന്മാർ തെയ്യത്തിന്റെ മുഖത്തെഴുത്ത് മെനഞ്ഞത്. കൊടുങ്കാട്ടിൽ ധനുമാസപ്പുലരിയിൽ കോടമഞ്ഞ് പുതച്ച് കുളിരണിഞ്ഞുറയുന്ന തെയ്യത്തിന് ഇതിൽക്കൂടുതൽ മികച്ച മറ്റെന്ത് ചമയമുണ്ട്. അധഃകൃതനായ തെയ്യക്കാരന്റെ ജൈവജ്ഞാന രഹസ്യത്തിന് പകരം വെക്കാവുന്ന വേറെന്തുണ്ട്.

കുടകിന്റെ കോടക്കുളിരിൽ പൂത്ത്, തുളുവിന്റെ നാട്ടുനന്മയിൽ തളിർത്ത ഈ വിപിനകാന്തി മനുഷ്യനിർമ്മിതമായ ദുരന്തങ്ങളിലകപ്പെട്ട വർക്കുള്ള ജീവാഭയ വ്യവസ്ഥ കൂടിയാണ്. എൻവയോൺമെന്റൽ ആക്ടി വിസ്റ്റുകളേ, ബയോഫീലിയയുടെ പ്രബന്ധ നിർദ്ധാരകരെ, നിങ്ങൾക്കാർ ക്കെങ്കിലും കാലിക്കടവിനടുത്ത് താമസിക്കുന്ന കീഴാളനായ രാജീവൻ നേണിക്കത്തിന്റെ വീട്ടിലേക്കുള്ള വഴിയറിയുമോ. കർക്കിടകത്തിന്റെ വറുതിയിൽ ഇല്ലായ്മയുടെ ശൂന്യതയിലേക്ക് നോക്കിയിരിക്കുന്ന ആർക്കും വേണ്ടാത്ത തെയ്യക്കാരൻ വണ്ണാൻ രാജീവൻ. രാജീവൻ നേണിക്കം. അവഗണനയുടെ കുപ്പയിലെ നേർ മാണിക്യം. അനന്തകോടി വർഷ ങ്ങൾക്കപ്പുറത്ത് കാർബോണിഫോറസ് കാലത്തെ അടയാളപ്പെടുത്തുന്ന കറുപ്പ് നിറമെഴുതിയ ശരീരം. കമ്മാടത്ത് കാവിലെ സയാത്തിയം ഇലക ളുടെ കാട്ടുഗന്ധം. കമ്മാടത്ത് കാവിൽ തെയ്യം കെട്ടുന്നതിനുള്ള കച്ചും ചുരികയുമണിഞ്ഞ ആചാരക്കാരനാണ് നേണിക്കം. എല്ലാവർഷവും ധനു മാസം എട്ടാം തീയതി മുതൽ 13-ാം തീയതി വരെ കൂരിരുട്ടിൽ കാട്ടുചോല യിൽ മുങ്ങുന്ന തെയ്യക്കാരൻ ഒരാരണ്യാകമായാണ് നിവരുന്നത്. കൊട കിന്റെ കൊടും തണുപ്പിൽ നോറ്റിരുന്ന്, കാനനസ്വപ്നങ്ങളിൽ മയങ്ങി, മോത്തെഴുതാൻ കിടക്കുന്നു. പുള്ളിന്റെ രാത്രിഗീതകങ്ങൾക്ക് കാതോർത്ത്, കാണാക്കാട്ട്ന്ന് ശേഷിപ്പെട്ട പടുകൂറ്റൻ കാട്ടുമരത്തിലേ ക്കുള്ള പരകായ പ്രവേശം. മനുഷ്യൻ ഒരു വനമാകലാണ് കമ്മാടത്ത് കാവിലെ തെയ്യം. ഓരോ വൃക്ഷബന്ധുവും ജീവിതത്തിൽ ഒരിക്കലെങ്കിലും കമ്മാടത്ത് കാട്ടിലെ ഈ അനുഷ്ഠാനം കാണണം. ബോട്ടണിസ്റ്റുകൾ ഒന്നാം പാഠമായി മനഃപ്പാഠമാക്കേണ്ടുന്നത് നേണിക്കത്തിന്റെ അനുഷ്ഠാന ജീവിതമാണ്. ഇനി കാണാക്കാട്ട്ന്ന് ശേഷിപ്പെട്ട മാതാവായ രാജീവൻ നേണിക്കം പറയട്ടെ.

കാലം എന്നൊന്നില്ല. പറയുന്ന കാലംതന്നെ പ്രധാനം. മലയും കാടും പുഴയും ഉള്ളിടത്തോളം മഴയും കഥയും പെയ്യും. നീലേശ്വരത്തിന് കിഴക്ക് കൊടക് മലനിരകളോട് ചേർന്ന് കിടക്കുന്ന കമ്മാടം ഗ്രാമം. പത്തില്ലം തന്ത്രിമാരുടെ പ്രതാപ കാലം. കമ്മാടം കാടും മലയും വയലു മെല്ലാം തന്ത്രികുടുംബത്തിനധീനം. തൊഴുത്തിൽ നിറയെ കന്നുകാലി കൾ. കടയങ്കോടൻ മണിയാണിയായിരുന്നു പൈക്കളുടെ കാര്യസ്ഥൻ. പതിവുപോലെ പൈക്കളെ കൊടുങ്കാടിന്റെ പരിസരത്ത് മേയാൻ വിട്ടു.

ഇഷ്ടം പോലെ മേഞ്ഞ് മതി വന്ന കാലിക്കൂട്ടങ്ങളെ ആട്ടിത്തെളിച്ച് അന്തിയോടെ ആലയിൽ കെട്ടി. അപ്പൊഴാണ് കടയങ്കോടൻ കാര്യസ്ഥന് അത് മനസ്സിലായത്. തനിക്കേറ്റവും പ്രിയപ്പെട്ട പൂർണ്ണ ഗർഭിണിയായ പശു ഇതുവരെ തിരിച്ചെത്തിയിട്ടില്ല. കാര്യസ്ഥന് ആധിയും വ്യാധിയും മൂത്തു. പയ്യിനെ അന്വേഷിച്ചലയാൻ തുടങ്ങി. നേരം ഇരുട്ടി. കാട്ടു പരിസരത്തെവിടെയും കാലിയില്ല. രാത്രി കനത്തു. ഉൾക്കാട്ടിലെ നരിമാളങ്ങളിൽനിന്നും നരികളുടെ അലർച്ച പെരുകി. 'കെർപ്പം തേഞ്ഞ പയ്യി ആലയിലെത്തിയില്ലെന്ന് തമ്പുരാനറിഞ്ഞാൽ പണി പോകും. തന്റെ പ്രിയപ്പെട്ട പൈക്ക് അപകടമൊന്നും പറ്റല്ലേ' കടയങ്കോടൻ മണിയാണിച്ചൻ ഉള്ളുരുകി പ്രാർത്ഥിച്ചു..

ഇനി തെരയാൻ കാട് മാത്രമേ ബാക്കിയുള്ളു. നരിവിളികൾ കടയങ്കോടനെ കാട്ടിലേക്ക് ക്ഷണിച്ചു. കറുത്ത രാത്രിയിൽ ഭീമാകാരനായ ഒരൊറ്റ ഇഴജന്തുപോലെ കാട് ശ്വാസോച്ഛ്വാസം കഴിച്ച് മയങ്ങി. കൊടുംതണുപ്പിന്റെ കാട്ടുനായ്ക്കൾ ശരീരത്തെ കടിച്ച് പറിച്ചു. ഗർഭാലസ്യം പൂണ്ട പശുവിന്റെ ദൈന്യതയിൽ കടയങ്കോടന് പിടിച്ചു നില്ക്കാനായില്ല. പല പല ജീവജാലങ്ങൾ പെരുകുന്ന, മുരളുന്ന വനജന്തുവിന്റെ ഉദരത്തിലേക്ക് കാലിക്കാരൻ പ്രവേശിച്ചു. മദിപ്പിക്കുന്ന ആരണ്യക നീശീഥം. മനോമോഹനമായ കാഴ്ചകൾ. പേടിയല്ല, മനം മയക്കലുകൾ. മലമ്പാമ്പിനെ പോലെ കാലുകളെ ചുറ്റിവരിയുന്ന കാട്ടരുവിയിലെ കരിമ്പാറകൾക്ക് മുകളിലൂടെ നടന്നു. ഒറ്റയ്ക്കുള്ള ഒരു തിരിച്ചു വരവ് ഇനിയില്ല. നിലാവിന്റെ വെളുത്ത എകിറുകൾ കടിച്ച് മിന്നുന്ന രാത്രിമുഖം. കരിമ്പാറക്കെട്ടുകളിൽ, കാട്ടു വള്ളിപ്പടർപ്പുകളിൽ തേപ്പും കുറിയുമണിഞ്ഞ വെളിച്ചത്തിന്റെ വർണ്ണ സങ്കലനം. പ്രകാശത്തിന്റെ പ്രശാന്തിയിൽ കടയങ്കോടൻ കണ്ടു. കരിമ്പാറയിൽ വെളുത്ത പശു വിശ്രമിക്കുന്നു. പടർന്ന കാട്ടുവള്ളിയിൽ പശുക്കുട്ടിയെ മടിയിൽ കിടത്തി താരാട്ടുന്ന കാട്ടു പെണ്ണ്. വനദുർഗ്ഗ. കോടമഞ്ഞഴിച്ചെടുത്ത് വെള്ളിച്ചിറ്റാട ചിറ്റി. ശൈത്യ സൈകതങ്ങളുടെ സ്തനകുംഭങ്ങൾ. കാട്ടുമുല്ലകൾ പൂത്ത കരിഞ്ചായൽ മുടിക്കെട്ട്. താഴ്‌വര തടങ്ങളുടെ ഘന സമൃദ്ധിനിൽ കന്യയുടെ കടിതടങ്ങൾ. കൈരവങ്ങൾ കൊരുത്ത മഞ്ജീരങ്ങൾ. രാപ്പുള്ളിന്റെ നിഷാദ ഗാനം.

കാട്ടുവള്ളിയിൽ കാട്ടു പെണ്ണ് പൂത്തു. പയ്യിനെയും കുഞ്ഞിയെയും കണ്ടതിൽ കടയങ്കോടന് അതിയായ സന്തോഷമായി. അവൾ പുഞ്ചിരിച്ചു. എല്ലാ കാലത്തേക്കും വേണ്ടുന്ന പ്രകാശം വിളമ്പിക്കൊണ്ട്. "കടയങ്കോടാ നീ ഭയപ്പെടേണ്ട. കൊടുങ്കാട്ടിൽ ഞാനിരിക്കുമ്പോൾ നിന്റെ പയ്യിന നായും നരിയും കടിക്കില്ല." പശുക്കിടാവിനെ മടിയിലിരുത്തി തലോടി പെണ്ണു പറഞ്ഞു. "ഞാനീ അകം കാണാക്കാട്ടിൽ ഒറ്റയ്ക്കിനിയും വരും. നീ മാത്രമാണെന്നെ കണ്ടിട്ടുള്ളത്. എന്നെ കണ്ട കാര്യം ആരോടും പറയരുത്. ഈ മഞ്ഞിൽ പുതഞ്ഞ് നീർച്ചോലയിലാറാടി എനിക്ക് മതിയായില്ല. നിനക്ക് കാണാൻവേണ്ടി മാത്രം ഞാനിനിയും വരും." കടയങ്കോടന് പൂർണ്ണ സമ്മതം. ആരോടും പറയില്ലെന്നുറച്ച് പശുവിനെയും കുഞ്ഞി

യെയും കൂട്ടി കാടിന് വെളിയിൽ കടന്നു വയൽ മുറിച്ച് ഇല്ലത്തെത്തി. പശുവിനെ ആലയിൽ കെട്ടി.

ഇന്നോളം കണ്ടതിൽ വെച്ച് ഏറ്റവും പാങ്ങുള്ള പെണ്ണ് കടയങ്കോടനെ ഉലച്ചു. രഹസ്യത്തിന്റെ ഉറച്ച അണ പെണ്ണ് തകർത്തു. ഈ പരമ രഹസ്യം കടയങ്കോടൻ തന്ത്രിയോടുണർത്തിച്ചു. തന്ത്രിയിലെ മഹാ മാന്ത്രികൻ ഉണർന്നു. അത്യുഗ്ര വിസ്ഫോടന ശേഷിയുള്ള ആവാഹന മന്ത്രങ്ങളുരുവിട്ട് ചങ്ങല വട്ടയും മണിയും കിലുക്കി തന്ത്രിമാന്ത്രികൻ കമ്മാടം കാടു കയറി. കരിമ്പാറക്കെട്ടിൽ അരിഞ്ഞുവെച്ച നിവാവു പോലെ കാട്ടു പെണ്ണിരിക്കുന്നു. മണി കിലുങ്ങി. മന്ത്രങ്ങളുടെ ഉദ്ധാരണം. പെണ്ണിനെ ആവാഹിച്ച് പിടിക്കാനൊരുങ്ങി. ബ്രാഹ്മണ്യത്തിന് കീഴ്പ്പെട്ടാൽ ആജീവനാന്തം അടിമയായി അകത്തളത്തിലൊടുങ്ങേണ്ടി വരും. നായും നരിയും മാനും മയിലും കളിയാടുന്ന കാട് എന്നെന്നേക്കും ഇല്ലാതാകും. രാപ്പുള്ളുകളുടെ പാട്ട് നിലയ്ക്കും. ഒന്നും ആലോചിച്ചില്ല. അവൾ കാട്ടുചോലയിലെ ആഴങ്ങളിലേക്ക് താഴ്ന്നു. കഴുത്ത് വരെയുള്ള ഭാഗം നീറ്റിലലിഞ്ഞു. അഴിഞ്ഞുലഞ്ഞ മുടിപ്പച്ചയും മുഖ കമലവും തന്ത്രിക്ക് കിട്ടി. കാട്ടു പെണ്ണിന്റെ ആവാഹിച്ചറുത്തെടുത്ത തലയുമായി തന്ത്രി ഇല്ലത്തെത്തി. കലി പൂണ്ട തലയടങ്ങിയില്ല. അനർത്ഥങ്ങളും അസ്വസ്ഥതകളും തന്ത്രിയെ വേട്ടയാടി. തല തന്ത്രിയുടെ വിഗ്രഹത്തിലും ഉടൽ കാട്ടിലും ബാക്കിയായ പെണ്ണിന്റെ ദുഃഖം അകംകാണാക്കാട്ടിലകപ്പെട്ട തെയ്യമായി. കമ്മാടത്ത് പോതിയായി. തുളുനാടിന്റെ നിത്യഹരിത മൂർത്തിയായി.

പ്രകൃതി തന്റെ ജൈവ പരമ്പരകളെ സ്റ്റഫ് ചെയ്ത് സൂക്ഷിക്കാനൊരുക്കിയ മ്യൂസിയമാണ് തെയ്യം. ഓരോ പക്ഷിയെയും മൃഗത്തിനെയും പുഷ്പത്തെയുമാണ് തെയ്യം മുഖത്തെഴുതി സൂക്ഷിച്ചുവെച്ചിട്ടുള്ളത്. ഇരയ്ക്ക് മുകളിൽ കുതിക്കാനായി പതുങ്ങിയിരിക്കുന്ന പുലി രൂപമാണ് പുലിത്തെയ്യങ്ങളുടെ മുഖത്തെഴുത്തായ നരിക്കുറിച്ചി എഴുത്ത്. രാമരം പള്ളിയറയിലെ നരിക്കുണ്ടിലിരുന്ന് ഒരു പുലിയെയാണ് പുലിയൂർ കാളിയുടെ മുഖത്ത് വരച്ച് ചേർക്കുന്നത്. ചെവിക്ക് താഴെ കവിളിനോട് ചേർന്ന ഇത്തിരി വന ഭൂമിയിൽ അതീവ ജാഗ്രതയോടെ ഒരു പുലിയിരിക്കുന്നുണ്ട്. കാടും മലയും മൃഗവുമില്ലാതെ തെയ്യമില്ല. തെയ്യത്തിന്റെ ശരീരത്തിലെവിടെയെങ്കിലും പ്രകൃതിയുടെ അടയാളങ്ങൾ രേഖപ്പെടുത്തിയിട്ടുണ്ടാകും. നായക്കുട്ടിയുടെ വളഞ്ഞ കുക്കിരിവാല്, അഞ്ച് പുള്ളിയും ആനക്കാലും. വളഞ്ഞ് കൂർത്ത മൂർച്ചയേറിയ കരിന്തേൾ വാൽ. കൊക്കുരുമ്മിയുല്ലസിക്കുന്ന പ്രാവുകളുടെ പ്രാക്കെഴുത്ത്. കോഴിയുടെ പുഷ്പം വച്ചെഴുതുന്ന കോഴിപ്പുഷ്പം. കൊരങ്ങിരുത്തം. കണ്ഠൻ കേളന്റെയും വിഷകണ്ഠന്റെയും മാർവ്വിടത്തിലെ രോമക്കാട്ടിലെ കരിനാഗങ്ങൾ. എരിഞ്ഞിപ്പൂ, കിളിക്കത്തി, മാൻകണ്ണ്, മീൻകണ്ണ്, നത്തുകണ്ണ്, ചുള്ളിപ്പൂവ്, അങ്കവാല്, ഈന്തോലക്കുറി, പൂവച്ചെഴുത്ത്, നാഗം താഴ്ത്തൽ. ഇത് ജന്തു ശാസ്ത്ര വിദ്യാർത്ഥികളുടെ റെക്കോർഡ് ബുക്കല്ല. തെയ്യം പ്രകൃതിയെ രേഖപ്പെടുത്തിവെച്ച മുത്തെഴുത്ത് പുസ്തകങ്ങളാണ്.

ഋതുഭേദാനുസാരിയായ ഒരു ജീവിതക്രമത്തെ എങ്ങനെയാണ് വിർച്ച്വൽ ലോകത്തിലെ മനുഷ്യ വ്യവഹാരങ്ങളുമായി തെയ്യം സമന്വയിക്കുന്നത് എന്ന അന്വേഷണത്തിലാണ് തെയ്യത്തിന്റെ പ്രകൃതി ജീവന വിചാരം പൂർണ്ണമാകുന്നത്. പ്രകൃതിയുടെ താളക്രമങ്ങൾക്ക് അനുസൃതമായി മണ്ണിനെയും വെള്ളത്തിനെയും ഇതര ജീവജാലങ്ങളേയും സമത്വ ഭാവനയോടെ കാണുന്നത് എങ്ങനെയാണെന്നുള്ള ദർശനം പഠിപ്പിക്കുന്ന സർവ്വകലാശാലകളാണ് തെയ്യക്കാവുകൾ. കേരളത്തിൽ മറ്റെവിടെയുമില്ലാത്ത ജീവിതവ്യവഹാരത്തിന്റെ ധർമ്മ നീതികൾ തന്നെയാണിവിടത്തെ അനുഷ്ഠാനങ്ങൾ. പാരിസ്ഥിതിക വിജ്ഞാനീയത്തിന് ലഭ്യമായ ഏറ്റവും മികച്ച ഫാക്കൽറ്റികളാണ് നിങ്ങൾ അധഃകൃതരെന്ന് മുദ്ര കുത്തി മാറ്റി നിർത്തിയ കനലാടിമാരും കലയക്കാരന്മാരും അന്തിത്തിരിയന്മാരും. മണ്ണിനെക്കുറിച്ച്, മഴയെക്കുറിച്ച്, പുഴയെക്കുറിച്ച്, മലയെക്കുറിച്ച്, പുലിയെക്കുറിച്ച്, പുകിലിനെക്കുറിച്ച്, പുള്ളിനെക്കുറിച്ച് അവർക്കും പറയാനുണ്ട്.

ഭൂമിയുടെ ചെറുജന്മങ്ങൾ

അന്ന് മനുഷ്യനായിരുന്നില്ല ഭൂമിക്കായിരുന്നു ജാതി. തെയ്യത്തിനുള്ള പോലെ ഓരോ ഭൂമിക്കും ചെറു ജന്മാവകാശമുണ്ടായിരുന്നു.. വിവേചനത്തിന്റെ, അവമതിയുടെ, പൂണുൽച്ചരട് കെട്ടി അതിർത്തി വേർതിരിച്ച ചാതുർവർണ്ണ്യമല്ല ഭൂമിയുടേത്. ഒരുമയുടെ കെട്ടിപ്പടുക്കലിന്റെയും പങ്കുവെക്കലിന്റെയും ജാതിയായിരുന്നു ഭൂമിക്ക് മുകളിൽ അതിരുകൾ വരച്ചത്. പഞ്ചവർണ്ണങ്ങൾകൊണ്ട് മണ്ണിന് നിറമെഴുതി. മണ്ണിന്റെ അഞ്ചടരുകളിലെ ജൈവമനസ്സിൽ അഞ്ച് മരം നട്ടു. മരങ്ങൾ പൂവിട്ട മണ്ണഴകിന് ഐന്തിണകളെന്ന് ചെന്തമിഴിൽ പേർ പൊലിച്ചു. നെയ്തൽ, മുല്ലൈ, മരുതം, പാലൈ, കുറിഞ്ചി. ധരയുടെ പഞ്ചഖണ്ഡങ്ങളിൽ മനുഷ്യനും സസ്യ, ജന്തു, ജാലങ്ങളും സഹവസിച്ചു. അഞ്ച് വാങ്മയങ്ങളുടെ ഗർഭപാത്രത്തിൽ മാനവ സംസ്കൃതി പാകപ്പെട്ടു.

ഭൂമിയെ അഞ്ച് ചെറു ജന്മങ്ങളാക്കി വേർതിരിച്ച് അതിൽ തെയ്യത്തെ കുടിയിരുത്തിയാണ് തെയ്യമെന്ന അനുഷ്ഠാന പ്രക്രിയ ജനജീവിതത്തിന്റെ ഭാഗമാകുന്നത്. അഞ്ച് ഭൂമിക്കും അഞ്ച് ധർമ്മങ്ങളാണുള്ളത്. ഓരോ തിണയും ഓരോ ജന്മമാണ്. അവയ്ക്ക് ജന്മാരിയായ തെയ്യവുമുണ്ട്. ആവീരെ നീരും കൈതേരെ തണലും വെളുത്തമണലും കുളുത്ത മണലും കണ്ട് മോഹിച്ച് എട്ടിക്കുളത്തൊരു മരക്കലമടുത്തു. നൂറ്റിയേഴ് അഴിമുഖങ്ങളിലെ ആഴിക്ഷോഭങ്ങൾ മറി കടന്ന് നൂറ്റിയെട്ടാമത്തെ എടത്തുരഴിയിൽ കപ്പലടുപ്പിച്ച പൂമാല തന്നെയാണ് നെയ്തൽ തിണയുടെ ഒന്നാമത്തെ ദേവത. ആര്യർ നാട്ടിൽനിന്നും അകിലും ചന്ദനവും കുങ്കുമവും കൊണ്ട് പണിതീർത്ത മരക്കലമേറി ഉച്ചൂളിക്കടവത്ത് ഭഗവതിയും ആയിറ്റിഭഗവതിയും എത്തുന്നതോടെയാണ് നെയ്തൽത്തിണയുടെ കഠിനാദ്ധ്വാ

നത്തിൽ തെയ്യത്തിന്റെ സാമീപ്യമുണ്ടാകുന്നത്. നെയ്തലിന്റെ ഉപ്പു കാറ്റിൽ മത്സ്യഗന്ധികളായ കന്യമാർ കപ്പലിന്റെ കുമ്പ് തകർന്ന് ഏഴ് രാവും ഏഴ് പകലും ആഴക്കടലിൽ മരപ്പലകയിൽ കിടന്ന് പിന്നീടാണ് ചെറുവത്തൂരിനടുത്തുള്ള ഓരിയരക്കാവിനും കുളങ്ങാട്ട് മലയിലു മെത്തുന്നത്. അവിടെനിന്നും മുത്തേടത്തിയന്റെ ഇളനീർകുടിച്ച് ആയിറ്റി ക്കാവിൽ ആരൂഢമുറപ്പിച്ച് ആയിറ്റി ഭഗവതിയായി. കടൽക്കരയിലെ തീയ്യ രുടെ തിണ ദേവതയായി. കടലിൽ തുഴയെറിഞ്ഞും വലയെറിഞ്ഞും ജീവിതം പിടിക്കുന്ന കഠിനാദ്ധ്വാനികളായ, കടൽ മീനിന്റെ ചൂരുള്ള മൊയോറാണ് മുക്കുവരാണ് നെയ്തലിന്റെ മക്കൾ. അവരുടെ കുല ദേവ തയായ ഉച്ചൂളിക്കടവത്ത് ഭഗവതിയും കൂടെയുള്ള വൈരാപുരത്ത് വട ക്കൻകോടിയും കള്ളങ്ങാട്ട് മലയിൽനിന്നും പടിഞ്ഞാറോട്ടും സഞ്ചരി ക്കുന്നു.

ഗാമയുടെ കപ്പലോട്ടത്തിന് മുമ്പേ തന്നെ തുളുനാടിന്റെ എതിരില്ലാ ഭംഗിയിലേക്ക് മദ്ധ്യ പൂർവ്വേഷ്യയിൽനിന്നും കന്യമാർ കപ്പലോടിച്ചു വരു ന്നുണ്ട്. സമുദ്ര സഞ്ചാര ചരിത്രത്തിൽ ഒരു കാലത്തും ഇടം പിടിക്കാതെ പോയിട്ടുള്ള നെയ്തലിന്റെ ചരിത്രവും സംസ്കാരവും അടങ്ങിയ ഉച്ചൂളി ക്കടവത്തി ഭഗവതിയുടേയും ആയിറ്റിപ്പോതിയുടേയും തോറ്റം പാട്ടു കളുടേയും മഞ്ഞു മലയിയിടിച്ച് കടൽ ചരിത്രത്തിന്റെ സവർണ്ണ ധാര ണകൾക്ക് കപ്പൽച്ചേതം സംഭവിക്കും.

ചന്ദന ഗന്ധിയല്ല മത്സ്യഗന്ധിയാണ് നെയ്തലിന്റെ ദേവകന്യാവ്. നീരാഴികൾ താണ്ടാനുപയോഗിച്ച മരക്കലം ചെറു നൗക തന്നെയാണ് മുടിയായി അണിയുന്നത്. തോണിയിലിരിക്കുന്ന പെണ്ണ്, അങ്ങനെയാണ് തെയ്യത്തെ കാണുമ്പോൾ തോന്നുക. അനുഷ്ഠാനത്തിൽ കടൽ നിതാന്ത സാമിപ്യമാകും. മീൻ നാറ്റമുള്ള മുക്കുവരുടെ തുഴക്കരുത്തിലാണ് തെയ്യം തിണയിലെ ദേവ സങ്കല്പമാകുന്നത്. മുക്കുവരെയും മീൻകോരുകാരെയും പുറത്താക്കി ബ്രാഹ്മണ്യത്തിന്റെ ചേലാകർമ്മത്തിന് ഉച്ചൂളിക്കടവത്ത് ഭഗ വതിയെ വിധേയമാക്കുന്നവർ അല്പം ചരിത്രമെങ്കിലും അറിഞ്ഞിരിക്കട്ടെ. നെയ്തലിന് ചന്ദനവും പുണ്യാഹവും ചേരില്ല. കിലോമീറ്ററുകൾ സഞ്ച രിക്കുന്ന നീലത്തിമിംഗലത്തിന്റെ ഊറ്റവും ഉപ്പു കാറ്റിന്റെ കരുത്തുമുണ്ട് നെയ്തലിന്റെ മീൻ നാറ്റമുള്ള പെൺതെയ്യത്തിന്.

സംഘവഴക്കങ്ങളിൽ മരുതത്തിന്റെ ദേവൻ ഇന്ദ്രനാണ്. തെയ്യത്തിലെ മരുതം തിണയുടെ കാവല്ക്കാർ പലരാണ്. ദേവനല്ലെങ്കിലും ദേവനെ ക്കാൾ വലിയ പുലയനാണ് മരുത നായകൻ. മരുതത്തിലെ മരതകപ്പാട സമൃദ്ധിയിൽ വൈനാടോൻ പുഞ്ച വരമ്പിൽ കള്ളും മീനും എടുത്തുല്ല സിക്കുന്ന പൊലയനായ പൊട്ടനുണ്ട്. പൊട്ടൻ തെയ്യമുണ്ട്. മതവും അതിന്റെ സർവ്വവിധ ഹിംസാ താല്പര്യങ്ങളും കൊടി കുത്തി വാഴുന്ന ഇന്ന് ചിന്തിക്കാൻപോലും പറ്റാത്ത യാഥാർത്ഥ്യമാണ് പൊട്ടൻ തെയ്യം. നീർമരുത് പോലെ നിറഞ്ഞ് പൊലിഞ്ഞ് ലോകത്താകമാനമുള്ള മനു ഷ്യരുടെ മോചനത്തിനായി സ്വാതന്ത്ര്യവും സമത്വവും സാഹോദര്യവും

പാണ്ഡിത്യത്തിന്റെ സർവ്വജ്ഞപീഠം കയറിയ ദൈവത്തെ പഠിപ്പിച്ച, കീഴാളന്റെ മാഗ്നകാർട്ടയായ മരുതത്തിണൈപ്പൊരുളാണ് പൊട്ടൻ. പുലയൻ.

തോടുകളും പുഴകളും നീർത്തടങ്ങളും പാടശേഖരങ്ങളും വൈനാടോൻ പുഞ്ചകളും മനുഷ്യാദ്ധ്വാനവും നിറഞ്ഞ സർഗ്ഗ ഭൂമിയാണ് മരുതം. തുലാവിഷുവിന്റെ ശോണം തൊട്ട് ചായില്ല്യമൂട്ടി മോത്ത് തേച്ച് കണ്ണിച്ചാൻ പരലുകൾ പതയ്ക്കുന്ന കണ്ടത്തിലൂടെ നടന്നു വരുന്ന പത്താമുദയ സൂര്യനായ കാലിച്ചാനാണ് മരുതമണ്ണിന്റെ ഭാഗ്യമുദ്ര. സ്വയം വിഷമയമായ കാഞ്ഞിരമെന്ന വിശുദ്ധവൃക്ഷത്തിലെ കയ്പിൽ അഭയം കണ്ടെത്തിയ കന്നുകാലികളുടേയും കണ്ടങ്ങളുടേയും കാവലാളായ കാലിച്ചേകോൻ. കാഞ്ഞിരത്തേക്കാൾ കയ്പാർന്ന ജീവിതത്തിലൂടെ കടന്നുപോകുന്ന പുലയ ദൈവങ്ങൾക്ക് അതുകൊണ്ടുതന്നെ കാഞ്ഞിരം ഏറെ പ്രിയമാണ്. വലിയ വളപ്പിൽ ചാമുണ്ടിയെന്ന പൊലച്ചി അരയോളം ചളിയിലിറങ്ങി കരിയടക്കൻ വിത്തെറിയുന്നു. പാട ശേഖരങ്ങളിൽ പൊന്ന് വിളയിച്ച കാർത്തിക ചാമുണ്ടിയും ചങ്ങാതിമാരും തോണിയേറി അരയിപ്പുഴ മുറിച്ചു കടക്കുന്നു. ഉത്തര മലബാറിന്റെ ചരിത്രമെഴുതിയ പുതിയ കാലത്തെ വില്യം ലോഗന്മാർ ഒരുകാലത്തും കാണാതെ പോയത്. തെയ്യങ്ങളായി വീണ്ടും മണ്ണിൽ ജീവിതം അനുവദിച്ചു കിട്ടിയ ഭൂമിപുത്രർ ഇന്നും സവർണ്ണാധികാരത്തിന്റെ പീഡയനുഭവിക്കുന്ന തങ്ങളെത്തന്നെ നേർക്ക് നേർ കാണുന്നത് മരുതത്തിലെ ചേറിൽ വച്ചാണ്.

വിശാലമായ പുൽമേടുകളും കൃഷിയിടങ്ങളും ഇടകലർന്ന മുല്ലൈത്തിണയിലാണ് സംഘസംസ്കൃതി തഴച്ച് വളർന്നത്. കൂടുതൽ മനുഷ്യർ താമസിച്ചിട്ടുള്ളതും മുല്ലപൂത്ത മണ്ണിലാണ്. ഇത് കൃഷിയുടെ മാത്രമല്ല ആരാധനയുടെയും കേദാരം കൂടിയാണ്. വൈവിദ്ധ്യമാർന്ന നിരവധി ദേവതകൾ ഈ തിണയുടെ പ്രത്യേക രക്ഷകരായിട്ടുണ്ട്. പുൽമേടുകളും വയലേലകളും നീർത്തടങ്ങളും നിറഞ്ഞ മുല്ലൈത്തിണയിലാണ് ജീവിതം പൂത്ത് കായ്ച്ച് നിറഞ്ഞ് പൊലിഞ്ഞത്. കഠിനാദ്ധ്വാനം ചെയ്യുന്ന മനുഷ്യരുടെ ഉർവ്വരാരാധനയുടെ ഒത്തുചേരലാണ് ഇവിടത്തെ കളിയാട്ടങ്ങൾ. കാർഷിക സംസ്കൃതിയുടെ അതി ദേവതയായ മുച്ചിലോട് പോതിയാണ് മുല്ലൈത്തിണയുടെ പരദേവത. പുലിക്കോട് വീത് കുന്ന് കേന്ദ്ര സ്ഥാനമാക്കിയാണ് മുച്ചിലോട്ട് ഭഗവതി തന്റെ കൃഷിഗീത ആവിഷ്കരിച്ചിട്ടുള്ളത്. മുച്ചിലോട്ട് കാവുകളിലെ മരങ്ങളൊക്കെ വെട്ടി മാറ്റി വിഗ്രഹ പ്രതിഷ്ഠയുടെ അഷ്ടബന്ധമുറപ്പിച്ച് തെയ്യത്തെ കാളിയെന്നും മഹാലക്ഷ്മിയെന്നും ഉറപ്പിച്ച് ആയിരം വട്ടം കള്ളമന്ത്രം ജപിച്ചാലൊന്നും മുല്ലൈത്തിണയിലെ കണ്ടത്തിൽ മൂരാനിറങ്ങിയ നാട്ടു പെണ്ണ് തുളസിമാല ചൂടിയ ചന്ദനത്തിലും പുണ്യാഹത്തിലും ശുദ്ധപ്പെടുത്തിയെടുത്ത ദേവിയാവില്ല. വീത് കുന്നിലിരുന്ന് കൃഷി ചെയ്യാനുള്ള ഭൂമി വീതം വെച്ച് നല്കി വീത് കുന്നിന് ചുറ്റുമുള്ള ആയിരക്കണക്കിന് നെൽ വയലുകൾ കാക്കുന്നതിനായി വടിയും കയറും കൊടുത്ത് കാവല്ക്കാരെ നിയമിക്കുന്നതും മുച്ചിലോട്ട് പോതിയാണ്. ഒരു നാടിനെ കാർഷിക സംസ്കൃതിയുടെ സമ്പൽ

സമൃദ്ധിയിലേക്ക് നയിച്ച പെണ്ണിന്റെ ജീവിതമാണ് തെയ്യമായി മുച്ചിലോട്ട് ഭഗവതി ആടിപ്പാടുന്നത്. ഉലക്കകൊണ്ട് ഉരലിൽ നെല്ലുകുത്തി തടുപ്പ കൊണ്ട് ചേറിയെടുക്കുന്ന കുറത്തിയും തുരക്കാര്ത്തിയും മുല്ലൈത്തി ണയിൽ പണിയെടുക്കാൻ വന്ന സ്ത്രീകളാണ്.

മുല്ലൈത്തിണയുടെ ജീവിതാഘോഷങ്ങൾ പിന്നിടുമ്പോൾ പടർന്ന് കിടക്കുന്ന അതിവിശാലമായ വരണ്ട പാറപ്രദേശങ്ങളാണ് പാലൈത്തിണ. യുദ്ധങ്ങളുടേയും പോരാട്ടങ്ങളുടെയും ചൂടിൽ തിളച്ചു മറിയുന്ന മണ്ണ്. മദ്യവും മാംസവും നേദിച്ചാരാധിക്കുന്ന കൊറ്റവൈ ഒരു രണദേവതയാണ്. തെയ്യത്തിലെ നിരവധി നിരവധിയായ രണദേവതകളുടെ ആഖ്യാനം സംഭ വിക്കുന്നത് പാലൈത്തിണയിലാണ്. ധീരന്മാരായ വയനാട്ട് കുലവന്റേയും കണ്ടൻകേളന്റേയും എമണ്ടിമടപാതാളം പിളർന്നു വന്ന മടയിൽ ചാമു ണ്ഡിയുടേയും രണസ്മാരകങ്ങളാണ് പാലൈത്തിണ. കതിവന്നൂർ വീരനും തുളുവീരനും ചോയിക്കുരിക്കളും മാടായിക്കാരിയും കുരുതിയാ യതീ മൺവീറിലാണ്. സംഘകാല സ്മൃതികളുടെ നിരവധി ചരിത്രാവ ശിഷ്ടങ്ങൾ ഈ മണ്ണിൽനിന്നും ലഭിച്ചിട്ടുണ്ട്. തുളു സംസ്കൃതിയുടെ ഈടുവെയ്പായി ചരിത്രത്തിലിടം നേടാതെ പോയ സംസ്കാര സമൃദ്ധി യിലാണ് പാലയെന്ന പേടിപ്പിക്കുന്ന യക്ഷിമരം വളർന്ന് പന്തലിക്കുന്നത്.

അതിജീവനത്തിനായി പൊരുതുന്ന പശ്ചിമഘട്ട മലനിരകളാണ് കുറു ഞ്ചിത്തിണ. കുറുഞ്ചി തിണകളുടെ മാതാവാണ്. പെരുംതിണയായ തായ് ത്തിണയാണ് കുറുഞ്ചി സംഘ സംസ്കൃതിയുടെ പ്രഭവകേന്ദ്രം. നെയ്ത ലിലെ ഉപ്പൊഴികെ ബാക്കിയെല്ലാം കുറുഞ്ചിയിൽ സുലഭമാണ്. കുറുഞ്ചി മണ്ണ് സർവ്വ ദാതാവാണ്. നദികളും സംസ്കാരവും ഉറവ പൊട്ടിയൊഴു കി മനുഷ്യ സമൂഹത്തെ നനച്ച് നവീകരിച്ചതീ മണ്ണടരിലാണ്. ആധുനി കതയുടെ ജീവിതപാഠങ്ങൾ മലയാളഭൂമിക്ക് പകർന്നു കൊടുത്തത് കുറു ഞ്ചിത്തായ് മലനിരകളാണ്. ഗോത്ര ജീവിതവഴക്കങ്ങളുടെ, തുളു സംസ്കൃ തിയുടെ, ഇനിയും തുറക്കാത്ത നിലവറകൾ ഇവിടെയാണുള്ളത്. മാവി ലരും മലവേട്ടുവരും കോപ്പാളരുമടങ്ങുന്ന സംഘസംസ്കൃതിയിൽ ആറാ ടിയ ഗോത്ര നിവാസികളുടെ കൈയിൽ കൈമോശം വരാതെ നിലവറ കൾ തുറക്കുന്ന താക്കോൽ ഉണ്ട്. നിബിഢ വനാന്തരങ്ങളിലെ കഠിനാ ദ്ധ്വാനങ്ങളിൽ ഇടവിളയായി കലയും സംസ്കാരവും ആദിദ്രാവിഡർ വിളയിച്ചെടുത്തു. കലർപ്പില്ലാത്ത കാട്ടറിവുകൾ തലമുറകൾക്ക് കൈമാറി. മലങ്കുറത്തിയും കാപ്പാളത്തിയും കാട്ടു മൊടന്തയും കൊറഗജ്ജനും അണങ്ങ് ഭൂതങ്ങളും ചൈമർ ഭൂതവും കുറുഞ്ചിത്തായ്ത്തിണയെ കോട്ട കെട്ടി സംരക്ഷിച്ചു. കാട്ടിലുറഞ്ഞ തെയ്യങ്ങൾ കല്ല് മണേലയരച്ച് മനുഷ്യ പുരോഗതിയുടെ നവസംസ്കൃതിക്ക് ആമുഖമെഴുതി കുറുഞ്ചിത്തിണ യിലെ ജീവിതം നിറസമൃദ്ധമാക്കി.

മതരഹിതമായ കാരുണ്യപൂരിതമായ സ്നേഹഭൂമികയിലാണ് തിണൈകൾ പൂത്ത് തളിർത്തിട്ടുള്ളത്. തെയ്യങ്ങൾ തിണകൾക്കിടയിലെ സംസ്കാരത്തിന്റെ പരാഗണം നടത്തിയ ചിത്രശലഭങ്ങളായിരുന്നു. തിണ

കളിൽനിന്നും തിണകളിലേക്ക് തെയ്യങ്ങൾ മാറിമാറിപ്പറന്നു. ഓരോ സഞ്ചാരത്തിലും സ്നേഹത്തിന്റെ പരസ്പരാശ്രിതത്വത്തിന്റെ പച്ചത്തഴപ്പുകളിൽ പതിയൊരുക്കി കുടിയിരുന്നു. എല്ലാ തെയ്യങ്ങളും എല്ലാ തിണയിലുമെത്തുന്നത് അളവറ്റ മനുഷ്യത്വത്തിന്റെ കാരുണ്യത്തിന്റെ വെള്ളോലമെയ്ക്കുടയാധാരമായാണ്. തെയ്യമെന്ന വിഗ്രഹാധിഷ്ഠിത ദൈവം പോലെ സ്ഥിര രാശിയിൽ അനങ്ങാതെയിരിക്കില്ല. അത് ചരരാശിയാണ്. തിണകളിൽനിന്നും തിണകളിലേക്ക് സദാ ചലിച്ചുകൊണ്ടിരിക്കും. പൂജയും പുണ്യാഹവുമായി ആവാഹന മന്ത്രങ്ങളിൽ കൂട്ടിക്കുഴച്ച് കല്ലും സിമന്റും ചേർത്ത് ക്ഷേത്രങ്ങളുടെ അണകെട്ടി സംസ്കാര സങ്കലനങ്ങളിലേക്കുള്ള തെയ്യത്തിന്റെ നീരൊഴുക്കിനെയാണില്ലാതാക്കുന്നത്. തിണ സംസ്കൃതിയുടെ കൂടിക്കലരലാണ് കളിയാട്ടങ്ങൾ. ചില പ്രത്യേക കളിയാട്ടങ്ങളിൽ അഞ്ച് തിണകളിലേയും കാവൽ തെയ്യങ്ങൾ ഒരേ തിണയിൽവെച്ച് തന്നെ കണ്ട് കൂടിപ്പിരിയും. അവരവരുടെ തിണ വിശേഷങ്ങൾ പങ്കുവെക്കും. കൃഷി, ജൈവ സമ്പത്ത്, വനവിഭവങ്ങൾ, ജലലഭ്യത ഇവയൊക്കെയും പരസ്പരം ചോദിച്ച് മനസ്സിലാക്കും. കാഞ്ഞങ്ങാടിനടുത്തുള്ള അരയി കാർത്തികച്ചാമുണ്ടി തോണിയേറി പുഴകടന്ന് പോകുന്നത് ഫോട്ടോഗ്രാഫർമാർക്ക് മത്സരിച്ച് ചിത്രമെടുക്കാനല്ല, അക്കരക്കാവിലെ കാലിച്ചേകോനോട് മരുതത്തിലെ വിശേഷങ്ങൾ ചൊല്ലിക്കെട്ടി വിശേഷിക്കുന്നതിന് വേണ്ടിയാണ്. തെയ്യങ്ങളുടെ കൂടിച്ചേരലും കൂടിപ്പിരിയലും ഭൂഖണ്ഡങ്ങളുടെയും സംസ്കാരങ്ങളുടെയും കൂടിച്ചേരലും കൂടിപ്പിരിയലും ആണ്. നെയ്തലിലും മരുതത്തിലും കെട്ടിയാടുന്ന മാവിലരുടേയും കോപ്പാളരുടേയും വേലരുടേയും തെയ്യങ്ങൾ തദ്ദേശ വാസികളായ മലയരുടേയും വണ്ണാന്മാരുടേയും തെയ്യങ്ങളോട് പങ്കു വെക്കുന്നതും ആയിരത്താണ്ടുകൾ പഴക്കമുള്ള തിണസ്മൃതികളാണ്.

അഞ്ച് തിണകളിലെയും ഉല്പന്നങ്ങൾ പരസ്പരം കൈമാറുന്നതിനുള്ള വിപണന കേന്ദ്രങ്ങൾകൂടിയാണ് കളിയാട്ടങ്ങൾ. അതൊരു ജീവസന്ധാരണ വ്യവസ്ഥ കൂടിയാണ്. കളിയാട്ടാവസാനകാലത്താണ് ഇത്തരത്തിലുള്ള കൈമാറ്റങ്ങൾ നടന്നിട്ടുള്ളത്. മേഘങ്ങളുടെ കലശകുംഭങ്ങൾ തുള്ളി തുളുമ്പുന്ന ഇടവപ്പാതിയിലെ കലശോത്സവങ്ങളിലാണ് ഈ വിപണന മേളകൾ നടന്നിരുന്നത്. നീലേശ്വരത്തെ മന്നൻപുറത്ത് കാവിലെ കലശം രണ്ടുദിവസങ്ങളിലാണ്. തെയ്യം കഴിഞ്ഞാൽ പിറ്റേ ദിവസം കലശച്ചന്തയാണ്. ഇപ്പോഴും പലതരം വിഭവങ്ങൾ വില്പനയ്ക്കെത്തുന്ന ഈ നാട്ടുചന്ത മന്നൻ പുറത്ത് കാവിലെ കലശോത്സവത്തിന്റെ മുഖ്യ സവിശേഷതയാണ്. നെയ്തൽക്കടപ്പുറത്തുണക്കിയുണ്ടാക്കുന്ന വിവിധതരം ഉണക്ക മത്സ്യങ്ങളും മറ്റ് മത്സ്യവിഭവങ്ങളും പച്ചക്കറികൾ, ധാന്യങ്ങൾ മുല്ലൈത്തിണയിലെ മൺപാത്രങ്ങൾ, പലതരത്തിലുള്ള മൺ ഭരണികൾ, പാലൈത്തിണയിലെ കാർഷികോപകരണങ്ങൾ, വിവിധ തരം പണിയായുധങ്ങൾ അങ്ങനെ നാട്ടു ചന്തകൾ സജീവമായിരുന്ന കാലം. കുറുഞ്ചിയിലെ ഗോത്ര നിവാസികൾ കൈകൊണ്ട് മെടഞ്ഞുണ്ടാക്കുന്ന വിവിധ

തരം കുട്ടകൾ, വട്ടി, കുരിയ, പേളിക തുടങ്ങിയവയിലെ ഏറ്റവും മുന്തിയ ഇനങ്ങൾ ജനങ്ങൾ വാങ്ങി സൂക്ഷിച്ചു വച്ചത് നീലേശ്വരത്തെ കലശച്ചന്തയിൽ വെച്ചായിരുന്നു. സഹ്യാദ്രിഖണ്ഡത്തിലെ വനാന്തരങ്ങളിൽ അലഞ്ഞ് ഗിരിനിവാസികൾ തയ്യാറാക്കുന്ന പച്ചമരുന്നുകൾ, ആസവങ്ങൾ, കാട്ടുതേൻ എന്നിവ ഏറ്റവും ശുദ്ധമായ രൂപത്തിൽ ലഭ്യമായത് കലശച്ചന്തയിൽ വെച്ചായിരുന്നു. ഹൈപ്പർമാളുകളുടെ വർത്തമാനത്തിൽ ഇതൊക്കെ തമാശയായി തോന്നും. കണ്ണഞ്ചിപ്പിക്കുന്ന വർണ്ണപ്രഭയിൽ പണക്കൊഴുപ്പിന്റെ ആസക്തി നുരഞ്ഞു പതയുന്ന സൂപ്പർമാളുകളിലെ സ്ഫടികച്ചുമരുകളിലേക്ക് ട്രോളിയുന്തി വിഷം പൂശി നിറപ്പിച്ച അരിയും നിലക്കടലയും പയറും പരിപ്പും കുരുമുളകും മീനച്ചാറുകളും ഉണക്കമീൻ വിഭവങ്ങളും വാങ്ങി വീട്ടിലേക്ക് പോകുമ്പോൾ ഓർക്കുക നിങ്ങളുടെ കൈയിലെ പ്ലാസ്റ്റിക് കവറുകളിൽ ഐന്തിണകളുടെ തുടിക്കുന്ന ഹൃദയമുണ്ട്.

മനുഷ്യന് പ്രകൃതിയിലേക്കുള്ള വഴിയാണ് തെയ്യം. ഓരോ തിണയുടേയും ജൈവ സ്വഭാവമനുസരിച്ചാണ് ഓരോ തെയ്യത്തെയും ആറ്റവും തോറ്റവും കല്പിച്ച് തോറ്റിച്ചമച്ചിട്ടുള്ളത്. ഭൂമിയെ വിഷം തീണ്ടി അശുദ്ധമാക്കാതെ നിലനിർത്തുന്ന ജീവിത ക്രമമാണ് ഗോത്ര സംസ്കൃതി ഉയിരൂതി ഉയിർപ്പിച്ച തിണവ്യവസ്ഥകൾ. കണ്ടങ്ങളെയും കന്നുകാലികളെയും പൊലിയിക്കുന്ന തൊഴിൽ കുലങ്ങളാണ് തങ്ങളുടേതായ കാവകങ്ങളെ അവരുടെ ജീവിത ക്രമത്തിൽനിന്നു തന്നെ രൂപപ്പെടുത്തിയെടുത്തിട്ടുള്ളത്. ഐന്തിണകളുടെ അതിപ്രാചീന കാലത്തുനിന്നും ആരാധനയുടെ ആധുനിക സംസ്കൃതിയിലേക്കും ബ്രാഹ്മണ കേന്ദ്രീകൃതമായ ആധുനികാനന്തര ലോകക്രമത്തിലേക്കും മതം മാറിയ തിണസങ്കല്പത്തിലേക്കും തെയ്യം സഞ്ചരിച്ചെത്തുന്നത് പിന്നീടാണ്.

ചായില്യം, മനേല, മഷി, അരിച്ചാന്ത്, മഞ്ഞൾപ്പൊടി – പഞ്ചാംഗരാഗങ്ങളിലാറാടുന്ന തെയ്യത്തിന് ഓരോ അംഗരാഗവും ഓരോ മണ്ണടരിന്റെ ചൂരും നിറവും നല്കുന്നു. ഈ അഞ്ച് വർണ്ണങ്ങൾ അഞ്ച് തിണയുടെ ഗന്ധവും സംസ്കാരവുമാണ് തെയ്യത്തിന് നല്കുന്നത്. ഭൂമിയുടെ അഞ്ച് മണ്ണടരുകൾ കടഞ്ഞെടുത്ത പഞ്ചഗവ്യ സുഗന്ധി തന്നെയാണ് മാവിലനും പുലയനും കോപ്പാളനും വേലനും മലയനും വണ്ണാനും കെട്ടുന്ന തെയ്യക്കാലങ്ങൾ. മണ്ണും വെള്ളവും കലങ്ങി ഭൂമിയുടെ ദുഃഖങ്ങൾക്ക് മുകളിൽ സ്വാർത്ഥതകളുടെ സുഖ മണ്ഡപങ്ങൾ പണിയുന്ന മനുഷ്യന് അതിലടങ്ങിരിക്കുന്ന തെയ്യത്തിന്റെ മണത്തെ നിരാകരിക്കാനാകില്ല. അത് മനുഷ്യന്റെ പഞ്ചഭൂത ഗന്ധം തന്നെയാണല്ലോ. തെയ്യത്തിന്റെ ഉപഭോഗ മനസ്സിൽ താൻ ശേഷിപ്പെട്ട കുറുഞ്ചിത്തിണയുടെ ഇടവിലോകങ്ങൾ എകർന്ന് വളർന്ന് നില്ക്കുന്നുണ്ട്. കാവുകളെന്ന ദേവകാന്താരങ്ങളിൽ കാട്ടുമരങ്ങളും നീർച്ചോലകളും മലമ്പാതകളും പുതുച്ചൊരങ്ങളും സൃഷ്ടിച്ച് കുറുഞ്ചിയുടെ മുലക്കുഞ്ഞുങ്ങളെയാണ് തെയ്യം പോറ്റി വളർത്തുന്നത്. കാവുകളുടെ പെറ്റമ്മ കുറുഞ്ചിയും പോറ്റമ്മ തെയ്യ

വുമാണ്. ഓരോ തിണയിലും മനുഷ്യൻ പിന്നിട്ട ഗോത്ര സംസ്കൃതിയിലെ അതിജീവനം തന്നെയാണ് കാവുകളായി തെയ്യം പച്ച കുത്തി അടയാളപ്പെടുത്തുന്നത്. ആദിമമായ ഉർവ്വര സ്മൃതികളിലൂടെ മനുഷ്യന് പ്രകൃതിയുടെ ജീവപാഠങ്ങൾ പകർന്നുകൊണ്ട്, ദുരന്ത രഹിതമായ സ്നേഹത്തിന്റെ പ്രകൃതി വിചാര ശാസ്ത്രം പകർന്ന് കൊണ്ട് കുറിഞ്ചിമലയിറങ്ങി മലദൈവങ്ങൾ മനുഷ്യ ജീവിതത്തിലൂടെ സഞ്ചരിച്ചു. മഴ പെയ്ത് സ്ഖലിച്ച മണ്ണിൽ മലയുടെ വിത്ത് പാകി. മണ്ണിന്റെ കുളി തെറ്റി. മണ്ണ് മലയെ ഗർഭം ധരിച്ചു. കുറുഞ്ചിയുടെ അനേകമനേകം മുലക്കുഞ്ഞുങ്ങളെ പ്രസവിച്ചു.

കുറുഞ്ചി പെറ്റ കുഞ്ഞുങ്ങൾ

തെയ്യത്തിൽ ചവുട്ടി നില്ക്കുന്ന മണ്ണിന്റെ ഇനിമ മാത്രമേയുള്ളു. തെയ്യത്തിൽ പരയുടെ സ്വർഗ്ഗ സൗഭാഗ്യങ്ങളില്ല. ഇഹത്തിലെ ദുഃഖം മാത്രമേയുള്ളു. ഇഹത്തിലെ നീരും നിലവും മരവുമായി മരിച്ചവർ ഉറ്റവരുടെ സ്നേഹത്തിലേക്കുയിർക്കുന്നതാണ് തെയ്യം. പേരാൽ, അരയാൽ, അരയാഞ്ഞിലി, കാഞ്ഞിരം, പാല, പന, പുന്ന, പൂവം, പുകിൽ, പൈൽ, ഇലഞ്ഞി, ആലം, താന്നി, വാക, വേപ്പ്, ചന്ദനം, ചെമ്പകം, ചേറ് അങ്ങനെ തച്ചനറിയുന്നതും അറിയാത്തതുമായ എത്രയെത്ര വൃക്ഷ ശരീരങ്ങളാണ് ദേവ വിഹഗങ്ങൾക്ക് സ്വയം നീഡപ്രതിഷ്ഠയായത്. തെയ്യം മരവും മനുഷ്യനും തമ്മിലുള്ള നേരിട്ടുള്ള കരാറാണ്. ബ്രാഹ്മണ്യത്തിനോ പൂണൂൽ ചുറ്റിയ തന്ത്രി വര്യന്മാർക്കോ ഇതിൽ കാര്യമൊന്നുമില്ല. ദേവലോകത്ത് മരവും മനുഷ്യനും ദുഃഖവുമില്ലല്ലോ. തെയ്യത്തിൽ പുണ്യാഹമില്ല. ചുറ്റുവിളക്കില്ല. നിറമാലയില്ല. ദശാവതാരങ്ങളില്ല. ഹിന്ദു എന്ന വാക്കുച്ചരിക്കുന്ന ഒരൊറ്റ തെയ്യത്തെ പോലും ഇതുവരെ കണ്ടെത്താനായിട്ടില്ല.

ഇട്ടോരു പിടി വിത്തിനും നട്ടോരു നാട്ടുകനിക്കും നായാട്ടിനും നരിവിളിക്കും രക്ഷ ചെയ്യുന്ന തെയ്യം ലോകത്താകമാനമുള്ള ദൈവ സങ്കല്പത്തിന്റെ ചുരുക്കെഴുത്താണ്. ഐന്തിണകളിലെ മണ്ണാഴങ്ങളിലെ ഹൈബർനേഷന് മുകളിൽ തുലാ മഴ കുതിരുമ്പോഴാണ് ദൈവദ്ധ്വഷകങ്ങൾ ഓളപ്പരപ്പിന് മുകളിലേക്കുളിയിട്ടെത്തുന്നത്. മനുഷ്യന്റെ സാമൂഹിക ജീവിതത്തിൽ കൃഷിയും കന്നുകാലി വളർത്തലും വനവിഭവ സമാഹരണവും മുഖ്യ ജീവനോപാധിയാകുന്നിടത്താണ് തെയ്യം അനുഷ്ഠാനം ശക്തിപ്പെടുന്നത്.

പ്രകൃതിജ്ഞാനത്തെ കേന്ദ്രസ്ഥാനത്ത് നിർത്തിയുള്ള മതവിചാര വ്യവസ്ഥയായ തെയ്യം ഭാരതീയ മത ചിന്തയിൽ മനുഷ്യൻ ജ്ഞാനസ്വരൂപമാർന്ന സ്വയം ദൈവ പദവിയിലേക്കുയരുന്ന ബുദ്ധമതത്തോട് കൂടുതൽ ചേർന്ന് നില്ക്കുന്നു. അയ്യൻ, കരുമകൻ, കാലിയാർ, ചാത്തൻ, ശാസ്താവ്, മുത്തപ്പൻ, തൊണ്ടച്ചൻ, കാർന്നോൻ കുരിക്കൾ, അച്ചി, അമ്മ, അച്ചൻ, ഭൂതം കൊറഗജൻ, എന്നിങ്ങനെയുള്ള മനുഷ്യരാണ് തെയ്യത്തിലെ

ദൈവത്താറുകൾ. ദൈവത്തെ ഒത്ത ആൾക്കാർ. ബുദ്ധന്റെ ബോധി വൃക്ഷം തന്നെയാണ് തെയ്യത്തിലെയും ജ്ഞാനവൃക്ഷം. സസ്യജന്തുജാലങ്ങളോടുള്ള തെയ്യത്തിന്റെ കാരുണ്യവും കരുണയും ബുദ്ധന്റേതാണ്. ഇതെഴുതുന്നതിനിടയിലാണ് കാസർഗോഡ് ജില്ലയിലെ ഈ വർഷത്തെ വയനാട്ട് കുലവൻ കെട്ടിന്റെ വിശദാംശങ്ങൾ കണ്ടത്. തെയ്യത്തിൽനിന്നും ബുദ്ധൻ കടമെടുത്ത കരുണയും അഹിംസയുമൊക്കെ വെടിയേറ്റ് ചിന്നഭിന്നമായി ചോരയോലിച്ച് ഓലക്കീറ്റിൽ കിടക്കുന്ന ബീഭത്സ രംഗമാണ് ഇന്നത്തെ തെയ്യം കെട്ടുത്സവങ്ങൾ. അതുകൊണ്ട് കരുണയുടേയും ബുദ്ധന്റേയും കഥയൊന്നും കുലവൻകെട്ട് കമ്മിറ്റിയോട് പറയണ്ട.

ഭൂമി തന്നെയാണ് സ്വർഗ്ഗം. സ്വന്തം ശരീരം തന്നെയാണ് ദൈവം. പ്രകൃതിയാണതിനാധാരം. സസ്യങ്ങളും ജന്തുജാലങ്ങളും സ്വശരീരവും എല്ലാം പ്രകൃതിയൊരുക്കിയ രാഗതാളപദ്ധതിയിലെ ഉപകരണങ്ങൾ മാത്രം. ബുദ്ധൻ വിഗ്രഹങ്ങൾ പ്രതിഷ്ഠിച്ചില്ല. അറിവ് തന്നെയാണ് പ്രതിഷ്ഠ. അറിവിന്റെ ഭൗതിക രൂപകങ്ങളായ മണ്ണും ആകാശവും കാറ്റും വെള്ളവും ഒത്തുചേർന്ന് കാടായി കാവായി. അത് സ്വയം ദൈവപ്രതിഷ്ഠയായി. മതങ്ങൾ വലിയ ധർമ്മങ്ങൾ നിർവ്വഹിക്കുന്നത് നീരും നിലവും നായും നരിയുമില്ലാത്ത പരലോകത്തിലാണ്. ഗോത്ര ജനത രൂപനാമഗന്ധസ്പർശ ഗുണമില്ലാത്ത നിഗൂഢമായ ദേവതകളിലല്ല, ദൈവത്തിലല്ല, സ്വന്തം ദുഃഖവും ദുരിതവും ചേർത്ത് കുഴച്ചെടുത്ത മനുഷ്യപ്രകൃതിയിലാണ് ഈശ്വരനെ അനുഭവിച്ചത്. മോക്ഷവുമില്ല. സ്വർല്ലോകവുമില്ല, മനുഷ്യനെ നിഷേധിക്കുന്ന ദൈവ സങ്കല്പം ഒട്ടും നവീനമല്ല. നവലോകം കെട്ടിപ്പടുക്കുന്നതിന് അത് തീരെ പര്യാപ്തമല്ല. വേദാനന്തരം ശക്തമായ ഹൈന്ദവ ശാക്തീകരണത്തിന് ഊന്നൽ നല്കുക എന്നുള്ളത് ഈ ലോകത്തിന്റെ ക്ഷേമ സങ്കല്പമല്ല. ക്ഷേത്രമാണ് വൈദിക പൗരോഹിത്യത്തിന്റെ ദേവതാ വാഴ്ചകൾ നടക്കുന്ന സ്ഥലം. യാഗങ്ങളിലെയും ഹോമങ്ങളിലേയും ഹവിസ്സുകൾ ആകാശ ദേവതകൾക്കാണ്. താഴെനിന്ന് മുകളിലേക്കാണ് പൗരോഹിത്യം. എന്നാൽ തെയ്യങ്ങൾ മുകളിൽനിന്നും താഴേക്കാണ്.

തുലാമഴയിൽ കുതിർന്ന് ചെറുവത്തൂർ തിമിരിയിലെ കണ്ടത്തിൽ വലിയവളപ്പിൽ ചാമുണ്ടിയെന്ന പുലയപ്പെണ്ണ് മുട്ടോളം ചളിയിലിറങ്ങി വിത്തുവാരിയെറിയുന്നതോടെ കൃഷിപ്പണിയും തെയ്യവും തുടങ്ങുകയായി. അതിജീവനശേഷിയുള്ള കരിയടക്കൻ തിമിരിക്കണ്ടത്തിലും നൂറുകണക്കിന് തെയ്യങ്ങളുടെ വിത്തുകൾ കാവുകളിലേക്കും പെലപ്പെണ്ണ് വാരിയെറിയുന്നു. തുലാം ഒന്നോടെ വടക്കൻ കേരളത്തിലെ കളിയാട്ടക്കാവുകൾ ഉണരുമ്പോൾ തുലാം പത്തിലാണ് തെയ്യത്തുടക്കത്തിന്റെ ഔദ്യോഗിക വിജ്ഞാപനമിറങ്ങുന്നത്. പൊലയന്റെ തെയ്യമായതിനാൽ സർക്കാർ കലണ്ടറിൽവരെ ഇത് കാണില്ല. പകരം നീലേശ്വരം തമ്പുരാന്റെ തട്ടകത്തിലെ കളിയാട്ടത്തോടെ തെയ്യാട്ടക്കാലത്തിന് തുടക്കമായി എന്ന പാരമ്പര്യ നുണയാണ് ഇപ്പോഴും ആവർത്തിക്കുന്നത്.

തുലാവിഷുവിൽനിന്നും മേടവിഷുവിലേക്കുള്ള അർക്കായനത്തെ ആശ്രയിച്ച് രൂപപ്പെടുത്തിയ ജീവിതമാണ് ഉത്തരകേരളത്തിന്റെ സംസ്കാരത്തിനാധാരം. കുറുഞ്ചി സ്വയം അടയാളമാകുന്ന കാവുകളുടെ പിറവിയും അങ്ങനെയാണ്. വൻമലനികരങ്ങളോട് ചേർന്ന താഴ്വാരങ്ങളിൽ കാടെരിച്ച് പുനം കൃഷി ചെയ്യുമ്പോൾ ഒരു വനഖണ്ഡം ദേവതമാർക്ക് നേദിച്ചു. പുനത്തിന് പോഴുത് കൊള്ളുന്നതിനായി കൊട്ടമുള്ള് കൊത്തി അതിരിടുമ്പോൾ കാട്ടുമൊടന്തേമ്മയ്ക്ക് വെച്ചു വിളമ്പി. മേടത്തിൽ വിത്തെറിയുന്നതിനായി തട്പ്പയും കൂട്ടയും കുരിയയുമായി മലങ്കുറത്തി ചുരമിറങ്ങി. ജീവിതത്തിന്റെ എല്ലാ വിശേഷ സന്ദർഭങ്ങളിലും കാന്താരഹൃദത്തിലൊത്തുകൂടി തങ്ങളെ കാർന്നോന്മാർക്ക് വീത് വെച്ചു. പങ്കു വെച്ചു. മലയെ, പുഴയെ, കാടിനെ, ജീവജാലങ്ങളെ ആരാധിച്ച് സ്നേഹിക്കുന്ന മതമുണ്ടാക്കി. വിശുദ്ധവനത്തിലൊത്ത് കൂടി കാർന്നോന്മാർക്ക് കെട്ടിക്കോലമുണ്ടാക്കി. ആട്ടവും പാട്ടും തങ്ങളുടെ സംഘജീവിതവും രചിച്ചു. കാവുകളുടെ ഉല്പത്തി അങ്ങനെയാണ്. പുനംകൃഷിക്കായി പുതിയ താഴ്വാരങ്ങൾ തേടുമ്പോഴും കാർന്നോൻമാരെ സങ്കല്പിച്ച ആരണ്യകങ്ങളെ പവിത്രതയോടെ പരിപാലിച്ചു. പിന്നീട് കടന്നുവന്ന ഗോത്ര സമൂഹവും പ്രകൃതിയെ മുൻനിർത്തിയുള്ള ഈ ആരാധനാ ക്രമത്തെ ജീവിതചര്യയാക്കി. പുനം കൃഷിയുടെ പുതിയ മലങ്കാടുകളിലും അവർ അവരവരുടെ ഗോത്രദേവന്മാർക്ക് കാടൊരുക്കി വിളമ്പ് വെച്ചു. തെയ്യത്തിന്റെ പ്രാക്തന ചരിത്രത്തിൽ പൊനം കൃഷിക്ക് അഭേദ്യമായ ബന്ധമുണ്ട്.

പുനം കൊത്തിയ മലയിലെ തീയിലും വെയിലിലും വെന്തു പാകപ്പെട്ട കാസർഗോഡ് കുറ്റിക്കോലിലെ മോർണ്ണയെന്ന മാവിലൻ തൊണ്ടച്ചൻ വീടിന് മുന്നിലെ പുനമെരിഞ്ഞ മലയിലേക്ക് നോക്കി. വർഷങ്ങൾ വയ്യലേക്ക് വയ്യലേക്ക് മറിഞ്ഞ് മറഞ്ഞു. തുളുവിന്റെ പച്ചിലവളത്തിലെഴുത്ത മലയാളത്തിൽ പൊനം കൊത്തിയ കാലത്തെ വിശേഷിച്ചു. ധനുമാസം കാലത്ത് പൊഴുതുകൊണ്ടു പുനം കൊട്ടക്കോൽ കൊത്തിക്കൊണ്ട്. കുംഭത്തിൽ തീയുംവെച്ച് മീനം പത്താവോളം..... മോർണ്ണ തൊണ്ടച്ചന്റെ പാട്ടിൽ അൻപത് വർഷം മുമ്പത്തെ മല എകർന്നു. മല കൊത്താൻ വന്ന അടിയാളർ കാടരികിൽ കൂര വെച്ചു. കാവിലെ കാർന്നോന്മാർക്ക് വീത് വെച്ചു. ജന്മിക്ക് വേണ്ടിയാണ് കൃഷി. ധനുമാസം പുലരിക്ക് മൂപ്പന്റെ നേതൃത്വത്തിൽ കൊട്ടമുള്ള് കൊത്തി പൊഴുത്കൊണ്ട് മൂർത്തം നിശ്ചയിക്കും. മകരം പത്താവോളം പുനമലയിലെ കാട് കൊത്താൻ തുടങ്ങും. കുംഭത്തിലെ അത്യുഷ്ണത്തിൽ കൊത്തിയ കാടുണങ്ങും. മീനമെരിയുമ്പോൾ തീപിടിച്ച പുനമലയുമെരിയും. കരിയും വെണ്ണീറും മണ്ണിൽ കൂട്ടിക്കലർത്തി കരുത്തന്മാരായ എരുതുകളെക്കൊണ്ട് പുനമല ഉഴുത് മറിക്കും. കരുത്തരായ ചെറച്ചെറുപ്പക്കാർ കൈക്കോട്ടുകൊണ്ട് കരിമലയിലെ ഉറച്ച മണ്ണ് കൊത്തിയിളക്കും. മേടച്ചൂടുരുകി മഴയുടെ കടിഞ്ഞൂൽത്തുള്ളികൾ വീഴുമ്പോൾ വിത്തെറിയണം. മാവിലൻ മൂപ്പൻ പുന്നയിലയിൽ നെൽവിത്ത് ചൊരിഞ്ഞ് മലദൈവങ്ങൾക്ക്

മുതിർക്കും. ഭൂമി നഷ്ടപ്പെട്ട ഭൂമിപുത്രർ വിത്തും കുരിയയും കൊട്ടമ്പാളയും കൈക്കോട്ടുമായി മലയിലെ മഴയിൽ ചൊല്ലിയുറയും. ചോന്നടക്കൻ, കരിയടക്കൻ, വെളുത്ത അല്ലിക്കണ്ണൻ, ചെമ്മള്, കരിഞ്ചെമ്മള്, കയമ, ഏറോലിയൻ, തവളക്കണ്ണൻ, തൊണ്ണൂറാൻ ജീരകശാല, ഗന്ധകശാല, വെളുത്തശാല, ചിറ്റേനി, ചെന്നെല്ല്, മുണ്ടോൻ, തെന മുത്താറി നൂറ്റൊന്ന് തരം നെൽ വിത്ത്, വിവിധതരം കിഴങ്ങു വർഗ്ഗങ്ങൾ, ഇലക്കറികൾ, മലക്കറികൾ, വിവിധ ധാന്യങ്ങൾ തുടങ്ങിയവ കൂട്ടിക്കലർത്തി കൃഷി ചെയ്തു. മാവിലരുടേയും മലവേട്ടുവരുടേയും മംഗലംകളിപ്പാട്ടിലും തച്ചു മന്ത്രങ്ങളിലും നൂറ്റൊന്ന് നെൽവിത്തുകൾ മുളച്ച് പൊന്തി കതിർ കനത്ത് വിളഞ്ഞു. എടവത്തിൽ വെയിൽമായുമ്പോൾ വിത്തുകൾ കണ്ണ് തുറക്കും. കർക്കടകത്തിൽ കള പറിക്കും. മിഥുനത്തിൽ നെല്ലിന് വയർ കനക്കും. പിട്ടലിന്റെ മാധുര്യത്തിൽ കെർപ്പപ്പുതിയിൽ നെൽച്ചെടികൾ മയങ്ങും. പിന്നെ പുനത്തിലേക്ക് കടക്കില്ല. കന്നിവെയിലിൽ കൊയ്ത്ത്.

കൊട്ടപ്പഴവും കൂർമ്മണപ്പഴവും തിന്ന് മദിച്ച് പൂത്ത കാട് പോലെ മൊടന്തേമത്തെയ്യം ഉറഞ്ഞ് മൊഴിയും. "നാല് കൊട്ടക്കോല് കൊത്തി കരിച്ച് നനച്ച് അഞ്ഞാഴി വിത്ത് വാരിയെറിഞ്ഞ് വിതച്ചില്ലേ. ശേഷം നെല്ല് പോയി പത്തായത്തിലും പുല്ല് പോയി പുക്കായത്തിലും ചേർന്നില്ലേ, കാട്ടിൽ തലയിട്ട് മേയുന്ന കന്നുകാലികൾക്കും പക്ഷിമൃഗാദികൾക്കും പശിയടക്കാൻ വേണ്ട്ന്ന അന്നം തന്നെയാണല്ലോ ഇത്. അവരെല്ലാം തിന്ന് മദിച്ചതിൻശേഷം നെല്ലെല്ലാം പോയ് പത്തായത്തിൽ ചേർന്നു, പുല്ലെല്ലാം പോയ് പുക്കായത്തിൽ ചേർന്നു. ഞങ്ങൾ ഭൂമിപുത്രന്മാരാണ്. മുച്ചൻ എലി, പന്നി, കൊരങ്ങ്, മാൻ, പക്ഷികൾ ഇവരുടെ ഭൂമി പാട്ടത്തിനെടുത്താണ് കൃഷി ചെയ്യുന്നത്. അവരുടെ പാട്ടം അവർ തന്നെ അളന്നെടുക്കും. പൊനംകൃഷി മനുഷ്യന് വേണ്ടി മാത്രമല്ല. പക്ഷി മൃഗാദികൾക്ക് കൂടി വേണ്ടിയാണ്, പൊനമല പോലെ കായ്ച്ച് വിളഞ്ഞ് മാവിലൻ തൊണ്ടച്ചൻ പറഞ്ഞു.

പൊനമലയൊക്കെ കറൻസി വിളയുന്ന കരിങ്കൽക്വാറികളായി വയറ് പിളർന്ന് ചത്തുമലച്ച വർത്തമാനത്തിലാണ് കുറുഞ്ചിത്തിണവഴക്കങ്ങളുമായി തെയ്യമെത്തുന്നത്. നിങ്ങൾക്ക് മുന്നിലൂടെ വാഹനങ്ങൾ ചീറിപ്പായുന്ന റോഡിന് മുകളിൽ ഒരു കരിയടക്കൻ മുളപൊട്ടിയാൽ, നിങ്ങൾ മദിച്ചു പുളച്ചു വാഴുന്ന മണിസൗധങ്ങളിൽ മധുരക്കിഴങ്ങ് മാന്തിയെടുക്കാൻ ഇറ്റാലിയൻ മാർബിൾ തറ പിളർന്ന് കാട്ടു പന്നി തേറ്റയിളക്കി വന്നാൽ പരിഭ്രമിക്കേണ്ട. നിങ്ങളുടെ നിർമ്മിതികളിലെ കരിങ്കൽച്ചുമരുകളിൽ ആദിമ സ്മൃതികളുടെ ജനിതകോർജ്ജം ചുര മാന്തുന്നുണ്ട്, എല്ലാ അധിനിവേശങ്ങൾക്കൊടുവിലും പ്രാചീനമായ തിണയറിവുകളുടെ ഫോസിൽ രൂപകങ്ങളായി തെയ്യം നിലനില്ക്കുന്നുണ്ട്. മാവിലരും മലവേട്ടുവരും മാദികരും കൊറഗരും ഉൾപ്പെടുന്ന ഗോത്ര നിവാസികളെ തെയ്യം വിളിക്കുന്ന പേരാണ് എന്റെ ഭൂമി പുത്രരേ എന്ന്. യഥാർത്ഥ അവകാശികളുടെ ഭൂമി മുഴുവൻ സ്വന്തമാക്കി അവരെ കാട്ടിലേക്കാട്ടിയോടിച്ച്,

അവരുടെ തെയ്യത്തേയും സ്വന്തമാക്കി നമ്മൾ തന്നെയാണ് അവരെ ഇങ്ങനെ വിളിപ്പിക്കുന്നത്,

അന്തിത്തിരിയൻ – A Confirmed biophilic

പാരിസ്ഥിതിക ചിന്തകനായ മാധവഗാഡ്ഗിൽ തന്റെ പരിസ്ഥിതി ശാസ്ത്ര സംബന്ധിയായ *Ecological journeys* എന്ന ഗ്രന്ഥത്തിലെ ഏഴാം അദ്ധ്യായം Of Life and Artefacts ആരംഭിക്കുന്നതിങ്ങനെയാണ്, I am a confirmed biophilic. My pleasentest memories are all of encounters with wild animals in their natural settings. കേരളത്തിൽ സംഭവിച്ച പ്രളയാനന്തരം ഏറ്റവും കൂടുതൽ തവണ ആവർത്തിച്ചു കേട്ട പാരിസ്ഥിതിക ശാസ്ത്രജ്ഞന്റെ പേര് മാധവ് ഗാഡ്ഗിലിന്റേതായിരുന്നു. അദ്ദേഹത്തിന് തെയ്യോട്ട് കാവിലെ മാവിലരുടെ അന്തിത്തിരിയനായ നർക്കൽ രാമനെയോ രാജീവൻ നേണിക്കമെന്ന കമ്മാടത്ത് കാവിലെ തെയ്യക്കാരനെയോ അറിയാനിടയില്ല, പക്ഷേ, ഗാഡ്ഗിൽ എഴുതുന്ന ശാസ്ത്രമായാണ് ഇവർ ജീവിക്കുന്നത്, കീഴാള പ്രതിരോധത്തിന്റെ അതിശക്തമായ മാതൃകയാണ് പയ്യന്നൂരിനടുത്ത് ആലപ്പടമ്പ് ഗ്രാമത്തിലെ തെയ്യോട്ട് കാവെന്ന ദ്രാവിഡഭൂമി, കാളകാട്ട്, തരണനെല്ലൂർ പോലുള്ള അഭിജാതരായ തന്ത്രി കുടുംബത്തിന് പോലും പ്രവേശനം നിഷേധിച്ചിട്ടുള്ള ഒരേയൊരിടമാണ് തെയ്യോട്ട്കാവെന്ന മുതലാൾതെയ്യം അടക്കിവാഴുന്ന ദ്രാവിഡ സാമ്രാജ്യം. അൻപതേക്കർ നിത്യഹരിത വനവും പരിസരവും അധീനത്തിലാക്കാൻ പറ്റാത്തതിന്റെ ഇച്ഛാഭംഗം നവക്ഷത്രിയരും പുരോഹിതരും ഇപ്പോഴും പേറുന്നുണ്ട്. ആയിരത്താണ്ടുകൾക്ക് മുമ്പ് കുറുഞ്ചിക്കാട്ടിലകപ്പെട്ട് മലയരനായും അയ്യനായും ശാസ്താവായും അയ്യപ്പനെന്ന ബുദ്ധനായും ആരാധിച്ചിരുന്ന ശബരിമലപോലുള്ള വമ്പൻ കാനനക്ഷേത്രങ്ങളും കോടിക്കണക്കിന് രൂപയും കൈയടക്കി വാഴുന്ന പുരോഹിതർ ജീവിതത്തിൽ ഒരിക്കലെങ്കിലും കാടിന്റെ ഉള്ളകങ്ങളിലെ മോഹങ്ങളിലേക്ക് നോക്കി മൗനമായിരിക്കുന്ന മുതലാൾ തെയ്യത്തെയും കൂടെയുള്ളോറായ നരിത്തെയ്യത്തെയും ഒന്ന് കാണണം, ബ്രാഹ്മണ തന്ത്രിമാരുടെ അധികാരത്തിനും ആജ്ഞാശക്തിക്കും കീഴ്പ്പെടുത്താനാകാത്ത കാടിന്റെയും കരിമലയുടെയും പ്രതിരോധമെന്തെന്ന് തെയ്യോട്ട് കാവിലെ മാവിലൻ അന്തിത്തിരിയൻ പറഞ്ഞ് തരും. തിണയറിവുകളും അതിൽ നിലീനാലമായ ദൈവവിചാരവും എത്രമാത്രം പാരിസ്ഥിതികമാണെന്നതിന് ലോകത്തിന് അത്യുദാത്ത മാതൃകയാണ് തെയ്യോട്ട് കാവ്.

തെയ്യോട്ട് കാവിലെ മുതലാൾ എന്നത് ഇനിയും വെളിപ്പെട്ടിട്ടില്ലാത്ത നിഗൂഢമായ ചരിത്രമാണ്, ചെറൂളി ഗോത്രത്തിലെ മാവിലമൂപ്പനാണ് കാന്താരതാരകമായ മുതലാളിനെയും നരിയെയും കണ്ടത്. ഒരേ ശരീരത്തിൽ തന്നെ രണ്ട് ലോകങ്ങൾ പേറുന്നു ഈ കാട്ടുമൂർത്തി. സ്ത്രീയുടെ ആത്മാവും പുരുഷന്റെ ശരീരവും. അർദ്ധമല്ല പൂർണ്ണതയുടെ ദൈവം.

വഴിപിഴച്ചുപോകുന്ന ദൈവങ്ങളെ പഠിക്കാനുള്ള ശാസ്ത്രമൊന്നും ബ്രാഹ്മണ്യത്തിന്റെ വിശുദ്ധ ഗ്രന്ഥങ്ങളിലില്ല. സ്ത്രീയുടേയും പുരുഷന്റേയും രണ്ടു തരം വനസ്വപ്നങ്ങളെ ഒരേ ശരീരത്തിൽ വഹിക്കുന്ന ഒരേ ഒരു തെയ്യവും ഇതാണ്. ആണോ പെണ്ണോ അല്ല, ലോകത്തിലാകെയുള്ള രണ്ടേ രണ്ട് ജാതി മനുഷ്യരായ ആണിനെയും പെണ്ണിനെയും ഒരൊറ്റ ശരീരത്തിൽ വഹിച്ചു കൊണ്ടുള്ള ഉഭയജീവിതമാണ് തെയ്യത്തിന്റേത്. പെണ്ണിന്റെ ജഘന സമൃദ്ധിയിലെ താഴ്വരക്കാടുകളിൽനിന്നും ശരീരം വഴി പിഴച്ച് പുരുഷന്റെ മഴക്കാടുകളിലേക്ക് ചേക്കേറി. സ്ത്രീയിൽ പുരുഷന്റെ മോഹത്തെയും പുരുഷനിൽ സ്ത്രീയുടെ മോഹത്തെയും പേറുന്ന നിസ്സഹായരെ സമൂഹം കുറ്റവാളികളെപ്പോലെ ആട്ടിയകറ്റുമ്പോൾ തെയ്യോട്ടു കാവിന്റെ നിഗൂഢ വനാന്തരങ്ങളിൽ അവർക്കായി ഒരു ദൈവമുണ്ട്. നാർക്കൽ രാമനെന്ന അന്തിത്തിരിയന്റെ കഠിനമായ അനുഷ്ഠാന സപര്യയിൽ പൂത്ത പൂവനം പോലെ എല്ലാ വർഷവും വൃശ്ചികം ധനുമാസങ്ങളിൽ മുതലാളും നരിയും കാടിറങ്ങും,

മുതലാൾ ദൈവം അലിഞ്ഞ് ചേർന്ന കാടിനെ ഉപാസിച്ച് ജീവിക്കുന്ന തെയ്യോട്ട് കാവിലെ അന്തിത്തിരിയൻ ഭൂമിയിലെ പച്ചയുടെ അവസാനത്തെ അടയാളമാണ്. നവീകരണത്തിന്റേയും ബ്രാഹ്മണ്യത്തിന്റെയും മഹാപ്രളയത്തിലും ദ്രാവിഡ സംസ്കൃതികൾക്ക് മുകളിൽ കാടുമൂടി കടപുഴകാതെ പിടിച്ചു നിർത്തുന്ന ആലപ്പടമ്പ് ഗ്രാമത്തിന്റെ സുഷുമ്ന നാഡിയാണ് നാർക്കൽ രാമനെന്ന അന്തിത്തിരിയൻ. കഠിനമായ സാധനയുടെയും ഉപാസനയുടേയും പ്രകൃതി ജീവനത്തിന്റേയും കാലത്തിന് മായ്ക്കാനാകാത്ത കല്ലിൽ കൊത്തിയ ശാസനം. കാവിനകത്ത് ആർക്കും പ്രവേശനമില്ല. എല്ലാ ചൊവ്വ, വെള്ളി ദിവസങ്ങളിലും മുതലാളിന് നേർച്ച കൊടുക്കാനെത്തുന്നവർക്ക് കാവിന്റെ ഒരു പ്രത്യേകസ്ഥാനം വരെ മാത്രേ പ്രവേശനമുള്ളൂ. കാടിൽനിന്നും ഒരു കിലോമീറ്റർ മാറിയുള്ള സാന്നിദ്ധ്യസ്ഥാനത്തിലാണ് തെയ്യം നടക്കുന്നത്. തെയ്യത്തിലെ കുലനായകരായ മണക്കാടൻ ഗുരുക്കളുടേയോ പാലാപ്പരപ്പേനന്റേയോ പരമ്പരയുടെ തെയ്യങ്ങളൊന്നും ഇവിടെയില്ല. നരിയും മുതലാളും കാട്ടുമൊടന്തയും തൊരക്കാർത്തിയും കാടുറയുന്ന എല്ലാ തെയ്യങ്ങളും കെട്ടുന്നത് മാവിലരാണ്. കളിയാട്ട മുറ്റത്തേക്ക് മാവിലർക്കൊഴികെ മറ്റാർക്കും പ്രവേശനമില്ല. ചൂട്ടുവെളിച്ചമല്ലാതെ മറ്റ് യാതോരു വെളിച്ചവും ഉപയോഗിക്കാൻ പാടില്ല, കാവിൽ മാത്രമല്ല കാവ് പരിസരത്തെവിടെയും. മതിലില്ല. മേല്ക്കൂരയില്ല. പടിപ്പുരകളൊന്നുമില്ല. ആയിരത്താണ്ട് പഴക്കമുള്ള മരങ്ങൾ മാത്രം. മുതലാൾ വരുന്നതിന് മുമ്പ് വരുന്ന നരിതന്നെ നിഗൂഢതയുടേയും നിശ്ശബ്ദതയുടേയും ദൂരീകരിക്കാനാകാത്ത ഭീതിയുടെയും പ്രാക്തന സമൃതിയിലേക്ക് നിങ്ങളെ കൊണ്ടു പോകും. ശബ്ദമുയർത്തി സംസാരിക്കാൻ ആർക്കും തോന്നില്ല. ഗോത്ര ജീവിതത്തിന്റെ സമൃദ്ധമായ ഇന്നലെകളെയാണ് മാവിലർ പുനരാവിഷ്കരിക്കുന്നത്. ഭയപ്പെട്ട് ദൂരെ നില്ക്കാനേ പറ്റൂ. ജാതിയുടെ ഹുങ്കൊന്നും കൊണ്ട് ആരും തെയ്യോട്ട് കാവിലേക്ക്

വരണ്ട. ബയോഫീലിയയുടെ ഏറ്റവും ഉദാത്തമായ മണ്ണോർമ്മകളിലാണ് നിങ്ങളിപ്പോൾ. നിങ്ങൾക്ക് കാവലാളായി കറുത്ത അന്തിത്തിരിയനുണ്ട്.

ചെറക്കൽ തമ്പുരാന്റെയും പയ്യന്നൂർ പെരുമാളുടേയും താടിക്ക് താഴെയാണ് ഒരു മാവിലൻ മൂപ്പൻ തികഞ്ഞ ദ്രാവിഡാരാധനയുടെ വന പർവ്വം സ്വന്തം ജീവിതചര്യയിലൂടെ ആടിത്തിമിർക്കുന്നത്. നിലവിൽ അൻപതേക്കറോളം വരുന്ന നീർച്ചാലൊഴുകുന്ന തെയ്യോട്ട് കാവ് തെയ്യത്തിന്റെ പേരിൽമാത്രമാണ് സംരക്ഷിക്കപ്പെട്ടത്. പന്ത്രണ്ട് മാവിലൻ കുടുംബങ്ങളുടെ തുളു ജീവിതം കാവിന് ചുറ്റും ജൈവവേലിയായി നിലനില്ക്കുന്നുണ്ട്. ഉത്തര കേരളത്തിൽ മറ്റെവിടെയും ഇങ്ങനെയൊരു കളിയാട്ടം കാണാനാകില്ല. ആലപ്പടമ്പെന്ന കാർഷിക ഗ്രാമത്തിന്റെ ശ്വാസകോശം തന്നെയാണീക്കാവ്. കാവിന് പുറത്ത് ആരും കടന്നുചെല്ലാത്ത നിത്യ പൂജയോ വിളക്കോ ഒന്നുമില്ലാത്ത പള്ളിയറയുണ്ട്. തെയ്യം നടക്കുമ്പോൾ മാത്രമാണ് അവിടെ ആൾപ്പെരുമാറ്റമുണ്ടാവുക. വൈദ്യുത വെളിച്ചം കർശനമായി വിലക്കിയിട്ടുണ്ട്. മുതലാൾ എന്ന കാട്ടുമൂർത്തി പൂർണ്ണമായും സസ്യാഹാരിയാണ്. തരക്കിയരിയുടെ നൈവേദ്യവും അവിലുമാണ് ഇഷ്ട ഭോജ്യം.

മുതലാളും ചങ്ങാതി നരിയും എത്രകാലം അന്തിത്തിരിയന്റെ തരക്കിയ അരിയുടെ നൈവേദ്യം ആഹരിച്ച് ജീവിക്കുമെന്ന് പറയാനാകില്ല. നായന്മാർ മുതൽ താഴേക്കുള്ള നവക്ഷത്രിയരുടെ കൈയിലാണ് ഉത്തര മലബാറിലെ കാവുകളുടെ ഭാവി. വനമായി നിലനില്ക്കുന്ന ചില കാവുകളൊഴിച്ച് ഏതാണ്ടെല്ലാ കാവുകളും പുനഃപ്രതിഷ്ഠ നവീകരണത്തിന്റെയും മേല്ക്കൂര മേയുന്നതിന്റെയും ഭാഗമായി വൃക്ഷസത്രത്തിന് വിധേയമായിക്കൊണ്ടിരിക്കുകയാണ്. വേദമന്ത്രങ്ങളിൽ മുക്കി ഊട്ടിയെടുത്ത മഴുവുമായി അമ്മമരങ്ങളുടെ തല കൊയ്ത് ഭൂമി പിടിച്ചടക്കുന്നതിനായി പരശുരാമന്മാർ കലി പൂണ്ട് നടക്കുന്നുണ്ട്. നാരായണ ഗുരുദേവന്റെ, അയ്യങ്കാളിയുടെ, പൊലപ്പൊട്ടന്റെ, കൊറഗജ്ജന്റെ, തൊണ്ടച്ചന്റെ, തലയ്ക്ക് മുകളിലൂടെയാണ് മഴു വീശിയെറിയുന്നത്. ഭഗഛേദം ചെയ്യപ്പെട്ട ഭഗവതിമരങ്ങളിലാണ് മിക്ക തെയ്യങ്ങളും അധിവസിക്കുന്നത്. പ്രസിദ്ധമായ പുലിക്കോട് വീത് കുന്നാണ് ഇതിന്റെ ഏറ്റവും വലിയ ഇര. ഏത് ഉഷ്ണത്തിലും കുളിർത്ത കാറ്റുവീശിയിരുന്ന മുച്ചിലോട്ട് പോതിയുടെ കളിമുറ്റം. ആസ് ബസ്റ്റോസ് മേല്ക്കൂരയ്ക്കകത്ത് ഉഷ്ണിച്ചിരിക്കുകയാണ്. മേല്ക്കൂര പണിത് കാറ്റിൽനിന്നും മഴയിൽനിന്നും വെയിലിൽനിന്നും ഒരു കുന്നിനെ സംരക്ഷിക്കുകയാണിവിടുത്തെ നവക്ഷത്രിയർ. ജോധ്പൂർ രാജാവിന് വേണ്ടി ഖെജഡിമരങ്ങൾ മുറിക്കുന്നതിനായി വന്ന രാജകിങ്കരന്മാരെപ്പോലെ ജ്യോതിഷചിന്തകരും ഊരാളന്മാരുമായ ക്ഷത്രിയരും വെട്ടിയരിയാനുള്ള കോടാലിയുമായി തെയ്യോട്ട് കാവിലെ തെയ്യപ്പറമ്പിലുമെത്തും. മേല്ക്കൂരയും ചുറ്റുമതിലും ഉയർത്തിക്കെട്ടും. തന്ത്രിയെ അകത്ത് കയറ്റാനുള്ള രാശിവെളിച്ചം നിഷേധിച്ച കാവിൽ ടോർച്ചടിച്ച് തെളിയിക്കും. പക്ഷേ, അമൃതാദേവിയെപോലെ മരത്തെ പുണർന്നിരിക്കുന്ന അന്തിത്തി

രിയനെ അറിഞ്ഞ് വീഴ്ത്താതെ കാവിലെ മരം മുറിക്കാനാകില്ല

പ്രകൃതിയുടെ താളക്രമങ്ങൾക്കനുസരിച്ച് ജീവിച്ച് മണ്ണിനെ, മഴയെ, വെള്ളത്തെ, പക്ഷിമൃഗ ജാലങ്ങളെ സംരക്ഷിച്ച് നിലനിർത്തുന്ന മനുഷ്യന്റെ പ്രാചീന ജീവിതത്തെ *Ecological Journeys* എന്ന പുസ്തകത്തിൽ ഗാഡ്ഗിൽ എഴുതുന്നുണ്ട്. ഇതിലെ ഇരുപതാം അദ്ധ്യായത്തിന്റെ പേര് Groves for the Gods എന്നാണ്, കാവുകളുടെ പിറവിയും ഗോത്ര മനുഷ്യർ കാവിന്റെ രക്ഷകരാകുന്നതും അദ്ദേഹം വിശദീകരിക്കുന്നു. പുസ്തകത്തിന്റെ ആമുഖത്തിലെ ചിന്തകരും പ്രവർത്തകരുമാണ് കാവിലെ നാച്വറലിസ്റ്റുകളായ അന്തിത്തിരിയനും കലയക്കാരനും തെയ്യക്കാരനും. മാധവ് ഗാഡ്ഗിൽ എഴുതുന്ന ബയോഫീലിയയും ബയോഡൈവേഴ്സിറ്റിയും അതിന്റെ പ്രാകൃതികമായ അതിജീവന വ്യവസ്ഥയും സംരക്ഷണവും തലമുറകളിലേക്ക് കൈമാറുന്നതിനുള്ള യുണിവേഴ്സിറ്റികളാണ് പവിത്രവനങ്ങളായ തെയ്യക്കാവുകൾ.

അന്തിത്തിരിയൻ A Confirmed Biophilic എന്ന പരിഗണനയ്ക്ക് മറ്റൊന്നിനുമില്ലാത്ത ഒരു ജൈവ ഗന്ധമുണ്ട്. തന്ത്രി, പൂജാരി, ശാന്തിക്കാരൻ, പുരോഹിതൻ ഇതൊന്നുമല്ല ഒരന്തിത്തിരിയൻ. അത് അന്തിയിൽ മാത്രം തെളിയുന്ന തിരിയാണ്, മതത്തിന്റെ തീവ്രമായ ആസക്തിക്ക് ബദലായ അതീവ ചാരുതയാർന്ന പ്രകൃതി ശാസ്ത്ര പദ്ധതിയാണത്. അന്തിവാനിലുറഞ്ഞ ഒറ്റനക്ഷത്രത്തെ പറിച്ചെടുത്ത് കാവകപ്പയിലെ ഇരുളിൽ തെളിയിക്കുന്ന മാന്ത്രികനാണയാൾ. ആയിരത്താണ്ടുകളുടെ പഴക്കമുണ്ട് വൈദിക സംസ്കൃതിയുടെ പ്രളയത്തിൽ കടപുഴകാത്ത വടക്കിന്റെ വന്യതയിലെ ഈ നാട്ടുപുരോഹിത വൃക്ഷത്തിന്. അനന്ത കാലത്തെ ജ്വലിപ്പിച്ചുണർത്തുന്ന, കരിന്തിരി കെട്ടുപോകാത്ത നാട്ടുപച്ചയുടെ ഇത്തിരി വെട്ടമുണ്ട് ആ ചങ്ങലാട്ടയിൽ. ഒരൊറ്റമുണ്ട് ചിറ്റി കാതിൽ കടുക്കനിട്ട് ഉണങ്ങി ശോഷിച്ച ബയോഫീലിയയുടെ ഉടൽ രൂപത്തെ തുളു നാട്ടിലെ നിഴൽ പടർന്ന നീണ്ട ഇടവഴികളിൽ നിങ്ങൾക്ക് കാണാം, വേദം തൊട്ടുകൂട്ടാത്ത ജിഹ്വയും പൂണൂൽപ്പരാതം പടരാത്ത മെലിഞ്ഞ തടിയുമായി അന്തിചായുമ്പോൾ എന്നും കാവിന്റെ ഇരുൾപ്പടർപ്പിൽ ഉദിക്കുന്ന അന്തിത്തിരിയന്റെ അനുഷ്ഠാന ജീവിതത്തെക്കുറിച്ചാരോർക്കാൻ, ബ്രാഹ്മണ്യത്തിന്റേതായി യാതൊന്നുമില്ലാത്ത കാട്ടുവള്ളിയുടെ പൊക്കിൾക്കൊടി കൊണ്ട് ഭൂമിയുമായി ചേർത്ത് ബന്ധിക്കപ്പെട്ട മനുഷ്യൻ. മാധവ്ഗാഡ്ഗിലിന് മുമ്പേ പശ്ചിമഘട്ടത്തെ രക്ഷപ്പെടുത്താനിറങ്ങിയ ദ്രാവിഡ സംസ്കൃതിയുടെ ഏറ്റവും പ്രാചീനവും ഏറ്റവും ആധുനികവുമായ മനുഷ്യരൂപകം.

അവർക്ക് കാവ് സംരക്ഷണം സമയബന്ധിതമായ പ്രോജക്ടല്ല, പ്രകൃതിയുടെ സൂക്ഷ്മമായ പരിണാമങ്ങൾ മനസ്സിലാക്കി, പ്രകൃത്യുല്പന്നങ്ങളെ ആശ്രയിച്ച് തങ്ങളേക്കാൾ പ്രാധാന്യം പ്രകൃയിയിലെ ജീവജാലങ്ങൾക്കാണെന്ന് മനസ്സിലാക്കിയുള്ള ജ്ഞാനാധിഷ്ഠിതമായ ജീവിതക്രമമാണ്. ഒരു മഴക്കാലത്ത് തെയ്യോട്ട് കാവിലെ കളിയാട്ടമുറ്റം ഒന്നു കണ്ടാൽ മാത്രം മതി, പാമ്പും തവളകളും പുഴുക്കളും കീടങ്ങളും തുമ്പി

കളും പൂമ്പാറ്റകളും പക്ഷികളുമൊക്കെയായി ആരുടേതാണ് കാവെന്നും എന്ത് തരം ആവാസവ്യവസ്ഥയിലാണ് കാവിന്റെ നിലനില്പെന്നും മനസ്സിലാകും, കാവിൽ മേല്ക്കൂര പടുത്ത് അത്യുഷ്ണം വിതയ്ക്കുന്നവർക്ക്, കരിങ്കല്ല് പാകി പരസഹസ്രം സൂക്ഷ്മ സ്ഥൂല ജീവജാലങ്ങളെ Genocide ന് വിധേയമാക്കുന്നവർക്ക് എന്ത് ശിക്ഷയാണ് നിയമം അനുശാസിക്കുന്നത്.

തിണകളുടെ കർശനമായ നിയമവ്യവസ്ഥകൾക്ക്, താക്കീതുകൾക്ക്, വിധേയമായി മനുഷ്യരും ജന്തു സസ്യ ജാലങ്ങളും ഒരൊറ്റ പ്രകൃതിയായി ജീവിച്ച കാവ് സംസ്കൃതിയുടെ നാശത്തിന് തുടക്കമിട്ടത് വൈദിക സംസ്കൃതിയുടെ വരവോടെയാണ്. ഏകീകരിച്ച ഹൈന്ദവ ശാസനകളെ അനുസരിക്കാൻ ദ്രാവിഡാധിഷ്ഠിതമായ ചെന്തമിഴും തുളുവും കലർന്ന, കാട്ടുമഞ്ഞൾ മണമുള്ള ഐന്തിണകളിൽ ചന്ദനവും ഹവിസ്സും പുണ്യാഹവും തളിച്ച് ശുദ്ധം വരുത്തി. ഭൂമിക്ക് അവകാശികളായി. രാജവാഴ്ചയും ജന്മിത്ത വാഴ്ചയും ഭൂപ്രഭുക്കന്മാരും ഉടലെടുത്തു, ചാതുർവർണ്യത്തിന്റെ വന്മതിൽക്കെട്ടുകൾ മസ്തകമുയർത്തി ചിന്നം വിളിച്ചു, തിണവ്യവസ്ഥകൾ പൂർണ്ണമായും തകിടം മറിഞ്ഞു. പൂണൂൽ എന്ന ഒറ്റച്ചരടിനാൽ ഐന്തിണകളുടെ വൈവിദ്ധ്യങ്ങളെ ചങ്ങലയ്ക്കിട്ടു ഭൂമി പുത്രന്മാരായ ഗോത്ര നിവാസികൾ പൂർണ്ണമായും ഭൂരഹിതരായി, അഭയാർത്ഥികളായി. പറ്റാവുന്നത്രയും അച്ചിമാരെയും തൊണ്ടച്ചന്മാരെയും ആവാഹിക്കുന്നതിനുള്ള മന്ത്രതന്ത്രങ്ങളുമായി താന്ത്രിക ബ്രാഹ്മണർ കാടും മലയും കയറിയിറങ്ങി. നായന്മാർ മുതൽ താഴേക്കുള്ള എല്ലാ ജാതികളും തങ്ങളുടെ കാവുകളിലെയും താനങ്ങളിലെയും അച്ചിമാരെയും ദേവിമാരെയും ബ്രാഹ്മണ്യത്തിന് കൂട്ടിക്കൊടുക്കാൻ മത്സരിച്ചു, പൗരോഹിത്യത്തിന്റെ ഹോളോകോസ്റ്റിൽ കാവകങ്ങൾ വൃക്ഷകബന്ധങ്ങളെ കൊണ്ട് നിറഞ്ഞു.. പക്ഷേ, കാവിന്റെ ആത്മാവായ തെയ്യംമാത്രം വൈദികരുടെ നിയമ വ്യവസ്ഥയ്ക്ക് പുറത്തുനിന്നു. മരങ്ങൾ വെട്ടി വന്മതിൽ പണിത് പീഠ പ്രതിഷ്ഠ നടത്തീട്ടും തോന്ന്യവാസികളായ തെയ്യങ്ങൾ ഇറച്ചി തിന്നും കള്ളു കുടിച്ചും മാപ്പിളമാരോട് ചങ്ങായിത്തം കാട്ടിയും പള്ളിയിൽ പോയി നിസ്കരിച്ചും മതത്തെ തിരസ്കരിച്ച് ബ്രാഹ്മണ്യത്തെ തവിടുപൊടിയാക്കി. ആര്യന്മാരുടെ ഹോളോകോസ്റ്റിനെ അതിജീവിച്ച് തെയ്യോട്ടുകാവും കമ്മാടത്ത് കാവും തവിടിശ്ശേരിക്കാവും നീലിയാർകോട്ടവും ഇടയിലെക്കാട്ട് കാവും അതിജീവിച്ച് ദൈവങ്ങളിലെ തന്നെ റാഡിക്കൽ ഗ്രൂപ്പുകളായി ഒറ്റതിരിഞ്ഞുനിന്നു.

പുതുകാലം പ്രകൃതിയെയൊഴികെ മറ്റെല്ലാം ഓർമ്മിപ്പിച്ചു. മനുഷ്യന്റെ ദുരയും അത്യാർത്തിയും നാൾക്കുനാൾ പെരുകിപ്പെരുകി വളർന്നു. കൊള്ളയടിക്കുന്നതിനായി തിണകളുടെ വാതായനങ്ങൾ അധികാരികൾക്ക് മുന്നിൽ മലർക്കെ തുറന്നു. എല്ലാ ടിപ്പർ ലോറികളും കുറുഞ്ചിത്തിണയെ ലക്ഷ്യമാക്കി പാഞ്ഞു. യുദ്ധവും കലാപവും ഉണ്ടാകുമ്പോൾ ഏറ്റവും സമ്പന്നമായത് ആദ്യം അക്രമിക്കപ്പെടുന്നതുപോലെ കുറുഞ്ചി

ത്തിണയെ കീറിമുറിച്ച് ബപ്പിടുന്നതിനായി മത്സരിച്ചു. കരിങ്കൽക്വാറികളെയും ചെങ്കൽക്കുന്നുകളും മാന്തിപ്പൊളിച്ച് കടത്തുമ്പോൾ അതിൽ ഗോത്രദൈവങ്ങൾ കുടിയിരുന്ന പതികളുമുണ്ടായിരുന്നു. ഗാഡ്ഗിൽ ഒന്നാം പട്ടികയിൽപ്പെടുത്തിയ അതിലോലമായ ആവാസവ്യവസ്ഥകളിൽ നിന്നും കാട്ടുമൊടന്തയും മലങ്കുറത്തിയും പഞ്ചുരുളിയും കുടിയിറങ്ങി. Ecological refugee എന്നത് തെയ്യത്തിന്റെ കുടി പേരായി.

ഗവേഷണപ്രബന്ധങ്ങളിൽ മാത്രം പൂത്തുലഞ്ഞ തിണൈകൾ ഓർമ്മ മാത്രമായി. അറുത്തെടുത്ത ചോരയിറ്റുന്ന കുറുഞ്ചിയുടെ ശരീരവുമായി ചകടാസുരന്മാരായ ടിപ്പർ ലോറികൾ പാലൈയും മുല്ലൈയും മരുതവും പിന്നിട്ട് നെയ്തലിലുമെത്തി. തിണനിലങ്ങൾ നികത്തിയുയർത്തി മണ്ണിന്റെ വൈവിദ്ധ്യങ്ങളെ ഏകീകരിച്ചു. രമ്യഹർമ്മ്യങ്ങൾ, ആതുരാലയങ്ങൾ, പഞ്ച നക്ഷത്രഹോട്ടലുകൾ ഇവയ്ക്കകത്ത് ശ്വാസം മുട്ടുന്ന പ്രകൃതിയുടെ ജീവിതമുണ്ടെന്ന് നാം മറന്നു. മണ്ണും വെള്ളവും പുഴയും മനുഷ്യന്റെ അടങ്ങാത്ത ആസക്തിക്ക് ഇരയായിക്കൊണ്ടിരുന്നു.

കേരളഭൂമിയാകെ നോക്കിക്കൊണ്ടിരിക്കെ മാറിമറിഞ്ഞു. അപ്പോഴും കൈയിലെ കത്തിച്ച തിരിയുമായി അന്തിത്തിരിയൻ കാവിന്റെ ഇരുൾ നിടിലത്തിൽ മഞ്ഞൾക്കുറിച്ചാർത്ത് തൊടുവിച്ചു. മനുഷ്യന്റെ ആസക്തികൾ ബാക്കിയാക്കിയ പൂവത്തിലും പുകിലിലിലും പൂവാകയിലും തെയ്യമിരിക്കുന്ന ഇത്തിരിപ്പച്ചയ്ക്ക് കാവലിരുന്നു. മതത്തിന്റെ പരലോകസങ്കല്പമെന്ന ഭാവന വിശ്വാസത്തിലല്ല മരമെന്ന, മലയെന്ന, പുഴയെന്ന, ശാസ്ത്രസത്യത്തിലാണ് ദൈവമിരിക്കുന്നതെന്ന അറിവ് പകർന്നുകൊണ്ട് സുവോളജിസ്റ്റുകൾക്കും ബോട്ടണിസ്റ്റുകൾക്കും ഗൈഡാകാൻ വേണ്ടുന്ന പാകത മണ്ണാഴത്തിൽ വേരുകളാഴ്ത്തിയ അടിയുറച്ച ബയോഫീലിക്കിനുണ്ട്. കാവിലേക്ക് വിരൽ ചൂണ്ടരുത്. കാവിൽ ഇരുമ്പ് കൊണ്ടുപോകരുത്. കാവ് തീണ്ടിയാൽ കുളം വറ്റും. ഒറ്റമരം കാവല്ല. അറിവിന്റെ സൂക്തങ്ങളെന്നാൽ അതിജീവന മന്ത്രങ്ങൾ കുടിയാണ്. ജലമാളികയായ കുറുഞ്ചിത്തിണ തകർന്ന് അണതുറന്ന് പ്രളയജലമൊഴുകിയപ്പോഴും അന്തി നക്ഷത്രത്തെ ചങ്ങലാട്ടയിൽ തെളിയിച്ച് അന്തിത്തിരിയൻ വിളക്ക് വെച്ചു. മരമില്ലാത്ത കാവിൽ കാടിനെ സങ്കല്പിച്ചു.

വിത്തും കുരിയയും അട്ടത്തായവരോട് ....

പ്രളയാനന്തരം തെയ്യത്തിന്റെ മൊഴികൾ

അടിച്ച കാറ്റിനും മുറിഞ്ഞവെയ്‌ലിനും ചോർന്ന മഞ്ഞിനും പെയ്ത പെരുമഴയ്ക്കും മേലെ മഹാവ്യാധി വന്നകപ്പെടുമ്പോൾ കള്ളനും കാലിക്കുമിട്ടു കൊടുക്കാതെ പുഞ്ചഭൂമിയിൽ വെച്ച് കുടിക്കണ്ട് രക്ഷ ചെയ്യുന്ന തെയ്യം പ്രളയാനന്തരം സംസാരിക്കുന്നത് കേൾക്കൂ. അർക്കൻ ഭൂമിയോടടുത്ത് സർവ്വ ചരാചരങ്ങളും നശിക്കുന്ന കാലത്ത്, പ്രളയം പെരുകി പ്രകൃതി പിഴയ്ക്കുന്ന കാലത്ത് മാതൃഹത്യ, പിതൃഹത്യ, ലഘുത്വം ഗുരുത്വം എല്ലാം നശിക്കുന്ന വർത്തമാനത്തിൽ പ്രകൃതി ജീവനത്തിന്റെ ജൈവ സ്നേഹത്തിന്റെ ജൈവവൈവിദ്ധ്യത്തിന്റെ അതിജീവനോർജ്ജ

മായി കാവകങ്ങളിൽ കടപുഴകാതെ ഞാൻ ശേഷിക്കുന്നുണ്ട്. തെയ്യം പറയുന്നത് കൂടി കേൾക്കുക. ഏകർന്ന മലപോലെ, പരന്ന ആകാശം പോലെ, പടർന്ന വള്ളി പോലെ, ഭൂമി കുഴിഞ്ഞോടം സമുദ്രമെന്നോര വസ്ഥ പോലെ പൈതങ്ങളേയും കന്നുകുട്ടി കിടാങ്ങളെയും പുല്ലും നെല്ലും ഭണ്ഡാര കാര്യങ്ങളെയും കാത്തുരക്ഷിക്കുന്ന തെയ്യങ്ങളുടെ തിണ കേവലമൊരു മണ്ണടരല്ല, പ്രകൃതിയുടെ നിലനില്പിനാധാരംതന്നെ തിണ കളുടെ വൈവിദ്ധ്യമാണ്. 1490 കിലോമീറ്റർ വിസ്തൃതിയിൽ ഗുജറാത്തിലെ തപ്തി നദിമുതൽ കന്യകുമാരിവരെ നീണ്ടുനില്ക്കുന്ന പശ്ചിമഘട്ടം നമ്മുടെ പാരിസ്ഥിതിക സാംസ്കാരിക ചരിത്രത്തിന് നെടു നായകത്വം വഹിക്കുന്ന പെരും തിണയാണ്, അതി സമ്പന്നമായ ഹിമാലയപർവ്വത ത്തേക്കാൾ മുമ്പ് ഭൂമിയിൽ സംഭവിച്ചിട്ടുള്ളതാണ് പാമ്പുകളുടെ ഇഷ്ട തോഴനായ സഹ്യാദ്രി. ജൈവ വൈവിദ്ധ്യങ്ങൾക്ക് ഭീഷണി നേരിടുന്ന ലോകത്തിലെ എട്ട് പ്രദേശങ്ങളിൽ ഒന്നാണ് കുറുഞ്ചി മലനിരകൾ. അ റേബ്യൻ സമുദ്രത്തിലെ കാറ്റിന് മുകളിൽ അടയിരുന്ന് മഴയായി വിരി യിച്ച് പെയ്യിക്കുന്ന അമ്മമല, മൊടന്തേമത്തെയ്യം ഇളവെയിൽ കൊള്ളാ നിറങ്ങുന്ന നിത്യ ഹരിതോഷ്ണമേഖല വനങ്ങൾ, മലങ്കുറത്തിയുടെ ചോലമരക്കാടുകൾ. ഐവർ പുലിദൈവങ്ങളുറങ്ങുന്ന നരി മാളങ്ങളുടെ ചെങ്കൽ പീഠഭൂമികൾ, ഉടുവസ്ത്രമില്ലാതെ ചൈമർഭൂതം നീരാട്ടിനിറങ്ങുന്ന നീർച്ചോലകൾ, വരണ്ട മഴക്കാടുകൾ. ലോകത്തിലെതന്നെ അത്യപൂർവ്വ മായ സസ്യജന്തു ജാലങ്ങളുടെ ജീവാഭയ വ്യവസ്ഥയുടെ ആകെ പേരാണ് പശ്ചിമഘട്ടമെന്ന കുറുഞ്ചിത്തിണ.

കുറുഞ്ചിയിൽ നിന്നിറങ്ങി മറ്റ് ഭൂഖണ്ഡങ്ങളിലേക്ക് തെയ്യവും സംസ് കാരവും സങ്കലനം ചെയ്യപ്പെട്ടപ്പോൾ മണ്ണിന്റേയും വെള്ളത്തിന്റേയും സ്വാഭാവിക പ്രകൃതിയെപ്പറ്റിയും അതിനെ ഉപജീവിച്ച് രൂപപ്പെടുത്തേണ്ട ജീവിതക്രമത്തെപ്പറ്റിയും തെയ്യം ഉടനീളം നടന്നു പറയുന്നുണ്ട്. അത് പറയാൻ വേണ്ടി തെയ്യം എടുക്കുന്ന കാലം തുലാമേഘങ്ങളിൽനിന്നും ഇടവപ്പാതിയിലെ മേഘങ്ങളിലേക്കുള്ള മഴയുടെ അയന കാലമാണ്. പശ്ചി മഘട്ട മലനിരകളിലെ അന്തിത്തിരിയനായ മാധവ് ഗാഡ്ഗിൽ തിണകളുടെ ദുഃഖം പങ്കുവെക്കുന്നതിന് മുമ്പേ തെയ്യം ആ താക്കീത് നല്കിയിരുന്നു, 12 നദികളൊഴുകുന്ന തുളുനാടും 5 നദികളൊഴുകുന്ന കോലത്തുനാടും ഉൾപ്പെടുന്ന അതീവ പാരിസ്ഥിതികപ്രാധാന്യമുള്ള ജൈവഭൂമിയാണ് തെയ്യം ആരൂഢമായി സ്വീകരിച്ചിട്ടുള്ളത്. കേരളത്തിൽ നിലനില്ക്കുന്ന എല്ലാ സംസ്കാരങ്ങൾക്കും പ്രാകൃതിക പ്രതിഭാസങ്ങൾക്കും ഈ പ്രതി രോധ ഭൂമി ഒരു പരിധി വരെ ശക്തമായ ബദൽ തന്നെയായിരുന്നു. ഇന്ന് മറ്റെവിടേയും നിലനില്ക്കാത്ത പ്രകൃതി വിചാരവ്യവസ്ഥയും പൂർണ്ണ മായും പ്രകൃതി വിചാരത്തിലധിഷ്ഠിതമായ ദൈവവിചാരാവസ്ഥയും ഇവിടെ നിലനില്ക്കുന്നുണ്ട്, തന്ത്രിയുടെ വടിച്ചട്ടത്തെ പേടിച്ചനുസരി ക്കുന്ന നാട്ടാനയാണ് മഹാക്ഷേത്രങ്ങളിലെ വിഗ്രഹങ്ങളിൽ ബന്ധിച്ച ദൈവമെങ്കിൽ, അടിച്ച കാറ്റും മുറിഞ്ഞവെയിലും തോർന്ന മഞ്ഞും

പെയ്ത പെരുമഴയും കൊള്ളുന്ന തുറന്ന ഭൂമി അങ്ങനെത്തന്നെ വിഗ്രഹമാകുന്ന തെയ്യം കാട്ടിലും മലയിലും മദിക്കുന്ന കാട്ടാനയാണ്. വിഗ്രഹങ്ങളിലെ അനങ്ങാനാകാത്ത അസ്വാതന്ത്ര്യം തെയ്യത്തിനില്ല, സദാ സഞ്ചാരപ്രിയരാണ്. ഒരിടത്തിരിക്കാതെയുള്ള ദേശാന്തര ഗമനം.

പ്രകൃതിയെ അറിയാത്തവർക്ക് അതറിയാനുള്ള അവസരമായിരുന്നു പ്രളയം. മഹാപ്രളയത്തിന് ശേഷവും തുലാമേഘം കറുത്തപ്പോൾ വിത്ത് നിറച്ച കുരിയയുമായി ചെമ്മടൻ അമ്പുവേട്ടനും വലിയവളപ്പിൽ ചാമുണ്ടിയും ചളി ചവിട്ടിക്കുഴച്ച വരമ്പിലൂടെ വേഗത്തിൽ നടന്നു. ഉർവ്വരതയുടെ സ്രവമൊഴുകിയ കണ്ടത്തിൽ വിത്തെറിഞ്ഞു, ചാലക്കുടിയും ചെങ്ങന്നൂരും പെയ്ത മഴ വലിയവളപ്പിൽ ചാമുണ്ടിയമ്മയെന്ന പെലപ്പെണ്ണിന്റെ കണ്ടത്തിലും പെയ്തിരുന്നു. പക്ഷേ, അവിടെ മഴ മാത്രമേ പെയ്തുള്ളു, പ്രളയം പെയ്തില്ല. പതിനേഴ് പുഴകളൊഴുകീട്ടും പ്രളയമഴ തുളുനാട്ടിൽ മാത്രം എത്തിയില്ല. വലിയവളപ്പിൽ ചാമുണ്ടിയമ്മയെപോലെ നൂറുകണക്കിന് അമ്മമാർ കാത്തുരക്ഷിക്കുന്ന പച്ചത്തുരുത്തുകൾ എല്ലാ കൈയേറ്റങ്ങളേയും അതിജീവിച്ച് ഇപ്പോഴും ഇവിടെ നിലനില്ക്കുന്നുണ്ട്, വെയിലുകൊണ്ട് വിത്തെറിഞ്ഞ് കറുത്ത് കരുവാളിച്ച ചെമ്മടൻ അമ്പുവേട്ടനെന്ന പുലയമൂപ്പൻ പുലവഴക്കങ്ങളോർത്തെടുത്തു. കല്ലും കാവേരിയും പുല്ലും ഭൂമിയും മുളയ്ക്കുന്ന കാലം, കരിയടക്കനും ചോന്നടക്കനും മുണ്ടോനും കയമയും കരിവേടനും പൂത്ത് പുളയ്ക്കുന്ന കാലം. ഈ നില്ക്കുന്ന പൂവം മരം സാക്ഷിയായി ഞങ്ങൾ തമ്പുരാൻ പാടത്ത് വിത്തെറിഞ്ഞു. തമ്പുരാൻ കാലത്തിന് മുമ്പ് ഭൂമിക്ക് വേലിയുണ്ടായിരുന്നില്ല. മണ്ണ് തന്നെ സ്വയം വേലിയായി. പൂവം മരത്തിൽ കാർന്നോന്മാർക്ക് വെച്ച് വിളമ്പി കണ്ടത്തി

ലിറങ്ങി, ഞങ്ങളുടെ ഭൂമിക്ക് ഞങ്ങളുടെ അദ്ധ്വാനത്തിന് കാവലായി വടക്ക് മംഗലാപുരത്തുനിന്നും ചാമുണ്ടിയമ്മ വന്നു, ചീയേൻവെള്ളച്ചി പരിപാലിക്കുന്ന പൂവം മരം കണ്ടു, ആരുമില്ലാത്ത പുലയജീവിതത്തിന് കാവലാളായി അടിമ ജീവിതത്തിന് സാന്ത്വനമായി പൂവം മരത്തിൽ തെയ്യമായി. വെള്ളച്ചി വെച്ച് വിളമ്പിയ അവിലിലും മലരിലും മധുവിലും മാംസത്തിലും മനം തെളിഞ്ഞു, വിത്തും വീതും പപ്പും പപ്പെറച്ചിയും കൈക്കൊണ്ട് സംപ്രീതയായി, വലിയവളപ്പിൽ ചാമുണ്ടിയമ്മ ഉള്ളിടത്തോളം ഈ മലയും ഈ നീർത്തടവും തോടുംം പാടവും ഇവിടെയുണ്ടാകും, ചെമ്മടൻ അമ്പു കരിങ്കല്ലുപോലെ ഉറച്ച ധാർഷ്ട്യത്തോടൈ പറഞ്ഞു, നെഞ്ചോളം ഉയരത്തിൽ ചളിയിൽ കതിർ വിരിഞ്ഞു കനത്ത കരിയടക്കന്റെ കരുത്ത് പക്ഷേ, ചളി കാണുമ്പോൾ അറയ്ക്കുന്ന പുതുകാലത്തെ ഉമയ്ക്കും ജയയ്ക്കുമില്ലെന്ന് അമ്പുവേട്ടൻ പരിതപിച്ചു.

കണ്ടങ്കാളി പെട്രോളിയം സംഭരണിയും കീഴാറ്റൂർ നെല്വയലും വർത്തമാനത്തിലെ ദുരന്തക്കാഴ്ചകളാകുമ്പോൾ ചാമുണ്ടിയമ്മയുടെ തിമിരിക്കണ്ടം ഇനിയെത്ര നാൾ നിലനില്ക്കും. തെയ്യം ക്രൂയിസ് പ്രോജക്ടും തെയ്യം മ്യൂസിയവും ഇക്കോ കൾച്ചറൽ ടൂറിസവും കണ്ണൂരിലേക്ക് വിമാനമിറങ്ങി വരുമ്പോൾ തെയ്യത്തിനിരിക്കാൻ ഒരു പൂവം മരമെങ്കിലും ശേഷിക്കുമോ. ചാമുണ്ടിയമ്മ വിത്തെറിയുമ്പോൾ തലയ്ക്ക് മുകളിൽ വട്ടമിട്ട് പറക്കുന്ന ടൂറിസത്തിന്റെ ഹെലിക്യാം ഏത് ബോംബെറിയാനുള്ള ലക്ഷ്യസ്ഥാനമാണ് നിരീക്ഷിക്കുന്നത്. ഇനി ഇത്തിരിപ്പച്ചപ്പാണ് ശേഷിക്കുന്നത്. അനുഷ്ഠാനത്തിന്റെ ശക്തി കൊണ്ട് മാത്രം സർക്കാർ സംവിധാനങ്ങളുടെ കരുത്തിൽ കമ്മാടം കാവിലെയും തവിടിശ്ശേരിക്കാവിലെയും തെയ്യോട്ട് കാവിലെയും നീലിയാർ കോട്ടത്തേയും മരങ്ങൾ കടപുഴകാതെ നില്ക്കുമ്പോഴാണ് തെയ്യം ടൂറിസവും ക്രൂയിസ് പ്രോജക്ടുമായി പുതിയ പുതിയ അലോസരങ്ങൾ ഉണ്ടാകുന്നത്. നാട്ടുന്മകളുടെ വിത്തും കുരിയയും അട്ടത്തിലായവരോട് എന്ത് പറയാൻ,

തുളുനാടിന് കേരളത്തിലെ ഇതര സ്ഥലങ്ങളെ അപേക്ഷിച്ച് ഒരു തനിമയൊക്കെ നിലനില്ക്കുന്നുണ്ട്. ഇവിടെ ഏറ്റവും കൂടുതൽ പുഴകളും പവിത്ര വനങ്ങളുമുണ്ട്. ഏറ്റവും കൂടുതൽ ഭാഷയുണ്ട്. ഇവിടത്തെ ഭാഷാവൈവിദ്ധ്യത്തെക്കുറിച്ചുള്ള കൃത്യമായ പഠനങ്ങൾ ഇനിയും നടന്നിട്ടില്ല, തുളുവിന്റെ തന്നെ ഇനിയും പുറം ലോകം അറിയാത്ത വകഭേദങ്ങൾ ചില പ്രത്യേക ഗോത്രങ്ങൾക്കിടയിലുണ്ട്. കാസർഗോഡൻ സുരങ്കയും ആമകൾ നിറഞ്ഞ പള്ളങ്ങളും കാനങ്ങളും പാറപ്പുറത്തെ തടാകങ്ങളും മാവിലരുടേയും മലവേട്ടുവരുടേയും പതികളും മംഗലം കളിയും പ്രാചീനർ ബാക്കിനിർത്തിയ മണ്ണറിവിന്റെ പാരിസ്ഥിതികജ്ഞാനത്തിന്റെ തിരുശേഷിപ്പുകളാണ്. ഇവിടെ വികസനമില്ലെന്നത് ശരിയാണ്, ഡാമുകളില്ല, ഫ്ളാറ്റുകളില്ല, വിമാനത്താവളമില്ല. സൂപ്പർസ്പെഷ്യാലിറ്റി ഹോസ്പിറ്റലില്ല, ലുലുമാളില്ല, രാസ മാലിന്യങ്ങൾ പുഴയിലേക്ക് തള്ളുന്ന വ്യവസായശാലകളില്ല. പി കുഞ്ഞിരാമൻനായരുടെ കളിയച്ഛനില്ല. നല്ലയൊരു

റെയിൽവെ സ്റ്റേഷൻ പോലും ഈ ജില്ലയിലില്ല. പകരം മറ്റിടങ്ങളെ അപേക്ഷിച്ച് കുളിർത്ത കാറ്റും വെളിച്ചവുമുണ്ട്, അതിമനോഹരമായ കായൽത്തീരങ്ങളും കടലോരവുമുണ്ട്, പച്ചയിലാറാടുന്ന താഴ്വാരങ്ങളുണ്ട്, ആലും അരയാലും നിറഞ്ഞ നൂറുകണക്കിന് ഗ്രാമക്കാഴ്ചകളുണ്ട്, കാഞ്ഞിരമുണ്ട്, കാലിച്ചാൻതെയ്യമുണ്ട്.

പശ്ചിമഘട്ടമെന്ന പെരുംതിണയുടെ നിലനില്പിനുവേണ്ടി ഗാഡ്ഗിലിന്റെ നേതൃത്വത്തിൽ തയ്യാറാക്കിയ പഠന റിപ്പോർട്ട് തെയ്യത്തിനും ബാധകമാണ്. യാതൊരു വിധത്തിലുമുള്ള നിർമ്മാണപ്രവർത്തനങ്ങളും അനുവദിച്ചിട്ടില്ലാത്ത സോൺ ഒന്നിൽ തെയ്യങ്ങളും അധിവസിക്കുന്നുണ്ട്. സെൻസിറ്റീവ് ഏരിയ രണ്ടിലെ ഇടനാടൻ ചെങ്കൽക്കുന്നുകളിലും പീഠഭൂമികളിലുമാണ് കൂടുതൽ പവിത്ര വനങ്ങൾ നിലനില്ക്കുന്നത്. നരിത്തെയ്യങ്ങളുടെ മടകളാണ് ചെങ്കൽ മടകളായി മാറുന്നത്.

പെരിയയിലെ കുട്ടിയെ കാണാതായപ്പോൾ ഗോത്ര നിവാസികൾ ചൈമർ ഭൂതത്തിനൊരുറപ്പ് കൊടുത്തിരുന്നു. കാലം മാറിയപ്പോൾ മനുഷ്യർ അതിലേറെ മാറിപ്പോയി. അതിലും കൂടുതലായി യാതൊരു തത്ത്വദീക്ഷയുമില്ലാതെ പ്രകൃതിയെ പുതുക്കിപ്പണിതു. വയലുകളിലും നീർത്തടങ്ങളിലും ചെങ്കൽക്കുന്നുകളിലും കരിമ്പാറക്കെട്ടുകളിലും ആർത്തിപൂണ്ട മനുഷ്യൻ അവന്റെ മാത്രം നിയമം നടപ്പാക്കി. മനുഷ്യർക്കും മാറിക്കൊണ്ടിരിക്കുന്ന പ്രകൃതിക്കുമൊപ്പം ചൈമറിന് മാറാനാകില്ല. നനവിന്റെ നിനവിന്റെ ജീവിതത്താരകളിലൂടെ കടന്നു പോയ നീർക്കോലികൾക്കും മഞ്ഞത്തവളകൾക്കും മുകളിലൂടെ നമ്മൾ വീട്ടിനകത്തേക്ക് അതിവേഗത്തിൽ വാഹനമോടിച്ചു. ഹിംസാസക്തിയോടെ വാഹനങ്ങൾ പാഞ്ഞുകൊണ്ടിരിക്കുന്ന, മഴ നനയുന്ന റോഡ് ഇപ്പോൾ സുവോളജി ലാബായിരിക്കുന്നു. റോഡിൽ സ്റ്റാമ്പ് പതിച്ചപോലെ കാണുന്ന തവളയുടെ ഭൂപടം എന്താണെന്ന് മനസ്സിലായോ. അത് ചൈമറുടെ സ്പെസിമനാണ്. അനന്തകാലത്തിനുമപ്പുറമുള്ള ജീവന്റെ സ്മൃതി. ജന്തു ശാസ്ത്ര പഠിതാക്കൾക്കാണി റോഡിൽ മനുഷ്യനൊരുക്കിയ ആദിമജ്ഞാന സംസ്കൃതിയുടെ കുരുതിച്ചിത്രം. പ്രകൃതിയെ മറന്ന്, ചൈമറെ മറന്ന് നിങ്ങൾ അർമ്മാദിച്ചോളൂ. നെൽവയൽ നികത്തിയുർത്തിയ ശീതീകരിച്ച രമ്യഹർമ്മ്യങ്ങളിൽ ജീവിതം ആസ്വദിച്ചോളൂ. തീൻമേശകൾ മീനിന്റെയും ആമയുടേയും തവളയുടേയും ഞണ്ടിന്റേയും ഇറച്ചി വിഭവങ്ങൾകൊണ്ട് നിറച്ചോളൂ. പെട്ടെന്ന് ഭക്ഷണം കഴിച്ചുകൊണ്ടിരിക്കുന്ന നിങ്ങളുടെ കുട്ടിയെ നിങ്ങൾ നോക്കിക്കൊണ്ടിരിക്കെ തന്നെ കാണാതാകും. നിങ്ങളിരിക്കുന്ന മാർബിൾക്കൊട്ടാരത്തിനുള്ളിലേക്ക് പ്രളയ ജലം ഇരമ്പിയെത്തും. ചൈമറുടെ മായയിൽ, മറയിൽ, നിങ്ങളുടെ കുട്ടി ഇല്ലാതാകും. ഉറപ്പ്.

മുന്നൂറ്റിയൊന്നാമത്തെ രാമായണം

തെയ്യത്തിൽ രാമനില്ല. രാമൻ ചതിച്ചുകൊന്ന ബാലിയാണ് തെയ്യത്തിലെ ദൈവം. ഗ്രാമ്യ ജീവിതത്തിന് താങ്ങും തണലുമായ ബാലിപ്പെരുമാൾ എന്ന ഉടഞ്ഞുപോയ ദൈവരൂപകം. ആര്യ സാമ്രാജ്യ സംസ്ഥാപനത്തിന്റെ ഏറ്റവും കരുത്തനായ ഇര. ശ്രീരാമദേവന്റെ ദയാരഹിതമായ രാജ്യ തന്ത്രങ്ങളുടെ, ചതിയുടെ, ക്രൂരതയുടെ, നിത്യ സ്മാരകമായി കളിയാട്ടക്കാവുകളിൽ ഉറഞ്ഞുരിയാടി ബാലിത്തെയ്യമുണ്ട്. സങ്കടങ്ങളിലും ദുരന്തങ്ങളിലുംപെട്ടുഴലുന്ന നാട്ടുജീവിതങ്ങൾക്ക് പാതിക്കരുത്ത് പകർന്ന് കാത്തു രക്ഷിച്ചോളുന്ന നെടുബാലിയൻ ദൈവം. പടർന്ന വള്ളി പോലെയും എകർന്ന മല പോലെയും ഭൂമി കുഴിഞ്ഞേടം സമുദ്രമെന്നൊരവസ്ഥപോലെയും പ്രത്യക്ഷ സാക്ഷ്യമായ തെറവും വർക്കത്തുമുള്ള തെയ്യപ്പെരുമ. കാച്ചിയാൽ കറുക്കുമെന്നോ തൂക്കിയാൽ കുറയുമെന്നോ രണ്ടവസ്ഥ വേണ്ടാത്ത ഈടുറ്റ ഉറപ്പുറ്റ വിശ്വാസം.

പാതിവഴിയിൽ വീഴ്ത്തപ്പെട്ട ബാലി ഉത്തര കേരളത്തിന്റെ ജീവത്തായ ദൈവികാനുഭവമായി, കീഴ്പ്പെടാത്ത അഭിമാനത്തിന്റെ കുലചിഹ്നമായി. ദൈനംദിന ജീവിതവ്യാപാരങ്ങളെ ഇത്ര മേൽ സ്വാധീനിക്കുന്ന സംസ്കാരം ലോകത്തിൽ വേറെവിടെയുമുണ്ടാകാനിടയില്ല. ആരാധനാലയങ്ങൾ സ്ഥാപിച്ച്, ഒരു ജനത ബാലിയെ കൺകണ്ട ദൈവമായി ആരാധിക്കുന്ന സംസ്കാരം വടക്കൻ കേരളത്തിന്റെ മാത്രം സവിശേഷതയാണ്. ആര്യബ്രാഹ്മണ യജ്ഞ ശിഷ്ടമായ ശ്രീരാമ ദേവന് വേണ്ടി ലോകത്താകമാനം ക്ഷേത്രങ്ങളുയർന്നപ്പോൾ ഒരൊറ്റക്കളിയാട്ടക്കാവിലും ശ്രീരാമനെന്ന പേരിലുള്ള തെയ്യത്തെ കെട്ടിയാടിക്കുന്നില്ല. ബാലിയെ മറനിന്ന് എയ്തു കൊന്ന ചതിയനായ രാമന് തെയ്യം ദൈവ പദവി നിഷേധിച്ചു. ലോകത്തിൽ ഗുണവാനും വീര്യവാനും ധർമ്മജ്ഞനും സത്യവാക്കോ

തുന്നവനും ദൃഢവ്രതനുമായ ഉത്തമ പുരുഷൻ ആരെന്ന് ഒരു മഹാ മുനിയും അധഃകൃതരായ പെരുവണ്ണാന്മാരോട് സംസ്കൃതത്തിൽ ചോദിച്ചില്ല. ചോദിക്കുകയുമില്ല. ആരും ചോദിച്ചില്ലെങ്കിലും ആര്യ രക്തത്തിന്റെ ചോരക്കലിയിൽ ഭൂമുഖത്ത് നിന്നില്ലാതായ എല്ലാ നിസ്വന്മാർക്കുംവേണ്ടി അവർ തെയ്യത്തെ നിർമ്മിച്ചു. കോന്വസ്മിൻ സാമ്പ്രതം ലേകേ എന്ന ചോദ്യത്തിനുത്തരം പറഞ്ഞ് ബാലിത്തെയ്യത്തെ കൊടിയടയാളമായി വാനിലുയർത്തി. സാമ്രാജ്യത്വത്തിന്റെ ഇരകൾക്ക് വേണ്ടി കെട്ടിച്ചുറ്റി ചൊല്ലി വരവിളിച്ചു. ഉറഞ്ഞ് പോർ വിളിച്ചു.

രാമനെന്ന ആഗോള ദൈവം ഇന്ത്യയിലാകമാനം പടർന്ന് പന്തലിച്ചപ്പോൾ, കലാവിഷ്കാരങ്ങളിൽ നായകനായി കിരീടം ചൂടിയപ്പോൾ തെയ്യം മാത്രം രാമന് അയിത്തം കല്പിച്ചു. ജഗദാനന്ദകാരകനും ലോകാനന്ദ കാരകനുമായ ശ്രീരാമ ദൈവത്തിനായി ഒറ്റവരി തോറ്റം പാട്ടു പോലും പെരുവണ്ണാന്മാർ എഴുതിയില്ല. തങ്ങളെ തീണ്ടാപ്പാടകലെ നിർത്തിയ, തങ്ങൾക്ക് ദുരിതവും കഷ്ടപ്പാടും മാത്രം സമ്മാനിച്ച ആര്യ ബ്രാഹ്മണ ദൈവ സങ്കല്പത്തിന് തെയ്യത്തട്ടകത്തിൽ പ്രവേശനം നിഷേധിച്ചു. പുലയനും വേലനും മാവിലനും മലയനും വണ്ണാനും ചോരക്കളത്തിൽ തങ്ങളുടെ ഗോത്ര ജീവിത വഴക്കങ്ങൾക്ക് ആട്ടപ്രകാരമുണ്ടാക്കി. ബാഹ്യ ശക്തികൾക്ക് കീഴപ്പെടുത്താനാവാത്ത അനുഷ്ഠാനങ്ങൾ കൊണ്ട് പ്രതിരോധക്കോട്ട കെട്ടി.

എന്തുകൊണ്ട് ബാലി

തോറ്റ് തോറ്റ് അപ്രത്യക്ഷരായ നിരാലംബരുടെ അശാന്തമായ അയനം തെയ്യത്തിലുടനീളം കാണാം. തെയ്യം എപ്പോഴും അങ്ങനെയാണ്. മനുഷ്യൻ നേരിടുന്ന തീവ്രമായ പ്രശ്നങ്ങളെ അത് അഭിസംബോധന ചെയ്തു കൊണ്ടേയിരിക്കും. ഇരകളുടെ നാക്കാണ് തെയ്യം. അതുകൊണ്ട് ബാലിയെ മാത്രമേ തെയ്യം പള്ളിചിത്രപീഠവും തണ്ണീരമൃതും നല്കി സ്വീകരിക്കു. എല്ലാവർക്കും ശാന്തിയും സമാധാനവും പ്രദാനം ചെയ്യുന്ന നിർഗ്ഗുണ നിരാകാര പരബ്രഹ്മമല്ല തെയ്യം. പുണ്യാഹം തളിച്ച് ശുദ്ധപ്പെടുത്തിയ ചന്ദന ഗന്ധിയുമല്ല. വിയർക്കുന്ന മണ്ണിന്റെയും ചുട്ട മീനിന്റെയും ചൂടും ചൂരുമുണ്ട് തെയ്യത്തിന്. വൈദിക ബ്രാഹ്മണ സംസ്കൃതിയുടെ ദൈവ സങ്കല്പത്തിൽ പരലോകത്തിന് പുറത്താണ് തെയ്യത്തിന്റെ വാഴ്ച. തെയ്യത്തിന് ഇഹം മാത്രമേയുള്ളൂ.. ചവുട്ടി നില്ക്കുന്ന ഇത്തിരി മണ്ണ്. ഇട്ടോരുപിടി വിത്തിനും നട്ടോരു നാട്ടു കനിക്കും നഞ്ചിനും നായാട്ടിനും നരിവിളിക്കും രക്ഷചെയ്യുന്ന നാട്ടു ദൈവതം. നാകവും നരകവുമില്ല. മരിച്ചാലും സ്വർഗ്ഗം നിഷേധിച്ച് മൺവീറിലുയിർക്കുന്ന മോഹത്തിന്റേയും പ്രതീക്ഷയുടേയും പേരാണ് തെയ്യം.

മണ്ണിൽ പണിയെടുക്കുന്ന തൊഴിൽ കുലങ്ങളെ മുന്നിൽനിന്ന് നയിക്കുന്ന കുലനായകൻ. ബാലിയെന്ന നാട്ടുദൈവത്തെ കണ്ടെടുത്ത തൊഴിൽ കുലങ്ങൾ പലതാണ്. നാങ്കു വർണ്ണമെന്നും ഐങ്കുടി കമ്മാള

രെന്നും തെയ്യം വിളിക്കുന്ന വിളികൾ വിഭജിച്ചാൽ കിട്ടുന്ന ഊർജ്ജ താണ്ഡവത്തിൽ പല പല രാജ കൊട്ടാരങ്ങളും സിംഹാസനങ്ങളും കത്തിച്ചാമ്പലാകും. വീറും വീര്യവുമുള്ളവർ നിലം പൊത്തിയപ്പോൾ ചെക്കിപ്പൂ തണ്ട കെട്ടിയ, മഞ്ഞൾക്കുറി പുരണ്ട തെയ്യത്തിന്റെ ബലിഷ്ഠ കരം പിടിച്ച് അവർ വീണ്ടും നാളെയുടെ ജീവിതസമരത്തിലേക്കുയിർത്തു. തെയ്യം എല്ലാ കാലത്തേക്കുമുള്ള ആവേശവും പ്രചോദനവുമാണ്. എല്ലാം നഷ്ടപ്പെട്ട് കഠിന ദുഃഖം അനുഭവിക്കുന്നവർക്ക്. അധികാരികളുടെ ചതി കളിലും കുടിപ്പകകളിലും ജീവിതം നിത്യദുരിതമാകുന്നവർക്ക്. പരാജ യപ്പെട്ട യുദ്ധമുന്നണിയിൽ പാതിവഴിയിൽ പൊലിഞ്ഞുപോയ രക്ത സാക്ഷികൾക്ക്. അധീശ ശക്തികളുടെ എല്ലാ വൃത്തികേടുകൾക്കും ഇര യാകേണ്ടി വരുന്ന കീഴാള ജീവിതങ്ങൾക്ക്.

ഹൈന്ദവ മതത്തിന്റെ പാരമ്പര്യസാങ്കേതിക സമ്പ്രദായങ്ങളെ കീഴ് മേൽ മറിക്കുന്ന ദൈവ വിചാര വ്യവസ്ഥയാണ് തെയ്യം. ജാതി മത ചിന്ത കൾക്കപ്പുറമുള്ള തെയ്യത്തിന്റെ സാംസ്കാരിക സ്വത്വം ചില പാഠങ്ങളെ ങ്കിലും ഈ ആസുര കാലത്തും നമ്മെ ഓർമ്മിപ്പിക്കുന്നുണ്ട്. കൃത്യമായ മതചിന്തയും മൂലധന താല്പര്യങ്ങളും കാവിനെ ക്ഷേത്രമാക്കി കാല് ക്കീഴിൽ അടക്കി ഭരിക്കുന്ന വർത്തമാനത്തിന്റെ ചുമരിൽത്തട്ടിയാണ് നെടു വാലിയൻ തെയ്യത്തിന്റെ, ആര്യ ദൈവത്തിനെതിരെയുള്ള പോർ വിളി മുഴങ്ങുന്നത്. ആഢ്യനായ ദാശരഥിയെ ദൈവമാക്കി പേരും പ്രശസ്തിയും നേടലാണ് ഏറ്റവും എളുപ്പവും ഗുണപ്രദവുമായ വഴി എന്നറിഞ്ഞിട്ടും പെരുവണ്ണാന്മാർ എന്തുകൊണ്ടായിരിക്കണം ബാലിയെ ദൈവക്കരുവാക്കി ബദൽ ദൈവമാക്കി വെള്ളാട്ടം കല്പിച്ച് തണ്ണീരമൃത് നല്കി സ്വന്തം ജീവി തത്തോടൊപ്പം ചേർത്ത് നിർത്തിയത്.

അമ്പേറ്റ് പിടഞ്ഞ കിളിയുടെ കണ്ണീരിൽനിന്നാണ് രാമായണ സാഗരം ഇരമ്പിയാർത്തത്. ഇണയുടെ ജീവന് വേണ്ടിയുള്ള പെൺ പക്ഷിയുടെ കരച്ചിലാണ് രാമായണ മഹാകാവ്യം. താരാപരാഗം പുരണ്ട ബാലിവക്ഷസ്സിൽ രാമ സായകം തറച്ചിറങ്ങിയപ്പോൾ ഒരു ബ്രാഹ്മണ ഋഷിയും മാ നിഷാദ എന്നു പറഞ്ഞില്ല. പക്ഷേ, ഇണയായ പെണ്ണിന്റെ കരച്ചിലിൽ ഇങ്ങ് പയ്യന്നൂരിലെ കുഞ്ഞി മംഗലത്തെ പെരുവണ്ണാന്മാരുടെ ഹൃത്തിൽ ദുഃഖത്തിന്റെ കടലിരമ്പി. കുഞ്ഞിമംഗലത്തെ കുറുവാട്ട് പെരുവണ്ണാന്മാർ രാമന്റെ മുഖത്തു നോക്കി മാ നിഷാദ എന്ന് പറഞ്ഞു. ബാലിയെപ്പോലെ തെറവും വീര്യവുമുള്ളവരെ മണ്ണിൽ നിലനിർത്തേണ്ടത് അവരുടെ ആവശ്യമായിരുന്നു. ചായില്യത്തോടൊപ്പം അതിജീവനത്തിന്റെ മൃതസഞ്ജീവനിയരച്ച് രാമൻ കൊന്നുകളഞ്ഞ ബാലിയുടെ മോത്ത് തേച്ചു. ഒരു രാഷ്ട്രത്തെ, ഒരു സംസ്കൃതിയെ തകർത്തു കളഞ്ഞ, ചോരയിൽ കുതിർന്ന ആര്യ ശസ്ത്രം ഊരിയെടുത്ത് തങ്ങളുടേത് മാത്രമായ *രാമായണ* ശാസ്ത്രമെഴുതി. കാവ്യമെഴുതി. അമ്പേറ്റ വനവീര്യത്തെ നായകനാക്കി. ജീവിതഗന്ധിയായ രാമായണകാണ്ഡം നട്ടു വളർത്തി.

ബാലിയെന്ന ഗോത്രദൈവം ജീവിതത്തിലേക്ക് നടന്ന് വന്ന വഴികൾ അത്ഭുതങ്ങളുടേയോ അതിശയങ്ങളുടേയോ അല്ല. അത്രമേൽ സാധാരണമാണ്. കരുത്തനായ ആഗോള ദൈവത്തെ പെരുവണ്ണാന്മാർ പടിക്ക് പുറത്താക്കി. രാമശരം നിശ്ശബ്ദമാക്കിയ ബാലിയുടെ പോർ വിളികൾ കാവുകളിലെയും കോട്ടകളിലെയും കല്ലിലും മരത്തിലും പ്രതിദ്ധ്വനിച്ചു. വാനര വനരാജനെ തെയ്യം ഗർഭം ധരിച്ചു. പെരുവണ്ണാന്മാർ മണ്ണുമ്മൽ പടിഞ്ഞാറ്റയിൽ തോറ്റം പാട്ടിന്റെ തൊട്ടിൽ കെട്ടി ബാലിയെ താരാട്ടി. തുംഗഭദ്രയുടെ ഓളങ്ങളെ വിറപ്പിച്ച ബാലി വണ്ണാത്തിപ്പുഴയോരത്ത് പിച്ച വെച്ചു. ഒറ്റിക്കൊടുക്കുന്ന ഒളിയമ്പുകൾക്ക് ചെന്നെത്താനാകാത്ത ഒളിയിടങ്ങളായ കാവുകളിലെ സാലവൃക്ഷങ്ങളിൽ ബാലി ഒളി വളർന്നു. മണ്ണ്മ്മൽ മേലാശാരിക്ക് വേണ്ടി പെരുവണ്ണാന്മാർ ബാലിത്തെയ്യമായി ഉറഞ്ഞാടി. സ്വന്തം നിസ്സഹായതയും രോഷവും കൊട്ടും പാട്ടുമാക്കി വരവിളിച്ചു. ഉറച്ചിൽത്തോറ്റമാടിയുറഞ്ഞു. തകർന്നു പോയ, തകർത്തു കളഞ്ഞ ജീവിതത്തിന്റെ തീവ്രതകളിൽ ഓലച്ചൂട്ടുകളിലെ തീയാളിപ്പടർന്നു..

പയ്യന്നൂരിനടുത്ത് എരമം മണ്ണുമ്മൽ ദേശത്തുനിന്നും ആശാരിപ്പണിക്ക് കർണ്ണാടകത്തിലെ വടുവക്കോട്ടയിൽ പോയ മണ്ണുമ്മൽ മേലാശാരിയുടെ മയക്കോൽ പിടിച്ചാണ് ഉത്തര മലബാറിന്റെ ജനമനസ്സുകളിലേക്ക് ബാലിപ്പെരുമാളെന്ന നാട്ടു പരദേവത നടന്നെത്തിയത്. ആശാരി, മൂശാരി, കൊല്ലൻ, തട്ടാൻ എന്ന നാങ്കു വർണ്ണത്തിൽ കാർന്നോന്മാരും കല്ലിൽ പണിയെടുക്കുന്ന കല്ലാശാരിയും ഉൾപ്പെടുന്ന ഐങ്കുടിക്കമ്മാളരും കിഷ്കിന്ധാനായകനെ കുലദൈവമായി, ഗോത്രനായകനായി പണിയാലയിൽ കുടിയിരുത്തി. ആര്യ സംസ്കൃതിയുടെ സംസ്കൃത ദൈവങ്ങളെ ഇരുമ്പിലും മരത്തിലും കഠിനാദ്ധ്വാനം ചെയ്ത ജനത നിരാകരിച്ചു. ചതി

യുടെ രാമായണത്തിൽ നെഞ്ച് പിളർന്ന ബാലി അവരുടെ ഗോത്ര ജീവിതാവിഷ്കാരത്തിന്റെ കൊടിയടയാളമായി. ഇരുമ്പ് പഴുപ്പിച്ചെടുക്കുന്ന ആലയിൽ ബാലി കൊല്ലന് പാതിക്കരുത്തായി. മൂശാരിയുടെ ഉരുകിത്തിളയ്ക്കുന്ന വെങ്കലമൂശയിൽ ബാലിയുടെ കായബലമുരുകി. ആശാരിയുടെ വീതുളിയിൽ ചോര ചിന്തുന്ന മൂർച്ചയായി. മരത്തിലും ലോഹത്തിലും കല്ലിലും ജീവിതത്തെ കൊത്തിയെടുക്കുമ്പോൾ പാതി വഴിയിൽ ഇടറി വീണ ദൈവം പാതിക്കരുത്ത് പകുത്ത് പണിയാളർക്ക് തുണയായി.

മണ്ണുമ്മൽ വിച്ചോർമ്മൻ

ഘോരാന്ധകാരം. മണ്ണുമ്മൽ വിശ്വകർമ്മൻ തനിച്ചായിരുന്നു. വടുവക്കോട്ടയിൽ ശില്പങ്ങൾ കൊത്തുന്നതിന് വിശേഷപ്പെട്ട മരങ്ങൾ തന്നെ വേണം. കിഷ്കിന്ധയുടെ നിബിഡ വനാന്തരങ്ങൾ മേലാശാരിയെ ഒട്ടും ഭയപ്പെടുത്തിയില്ല. സാലവൃക്ഷങ്ങൾ നെടും തൂണുകളായി ആകാശക്കൈകളുയർത്തി രാത്രിയെ താങ്ങി നിർത്തി. വീതുളിയുടെ വായ്ത്തലമൂർച്ചയിൽ രാത്രി തിളങ്ങി. വിശ്വകർമ്മൻ മുഴക്കോലുകൊണ്ട് കാന്താര ഹൃദയമളന്നു. സമസ്ത ലക്ഷണങ്ങളും തികഞ്ഞ ദാരുദേവനെ വന്ദിച്ചു. ദാരുലക്ഷണ വിധിപ്രകാരം എല്ലാം ശുഭകരം. വേരിറങ്ങിയ ഭാഗം ജലസമൃദ്ധം. ഉത്തമ ഭൂവിലാണ് വൃക്ഷശ്രേഷ്ഠന്റെ വാസം. ശരീരത്തിൽ ഇടിവെട്ടിയതിന്റെയോ ആന കുത്തിയതിന്റെയോ വടുക്കൾ ശേഷിക്കുന്നില്ല. വാട്ടം തട്ടാത്ത വിടപ കാന്തിയിൽ മണ്ണുമ്മലാശാരി മതിമറന്നു. വേരുകളുടെ സഞ്ചാരം നോക്കി ഭൂമിയുടെ അന്തർഭാഗത്തെ ജല സാമീപ്യമറിഞ്ഞു. പ്രായം പൂർത്തിയാക്കിയ ആൺമരം പ്രപഞ്ചത്തിലെ എല്ലാ ധർമ്മവും പൂർത്തീകരിച്ചിരിക്കുന്നു. വിച്ചോർമ്മൻ കാതൽ കടുത്ത വിശുദ്ധ ശരീരത്തോട് വൃക്ഷഭാഷയിൽ മൊഴിഞ്ഞു. പൂർവ്വികാചാര്യന്മാർ നിശ്ചയിച്ച വിധിപ്രകാരം ദാരുപരിഗ്രഹം നിർവ്വഹിച്ച് മരത്തോടൊപ്പം സഹവസിച്ചു.

മരത്തിന്റെ മനമറിഞ്ഞ മണ്ണുമ്മൽ മേലാശാരിയുടെ മുന്നിൽ മഹാവൃക്ഷങ്ങൾ തല താഴ്ത്തി. ദന്തദാവന മന്ത്രം, ജിഹ്വാശോധന മന്ത്രം ജപിച്ചു. സ്നാനവും ഉപസ്നാനവും സൂര്യ നമസ്കാരം ഒരു യോഗിവര്യനെപോലെ നിർവ്വഹിക്കുന്ന കർമ്മ വ്രതിയിൽ വൃക്ഷ പിതാമഹൻ കനിഞ്ഞു. മുഴക്കോലും വീതുളിയും കൈയിലെടുത്ത് ധ്യാനിച്ചു. പെട്ടെന്ന് വൻമരച്ചില്ലകൾ കാറ്റിലുലഞ്ഞു, ജീവിതത്തിലിന്നോളം അനുഭവിച്ചിട്ടില്ലാത്ത പൂക്കളുടെ ഗന്ധം മണ്ണുമ്മലാശാരിയെ പൊതിഞ്ഞു. ശാന്തനായി കണ്ണുതുറന്ന് മുകളിലേക്ക് നോക്കിയപ്പോൾ ആകാശം തൊട്ട വൻമരക്കൈകളിലിരിക്കുന്ന കിഷ്കിന്ധ രാജനെ മേലാശാരി കണ്ടു. ചോരയിൽ പ്രകാശിക്കുന്ന ഉരസ്സ് കണ്ടു. ഉപാസനയിലും അനുഷ്ഠാനത്തിലും കൃത്യനിഷ്ഠയിലും നീ എന്നെ ജയിച്ചിരിക്കുന്നു. നിത്യേന ഉദയാരംഭ കാലത്ത് നാലു കരയിലും സമുദ്ര സ്നാനം ചെയ്യുന്ന കണിശമായ ഉപാസനകളുടെ

കരുത്തിൽ ബാലി അഹങ്കരിച്ചിരുന്നു. അതാണ് കഠിനാദ്ധ്വാനിയായ ഒരു സാധാരണ ആശാരി ശമിപ്പിച്ചത്. ഇരുളിന്റെ മഹാ ശാഖിയിലിരുന്ന് പരമ ദരിദ്രനായ വിശ്വകർമ്മന്റെ കെട്ടും മട്ടും ഞൊറിയും കുറിയും അടക്കവും ആചാരവും ബാലി സസൂക്ഷ്മം നിരീക്ഷിക്കുകയായിരുന്നു. ഇങ്ങനെയൊരാളെ തേടലാണ് വടുവക്കോട്ടയിലെ തന്റെ നിയോഗമെന്ന സത്യം ബാലിയറിഞ്ഞു. ദൂരെ ദൂരെ തനിക്കറിയാത്ത ഒരു നാടും നാട്ടാരും കാടും കാട്ടാറും തന്നെ കാത്തിരിക്കുന്നു. മണ്ണുമ്മൽ വിശ്വ കർമ്മൻ പിടിച്ച സത്യത്തിന്റെ, കാരുണ്യത്തിന്റെ വെള്ളോല മെയ്ക്കുടയാധാരമായി കിഷ്കിന്ധയുടെ മുടി ചൂടിയ ചക്രവർത്തി ഉത്തര മലബാറിന്റെ നാട്ടു ജീവിത വഴക്കങ്ങളിലേക്ക് യാത്ര തിരിച്ചു. കണ്ണൂർ ജില്ലയിലെ പയ്യന്നൂരിനടുത്ത് എരമം മണ്ണുമ്മൽ പടിഞ്ഞാറ്റ മുമ്പേതുവായി ദൈവക്കോലമായി ശേഷിപ്പെട്ടു.

*രാമായണാരണ്യക*ത്തിലെ കിഷ്കിന്ധയുടെ വന്യ സൗന്ദര്യത്തിൽ നിന്നും ബാലി നേരെ ഇറങ്ങി വരുന്നത് പയ്യന്നൂരിന്റെ നാട്ടു പച്ചയിലെ നന്മയിലേക്കാണ്. എരമത്തെ ഗ്രാമവാസികൾ മുടിചൂടിയ മന്നനായ ബാലിക്ക് പൂമുടി കല്പിച്ച് തെയ്യമായി ആരാധിച്ചു. ബാലിയുടെ എരമത്തേക്കുള്ള എഴുന്നള്ളത്ത് സംബന്ധിച്ച് കൃത്യമായ പഠനമൊന്നും ഇതുവരെയും നടന്നിട്ടില്ല. കൊടകിൽ പണിക്ക് പോയ മേലാശാരി മണ്ണുമ്മൽ വിച്ചോർമ്മനൊപ്പം ബാലി വന്നുവെന്നാണ് നാട്ടിൽ പറഞ്ഞു കേൾക്കുന്ന കഥ. ചരിത്ര ഗവേഷകർ ലോകപ്രശസ്തമായ ഹമ്പിയാണ് കിഷ്കിന്ധയെന്നും സമീപപ്രദേശമായ അനഗന്ധിയിലാണ് ബാലിയുടെ കൊട്ടാരം നില നിന്നിരുന്നത് എന്നും സാക്ഷ്യപ്പെടുത്തുന്നു. നൂറ്റാണ്ടുകൾക്ക് മുമ്പ് തന്നെ വടക്കൻ കേരളത്തിൽനിന്നും ധാരാളം തൊഴിലാളികൾ കൊടകിലേക്കും തെക്കൻ കർണ്ണാടകത്തിലേക്കും യാത്ര ചെയ്യുകയും അവിടെ തൊഴിലെടുത്ത് ജീവിക്കുകയും ചെയ്തിരുന്നു. അങ്ങനെ ഹമ്പിയിലേക്ക് പണിക്ക് പോയ എരമം മണ്ണുമ്മലെ മേലാശാരിയുടെ കൂടെ ബാലി എഴുന്നള്ളി എന്നതാണ് ഈ നാട്ടു പുരാവൃത്തത്തിന് ലഭിക്കുന്ന ചരിത്രബലം. വിശ്വകർമ്മൻ ആശാരിമാർക്ക് നല്കുന്ന സ്ഥാനപ്പേരാണ്. കേരള വർമ്മൻ, ഉദയ വർമ്മൻ എന്നിങ്ങനെയുള്ള ആചാരപ്പേരുകളുമുണ്ട്. എന്തായാലും ലോകത്ത് മറ്റെവിടെയുമില്ലാത്ത ഒരു സവിശേഷത വടക്കൻ കേരളത്തിൽ മാത്രം നിലനില്ക്കുന്നു. തളിപ്പറമ്പ് തലോറയിലെ മുത്തു കൃഷ്ണൻ ആചാരിയുടെ അഭിപ്രായത്തിൽ അനാദികാലം മുതലേ ആശാരിമാരുടെ ജീവിതത്തിന് മഹാബലവനായ ബാലിയുമായി ബന്ധമുണ്ട് എന്നതാണ്. മണ്ണുമ്മൽ അച്ചപ്പൻ ബാലിയെ എരമത്ത് കൊണ്ടുവന്ന കഥയും ചരിത്രവും മുത്തുകൃഷ്ണൻ ആചാരിക്ക് ഹൃദിസ്ഥമാണ്.

കിഷ്കിന്ധയിലെ രാജകീയമായ ജീവിതമായിരുന്നില്ല ബാലിയുടെ പയ്യന്നൂരിലെ ജീവിതം. ചക്രവർത്തി കിരീടത്തിന് പകരം പൂമുടി കിരീടം ചൂടി തെയ്യത്തിന്റെ തീക്ഷ്ണമായ വഴികളിലൂടെ സഞ്ചരിച്ചു. എരമം മണ്ണ്മ്മൽ പടിഞ്ഞാറ്റയെന്ന ചരിത്ര സ്ഥലിയിലെ ബാലിയെ കാണാൻ നാനാ ദിക്കുകളിൽനിന്നും സാധാരണയിൽ സാധാരണക്കാരായ നാട്ടു

മനുഷ്യരെത്തി. തങ്ങളെപ്പോലെത്തന്നെ ചതിക്കപ്പെട്ട മറ്റൊരു മനുഷ്യനെ ദൈവമായി കാണാൻ. തെയ്യമെന്ന പ്രതിരൂപത്തിൽ ദുഃഖങ്ങളും ദുരിതങ്ങളും ഇറക്കിവെക്കാൻ. അമ്പേറ്റവനേ മുറിവേറ്റവരുടെ സങ്കടങ്ങൾ പകുത്ത് കെട്ടാൻ പറ്റൂ.

ബാലിയുടെ മുടി കിരീടമാണ്. മറ്റ് തെയ്യങ്ങളുടെ മുടിക്ക് കിരീടം എന്നു പറയില്ല. പക്ഷേ, മണ്ണുമ്മൽ ബാലിക്ക് കിരീടമില്ല. പകരം പൂമുടിയാണ്. എരമം മണ്ണുമ്മൽ പടിഞ്ഞാറ്റയിലെ ഇപ്പോഴത്തെ അന്തിത്തിരിയനായ മണ്ണുമ്മൽ തമ്പാൻ വിശ്വകർമ്മന്റെ പരിക്ഷീണമായ ഓർമ്മകളിൽ ബാലി തിടം വെച്ച് വളർന്നു. നൂറ്റാണ്ടുകൾക്കുമുമ്പ് മണ്ണുമ്മൽ കാർന്നോർ കൂട്ടിക്കൊണ്ടുവന്ന ബാലിപ്പെരുമാളെ അന്തിത്തിരി തെളിയിച്ചുപാസിക്കുകയാണ് തമ്പാൻ വിശ്വകർമ്മൻ. മൂവാണ്ട് മുപ്പത്താറ് മാസം കൂടുമ്പോൾ മകരം 18, 19, 20 തീയതികളിൽ ബാലിപ്പെരുമാൾ പൂമുടി കിരീടം ചൂടി തന്റെ ജനങ്ങളെ കാണാനെത്തുന്നു. തമ്പാൻ വിച്ചോർമ്മൻ പറയുന്നത് ഇവിടെ ബാലിക്ക് മറ്റെല്ലായിടത്തുമുള്ളതുപോലെ കിരീടം തന്നെയായിരുന്നു എന്നാണ്. പക്ഷേ, എരമം ദേശത്തിനധിപനായ മുതുകാട്ട് ശാസ്താവ് ബാലിക്കിരീടം തെറിപ്പിച്ചു കളഞ്ഞു. വർഗ്ഗാധിപത്യത്തിന്റെ ശക്തമായ സാക്ഷ്യം തന്നെയാണ് ഈ നാട്ടു കഥയുടേയും അന്തഃസത്ത. മുതുകാട്ട് ശാസ്താവിന്റേത് പ്രബലമായ സവർണ്ണ ക്ഷേത്രമാണ്. അങ്ങനെയൊരു പ്രബല ദൈവമിരിക്കുമ്പോൾ കിരീടം ചൂടിയ മറ്റൊരുവൻ, അതും ഒരു കീഴാള ദൈവശാസനം നില നില്ക്കേണ്ടതില്ല. ഇത് *രാമായണ*ത്തിന്റെ നീതിയാണ്. ബാലിയുടെ ജീവിതത്തിൽ രാമന്റെ തീർപ്പാണ്. അതേ രാമനീതി തന്നെയാണ് പട്ടിണിപ്പാവങ്ങൾ ചൂടിക്കൊടുത്ത കിരീടമെടുത്ത് കളഞ്ഞ് പകരം പൂമുടി അടിച്ചേല്പിക്കുന്നതിലൂടെ സ്ഥാപിക്കുന്നത്. *രാമായണ*ത്തിന്റെ ലോകനീതികൾ പലതാണല്ലോ.

ദൈവക്കരുവായ ബാലി

*രാമായണ*ത്തിൽനിന്നും *മഹാഭാരത*ത്തിൽനിന്നും ഇതര പുരാണങ്ങളിൽനിന്നും ധാരാളം ദൈവങ്ങൾ മനുഷ്യ ജീവിതം തേടി വന്നിട്ടുണ്ട്. പക്ഷേ, അവരാരും തെയ്യത്തിന്റെ കാണിമുണ്ട് ചുറ്റി തലപ്പാളി കെട്ടി ചോപ്പണിഞ്ഞില്ല. തലശ്ശേരി അണ്ടല്ലൂർക്കാവിലാണ് പ്രശസ്തമായ രാമായണത്തെയ്യങ്ങൾ എന്ന പേരിൽ തെയ്യംകെട്ട് നടക്കുന്നത്. അണ്ടല്ലൂർക്കാവിലെ രാമായണാധിപത്യത്തെക്കുറിച്ച് നിരവധി അന്വേഷണങ്ങളും പഠനങ്ങളും നടന്നിട്ടുണ്ട്. മാത്രവുമല്ല അണ്ടല്ലൂർക്കാവിലെ തെയ്യത്തിന്റെ പേരിൽ തന്നെ പ്രാദേശിക വൈവിദ്ധ്യവുമുണ്ട്. ദൈവത്താർ അതിരാളൻ, പൂതാടി, ഇളം കരുമകൻ, തുടങ്ങിയ നാട്ടു ദൈവങ്ങളെ സീതയിലേക്കും ബാലിയിലേക്കുമൊക്കെ മൊഴി മാറ്റിയെടുത്തത് പിന്നീടാണ്.

രാമായണ ഭാരതാദി പുരാണങ്ങളിൽ ഒരേ ഒരു ഇതിഹാസ കഥാപാത്രം മാത്രമാണ് അതിവിപുലമായ അനുഷ്ഠാന സങ്കേതങ്ങളുടെ പൂർണ്ണതയോടെ തെയ്യമായി മാറീട്ടുള്ളത്. അത് രാമൻ വധശിക്ഷ വിധിച്ച്

മോക്ഷം കൊടുത്ത ബാലി മാത്രമാണ്. രാമകഥ പാടിയ നിരവധി നിരവധിയായ സവർണ്ണ ജിഹ്വകളൊന്നും ബാലിയെ പുണ്യാത്മാവായി കണക്കാക്കീട്ടില്ല. പകരം ബാലിവധത്തിന് എല്ലാ ഒത്താശയും ചെയ്തു കൊടുത്ത ഒറ്റുകാരനായ ഹനുമാനെയാണ് ദൈവമായി ഉപാസിക്കുന്നത്. തെയ്യം അനുഷ്ഠാനത്തിലെ ഏറ്റവും ശക്തമായ രാഷ്ട്രീയമുന്നേറ്റമാണ് ബദൽ ദൈവമായ ബാലിയെ ആരാധിക്കുന്നതിലൂടെ കീഴാളർ നടത്തിയത്. പക്ഷേ, അത് സാമ്പ്രദായിക ചരിത്ര പഠിതാക്കൾ നിരാകരിച്ചിട്ടുണ്ടാകാം. തെയ്യം കാണാനായി കളിയാട്ടക്കാവുകളിലെത്തുന്നവർ അമ്പേറ്റ് ഊറ്റം കൊള്ളുന്ന തെയ്യപ്പെരുമയിൽ വിസ്മയിക്കുന്നുണ്ട്. ഇങ്ങനെയും ഒരു തെയ്യം സാദ്ധ്യമാമോ എന്ന് അതിശയിക്കുന്നുണ്ട്.

തെയ്യത്തിൽ കഥയും കാര്യവുമറിഞ്ഞ് ആട്ടം കാണുന്നവർ വളരെ കുറവാണ്. കഥയറിയാത്ത നാട്ടുകാർക്ക് ഉശിരും അർക്കത്തുമുള്ള ഒരു സാധാരണ തെയ്യം. തുലാപ്പത്തുമുതൽ ഇടവപ്പാതി വരെ അനേകമനേകം ബാലിത്തെയ്യങ്ങൾ വടക്കേ മലബാറുകാരുടെ സങ്കടങ്ങൾ പകുത്ത് കെട്ടാനെത്തും. രാഷ്ട്രീയമായും സാഹിത്യ പരമായും ഒട്ടേറെ സവിശേഷതകളുള്ള ഈ തെയ്യത്തെക്കുറിച്ച് ആഴത്തിലുള്ള പഠനങ്ങൾ നടന്നിട്ടില്ല എന്നത് അത്രയും നൈരാശ്യം നിറഞ്ഞ വസ്തുതയാണ്. ഒരേ കുറ്റിയിൽ കറങ്ങിക്കൊണ്ടിരിക്കുന്ന തെയ്യം പഠനമേഖല കാലങ്ങളായിത്തുടരുന്ന ആലസ്യത്തിൽത്തന്നെ അഭിരമിക്കുന്നു എന്നതും ഏറെ സങ്കടകരമാണ്.

ഒരു കനലാടിക്ക് എളുപ്പം കെട്ടി ഫലിപ്പിക്കാവുന്ന തെയ്യമല്ല ബാലി. ലോകശക്തിയായ രാമന്റെ സായകം കൈകൊണ്ട് പിടിച്ചു നിർത്തിയവൻ ഒരുവൻ മാത്രമേയുള്ളു.. വിശ്വം കൈകൂപ്പി വണങ്ങുന്ന രഘുകുലാ

ധിപനെ മുഖത്ത് നോക്കി ചീത്ത വിളിച്ച ഒരേ ഒരുവനേയുള്ളു.. സപ്ത സാഗരങ്ങളിൽ തർപ്പണമാടി, സപ്ത സാലങ്ങളെ പിടിച്ചു കുലുക്കുന്ന ബാലിക്കരുത്ത് വേണം തെയ്യത്തിന്. കാരിരുമ്പുൾക്കരുത്തിൽ, വെങ്കല ച്ചൂളയിൽ, കരിവീട്ടിക്കാതലിൽ കാച്ചിയെടുത്ത കരുത്തുള്ളിലുറയണം. തൃക്കരിപ്പൂരിലെയോ പയ്യന്നൂരിലെയോ തെയ്യക്കാരന്റെ വരവിളിയിൽ മാല്യ വാൻ ശിഖരത്തിലെ വൻമരച്ചില്ലയിലിരിക്കുന്ന ബാലി ഉണരണം. ദൂരെ ദൂരെ കളിയാട്ടക്കാവിലെ പതിക്ക് മുന്നിൽ വരവിളിക്കുന്ന തെയ്യക്കാരന്റെ ശരീരസൈകതത്തിൽ ബാലിദൈവം അധിവസിക്കണം. പെരുവണ്ണാൻ ബാലിയായി മാറണം.

കഠിനാദ്ധ്വാനവുമായാണ് തെയ്യത്തിന് ചേർച്ചയും ചാർച്ചയും. കണ്ട ത്തിൽ പണിയെടുക്കുന്നവർക്ക്, കടലിനെ പിടിച്ചുകെട്ടുന്നവർക്ക്, തെങ്ങേറി കള്ളെടുക്കുന്നവർക്ക്, ചക്കിൽ എണ്ണയാട്ടുന്നവർക്ക്, മൺകുടം മെനയുന്നവർക്ക് അങ്ങനെ പല പല പണിയെടുക്കുന്നവർ തെയ്യത്തെ പങ്കിട്ടനുഭവിച്ചു. തൊഴിലാളിവർഗ്ഗം വിയർപ്പ് കടഞ്ഞുയിർപ്പിച്ച ദൈവത്തെ കൂടപ്പിറപ്പിനെപ്പോലെ, ചങ്ങാതിയെപ്പോലെ കൂടെക്കൊണ്ടു നടന്നു. മര ത്തിലും ലോഹത്തിലും കരിങ്കല്ലിലും ജീവിതം കൊത്തുന്ന തൊഴിലാളർ കൂട്ടമായി താമസിക്കുന്നേടത്താണ് ബാലി വസിക്കം ചെയ്യുന്നത്. ആശാരി, മൂശാരി, കൊല്ലൻ, തട്ടാൻ എന്നിങ്ങനെയുള്ള തൊഴിൽ കുലങ്ങൾ താമ സിക്കുന്ന ഗ്രാമങ്ങളിലാണ് ബാലിക്കാവുകൾ ഉള്ളത്. എരമം മണ്ണുമ്മൽ കഴിഞ്ഞാലുള്ള മറ്റൊരു ബാലിസ്ഥാനം പയ്യന്നൂരിനടുത്ത് കുഞ്ഞിമംഗലം വടക്കൻകൊവ്വലാണ്. കേരളത്തിലെ പ്രശസ്തമായ വെങ്കല ഗ്രാമമായ മൂശാരിക്കൊവ്വലിലാണ് മണ്ണുമ്മലിൽനിന്നും ബാലി എഴുന്നള്ളിയത്. ആശാരിമാർ തിങ്ങിപ്പാർക്കുന്ന തൃക്കരിപ്പൂർ കൊയോങ്കരയിലെ ചീർമ്മ ക്കാവ് അള്ളട രാജ്യത്തിലെ ഏറ്റവും പ്രമുഖമായ ബാലിസ്ഥാനമാണ്. വടക്കൻ കേരളത്തിൽ ഇങ്ങനെ നിരവധി നിരവധിയായ തൊഴിലാളർ തങ്ങളുടെ തൊഴിലിടങ്ങളിൽ ബാലിയെന്ന ഗോത്രപ്പെരുമാളെ കുടിയി രുത്തീട്ടുണ്ട്.

ജീവിതത്തോടൊപ്പം ലോഹം ഉരുകിത്തിളയ്ക്കുന്ന പണിയാലയിൽ സംസ്കൃതത്തിൽ തത്ത്വം പറയുന്ന രാമനെക്കൊണ്ട് കാര്യമൊന്നുമി ല്ലെന്ന പ്രായോഗിക വിവേകമാണ് രാമൻ നിർദ്ദയം ഇല്ലായ്മ ചെയ്ത ബാലിയെ തെയ്യമായി ആരാധിക്കുന്നതിന്റെ അന്തഃസത്ത. കീഴ്ക്കിഴിഞ്ഞ ദുഃഖം കൊണ്ടും മേല്ക്കുമേലുള്ള സന്തോഷം കൊണ്ടും ഊയ്യക്കെട്ടിന്റെ അദ്ധ്വാന ഭാരത്തെ പരുത്തിക്കെട്ടാക്കി സന്തോഷത്തെ പൊലിയിക്കുന്ന ബാലിയെന്ന തെയ്യ സങ്കല്പത്തോളം മനോഹരമായ മറ്റെന്തുണ്ട്. അധി കാരികളാൽ ചൂഷണം ചെയ്യപ്പെടുന്ന മനുഷ്യർക്ക്, ക്ഷത്രിയനായ അവ താര ദൈവത്താൽ ഏത് നിമിഷവും കൊല്ലപ്പെടാവുന്ന ഇരയുടെ മൊഴി പകരുന്ന ആത്മവിശ്വാസവും ധൈര്യവും ചെറുതല്ല. വർണ്ണവർഗ്ഗാധിപ ത്യത്തിന്റെ കടുംകെട്ടുകൾ പൊട്ടിക്കുന്ന തെയ്യത്തിന്റെ വാക്കുരിയിലെ വിസ്ഫോടനം വിവരണാതീതമാണ്. പണിയാളർ എല്ല് വെള്ളമാക്കി ഉല

യിലും മുശയിലും ഉമിത്തീയിലും ചിന്തേരിലും ജീവിതത്തെ കാച്ചിക്കട ഞ്ഞെടുക്കുമ്പോൾ പാതിക്കരുത്ത് തന്ന് കാത്തുരക്ഷിക്കാൻ മഹാബല വാനായ ബാലി തന്നെ വേണം.

കിരീടം മുടിയായിട്ടുള്ള ഒരേയൊരു തെയ്യമാണ് ബാലി. കഥകളി യിലെന്ന പോലെ മുദ്രകളിലെ അഭിനയ സങ്കേതത്തിലൂടെ ജീവിതം ആവി ഷ്കരിക്കുന്ന മറ്റ് തെയ്യങ്ങളില്ല. പെരുവണ്ണാന്മാർ സ്വയം രൂപപ്പെടുത്തിയ മുദ്രാഖ്യാനങ്ങളിലൂടെയാണ് ബാലി തന്റെ ധീര രക്തസാക്ഷിത്വം ജന ങ്ങൾക്ക് മുന്നിൽ അവതരിപ്പിക്കുന്നത്. നാട്യശാസ്ത്ര നിഘണ്ടുവിൽ ബാലിയുടെ ചോര പുരണ്ട മുദ്രകളുടെ അർത്ഥം തെരഞ്ഞാൽ കിട്ടില്ല. ജീവിതത്തിന്റെ കലുഷിതമായ ഏടുകളിലാണ് അതിന്റെ അർത്ഥങ്ങളൊ ളിഞ്ഞിരിക്കുന്നത്. തെയ്യത്തിന്റെ ദുഃഖവും ദുരിതവും നാട്യധർമ്മിയല്ല ലോകധർമ്മിയാണ്.

നെടുബാലിയൻ, മാങ്ങാട്ട് മന്നപ്പൻ, കണ്ടനാർ കേളൻ, മാടായി കാരി ക്കുരിക്കൾ, തുടങ്ങിയ എത്രയോ പാതിയിൽ കരിന്തിരി കത്തിക്കെട്ടു പോയ പാർശ്വവല്കൃത ജീവിതങ്ങളെ തെയ്യത്തിന്റെ വീരാളിപ്പട്ടിലാണ് പൊതിഞ്ഞു സൂക്ഷിച്ചിട്ടുള്ളത്. ക്ഷത്രിയ വീര്യത്തിൽ കരിഞ്ഞുപോയ ഗോത്ര ദേവന്റെ നഖമൂർച്ചയിലെ പോരാട്ട വീര്യത്തെയും ബാലിത്തണ്ട യിലെ വാനര കുല ചിഹ്നത്തെയുമാണ് പള്ളിയറയിൽ പൂജിക്കുന്നത്. ബാലിത്തെയ്യത്തിന്റെ ഏറ്റവും വിശേഷപ്പെട്ട ചമയങ്ങളാണ് നഖവും വാലെന്ന ബാലിത്തണ്ടയും.

ഇനിയെങ്കിലും ബാലിത്തെയ്യത്തെ കഥയറിഞ്ഞ് കാണുക. രണ്ട് ദിവസങ്ങളിലായാണ് ബാലിക്കളിയാട്ടങ്ങൾ നടക്കുന്നത്. തലേന്നാൾ സന്ധ്യക്ക് വെള്ളാട്ടവും പുലർച്ചെ തെയ്യവും. എതിരെപ്പുലരെ ഉദയാരംഭ കാലത്ത് നാല് കരയിലും സമുദ്ര സ്നാനം ചെയ്യുന്ന അരുണ കിരീടം ചൂടിയ തെയ്യത്തിന്റെ പുറപ്പാട് ഏതൊരു തെയ്യപ്രേമിയുടേയും ഹൃദയം കവരുന്ന കാഴ്ചയാണ്. ഇതിൽ വെള്ളാട്ടത്തിലും തെയ്യത്തിലുമാണ് ബാലിജീവിതം രാമായണത്തോറ്റമായി ചൊല്ലുന്നത്. എത്ര വിദഗ്ദ്ധമാ യാണ് പൂർവ്വാചാര്യന്മാരായ പെരുവണ്ണാന്മാർ ഒരു പരാജയ ജീവിതത്തെ നാടിന്റെ വിജയാഘോഷമാക്കി, തെയ്യത്തിന്റെ സങ്കേത ബദ്ധമായ സാങ്കേ തികത്വത്തിലേക്ക് മൊഴി മാറ്റം ചെയ്തെടുത്തിട്ടുള്ളത്. കർണ്ണാടകത്തിൽ കിഷ്കിന്ധയുടെ ഉൾക്കൊട്ടിലൊഴുക്ക് നിലച്ച വീര്യപ്രവാഹത്തെ തെയ്യം കീറിയ കലപ്പച്ചാലിലൂടെ ഒഴുക്കിക്കൊണ്ടുവന്നത്. എത്രയെത്ര നാട്ടു നന്മകളെയാണ് ഈ നീർപ്രവാഹം പച്ചതൊട്ട് നട്ടുനനച്ചത്. കിഷ്കിന്ധ യുടെ വനസ്വപ്നങ്ങളെ ഗർഭത്തിൽ പേറുന്ന എത്രയെത്ര കാവുകളിൽ ഈ നിർഝരി ഒഴുകിപ്പടർന്നു.

ബാലിക്കളിയാട്ടങ്ങൾ തുലാമാസത്തിൽ തന്നെ തുടങ്ങുന്നു, ബാലി യുടെ ഈറ്റില്ലമായ കുഞ്ഞിമംഗലത്ത് കുറുവാട്ട് പെരുവണ്ണാന്മാരുടെ പോർവിളി തുലാമാസം 22 ന് മുഴങ്ങുന്നതോടെ ബാലിക്കളിയാട്ടങ്ങൾക്ക് തുടക്കമാകുന്നു. എല്ലാ വർഷവും നടക്കുന്ന കളിയാട്ടങ്ങളും രണ്ടോ

മൂന്നോ വർഷം കൂടുമ്പോഴോ നിരവധി വർഷങ്ങൾ കൂടുമ്പോഴോ ബാലിയെ തെയ്യമായി കെട്ടിയാടിക്കുന്നു. ബാലിയുടെ ആരൂഢമായ മണ്ണുമ്മൽ പടിഞ്ഞാറ്റയിൽ മൂന്ന് വർഷത്തിലൊരിക്കൽ വൃശ്ചികം 23, 24, 25 തീയതികളിലാണ് ബാലി എഴുന്നള്ളുന്നത്. വൃശ്ചിക മാസത്തിൽ 18, 19, 20 ആനക്കോട്ടത്തും 20, 21 ൽ അടുത്തില ആശാരിക്കോട്ടത്തും ബാലി ത്തെയ്യം നടക്കുന്നുണ്ട്. മേടപ്പാതിയിലാണ് തൃക്കരിപ്പൂരുകാരെ കാണാനായി ബാലിദൈവം വരുന്നത്. അങ്ങനെ ഒരു കളിയാട്ടക്കാലത്ത് അത്രയധികം ബാലദൈവങ്ങൾ ഉറഞ്ഞാടുന്നുണ്ട്.

ബാലിയുടെ നാട്ടുസഞ്ചാരങ്ങളിലൂടെയാണ് പെരുവണ്ണാന്മാരുടെ രാമായണത്തിന്റെയും പരാഗണം നടക്കുന്നത്. ബാലിയുടെയും പൊട്ടന്റേയും മേലേരിക്കനൽ കാഞ്ഞ ചൂടിലാണ് ഉത്തര മലബാറിന്റ രാഷ്ട്രീയ ഭൂമിക അത്രമേൽ ചുട്ടുപഴുത്തത്. സാമൂഹ്യബോദ്ധ്യങ്ങൾക്കത്രയും ഉൾത്താപമേറിയത്. കയ്യൂരും കരിവെള്ളൂരും തൃക്കരിപ്പൂരും പിലിക്കോടും കൊടക്കാടും ചീമേനിയുമൊക്കെ തെയ്യത്തിന്റെ ചോപ്പാണ് ആദ്യം ചുറ്റിയത്. ചോരചിന്തിയ ഒട്ടനവധി പോരാട്ടങ്ങൾ വടക്കിന്റെ കളിയാട്ടമുറ്റത്ത് നടന്നു. ബാലി നടന്നു തീർത്ത വഴികളും വ്യത്യസ്തമായിരുന്നില്ല. എരമത്ത് നിന്നും നേരെ പോയത് മൊറാഴയിലേക്കാണ്. കല്യാശ്ശേരിയിലെ മൊറാഴയും കുറുന്താഴയുമാണ് മണ്ണുമ്മൽ കഴിഞ്ഞുള്ള ബാലിസ്ഥാനങ്ങൾ. രാമനെതിരെ കൊലവിളിച്ചുകൊണ്ടുള്ള ഉറച്ചിൽത്തോറ്റത്തിന്റെ ബാലി ബലത്തിലാണ് കെ പി ആറും നായനാരുമൊക്കെ വീട് വിട്ട് സംഘർഷങ്ങളുടെ കാട്ടിൽ ഒളി വളർന്നത്. ചിറയ്ക്കൽ തമ്പുരാന്റെയും സൂര്യനസ്തമിക്കാത്ത ബ്രിട്ടീഷ് സാമ്രാജ്യത്വത്തിന്റെയും ഒളിയമ്പുകളെ പിടിച്ച് നിർത്താനുള്ള പാതിക്കരുത്ത് ഈ വീര്യ പുരുഷന്മാർക്ക് പകുത്ത് കൊടുത്തത് ബാലിയെപ്പോലുള്ള ധീര വ്യക്തിത്വങ്ങളാണ്..

രാമായണത്തിന്റെ പ്രതിവായനകൾ

*രാമായണ*ത്തിന്റെ അതിശക്തമായ പ്രതിവായനാരൂപമാണ് ബാലിത്തെയ്യം. സവർണ്ണ പക്ഷാഘാതം പിടിപെട്ട പഠന സമ്പ്രദായങ്ങളാണ് ഇവിടെ മുഖ്യധാരയിൽ നിലനില്ക്കുന്നത്. *രാമചരിതം, രാമകഥാപ്പാട്ട്, കണ്ണശ്ശരാമായണം* തുടങ്ങി വള്ളത്തോൾ നാരായണ മേനോൻ വരെയുള്ള സവർണ്ണ രാമായണ വ്യവഹാരങ്ങൾ തന്നെയാണിപ്പോഴും നടക്കുന്നത്. വളരെ വിപുലമായ ആഖ്യാനത്തോടുകൂടി ഓരോ കളിയാട്ടക്കാലത്തും പലയാവർത്തി പലയാവർത്തി പാടിയാടുന്ന തെയ്യത്തിലെ *രാമായണം* പ്രമാണിമാരായ പണ്ഡിതരും ഗവേഷകരും അവഗണിക്കാനുള്ള ഒന്നാമത്തെ കാരണം അത് അധഃകൃതന്റെ പാഠനിർമ്മിതിയും അവരുടെ അതിജീവിക്കാനുള്ള ഉൽക്കടമായ അഭിവാഞ്ഛയുടെയും പുസ്തകമായതിനാലാണ്. ഇന്നും ജനജീവിതത്തെ അത്രയാഴത്തിൽ സ്വാധീനിച്ചുകൊണ്ടിരിക്കുന്ന മൃതമല്ലാത്ത ഏക കീഴാളപാഠം നിലനില്ക്കുന്നത് തെയ്യ

ത്തിലെ തോറ്റം പാട്ടിലാണ്. ഡോ. അസീസ് തരുവണയുടെ *വയനാടൻ രാമായണ പഠന*ങ്ങളോ കാരശ്ശേരി മാഷിന്റെ *മാപ്പിള രാമായണ പഠന*ങ്ങളോ അവഗണിച്ചുകൊണ്ടല്ല ഇതെഴുതുന്നത്. പണ്ഡിത ശ്രേഷ്ഠനായ ഡോ. എം വി വിഷ്ണു നമ്പൂതിരി സമ്പാദിച്ച് സമാഹരിച്ച് കേരള സാഹിത്യ അക്കാദമി പ്രസിദ്ധീകരിച്ച *ഉത്തര കേരളത്തിലെ തോറ്റം പാട്ടുകൾ* എന്ന സമാഹാരത്തിൽ ബാലിത്തോറ്റമുണ്ട്. മുഴുവൻ പാഠഭേദങ്ങളും സമ്പാദിക്കാൻ അദ്ദേഹത്തിന് സാധിച്ചിട്ടില്ല. ആർക്ക് വേണമെങ്കിലും ആ പുസ്തകമെടുത്ത് വായിക്കാവുന്നതാണ്. ബാലിത്തെയ്യത്തെ അറിയാവുന്നതാണ്.

കോലക്കാരൻ അരിയെറിഞ്ഞ് വരവിളിച്ച് വെറ്റിലടയ്ക്ക വാങ്ങി തൊടങ്ങുന്നതോടെയാണ് തെയ്യത്തിലെ രാമായണ കാണ്ഡങ്ങൾ ആരംഭിക്കുന്നത്. പഴയങ്ങാടിക്ക് വടക്ക്, പഴയങ്ങാടിക്ക് തെക്ക് എന്നിങ്ങനെ ബാലിക്ക് രണ്ട് സമ്പ്രദായങ്ങളുണ്ട്. പ്രകടമായ മാറ്റങ്ങളൊന്നുമില്ലെങ്കിലും അനുഷ്ഠാനത്തിന്റെ സൂക്ഷ്മതയിൽ വ്യത്യാസങ്ങളുണ്ട്. വടക്ക് കൊടുംപുരികവും കുട്ടുപുരികവുമാണ് മുഖത്തെഴുത്തെങ്കിൽ തെക്ക് ബാലിക്കണ്ണാണ്. ബാലി വെള്ളാട്ടവും തെയ്യവും *രാമായണ*ത്തിന്റെ ഏറ്റവും കരുത്തുറ്റ ഗോത്ര മാതൃകകളാണ്. തേപ്പും കുറിയും താടിത്തണ്ടയുമെഴുതി ബാലി രാജാവ് എഴുന്നള്ളുന്ന തെയ്യക്കാഴ്ച നേരിട്ടനുഭവിക്കേണ്ടതാണ്. ഗുരു കാർന്നോന്മാർ ഉപദേശിച്ച ധ്യാന മന്ത്രങ്ങളുരുക്കഴിച്ച് മെയ്ക്കരുത്തിലാറാടി വരുന്ന ബാലിപ്പെരുമാൾ. തോറ്റങ്ങളില്ലാത്ത നിരവധി തെയ്യങ്ങൾക്ക് വെള്ളാട്ടമുണ്ടെങ്കിലും ബാലിവെള്ളാട്ടം അതിൽനിന്നൊക്കെ വ്യത്യസ്തമാണ്. വിരലുകളിൽ നഖങ്ങളണിഞ്ഞ് ബാലിത്തണ്ടയുമായി അണിയറയിൽനിന്നും പർവ്വതം വലിച്ചലറി വരുന്ന ബാലി. കിഷ്കിന്ധാ രാജാവിന്റെ സമുദ്ര സ്നാനവും കണിശവും കൃത്യവുമായ ഉപാസനകളുമാണ് ആദ്യം അവതരിപ്പിക്കുന്നത്. ബാലിയുടെ പർവ്വതം വലിയും തപസ്സിനിരുത്തവും പരവതാനിക്കിരുത്തവും വെള്ളാട്ടത്തിൽ വളരെ പ്രധാനമാണ്. ഒരു ഋഷിയുടെ ഏകാഗ്രതയോടെ മന്ത്രവും ധ്യാനവും പൂജയും നടത്തുന്ന കിഷ്കിന്ധയുടെ അധിമാന്യ പ്രഭുവാണ് വെള്ളാട്ടത്തിൽ ആടിത്തിമിർക്കുന്നത്.

*രാമായണാ*ഖ്യാനമാണ് ഇനി വെള്ളാട്ടത്തിന് നിർവ്വഹിക്കാനുള്ളത്. നാലോ അഞ്ചോ പേരും നടുക്ക് തെയ്യവും ചേർന്നാണ് രാമായണത്തോറ്റം ചൊല്ലുന്നത്. തോറ്റക്കാർ തെയ്യത്തെ ചൊല്ലിയുറയിച്ചു കഴിഞ്ഞാൽ രാജാവായ ബാലിയുടെ ശാന്തവും ഗാംഭീര്യവുമാർന്ന ഭാവങ്ങൾ മാറുകയും കരുത്തുറ്റ പോരാളിയായി അരങ്ങ് കീഴടക്കുന്നു. ദുന്ദുഭി, മായാവി, സുഗ്രീവനുമായുള്ള യുദ്ധം, സുഗ്രീവാന്വേഷണം, താരാ സല്ലാപം, യുദ്ധത്തിലെ അന്ത്യരംഗം, രാമശരം പിടിച്ചുകൊണ്ടുള്ള രാമനെ ചോദ്യം ചെയ്യൽ, രാമനോടുള്ള വാദപ്രദിവാദങ്ങൾ, രാമൻ നല്കുന്ന വീര്യമോക്ഷം. ദൈവക്കരുവായുള്ള ഉയിർത്തെഴുന്നേല്പ് ഇങ്ങനെ അതിവിപുലവും കലാപകലുഷിതവുമായ ബാലിജീവിതത്തെ കൂട്ടായ്മയുടെ

ജീവിതവുമായി സമന്വയിച്ചുകൊണ്ട് മുദ്രാഖ്യാനത്തിലൂടെയാണ് തെയ്യക്കാരൻ മറക്കാനാകാത്ത മായ്ക്കാനാത്ത മായക്കാഴ്ചയായി മാറുന്നത്. സാദ്ധ്യമല്ലാത്ത ഒരു ദൈവ സങ്കല്പത്തെ യാഥാർത്ഥ്യമാക്കുന്നത്. ദൈവത്തിന്റെ പ്രതിവായനയായി തെയ്യം സ്വയം സാക്ഷ്യപ്പെടുത്തുന്നത്.

വെള്ളാട്ടം കഴിഞ്ഞ് അല്പ നേരത്തെ വിശ്രമത്തിന് ശേഷം പുലർച്ച അതികാലത്ത് തന്നെ മോത്തെഴുത്ത് തുടങ്ങും. ഹനുമാൻ കണ്ണ്, ബാലി ക്കണ്ണ്, കൊടും പുരികം, കൂട്ട് പുരികം ബാലിയുടെ മുഖത്തെഴുത്തിലെ വരകളും കുറികളും മറ്റ് തെയ്യങ്ങൾക്കില്ലാത്തതാണ്. അത്രയും സൂക്ഷ്മമായും സങ്കീർണ്ണവുമായാണ് പെരുവണ്ണാന്മാർ *രാമായണ*ത്തിലെ പ്രതിനായക രൂപം വരച്ച് ചേർത്തത്. ജഗദാനന്ദകാരകനായ സീതാരമണന്റെ കൂർത്ത ശസ്ത്രം കുത്തിക്കീറിയ വക്ഷസ്സ് തെയ്യത്തിലെ ദുരന്ത ചിത്രം കോറിയ കൽച്ചുമരാണ്. ആയുധമേറ്റ് കീറിപ്പിളർന്ന നെഞ്ചിലെ അമ്പടയാളങ്ങൾ എല്ലാ കാലത്തേക്കും സാമ്രാജ്യത്വ ശക്തികൾക്കുള്ള താക്കീതാണ്. പെരുവണ്ണാന്മാർ കനവിലും കാവിലും കെട്ടിയുണ്ടാക്കുന്ന ഉജ്ജ്വലരണസ്മാരകങ്ങളാണ് ബാലിത്തെയ്യങ്ങൾ.

എഴുത്ത് കഴിഞ്ഞ് കാക്കരു കെട്ടി, തലപ്പാളി കെട്ടി പീഠത്തിലിരിക്കുന്ന തെയ്യക്കാരൻ ബാലിയിലേക്കുള്ള പരകായപ്രവേശനത്തിന് സജ്ജമാകുന്നു. തോറ്റം പാട്ടിന്റെ രണ്ടാം ഘട്ടം അണിയറയിൽനിന്നും വീണ്ടും ആരംഭിക്കുന്നു. അണിയറക്കവി പാടി തെയ്യത്തെ പുറത്തേക്കിറക്കും. ഇതേ സമയം കാവിലെ ആശാരിമാർ വടക്കൻഭാഗത്ത് ബാലിക്ക് അഗ്നിശുദ്ധി വരുത്തേണ്ടുന്ന മേലേരി തട്ടിക്കൂട്ടിയുണ്ടാക്കും. ഒറ്റക്കോലത്തിനോ പൊട്ടനോ ഉള്ളപോലെ വലിയ മേലേരിയില്ല ബാലിത്തെയ്യത്തിന്. നിരിപ്പിനഭിമുഖമായിരുന്ന് ബാക്കി ചമയങ്ങൾ കെട്ടിയാണ് രൂപം പൂർണ്ണമാക്കുന്നത്. ഇന്നലെ ധ്യാനമന്ത്രത്തിലൂടെയും വെള്ളാട്ടത്തിലൂടെയും ഉപാസിച്ച ബാലിയുടെ ഗർജ്ജനങ്ങൾ കോലക്കാരൻ കേട്ടു തുടങ്ങും. ബാലി വിഹരിക്കുന്ന ഭീമാകാരങ്ങളായ കൃഷ്ണശൈലങ്ങൾ കോലക്കാരൻ കണ്ടുതുടങ്ങും. തോറ്റക്കാർ വർദ്ധിത വീര്യത്തോടെ ബാലി വിജയം ആർത്തലച്ച് പാടി ബാലിയെ വന്യവനാസക്തിയിൽ ഉന്മാദിയാക്കും. തോറ്റം പാട്ടിന്റെ മൂർച്ഛ പെരുകുമ്പോൾ തെയ്യക്കാരന്റെ വിപിനാകാരത്തിൽ അതിശക്തിയുടെ ദൈവപ്പുഴ തടം തല്ലിയാർക്കും. *രാമായണം* കീറിമുറിച്ച മനുഷ്യനീതിയെ അങ്ങനെ നമ്മുടെ വീട്ടുമുറ്റത്ത് രൂപം തികച്ച്, വീര്യം നിറച്ച് പെരുവണ്ണാന്മാർ കെട്ടിയുണ്ടാക്കും. കീറിമുറിക്കപ്പെട്ട മാനവനീതി നമ്മുടെ വീട്ടുമുറ്റത്താടിത്തിമിർക്കും.

കുഞ്ഞിമംഗലത്തെ ബാലി

രാമായണ പ്രസിദ്ധമായ കിഷ്കിന്ധയെ വടക്കിന്റെ ദേശപ്പലമകളിലേക്ക് അനുവർത്തനം ചെയ്യാനുപയോഗിച്ച ഭാഷയാണ് തെയ്യം. കുഞ്ഞിമംഗലം മൂശാരിക്കൊവ്വലിലെ മൂശാരിമാർ വെങ്കലമൂശയിൽ ദുഃഖങ്ങളും സ്വപ്നങ്ങളും ഉരുക്കിയൊഴിച്ച് വാനരഗോത്രത്തലവന്റെ പിംഗള രൂപം

വാർത്തു. കിഷ്കിന്ധയുടെ കളരിയാൻ ഐക്ഷ്വാകു ഒളിച്ചു നിന്ന, ബാലി ച്ചോര തെറിച്ച മരത്തിന്റെ കാതൽക്കരുത്തിൽ തങ്ങളുടെ ഉടയോന് വേണ്ടി കുഞ്ഞിമംഗലം മേലാശാരി ചിത്രപീഠം കൊത്തി. ഒരു നവക്ഷത്രിയനും ഒരുകാലത്തും തകർക്കാനാകാത്ത ഉള്ളുറപ്പുള്ള രാജ സിംഹാസനമൊരു ക്കി. കുറുവാട്ട് പെരുവണ്ണാന്മാർ ബാലി കൂടുകൂട്ടിയ വൃക്ഷ പത്രത്തിൽ രാജഹത്യയുടെ, മനുഷ്യഹത്യയുടെ ഉള്ളം നീറ്റുന്ന പടപ്പാട്ടെഴുതി. ലോക ത്താകമാനം തോറ്റ് പോകുന്നവർക്കായി മണ്ണിലും വിയർപ്പിലും ചോരയിലും ചാലിച്ചെഴുതിയ പൊയ്ത്തുപാട്ട്. താരാദുഃഖത്തിൽ കുഞ്ഞി മംഗലത്തെ പാട്ടുകാരായ മലയരുടെ ഹൃദയമുരുകി, ചീനിയുതിക്കരഞ്ഞ് ബാലിയുടെ ബലിപ്പാട്ടിൽ സങ്കടത്തിന്റെ സംഗീതം ചേർത്തു. ദുഃഖങ്ങ ളുടെ കടും ചായങ്ങൾ മുക്കി വണ്ണാപ്പുരകളിലെ വണ്ണാന്മാർ ദൈവത്തിന്റെ വർണ്ണക്കുപ്പായം തുന്നി. പലമകൾ ചേർന്ന ഒരുമദൈവത്തിന്റെ തിരുപ്പിറ വി. കുഞ്ഞിമംഗലത്തെ വണ്ണാത്തിപ്പെണ്ണുങ്ങൾ ഉടൽക്കരുത്തിന്റെ കുലനായകനെ ഗർഭം ധരിച്ച് ദേവപ്രസൂതികളായ വീരമാതാക്കളായി.

കുഞ്ഞിമംഗലത്തെ അമ്മ പെറ്റ ബാലിയാണ് രാജേഷ് പെരുവണ്ണാൻ. നെടുബാലിയന്റെ തലയെടുപ്പാർന്ന ഉടൽരൂപം പേറുന്ന തെയ്യക്കാരൻ. കൃഷ്ണശില പോലെ തിളങ്ങുന്ന രാജേഷ് പെരുവണ്ണാന്റെ കായകാന്താ രത്തിൽ ബാലിക്ക് സുഖവാസം. ഇന്ന് ബാലിയെക്കെട്ടുന്ന തെയ്യക്കാരിൽ ഏറ്റവും പ്രധാനപ്പെട്ട കോലധാരിയാണീ ചെറുപ്പക്കാരൻ. കഠിനമായ ഉപാ സനകളിലൂടെ വിട്ടുവീഴ്ചകളില്ലാത്ത അനുഷ്ഠാന നിഷ്ഠകളോടെ തീ പോലെ ബാലിയെക്കൊണ്ട് നടക്കുന്ന വാല്യക്കാരൻ, ബാലിയുടെ കുഞ്ഞി മംഗലം പാരമ്പര്യത്തെ കാത്തുസൂക്ഷിച്ചുകൊണ്ട്, അമ്പേറ്റ ബാലിയായി ഉറഞ്ഞാടി കൂട്ടായ്മയുടെ സങ്കടങ്ങളാറ്റുന്ന നാട്ടുമനുഷ്യൻ.

കുഞ്ഞിമംഗലത്തുതന്നെ മറ്റൊരു ബാലിയുണ്ട്. ബാബു പെരുവ ണ്ണാൻ എന്ന സജീവ് കുറുവാട്ട്. കുറുവാട്ട് പെരുവണ്ണാന്മാർ ഉയിരൂതി ഉയിർപ്പിച്ച ബാലിയെ പൈതൃകമായി സജീവ് കുറുവാട്ട് ഇപ്പോഴും കൊണ്ട് നടക്കുന്നു. ബാലിത്തോറ്റം പാട്ട് കെട്ടിയുണ്ടാക്കിയ കുറുവാട്ട് പെരുവ ണ്ണാന്മാരുടെ ഇന്നത്തെ തലമുറയിലെ പ്രഗത്ഭനായ തെയ്യക്കാരനാണ് സജീവ് കുറുവാട്ട്. പാരമ്പര്യമായി പകർന്ന് കിട്ടിയ പൈതൃകപ്പെരുമയിൽ അദ്ദേഹം കെട്ടിയാടുന്ന ബാലിത്തെയ്യം തികച്ചും വ്യത്യസ്മായ കാഴ്ചാനു ഭവമാകുന്നു. ജീവിതാനുഭവമാകുന്നു. കാലങ്ങളെ അതിജീവിച്ച് പൊടിഞ്ഞ് മങ്ങിപ്പോയ തോറ്റം പാട്ടിന്റെ താളിയോലക്കെട്ട് ചരിത്രത്തിന്റെ മാരണങ്ങളെ, ആഭിചാരങ്ങളെ തോല്പിച്ചുകൊണ്ട് ബാബുപെരുവണ്ണാന്റെ വീടിന്റെ അട്ടത്ത് വിഷപ്പല്ല് പറിച്ച പാമ്പിനെപോലെ ചുരുണ്ട് കിടക്കു ന്നുണ്ട്.

കുഞ്ഞിമംഗലത്തുനിന്ന് കുറച്ച് ദൂരം യാത്ര ചെയ്താൽ കണ്ണപു രത്തെ മാറ്റങ്കീൽ എത്തും, ബാലിയുടെ ധാർഷ്ട്യവും മുരത്ത സൗന്ദര്യ വുമൊത്ത തെയ്യക്കാരൻ മാറ്റാങ്കീൽ കണ്ണപെരുവണ്ണാനെ കാണണം. കേൾ ക്കണം, കിഷ്കിന്ധാ കാണ്ഡമായി ജീവിക്കുന്ന മറ്റൊരു കനലാടി.

തെക്കൻ ബാലിയുടെ കരുത്തുറ്റ ഭാഷ്യമാണ് മാറ്റങ്കീലിന്റെ തെയ്യാവതരണങ്ങൾ. കണ്ണപുരം മാറ്റങ്കീലിൽനിന്നും കുറച്ചു കൂടി മുന്നോട്ട് പോയാൽ നീലിയാർ കോട്ടമെന്ന ഭൂമിയുടെ ശ്വാസകോശത്തിലെത്താം. അവിടെ നാട്ടുപച്ചയും തണലും തണുപ്പും പേരാകുന്ന നീലിയാർകോട്ടത്തമ്മയുടെ ജീവനായ ദാസൻമാങ്ങാടനെ കാണാം. തെയ്യത്തിന്റെ നാട്ടുസൗന്ദര്യം തുളുമ്പി മറിയുന്ന ദാസൻ മാങ്ങാടൻ. ചില തെയ്യക്കാരെ എങ്ങനെയെഴുതണമെന്നത് ഒരെത്തും പിടിയും കിട്ടാത്ത കാര്യമാണ്. ചായം തേച്ച വാക്കുകൾ എഴുതുന്നയാളുടെ നിസ്സഹായതയിലേക്ക് നോക്കി ചിരിക്കും. വാക്കിന്റെ കണ്ണേറ് തട്ടാതെ സൂക്ഷിക്കേണ്ട ഭൂമിയിലെ ദൈവാനുഭവമല്ലേ ഇവർ. ഉത്തര മലബാറിന്റെ തെയ്യപ്പെരുമയിൽ മാങ്ങാടൻ ദാസൻ പെരുവണ്ണാൻ മതിവരാക്കാഴ്ചയാണ്. മാങ്ങാടന് മാത്രമായി ഒരു ബാലിയുണ്ട്. ബാലിയുടെ തെക്കൻ സമ്പ്രദായത്തിന്റെ അമരക്കാരനാണ് മാങ്ങാടൻ. ദാസൻ പെരുവണ്ണാനെപോലുള്ള തെയ്യക്കാരൻ ഒന്നാഞ്ഞു നിന്നാൽ മറ്റെല്ലാ കലാകാരന്മാരുടേയും പ്രഭ കെട്ടു പോകും. പക്ഷേ, ആരും ഭയപ്പെടേണ്ട ഒരുകാലത്തും അവർ ആത്മവിശ്വാസത്തിന്റെ തലയെടുപ്പോടെ ആഞ്ഞുനില്ക്കില്ല. അങ്ങനെ നില്ക്കാൻ അനുവദിക്കില്ല.

തെയ്യത്തിന്റെ ഘന വിപിനങ്ങളിൽ മാത്രം മദിച്ചലറുന്ന മദമാതംഗങ്ങളായ തെയ്യക്കാരെ ആരറിയുന്നു.. മുമ്പേ നടന്നു പോയ ഗുരു കാരണവന്മാരുടെ കഠിനാദ്ധ്വാനത്തിലൂടെയാണ് ബാലിത്തെയ്യത്തിനിന്ന് കാണുന്ന അവതരണപ്പൊലിമയും ആകാരസൗഷ്ഠവവും കൈവന്നിട്ടുള്ളത്. പേരറിയാത്ത എത്രയെത്ര പെരുവണ്ണാൻ പരമ്പരകൾ മണ്ണിന്റെ നേരായി. എങ്കിലും ചില പേരുകൾ വേറെയാരും പറയാനില്ലാത്തതിനാൽ പറയാതെ വയ്യ. കുഞ്ഞിമംഗലം കോരപ്പെരുവണ്ണാൻ, കുറുവാട്ട് കുഞ്ഞിരാമൻ പെരുവണ്ണാൻ, കുറുവാട്ട് കണ്ണൻ പെരുവണ്ണാൻ, ചുണ്ടയിൽ കണ്ണപ്പെരുവണ്ണാൻ, കണ്ടങ്കാളി രാമപ്പെരുവണ്ണാൻ, അഴീക്കോട് ലക്ഷ്മണൻ പെരുവണ്ണാൻ, നാരായണൻ പെരുവണ്ണാൻ, കടന്നപ്പള്ളി സന്തോഷ് പെരുവണ്ണാൻ, പേരുകൾ അങ്ങനെയനേകമനേകം. അരങ്ങ് വിട്ടവരും അരങ്ങിലാടുന്നവരും. ബാലിയെ ഉക്കത്ത് തട്ടി വളർത്തി വലുതാക്കിയ ദേവേന്ദ്ര മഹാരാജാവ് തമ്മെപ്പന്മാരാണിവർ. ഓരോ കളിയാട്ടക്കാലത്തും രാമന്റെ അമ്പുകളേറ്റ് വടു കെട്ടി ഓജസ്സൊടുങ്ങിപ്പോകുന്ന ദൈവശരീരങ്ങൾ.

ബാലിയുടെ അതിവിചിത്രമായ ജീവിതാലേഖനം നിർവ്വഹിച്ചിട്ടുള്ള രാമായണത്തോറ്റം മുഴുവനായി ഹൃദിസ്ഥമാക്കിയ വണ്ണാന്മാർ കുറവാണ്. എഴുത്തും വായനയുമറിയാത്ത, ഉസ്കോളിന്റെ വാതില് കണ്ടിട്ടില്ലാത്ത പെരുവണ്ണാന്മാരുടെ പാട്ടായാണ്, പാട്ടിലെ കരുത്തായാണ് തലമുറകളിലേക്കുള്ള രാമായണക്കൈമാറ്റം നടന്നത്. തോറ്റക്കാരാണ് തെയ്യത്തിന്റെ ജീവൻ. നല്ല തോറ്റക്കാരില്ലെങ്കിൽ തെയ്യമില്ല. വൈവിദ്ധ്യമാർന്ന ശൈലികളും സമ്പ്രദായങ്ങളും ഉൾക്കൊള്ളുന്ന തോറ്റം പാട്ട് മുഴുവനായി സമാഹരിച്ച് വച്ചിട്ടൊന്നുമില്ല. എങ്കിലും തെയ്യത്തിന്റെ വന്മലയേറി ആദരണീയനായ വിഷ്ണു നമ്പൂതിരി സമാഹരിച്ച പാട്ടുകൾ ഒരമൂല്യ നിധിയാ

ണ്. ചാവാൻ പോകുന്ന ബാലിയുടെ വായിൽ പിഴിഞ്ഞുറ്റിച്ച് രക്ഷിച്ചെടുക്കാൻ ഈ നാട്ടൗഷധി മതിയാകും. മോഹനൻ പെരുവണ്ണാനെയും അതിയടം കുഞ്ഞിരാമൻ പെരുവണ്ണനെയുംപോലുള്ള വിരലിലെണ്ണാവുന്ന കോലധാരികൾ മാത്രമാണ് തെയ്യത്തിലെ പ്രതിരാമായണം പാടി കളിയാട്ടക്കാവുകളിലിന്നുള്ളത്. ഇനി നാളെ ആര് പാടിയാണ് പണിയാളരുടെ ചോരമണക്കുന്ന പടപ്പാട്ടുകൾ നാം കേൾക്കുക..

പെരുവണ്ണാന്മാരിലേക്കുള്ള വഴികൾ എല്ലാ കാലത്തും അജ്ഞാതമായിരുന്നു. ചീരാമനെയൊ, കണ്ണശ്ശനെയോ, അയ്യപ്പിള്ള ആശാനെയോ പോലെ പരിഗണിക്കേണ്ട പേരു തന്നെയാണ് കുവാട്ട് പെരുവണ്ണാന്മാരുടേതും. പക്ഷേ, സാഹിത്യചരിത്രമെഴുതിയ സവർണ്ണർ നാടൻ കലയ്ക്കപ്പുറത്തേക്ക് തെയ്യത്തിന്റെ കാണ്ഡപ്പടർപ്പുകളെ വളരാനനുവദിച്ചില്ല. തങ്ങളുടെ മണിസൗധങ്ങളിലേക്ക് കാട്ടുഗന്ധം പടർത്തി ചാഞ്ഞപ്പോഴൊക്കെ വെട്ടിയൊതുക്കി. മണ്ണാഴങ്ങളിൽ മനുഷ്യ സങ്കടങ്ങൾ കുടിച്ചു വളർന്ന തായ് വേരിന്റെ കരുത്തിൽ അത് വീണ്ടും വീണ്ടും തളിർത്തുകൊണ്ടിരുന്നു.. തൊഴിലാളികളുടെ നായകന് വേണ്ടിയാണിവിടെ വാഴ്ത്തുപാട്ട് കെട്ടിയുണ്ടാക്കിയിരിക്കുന്നത്. ജാതിയിൽ താണവനാണ് *രാമായണം* പാടുന്നത്. ആടുന്നത്. പണിയെടുക്കുന്നോനെന്ത് *രാമായണം* എന്ന് അവമതിക്കണ്ട. *രാമായണ*ത്തിന്റെ ഈ പ്രതിപാഠ നിർമ്മിതികളെ കളിയാട്ടക്കാലത്തിനപ്പുറം കളിയാട്ട ദേശത്തിനപ്പുറം ആർക്ക് വേണം.

മുന്നൂറ്റൊന്നാമത്തെ രാമായണം

പല ലോകനീതികളിൽ പല *രാമായണ*ങ്ങൾ കവികളാമോദമോടെ പാടീട്ടുണ്ട്. ലോകത്താകമാനം എത്രയെത്ര *രാമായണ*ങ്ങളുണ്ടെന്ന് *രാമായണ* പഠിതാക്കൾ ഗഹനമായി ചർച്ച ചെയ്ത് കഴിഞ്ഞു. ഇപ്പോഴും ചർച്ചകൾ പുരോഗമിക്കുന്നു. ബെൽജിയൻ പാതിരിയായ കാമിൽ ബുൽക്കെ മുന്നൂറ് *രാമായണ*ങ്ങളുണ്ടെന്ന് സമർത്ഥിക്കുന്നുണ്ട്. ബുൽക്കെയുടെ *രാമകഥ രാമായണ*പഠിതാക്കളുടെ വേദ പുസ്തകമാണ്. വ്യത്യസ്ത *രാമായണ*ങ്ങളുടെ വിവിധങ്ങളായ പ്രാദേശിക സ്വതന്ത്ര പാഠനിർമ്മിതികളെക്കുറിച്ച് *മുന്നൂറ് രാമായണങ്ങൾ:* 'അഞ്ച് ഉദാഹരണങ്ങളും തർജ്ജമയെ സംബന്ധിച്ച മൂന്ന് വിചാരങ്ങളും' എന്ന പ്രബന്ധത്തിൽ എ കെ രാമാനുജൻ നിരീക്ഷിക്കുന്നുണ്ട്. മുന്നൂറോ മൂവായിരമോ അതിൽ കൂടുതലോ രാമകഥനങ്ങൾ ലോകത്താകമാനം പടർന്ന് കിടക്കുന്നുണ്ടാകും. എ കെ രാമനുജൻ *രാമായണ*ത്തിന്റെ പ്രാദേശികാഖ്യാനവൈപുല്യങ്ങളെ മുൻനിർത്തി രണ്ട് കഥകൾ പറയുന്നുണ്ട്. അതിലൊന്ന് ഇങ്ങനെയാണ്. രാമമോതിരം ഒരു വിടവിലൂടെ പാതാളത്താഴ്ചയിൽ പതിച്ചു. രാമന്റെ വിശ്വസ്ത സേവകൻ ഹനുമാൻ ആ വിടവിലൂടെ മോതിരത്തിന്റെ പിറകെ യാത്ര ചെയ്ത് പാതാളത്തിലെ മരണ രാജാവിന്റെ കൊട്ടാരത്തിലെത്തി. "ഞാൻ രാമകിങ്കരനായ ഹനുമാനാണ്. രാമാംഗുലീയം അന്വേഷിച്ച് വന്ന

താണ്" ഹനുമാൻ പറഞ്ഞു. മരണ രാജൻ ആയിരക്കണക്കിന് മോതിരങ്ങൾ സൂക്ഷിച്ചിട്ടുള്ള ഒരു വട്ടളം ഹനുമാന് കാണിച്ചുകൊടുത്തു. "ഇതൊക്കെ രാമൻ അണിഞ്ഞിരുന്ന മോതിരങ്ങളാണ്. നിന്റെ രാമന്റെ മോതിരം എടുത്ത് ഉടനെ സ്ഥലം വിട്ടോ." എല്ലാം ഒരുപോലെയുള്ള രാമമോതിരമായതിനാൽ സ്വന്തം സ്വാമിയുടേത് കണ്ടെത്താനാകാതെ ഹനുമാൻ കുഴങ്ങി.

എ കെ രാമാനുജന്റെ ആഖ്യാനപ്രകാരം പാതാളരാജാവിന്റെ പാത്രത്തിലെ ആയിരക്കണക്കായ രാമ മോതിരങ്ങളിൽ ഒന്ന് പയ്യന്നൂരിലെ പെരുവണ്ണാന്മാരുടെ രാമകഥയിലെ രാമന്റേതാണ്. എ കെ രാമാനുജൻ തന്നെ പറയുന്ന മറ്റൊരു കഥയിൽ യുദ്ധാനന്തരം ഹനുമാൻ ഒരു വൻമലയേറി ബൃഹത്തായ *രാമായണ* കാവ്യം രചിച്ചു. ശേഷം അതിലെ ഓരോ ഏടും ചീന്തിയെറിഞ്ഞു തുടങ്ങി. അതിലൊരേട് കിട്ടിയത് ആദി കവി വാല്മീകിക്കായിരുന്നു. അതാണ് അതി ബൃഹത്തായ ആദി കാവ്യമായി പരിണമിച്ചത്. ഗിരി ശൃംഗത്തിൽനിന്നും ആഞ്ജനേയൻ ചീന്തിയെറിഞ്ഞ *രാമായണ*ത്തിലെ ഒരേട് പാറിപ്പറന്ന് പയ്യന്നൂരിനടുത്ത് കുഞ്ഞിമംഗലത്തെ കുറുവാട്ട് പെരുവണ്ണാന്മാരുടെ വീട്ടുമുറ്റത്തും വീണു. പെരുവണ്ണാന്മാരുടെ *രാമായണ*ത്തിന്റെ ഉല്പത്തി അങ്ങിനെയുമാകാം. *രാമചരിതം* മുതൽ മലയാളത്തിലുണ്ടായ *രാമായാണാ*ഖ്യാനങ്ങളെക്കുറിച്ചുള്ള അന്വേഷണങ്ങളും പഠനങ്ങളും ഇപ്പോഴും തുടരുന്നു. പക്ഷേ, അവയിലൊന്നും മുന്നൂറ്റൊന്നാമത്തെ *രാമായണ*മായ പെരുവണ്ണാന്മാരുടെ *രാമായണാ*ഖ്യാനത്തെക്കുറിച്ച് യാതൊരു പരാമർശവുമില്ല. എല്ലാ തെയ്യങ്ങൾക്കും പാടുന്ന സാധാരണ തോറ്റം പാട്ടിനപ്പുറം ബാലിയുടെ തോറ്റം പാട്ടുകൾക്ക് എന്തെങ്കിലും പ്രാധാന്യമുണ്ടെന്ന് തെയ്യം ഗവേഷകരും ചിന്തിച്ചില്ല. മലയാളത്തിലുണ്ടായ ഇതര രാമായണാഖ്യാനങ്ങൾക്ക് ഏറ്റവും കരുത്തുറ്റ ബദലാണ് ബാലിത്തെയ്യത്തിന്റെ തോറ്റം പാട്ട്. എത്ര മനോജ്ഞമായ പാഠനിർമ്മിതിയാണ് സംസ്കൃത കാവ്യമായ *രാമായണ*ത്തെ ഒരു പ്രാദേശികാനുഷ്ഠാനത്തിലേക്ക് മൊഴിമാറ്റിയതിലൂടെ അതിന്റെ ആഖ്യാതാക്കൾ നിർവ്വഹിച്ചിട്ടുള്ളത്. തുഞ്ചത്തെഴുത്തച്ഛന്റെ *രാമായണ* പാഠങ്ങൾക്ക് മുമ്പ് തന്നെ ഉത്തര മലബാറിലെ ഗ്രാമീണർ രാമകഥ പാടിയിരുന്നു. *രാമചരിത*ത്തിലെയും *കമ്പരാമായണ*ത്തിലെയും പാട്ടുകൾ ഉത്തരമലബാറിലെ പൗരാണിക ജനതയെ സ്വാധീനിച്ചിരുന്നു. *രാമചരിതം* ഉത്തരമലബാർ കൃതിയാണെന്ന പണ്ഡിത മതത്തെ സാധൂകരിക്കുന്ന ഒട്ടേറെ തെളിവുകളുണ്ട്. ഇപ്പോഴും തുഞ്ചത്തെഴുത്തച്ഛനെ വായിക്കാതെ ചീരാമനെ വായിക്കുന്നവർ ഉത്തര കേരളത്തിലുണ്ടെന്ന് പറഞ്ഞാൽ അതൊരതിശയോക്തിയല്ല. *രാമചരിത*ത്തിന്റെ ഓലപ്പകർപ്പ് പഴയങ്ങാടി അതിയടത്ത് നിന്നും കണ്ടെത്തീട്ടുണ്ട്.

കാമിൽ ബുൽക്കെയുടെ *രാമായണ നിഘണ്ടു*വിൽ പെരുവണ്ണാൻ *രാമായണ*ത്തിന്റെ അർത്ഥം ചികയേണ്ടതില്ല. കേരള സാഹിത്യചരിത്രമെഴുതിയ ഉള്ളൂർ എസ് പരമേശ്വരയ്യർ മുതൽ താഴേക്കുള്ള പണ്ഡിത കേസ

രികൾ പരാജിതന്റെ പടപ്പാട്ടുകളായ തോറ്റം പാട്ടുകളെ അയിത്തം കല്പിച്ച് പടിക്ക് പുറത്താക്കി. പക്ഷേ, കാലാതീതമായി മനുഷ്യ ദുഃഖങ്ങൾക്ക് പുതിയ പുതിയ അർത്ഥം നല്കിക്കൊണ്ട് ബാലിത്തെയ്യത്തിന്റെ തോറ്റം പാട്ടുകൾ മുന്നൂറ്റൊന്നാമത്തെ *രാമായണ*മായി കൂടുതൽ കൂടുതൽ ഉച്ചത്തിൽ മുഴങ്ങിക്കേൾക്കുന്നു. പക്ഷേ, പൂണൂലിട്ട് പാകപ്പെടുത്തിയ ശ്രുതിയിലല്ല ഇത് പാടുന്നത്. ചോര ചിന്തിയ കലാപകാലത്തിന്റെ ഓർമ്മകളെയാണ് തോറ്റം പാട്ടുകൾ പുനഃസൃഷ്ടിക്കുന്നത്. ആര്യമേധാവിത്തത്തിന്റെ കൊലയന്ത്രത്തിലൊടുങ്ങിപ്പോയ ബാലി മാത്രമല്ല നേരത്തെ മണ്ണുപേക്ഷിച്ചു പോകേണ്ടി വന്ന നിരവധി നിരവധി വീറുറ്റ മനുഷ്യരാണ് ചുറ്റിക്കെട്ടിയ കറുത്ത തെയ്യക്കാരൻ അരിയെറിഞ്ഞ് വര വിളിക്കുമ്പോൾ കടലിറങ്ങി, കാടിറങ്ങി മാല്യവാൻ മലയിറങ്ങി തിരികെ ജീവിതം തേടി വരുന്നത്.

എത്ര കഴുകിക്കളഞ്ഞാലും മാഞ്ഞുപോകാത്ത ചോരമണം *രാമായണ*ത്താളുകളിലെ കറയാണ്. ചോരയും കണ്ണീരും കുടിച്ച് തിടം വെച്ച *രാമായണ* കാണ്ഡങ്ങൾ. രാമന്റെ ഞാണൊലിയിൽ രാമായണക്കാടുകളിലെ ഇരകളുടെ ഒടുങ്ങാത്ത നിലവിളികൾ നിശ്ശബ്ദമായി. താടക, ശൂർപ്പണഖ, അയോമുഖി, ബാലി, ശംബൂകൻ തങ്ങളുടേതല്ലാത്ത കാരണങ്ങളാൽ ജീവിതം ഹോമിക്കപ്പെട്ടവർ. വർഗ്ഗാധിപത്യത്തിന്റെ ബലിക്കല്ലിൽ തോറ്റു പോയ തോറ്റങ്ങൾ. മരണത്തിനപ്പുറത്തേക്ക് ഇവരെ ആർക്കും വേണ്ടാതായി. അരയാലിലക്കൈകളിലെ വിറയാർന്ന വെളിപാടുകളിൽ, ഇലഞ്ഞിപ്പൂക്കളിലെ ഹൃദയരാഗങ്ങളിൽ, പാലക്കൊമ്പിലെ കത്തുന്ന യക്ഷിക്കണ്ണുകളിൽ, ചെമ്പകത്തിൽ പൂക്കുന്ന നട്ടുച്ചഭ്രാന്തിൽ, കാഞ്ഞിരമരത്തിന്റെ കയ്ക്കുന്ന ധാർഷ്ട്യത്തിൽ പ്രകൃതി തന്നെ കാവുകളൊരുക്കി നാട്ടുമരച്ചില്ലകൾ കൂട്ടി അമ്പേറ്റ കാട്ടുജാതിക്ക് തെയ്യത്തിന്റെ കൂടൊരുക്കി.

എ കെ രാമാനുജന്റ പ്രബന്ധത്തിൽ വിശദീകരിച്ച പ്രകാരം ലോകത്തെമ്പാടുമുള്ള *രാമായണ*ങ്ങളൊക്കെ വ്യത്യസ്ത കഥനങ്ങളാണ്. ഒരോ ദേശത്തിന്റേയും പ്രാദേശിക സംസ്കൃതിയുടെ വ്യതിരിക്തത തന്നെയാണ് ഓരോ രാമകഥയുടേയും അന്തഃസത്ത. എ കെ രാമാനുജന് ബാലിത്തെയ്യത്തെക്കുറിച്ചോ പെരുവണ്ണാന്മാരുടെ രാമായണത്തെക്കുറിച്ചോ അറിയാൻ സാദ്ധ്യതയില്ല. ഉത്തരകേരളത്തിന്റെ ജനജീവിതത്തിൽ മാത്രം പിറവിയെടുക്കുകയും നിലനില്ക്കുകയും ചെയ്യുന്ന രാമായണാഖ്യാനമാണ് ബാലിത്തെയ്യം. മലയാളഭാഷയുടെ വളർച്ചയ്ക്ക് വിലപ്പെട്ട നിരവധി സംഭാവനകൾ നല്കിയ ബാലിത്തോറ്റത്തിനെ ഒരു സാഹിത്യ പാഠമായി ഇന്നേവരെ ആരും കണക്കാക്കിയിട്ടില്ല. ഇനി കണക്കാക്കാനും പോകുന്നുമില്ല. ദക്ഷിണേന്ത്യയിൽ പ്രചാരത്തിലുണ്ടായിരുന്ന *കമ്പരാമായണ*ത്തിന്റേയും *രാമചരിത*ത്തിന്റേയും സ്വാധീനത്തിലാണ് കുഞ്ഞിമംഗലത്തെ കുറുവാട്ട് പെരുവണ്ണാന്മാർ രാമായണപ്പാട്ടു കെട്ടിയത്. മലയാള ഭാഷയെ അളക്കുന്നതിനുള്ള ഒരു തോതായി ഇന്നും കൊണ്ടു നടക്കുന്ന തിരുനിഴൽ മാലയുടെ ഓല കണ്ടെടുക്കുന്നതും ഒരു തെയ്യക്കാവിൽ വച്ചാണെന്ന് ഓർക്ക

ണം, ഉത്തര കേരളത്തിലെ മലയർ തച്ചുമന്ത്രത്തിന് പാടുന്നതാണ് തിരു നിഴൽമാല. 12–ാം നൂറ്റാണ്ടിലേതെന്ന് പറയപ്പെടുന്ന *കമ്പ രാമായണ*വും 13–ാം നൂറ്റാണ്ടിനുശേഷം വരുന്ന തിരുനിഴൽ മാലാ കാലത്തിനും ശേഷമാണ് തമിഴ്പടിയായിട്ടുള്ള ബാലിത്തോറ്റത്തിന്റെ രചനാ കാലമെന്ന് നിസ്തർക്കമാണ്.

എഴുത്തച്ഛൻ *രാമായണാ*നന്തരം പല കൂട്ടിച്ചേർക്കലുകളും ഇതിൽ നടന്നിട്ടുണ്ട്. തമിഴിൽനിന്നും പതുക്കെ പതുക്കെ സ്വതന്ത്രമായി മലയാള ഭാഷ നടു നിവർത്തി നെഞ്ചൂക്കോടെ നില്ക്കുന്നതിന്റെ എല്ലാ ലക്ഷണ ങ്ങളും ഭാഷാ പണ്ഡിതർക്ക് തോറ്റത്തിലെ ഈ ബൃഹദാഖ്യാനം നല്കു ന്നുണ്ട്. ഇങ്ങനെ വരുന്ന കൂട്ടിച്ചേർക്കലിൽ പുലയരുടേയും വണ്ണാന്റേയും ആവിഷ്കാരങ്ങൾ പാട്ടിന്റേയും മണിപ്രവാളത്തിന്റേയും ജാരസന്തതിക ളായി മാറുകയുമാണ് പില്ക്കാലത്ത് ചെയ്തിട്ടുള്ളത്. പൊട്ടൻതെയ്യത്തി ന്റേതു പോലുള്ള തോറ്റംപാട്ടുകൾക്ക് കൂർമ്മനെഴുത്തച്ചൻ, പോത്തേര എഴുത്തച്ചൻ എന്നിങ്ങനെ നിരവധി കൊള്ളാവുന്ന പിതൃത്വങ്ങൾ പിന്നീ ടുണ്ടായിട്ടുണ്ട്. തെയ്യത്തിന്റെ അടിസ്ഥാന ഘടനയെ ബാധിക്കാത്ത സ്തുതികളും വന്ദന ശ്ലോകങ്ങളുമാണ് ഇങ്ങനെ കൂട്ടിച്ചേർക്കപ്പെട്ട് തോറ്റ മായി മാറീട്ടുള്ളത്. തെയ്യത്തിന്റെ വരവിളിയോ അയ്യടിത്തോറ്റമോ ഉറ ച്ചിൽത്തോറ്റമോ, കതിവന്നൂർവീരന്റെ പെറ്റും പെറപ്പോ മാടായിക്കാരിയുടെ അടിമ ജീവിതമോ എഴുതാനുള്ള ധൈര്യമോ വിവേകമോ വകതിരിവോ മനുഷ്യത്വമോ ഒന്നും പതിനെട്ടരക്കവികൾക്കില്ല. അത് തെയ്യക്കാരന് മാത്രം ചെയ്യാൻ കഴിയുന്നതാണ്. പുലയൻ തായ്മൊഴിയിൽ പാടുമ്പോൾ പുലയപ്പേച്ചെന്ന് തെറിവിളിച്ച് അവരെ ഓടിച്ചു. സവർണ്ണൻ മണിപ്രവാള ത്തിൽ പാടിയപ്പോൾ കാവ്യമെന്ന് സ്തുതിച്ച് പട്ടും വളയും കൊടുത്താ ദരിച്ചു.. കീഴാളന്റെ പാട്ടുകളെ തമ്പുരാന്റെ പട്ടിൽ പൊതിഞ്ഞു. സവർണ്ണ കവികളെപ്പോലെ പട്ടും വളയ്ക്കും പട്ടത്താനത്തിനും വേണ്ടിയുള്ള മാര ലേഖ വർണ്ണനകളോ അച്ചീചരിതങ്ങളോ ദേവീ സ്തുതികളോ അല്ല തെയ്യ ത്തോറ്റങ്ങൾ. അത് ഇരയാക്കപ്പെടുന്നവർക്ക് വേണ്ടീട്ടുള്ള ഉണർത്തു പാട്ടു കളാണ്. മരണത്തിൽനിന്നും ജീവിതത്തിലേക്കുള്ള ഉയിർപ്പാണ്.

ആർക്കും ഒരു ഗുണവുമില്ലാത്ത മൃതമായ *രാമചരിത*വും *രാമകഥ പാട്ടു*മൊക്കെത്തന്നെയാണ് ഭാഷാ പഠനമെന്ന് പറഞ്ഞ് സർവ്വകലാശാല വിദ്യാർത്ഥികളെ പഠിപ്പിച്ചു കൊണ്ടിരിക്കുന്നത്. *രാമായണം* ചൊല്ലിച്ചൊല്ലി തെയ്യത്തെ ഉറയിച്ച് ഒരു ജനതയുടെ ചാലകശക്തിയായി മാറിയ അതി ജീവനത്തിന്റെ പാട്ടുകൾ എല്ലാ മുഖ്യധാര പഠന സങ്കേതങ്ങളിൽനിന്നും തിരസ്കരിച്ചിട്ടില്ലെങ്കിലേ അതിശയമുള്ളു. മലയാളം, സാഹിത്യം, സംസ് കാരം എന്നൊക്കെ നാം അഭിമാനം കൊള്ളുന്നത് ഒരുപാടു പേരുടെ ദുഃഖ ത്തിലും സങ്കടത്തിലും ചവുട്ടി നിന്നാണെന്ന് മറക്കരുത്. ബാലി കൈ ചൂണ്ടുന്നത് ഒരു രാമന് നേർക്കല്ല. ഇതെഴുതുന്ന ഈ പുലർകാലത്തും ഏതെങ്കിലും പെരുവണ്ണാന്റെ ദിഗന്തങ്ങളെ നടുക്കുന്ന വരവിളിയിൽ രാമദേവൻ ഞെട്ടി വിറയ്ക്കുന്നുണ്ടാകും.

*രാമായണ*ത്തിന്റെ നാട്ടുവഴക്കങ്ങൾ

*രാമായണ*ത്തിന്റെ പ്രതിപാഠ വായനകൾ നാൾക്കുനാൾ അസാദ്ധ്യമായി വരുമ്പോൾ, മതവും അധികാരവും മൂലധനത്തെയും സംസ്കാരത്തെയും നിയന്ത്രിക്കുന്ന രാഷ്ട്രീയ സാമൂഹ്യാവസ്ഥയിൽ ഒരു രണ്ടാം നവോത്ഥാനത്തിന്റെ പ്രസക്തിയേറുമ്പോൾ ദൈവവ്യവസ്ഥയും ചോദ്യം ചെയ്യപ്പെട്ടേ പറ്റൂ. ആര്യ ദൈവ വിമർശനത്തിന്റെ പ്രത്യാഘാതങ്ങൾ രൂക്ഷമാകുന്ന വർത്തമാനത്തിലാണ് ബാലിത്തെയ്യത്തിനും പെരുവണ്ണാൻ *രാമായണ*ത്തിനും പ്രസക്തിയേറുന്നത്. നൂറ്റാണ്ടുകൾക്കുമുമ്പ് കുഞ്ഞിമംഗലത്തെ കീഴാളരായ കുറുവാട്ട് പെരുവണ്ണാന്മാർ രചിച്ച, മേൽജാതിക്കാരനായ രാമന്റെ അമ്പേറ്റ അഭിശപ്തനായ കാട്ടുജാതിയെ അരിയെറിഞ്ഞ് വരവിളിച്ചു കൊണ്ടെഴുന്നള്ളിക്കുന്ന പയ്യന്നൂരിന്റെ പ്രാദേശിക *രാമായണം* സാഹിത്യത്തെയും കലയെയും കുറിച്ച് ഇന്നോളമുള്ള എല്ലാ സവർണ്ണ അധികാരഘടനയെയും കീഴ്മേൽമറിക്കുന്നതാണ്. ശ്രീരാമ ദേവനേയും സവർണ്ണ ഭക്തിയേയും വിമർശിച്ച് എളുപ്പത്തിൽ കൈയടി നേടുകയോ കഴുത്ത് പോവുകയോ ചെയ്യുന്ന വർത്തമാനത്തിൽനിന്നു കൊണ്ടാണ് അറുനൂറോ എഴുനൂറോ വർഷം പഴക്കമുള്ള രാമവിരുദ്ധമായ ഒരാവിഷ്കാരത്തെ വിലയിരുത്തുന്നത്. ഒളിപ്പോരാളികളെപ്പോലെ ബാലിയെ, പൊട്ടനെ, കാരിയെ, കാലത്തിനിപ്പുറത്തേക്ക് ഒളിച്ചു കടത്തിക്കൊണ്ട് വന്ന തെയ്യക്കാരുടെ ഇച്ഛാശക്തിക്ക് പകരമായി മറ്റൊന്നില്ല. നമ്മളെല്ലാവരും സ്വച്ഛനിദ്രയിലാണ്ട് മയങ്ങുമ്പോൾ കൊട്ടിയടച്ച വാതിലിന് പുറത്ത് നമ്മങ്ങളെ കാക്കുന്ന ദൈവം മറ്റൊരു ദൈവത്തിന്റെ അമ്പേറ്റ് പിടയുന്നുണ്ട്. ചോരയിറ്റുന്ന അരുണോദയ കിരീടം ചൂടി അനീതിക്കെതിരെ, നിങ്ങളുടെ രക്ഷയ്ക്കായി തൊണ്ട പൊട്ടി ആർത്തു വിളിക്കുന്നുണ്ട്.

*രാമായണ*ത്തിന്റെ വില വിവരപ്പട്ടികയിൽ ഒരുകാലത്തും ഇടംപിടിക്കാത്ത, മഞ്ഞൾക്കുറി മണക്കുന്ന, ചായില്യം ചോപ്പിച്ച നാട്ടുരാമായണം മലയാളത്തിലെ എത് രാമായണാഖ്യാനങ്ങളിൽനിന്നും വേറിട്ട് നില്ക്കുന്നു. കഥയാരും അറിയുന്നില്ലെങ്കിലും ആടാൻ വിധിക്കപ്പെട്ടവർ ആടിക്കൊണ്ടേയിരിക്കുന്നു.. രാമായണത്തോറ്റത്തിന്റെ ഘടന അനുഷ്ഠാന പരമായും ഭാഷാപരമായും ഏറെ സങ്കീർണ്ണമാണ്. കൃത്യമായ രേഖപ്പെടുത്തൽ ഇല്ലാതെ പോയതിനാൽ പാട്ടിലെ പല പദങ്ങളുടേയും ഉച്ചാരണവും അർത്ഥവും സംബന്ധിച്ച് അവ്യക്തതയും നിലനില്ക്കുന്നുണ്ട്. വരവിളി, ചെറിയ അഞ്ചടി, വലിയ അഞ്ചടി, കൈതാങ്ങിത്തോറ്റം, അരുണൻകഥ, ബാലിവിജയം, സീതാവൃത്താന്തകഥനം, ലങ്കപ്പതി, പുത്തൻചൊൽത്തോറ്റം, (1, 2 ഭാഗം), സീതാദുഃഖം വലുത്, സീതദുഃഖം ചെറുത്, ബാലിവധം, (1, 2, 3, 4 ഭാഗം), ഉറച്ചിൽത്തോറ്റം, (1, 2 ഭാഗം), താരാദുഃഖം എന്നിങ്ങനെയാണ് രാമായണകൃതിയെ ഒരു ദേശത്തിന്റെ നാട്ടുവഴക്കങ്ങളിലെ ജീവിത യാഥാർത്ഥ്യങ്ങളിലേക്ക് വിവർത്തനം ചെയ്തിട്ടുള്ളത്. ഇതിൽ പല ഭാഗങ്ങളും അപൂർണ്ണങ്ങളാണെന്നും പലതും നഷ്ടപ്പെട്ടു

പോയെന്നുമുള്ള അഭിപ്രായമുണ്ട്. മുഴുവൻ തോറ്റവും ഒരുസ്ഥലത്ത് ചൊല്ലാറില്ല. രാത്രിയിലെ വെള്ളാട്ടത്തിലും അതികാലത്തെ തെയ്യത്തിലുമാണ് *രാമായണം* പാടുന്നത്. മുഴുവൻ ഭാഗങ്ങളും അറിഞ്ഞു ചൊല്ലുന്ന കൊലക്കാർ വിരളമാകുന്നതും പുതുതലമുറ തല്ക്കാല ആവശ്യത്തിനല്ലാതെ ഇത്രയും വിപുലമായ ആഖ്യാനശാസ്ത്രം മുഴുവനായി പഠിച്ചെടുക്കാൻ തയ്യാറാകാത്തതുമാണ് *രാമായണ*ത്തിന്റെ നാട്ടുജീവിതം നേരിടുന്ന ഏറ്റവും വലിയ വെല്ലുവിളി.

കാട്ടുവെണ്ടയരിഞ്ഞ് ചതച്ചെടുത്ത് തീർത്ത പ്രാകൃതസ്മൃതിയുണർത്തുന്ന വഞ്ചിയിലുലഞ്ഞ്, മുണ്ടനാരിന്റെ വെള്ളിത്താടിയും മീശയുമണിഞ്ഞ് കല്ലരച്ചെഴുതി, മഷി തേച്ച്, ഓലച്ചൂട്ടിൽ ജ്വലിക്കുന്ന ബാലിയെന്ന ഗോത്രമൂപ്പൻ. അത്തിപോൽ വിലത്തനെ, കപികുലത്തിൽ മത്തനെ, പത്തനെ വസിക്കവേണ്ട ശക്തചിത്ത മത്തനെ എന്ന് പ്രാകൃതമലയാളത്തിലാറാടി വരുന്ന സംഘകാല രൂപിയായ മണ്ണോർമ്മകൾ തന്നെയാണ് തെയ്യപ്രകൃതിയിലൂടെ നമ്മെ തൊടുന്നത്.

നാടുവാഴും നിങ്ങൾ കാടുവാഴും ഞങ്ങൾ

തോറ്റത്തിലെ ഓരോ ഭാഗത്തും ബാലിയുടെ ഓരോ ജീവിതാവസ്ഥയാണ് അനാവരണം ചെയ്യുന്നത്. വരവിളിത്തോറ്റം കോലക്കാരൻ ചൊല്ലുന്നതാണ്. ബാലിയുടെ പിറവി വിവരിക്കുന്ന അരുണൻ കഥ, ബാലിയുടെ ഉടൽക്കരുത്തും ഉൾക്കരുത്തും പേറുന്ന ബാലിവിജയം തുടങ്ങിയ തോറ്റങ്ങളാണിപ്പോൾ ഏറെയും പാടി വരുന്നത്. ഇതിൽ കോലക്കാരനെ ചൊല്ലിയുറയിക്കുന്ന ഉറച്ചിൽത്തോറ്റത്തിലാണ് ശരിയായ ബാലിയെ കാണാൻ

കഴിയുന്നത്. ബാലിവധം, മോക്ഷം കൊടുക്കുന്ന തോറ്റം എന്നീ ഭാഗങ്ങളും ഉറച്ചിൽ തോറ്റത്തിൽ തന്നെയാണ് ചൊല്ലുന്നത്.

'എന്ത് കാരണമുണ്ടാക്കിയും ഒരു കാട്ടുവാസിയെ പരിഷ്കൃതനായ നിങ്ങൾക്ക് കൊല്ലാം' എന്നാണ് ഉറച്ചിൽത്തോറ്റത്തിൽ ബാലി രാമനോടാവർത്തിക്കുന്നത്. കാട്ടിനുള്ളിൽ ഇന്നുവരെ പരിഷ്കൃത മനുഷ്യനാൽ കൊല ചെയ്യപ്പെട്ട കാട്ടുവാസികളുടെ തിരസ്കൃത രക്തം കൊണ്ടാണ് ബാലിത്തെയ്യമെന്ന ഭീഷണമായ ചോദ്യത്തെ നിർമ്മിച്ചെടുത്തിട്ടുള്ളത്. രാമായണത്തോറ്റത്തിലെ ഏറ്റവും പ്രസക്തമായ ഭാഗമാണ് ഉറച്ചിൽ തോറ്റം. നാഗരിക തന്ത്രങ്ങളോടെതിർപ്പാൻ ശേഷിയില്ലാത്ത ഇര ആര്യ മേധാവിത്തത്തിന്റെ ബലിക്കല്ലിൽ തോറ്റമായി ഉറഞ്ഞുണരുന്നതാണ് ഉറച്ചിൽത്തോറ്റം. ലോകത്തെവിടെയുമുള്ള ഇരകൾക്കുവേണ്ടി നൂറ്റാണ്ടുകൾക്ക് മുമ്പേ തന്നെ അധഃകൃതരെന്ന് മുദ്രകുത്തി അധിക്ഷേപിക്കപ്പെട്ട തെയ്യക്കാർ അവരുടെ ജീവിത ദുരിതങ്ങൾ ചിക്കിച്ചേറിയെടുത്ത ധാന്യമണികളാണീ പാട്ടുകൾ. ഏത് പ്രതിരോധ കാലാവസ്ഥയെയും അതിജീവിക്കാനുള്ള ഔഷധക്കരുത്തുള്ളിലാവാഹിച്ച ധാന്യച്ചെടികൾ.

തെയ്യക്കാരനിലേക്ക് കാട്ടുരാജാവിന്റെ വർദ്ധിത വനവീര്യം പകർന്ന് ബാലിയായി ഉറഞ്ഞാടുന്നതിനുള്ള കരുത്ത് പകരലാണ് ഉറച്ചിൽത്തോറ്റത്തിന്റെ ധർമ്മം. ലക്ഷ്മണന്റേയും ഹനുമാന്റേയും സുഗ്രീവന്റേയും മുന്നിൽ ബാലിയുടെ ചോദ്യ ശരങ്ങളേറ്റ് പിടയുന്ന ഗതികെട്ട രാമന്റെ ഏറ്റവും ദയനീയമായ ചിത്രവും ഇവിടെ കാണാം. ഉറച്ചിൽത്തോറ്റം തന്നെ പഴയതും പുതിയതുമുണ്ട്. ഇത് മുഴുവനായും കുറുവാട്ട് പെരുവണ്ണാന്മാരുടെ രചനയാണോ എന്നും സംശയമുണ്ട്. ഇതിൽ ചിലേടത്ത് എഴുത്തച്ഛന്റെ ഭാഷ കടന്നുവരുന്നുണ്ട്. രാമചരിതാനന്തരം മലയാള ഭാഷ രൂപപ്പെടുന്നതിന്റെ ശക്തമായ സൂചനകൾ നല്കുന്ന ചരിത്ര സാക്ഷ്യങ്ങൾ കൂടിയാണിത്. നാല് പാദങ്ങളായാണ് ചുഷിതരുടെ വിമോചനപ്പാട്ടുകൾ തെയ്യക്കാർ തയ്യാറാക്കീട്ടുള്ളത്. ആദ്യപാദത്തിൽ മാല്യവാൻ പർവ്വതത്തിൽ കഴിയുന്ന സുഗ്രീവൻ ശ്രീരാമ ലക്ഷ്മണന്മാരെ കണ്ടെത്തുന്നതും അവരോടുള്ള സഖ്യവുമാണ് വിവരിക്കുന്നത്. ബാലിയുടെ കരുത്തിനെപ്പറ്റിയാണ് സുഗ്രീവൻ രാമനോട് പറയുന്നത്. മുന്നിലായ് രാക്ഷസാകാരം പൂണ്ട മരങ്ങളെ കണ്ട് ശ്രീരാമൻ അത്ഭുതപ്പെടുമ്പോൾ അരിക്കനന്ദനനായ സുഗ്രീവൻ പറയുന്നത് ഏഴ് മരത്തിലും മുഷ്ടിയാലടിച്ചുടൽ തകർത്തും പല ജാതിക്കമ്പ കെട്ടിയും ചാടിയുമിളകുമ്പോൾ മരത്തിന്റെ ഇലകൾ കൊഴിഞ്ഞുപോകുന്നു. ശ്രീരാമൻ ഉടൻ ദിവ്യാസ്ത്രമെടുത്ത് ബാലിയുടെ എഴ് വിശുദ്ധ വൃക്ഷങ്ങളുടെയും കുരലറുത്തു. ആയുധം കടലിലെ തീർത്ഥത്തിൽ സ്നാനപ്പെട്ട് പാപരഹിതമായി തിരിച്ച് തുണീരത്തിൽ പ്രവേശിച്ചു. മാല്യവാൻ മലപോലെ കിടക്കുന്ന ദുന്ദുഭീ ശരീരത്തെ ദശയോചനാ പര്യന്തം വലിച്ചറിഞ്ഞ് രാമൻ സുഗ്രീവന്റെ വിശ്വാസ്യത ഉറപ്പിച്ചു. പകരം ഇതുവരെ കണ്ടിട്ടില്ലാത്ത തനിക്കൊരു ദ്രോഹവും ചെയ്തിട്ടില്ലാത്ത ഒരു ഗോത്ര നേതാവിനെ കൊന്ന് കൊടുക്കുന്ന കരാ

റിൽ ഒപ്പു വെക്കുകയും ചെയ്തു.

ഈ രസം പൊഴിയുന്ന കായ്കനിയാലും തണുത്ത പൂക്കളാലും ഇടതൂർന്ന വനഭംഗിയുടെ പേരെന്ത് രാമൻ ചോദിച്ചു. പുണ്യകാജലം തേക്കും പൊയ്കകൾ. തടാകങ്ങൾ. മധു മല്ലിക, മുല്ല, പിച്ചകം. മധു മലർ വിരിഞ്ഞ പുതുമണം. കോകിലമൊഴികളും മന്ദമാരുതവും. എന്തു പേരി വിടേക്കു ചൊല്ലുക. കരുത്തേറീടും ബാലിവീരനിരിക്കുന്ന ഉരത്ത കിഷ്കി ന്ധയിതാണ് രാമ. ഈ വനകാന്തിയുടെ പേര് കൂടിയാണ് ബാലി. രാമൻ അപ്രകാരമുള്ള കിഷ്കിന്ധാനഗരി കണ്ടു. പൊങ്ങിന മതിൽ മണിമാളിക ഗോപുരങ്ങൾ കൊടികൾ കൊടിമരം രത്ന തോരണങ്ങൾ. നാടകശാല മുത്തു പന്തൽ. ചിപ്പമാം നിലാമിറ്റം. കല്പക മണിത്തറ. ചൊൽപ്പൊങ്ങും പടക്കൊട്ടിൽ ആനതേർ നീലാന്ധവും നീരാഴിക്കെട്ടും മന്ത്രശാല, മണി യറ ഇങ്ങനെ ബാലിപ്പെരുമ പലതും കണ്ടു. രാമൻ പറഞ്ഞു. ബാലിയും നീയുമായി പോരെടുക്കുന്ന നേരം ഉരമെഴും ശരം ബാലി മാർവ്വിടത്തെ യ്തു പാരിലെ മഴപോലെ ചോര വീഴ്ത്തുന്നുണ്ട്. നേരെ പോയി ബാലിയെ പോരിന് വിളിക്കൂ.

ചിപ്പവും കെല്പുമുറപ്പും വിചിത്രവും അത്ഭുത കല്പിതവുമായ അറയിൽ നിർമ്മലമായ പൊന്മണിക്കട്ടിലിന്മേൽ മനോഹരമായ പട്ടുതലയണ കാല്ക്കലും തലയ്ക്കലും വെച്ച് ചന്ദനവും കുറിക്കൂട്ടും പനിനീരും പൊൻകുടത്തിൽ കളഭ കലശവും കൊണ്ടംഗം കുളിർപ്പിച്ച് താരയും ബാലിയും ഉല്ലസിച്ചു. ഉല്ലാസ വാരിധി കല്ലോല ജാലത്തിൽ മെല്ലെയിറങ്ങിക്കളിച്ചു. ബാലി വധം രണ്ടാം പാദം തുടങ്ങുന്നത് ബാലിയും താരയും തമ്മിലുള്ള രാസക്രീഡ വർണ്ണനയോടെയാണ്. ബാലി താര യുടെ കുളുർമുലകൾ മെല്ലെ തലോടി. മധുപാനം ചെയ്തു. കല്ക്കണ്ടം വെല്ലുന്ന വായ് മധുര ഭാഷണങ്ങൾ ബാലി ആവോളം നുകർന്നു. കന്നൽ മിഴിയാൾ ചമഞ്ഞൊരുങ്ങി കൂത്താടി. ചിന്ത് രാഗങ്ങളും മദ്ദളവും താളമേ ളങ്ങളും ഇടയ്ക്കയും കൊമ്പും ചീനിയും പ്രയോഗിച്ചു.

ജീവിതത്തിന്റെ അനല്പമായ സന്തോഷത്തിൽ ഭാര്യയും ഭർത്താവും അഭിരമിക്കുന്നതിനിടെയാണ് എട്ടെട്ട് ദിക്കിനെയും വിറപ്പിക്കുന്ന ഇടി പത റുമൊച്ച ബാലി കേട്ടത്. രാമന്റെ ചതിക്കെണിയിലേക്ക് നേരനുജൻ തമ്പി സുഗ്രീവൻ ഏട്ടനെ വെല്ലുവിളിച്ചു. അരിശം മൂത്ത് അടരിനായി പായുന്ന പുരുഷനെ മുലക്കച്ചയഴിഞ്ഞ താര ഉടുതുകിൽ പിടിച്ചു നിർത്തി. “പേടി ച്ചോടിയ സുഗ്രീവന്റെ രണ്ടാം വരവിൽ ചതിയുണ്ട്. സൂരിയ വംശത്തിലെ ദശരഥർക്ക് രാമനെന്നൊരു പുത്തിരനുണ്ട്. അവനും തമ്പി ലക്ഷ്മണനും സുഗ്രീവനുമായി ചങ്ങാത്തത്തിലാണ്.” ബുദ്ധിമതിയായ താര പറഞ്ഞു. രാമനെന്നല്ല തന്നോടെതിർപ്പാനാരുമില്ലെന്ന് പറഞ്ഞ് വാനരരാജൻ അടർക്കളത്തിലേക്ക് കുതിച്ചു

നാലാം പാദത്തിലാണ് രാമന്റെ ഒളിയമ്പൊളി മിന്നുന്നത്. തോറ്റം ചൊല്ലിയുറയുന്നതും അപ്പോൾ തന്നെ. മല്ലയുദ്ധത്തിന്റെ പലവിധങ്ങളായ നാട്ടുവഴക്കങ്ങൾ തെയ്യം ഇവിടെ അവതരിപ്പിക്കുന്നു.. പാരമടിച്ചും പിടിച്ചും

പിണങ്ങിയും ഒത്തായത്തിൽ പിടി പെട്ടും തഴുകിയും. ഒത്തിയും തെറ്റിയും മാറിയും തണ്ടയും തണ്ടയും തമ്മിലുരസിയും, രണ്ടുപേരും മുഷ്ടി യുദ്ധം ചെയ്തു. ബാലി പ്രഹരത്തിൽ നിലംപതിച്ച തമ്പി സുഗ്രീവൻ രാമ ബാണം വരും വഴിനോക്കി നിന്നു. ഒളിഞ്ഞിരുന്ന മാരുതി ഞാണുമുറുക്കുന്ന ദൈവത്തെ വാഴ്ത്തി. അരിയ പെരുമാളുടെ ഉരസിലൊരു ലാക്കായ് ബാണം വിടുക ബാലിയെ കൊല്ലുക. ഒറ്റുകാരന്റെ വാഴ്ത്തുകളിൽ ദൈവം കനിഞ്ഞു. ബാലിസാന്നിദ്ധ്യമുള്ള ഏഴ് വൻമരങ്ങളിൽ ജഗദാനന്ദകാരകൻ കള്ളനെപ്പോലെ മറപറ്റി അമ്പെയ്തു. ദൈവം കള്ളക്കളി കളിച്ചു. പക്ഷേ, അമ്പേറ്റത് ലോകത്താകമാനമുള്ള *രാമായണ*ങ്ങളിലെ ബാലിക്കല്ല. തെയ്യത്തിന്റെ നെഞ്ചിലാണ് അമ്പ് തറഞ്ഞിരിക്കുന്നത്. തെയ്യം മാത്രമാണ് രാമന്റെ ആയുധം കൈകൊണ്ട് പിടിച്ചു നിർത്തീട്ടുള്ളത്. ബാലിക്ക് പെട്ടെന്നൊന്നും തിരിഞ്ഞില്ല ഭൂമിയിലിച്ചതി തന്നോടാരു ചെയ്തെന്ന്. ഒരു രാഷ്ട്രത്തെ, ഒരു സംസ്കാരത്തെ, ഒരു ഗോത്ര ജീവിതത്തിന്റെ ഉയിർപ്പിനെ എന്നെന്നേക്കുമായില്ലാതാക്കിയ, സ്വന്തം നെഞ്ചിൽ തറച്ച ആയുധത്തിലേക്ക് നോക്കി. രാമസായകത്തിൽ രാമൻ എന്ന അരിയ തിരുനാമം ആലേഖനം ചെയ്തിരിക്കുന്നു. സ്വന്തം പേര് കൊത്തിയ കൂരമ്പുകളാണ് രാമൻ ശത്രുക്കൾക്ക് നേരെ പ്രയോഗിക്കുന്നത്. ഒളിയമ്പേറ്റ ബാലി ചുറ്റിലും നോക്കി. ഇടിവെട്ടിയ എഴ് വൻമരങ്ങൾക്കിടയിലിരുന്ന് കൊലയാളിയായ ദൈവം പുഞ്ചിരിച്ചു. എട്ടാം മരമായി ബാലിയും നിലം പൊത്തിയിരിക്കുന്നു. "നിന്റച്ഛൻ ദശരഥനായാൽപ്പോലും ഇച്ചെയ്ത കാരിയം നന്നായില്ല. നിർമ്മരിയാദമെന്നോട് ചെയ്തത് നിന്റെ തന്ത കേട്ടാൽ പൊറുക്കില്ല. നിന്റെ ഗുരുവായ വസിഷ്ഠ മഹാമുനി ഇച്ചതിയറിഞ്ഞാൽ പൊത്തും ചെവി രണ്ടും. നിന്റെ പുത്രകാമേഷ്ടി യാഗത്തിന്റെ തീവരെ കെട്ടു പോയി. നീയിച്ചെയ്ത ചെറുപ്പ ക്രിയകൊണ്ട് സൂര്യവംശത്തിന് താന്നെ വാട്ടം തട്ടി. കാമത്തിന് കണ്ണില്ലല്ലോ. രാമന്റെ പെണ്ണിനെ രാവണൻ കട്ടെന്നാൽ ബാലിയെ കൊൽകയെന്നോ വിധി മന്നവ. നിന്റെ രാജ ധർമ്മ പ്രകാരം ദുഷ്ടരെ കൊല്ലാം, പക്ഷേ, ഞാൻ ദുഷ്ടരിലല്ല പെടുന്നത്. മനുഷ്യർ ഭക്ഷിപ്പാനായി കൊല്ലാറുണ്ട്. പക്ഷേ, എന്റെ മാംസം ഭക്ഷ്യ യോഗ്യമല്ല. നിന്നോട് വൈരവുമില്ല. കൂട്ടുമില്ല. പിന്നെന്തിനിച്ചതി എന്നോട് ചെയ്തു."

'നിങ്ങളും ഞങ്ങളും രണ്ടാണ്. നാട് വാഴും നിങ്ങൾ കാടുവാഴും ഞങ്ങൾ. മാനുഷ കുലത്തിൽ നിങ്ങളും വാനര കുലത്തിൽ ഞങ്ങളും. രണ്ട് ഗോത്രങ്ങൾ. രണ്ട് ഭാഷകൾ. രണ്ട് സംസ്കാരങ്ങൾ. കാടാണ് ഞങ്ങൾക്ക് തായ്ത്തണൽ. നല്ല പണം, പൊന്ന്, രത്നം നിങ്ങൾക്ക്, നല്ല തളിരില, കായ്കനി ഞങ്ങൾക്ക്. നല്ല നല്ലോരാണ് നിങ്ങടെ ഭാര്യമാർ. നല്ലനല്ലോരല്ല ഞങ്ങടെ ഭാര്യമാർ.' ഇത് കടമ്മനിട്ടയുടെയോ സച്ചിദാനന്ദന്റെയോ കവിതയല്ല. തെയ്യം ചോദിക്കുന്നതാണ്. വിശക്കുന്നവന്റേയും പരിഷ്കൃത ലോകം കാരണങ്ങൾ കണ്ടു പിടിച്ച് കൊന്നു തള്ളിയവരുടേയും സ്വഗതാഖ്യാനങ്ങളാണ്. ഭഗവാൻബാലിയുടെ മൊഴിയാണ്. കര

ച്ചിലാണ്. ഇതുറച്ചിൽത്തോറ്റമല്ല കരച്ചിൽത്തോറ്റമാണ്, ഇരകളുടെ ഗീതയാണ്.

ബാലിയുടെ യുക്തിഭദ്രമായ ചോദ്യങ്ങൾക്ക് രാമൻ മുടന്തൻ ന്യായങ്ങളും പച്ചക്കള്ളവുമാണ് മറുപടി പറയുന്നത്. ചോദ്യങ്ങളുമായി ഒരു ബന്ധവുമില്ലാത്ത കാരണങ്ങളാണ് ലോകാഭിരാമനായ രാമൻ വിശദീകരിക്കുന്നത്. പണ്ട് പണ്ട് പാലാഴി കടഞ്ഞപ്പോൾ താരസുന്ദരിയെ നീ സ്വന്തമാക്കിയില്ലേ. അതിലുള്ള രാമന്റെ അസൂയയും ബാലിവധത്തിന് കാരണമായിട്ടുണ്ട്. പാലാഴിമഥനമെന്ന മഹാസംഭവം മുടങ്ങിപ്പോകുമെന്ന അവസ്ഥയുണ്ടായപ്പോൾ ബാലിയാണ് മാനം കാത്തതെന്ന വസ്തുത ധർമ്മജ്ഞനായ രാമൻ സൗകര്യപൂർവ്വം മറന്നു.. പിന്നീടുള്ള രാമന്റെ മറുപടികളിയാട്ടക്കാവിൽനിന്നും നേരെ വാല്മീകിയുടെ ഉടജാന്തര വാടിയിലേക്കാണ് പോകുന്നത്. മതംഗമുനിയുടെ ആശ്രമം ചോര വീഴ്ത്തി അശുദ്ധപ്പെടുത്തിയതുകൊണ്ടാണ് നിന്നെ കൊല്ലുന്നതെന്ന് രാമൻ പറഞ്ഞു. രാമൻ ഏറ്റവും കൂടുതൽ പ്രാധാന്യം കല്പിച്ചിരിക്കുന്നത് ബ്രാഹ്മണർക്കാണ്. ആരണ്യ കാണ്ഡം 11–ാം സർഗ്ഗത്തിലെ 17, 18 ശ്ലോകങ്ങളിൽ രാമന്റെ ഈ നയം വ്യക്തമാക്കുന്നുണ്ട്. മുനിമാരായ ബ്രാഹ്മണർക്ക് വാക്കു കൊടുത്തിട്ടുണ്ടെങ്കിൽ മരണംവരെ അതിൽനിന്നും വ്യതിചലിക്കാൻ സാദ്ധ്യമല്ല. രാമൻ ഭാര്യയോട് കർക്കശ സ്വരത്തിൽ പറയുന്നതാണ്. ഞാൻ ജീവൻ ഉപേക്ഷിക്കാം. ലക്ഷ്മണനോടുകൂടി നിന്നെയും ഉപേക്ഷിക്കാം. ബ്രാഹ്മണർക്ക് വാക്കു കൊടുത്തിട്ട് അതിൽനിന്നും പിന്മാറാൻ എനിക്ക് പറ്റില്ല. ദണ്ഡകത്തിലെ രാമന്റെ ഹിംസാസക്തി കണ്ട് ക്ഷമകെട്ട സീത രാമനെ ചോദ്യം ,ചെയ്തതിനാണ് രാമൻ തന്റെ ജീവിത ലക്ഷ്യം വ്യക്തമാക്കുന്നത്. നിന്നെയും ഞാൻ ഉപേക്ഷിക്കുമെന്ന് രാമൻ സീതയുടെ മോത്ത് നോക്കിത്തന്നെ പറയുന്നുണ്ട്. അതുകൊണ്ട് ബാലിത്തോറ്റത്തിൽ മതംഗനെന്ന ബ്രാഹ്മണനെ അശുദ്ധമാക്കിയതിനുള്ള ശിക്ഷയെന്ന് രാമൻ വെറുതെ പറയുന്നതല്ല. ബാലിയോട് പിന്നെ ചെയ്യുന്നത് കടുത്ത വംശീയാധിക്ഷേപമാണ്. നീ വനവാസിയാണ്. കായ്കനികൾ തിന്ന് കാട്ടിൽ കഴിയേണ്ട നീ ഇപ്പോൾ സുഖ സൗകര്യങ്ങളോടെ സന്തോഷത്തിൽ കഴിയുന്നു. സന്തോഷവും സുഖവും ഞങ്ങൾക്കുള്ളതാണ്.നിങ്ങൾ കാട്ടുവാസികൾ ഞങ്ങൾ നഗര വാസികളുടെ അടിമയാണ്. നിന്നെ കൊല്ലാൻ ഞങ്ങൾക്ക് കാരണമൊന്നും വേണ്ട. നീ അനിയനെ കാട്ടിൽനിന്നും ഓടിച്ച് അവന്റെ പെണ്ണിനെ അനുഭവിച്ചു. ഊക്കും ഉരവും പെരുത്ത നീ വാക്കും വയതയും കൊണ്ടെന്നോടെതിർക്കാൻ വരണ്ട.

ബാലിയെന്നും വടു ബാലിയെന്നും രണ്ടുപേരെനിക്കു വേണ്ട

തെയ്യത്തിലെ ദുരന്ത നായകരുടെ പൊതുസവിശേഷത അവർക്ക് പതിവിലും കവിഞ്ഞ അഭിമാന ബോധമുണ്ടായിരിക്കുമെന്നാണ്. ബാലിക്ക് ഏറ്റവും കൂടുതൽ സാമ്യമുള്ളത് മാങ്ങാട്ട്മന്നപ്പനോടാണ്. രണ്ടുപേരും മരണത്തിലേക്ക് സഞ്ചരിക്കുന്നത് ആത്മാഭിമാനമേറിയാണ്, അപമാനത്തി

ന്റേതായ ഒരു ചിഹ്നവും പേറി നടക്കാൻ അവർ ആഗ്രഹിക്കുന്നില്ല. മരണം ഇഷ്ടപ്പെടുന്നു. പടയിൽ ജയിച്ച മാങ്ങാട്ട്മന്നപ്പൻ ചെറുവിരൽ നഷ്ട പ്പെട്ടു പോയി എന്ന കാരണം പറഞ്ഞാണ് മരണത്തിലേക്ക് നടന്നത്. ചെറുവിരലില്ലാത്ത തന്നെ സ്വന്തം ഭാര്യയായ ചെമ്മരത്തി അപമാനിക്കു മെന്നു ഭയന്നു മാങ്ങാട്ട് മന്നപ്പനെന്നല്ലാതെ രണ്ടാം പേര് ചൊല്ലിക്കാൻ ഞാൻ നില്ക്കയില്ല എന്ന് പറഞ്ഞാണ് മന്നപ്പൻ കള്ളപ്പടയിലെ മരണ ത്തിലേക്ക് നിരായുധനായി നടന്നടുക്കുന്നത്. അംഗ വിഹീനനായ തന്നെ ചെമ്മരത്തി കുവേനെന്ന് വിളിച്ചപമാനിക്കുമെന്ന അഭിമാന ബോധമാണ് മന്നപ്പന്റെ സ്വയംഹത്യക്ക് തുല്യമായ മരണം. അതുതന്നെയാണ് ബാലി ത്തെയ്യവും രാമനോട് പറയുന്നത്. പരബ്രഹ്മജ്ഞാനികളായ മുനിശ്രേ ഷ്ഠർ മന്ത്രമൂതിക്കൂർപ്പിച്ച രാമശരം പിടിച്ച ഒരേ ഒരു മനുഷ്യനാണ് ബാലി. അഭിമാനപ്രഭുവായ ബാലിത്തെയ്യം. ബാലിയുടെ ചോദ്യശരത്തിൽ കീറി മുറിഞ്ഞ രാമൻ അവസാനം ശരം പൊരിച്ച് നിന്നെ ഭൂമിയിൽ ജീവിക്കാൻ അനുവദിക്കാം എന്നു പറഞ്ഞു. വർദ്ധിച്ച പുച്ഛത്തോടെ രാമന്റെ മുഖത്ത് നോക്കി പോയി പണിനോക്കാനാണ് വാനരകുല നായകൻ പറയുന്നത്. ബാലിയെന്നും വടുബാലിയെന്നും രണ്ടു പേരിൽ വാഴുന്നോനല്ല ഞാൻ. നീ വച്ചുനീട്ടുന്ന ഔദാര്യത്തിൽ ഭൂമിയിലെ ജീവിതമെനിക്കു വേണ്ട. എന്നെ കൊല്ലുക. എനിക്ക് മോക്ഷം തരിക. നെടുബാലിയൻ എന്ന പേരിൽ മാത്രം ഞാനറിയപ്പെടട്ടെ. വടുബാലിയൻ എന്ന രണ്ടാം പേരെ നിക്കു വേണ്ട. മനുഷ്യരാശിയെ കൊന്നു തീർക്കാൻ ഋഷീശ്വരന്മാർ അനു ഗ്രഹിച്ച് നല്കിയ ആര്യശസ്ത്രത്തിന്റെ, കാലത്തിന് മായ്ച്ചു കളയാനാ കാത്ത വടുവും പേറിയുള്ള ശിഷ്ട ജീവിതം അഭിമാനികൾക്ക് മരണ ത്തേക്കാൾ ഭയാനകമാണ്. ആയുധധാരികളായ സാമ്രാജ്യത്വത്തിന്റെ അധി കാര ശക്തികൾക്കെതിരെ കൊലയറകളിൽനിന്നും ചങ്കൂറ്റത്തോടെ സംസാരിക്കുന്ന വിപ്ലവകാരികൾ പല കാലത്തും പല ദേശത്തും ചോദ്യ ങ്ങളുടെ ഇടിമുഴക്കം സൃഷ്ടിച്ചിട്ടുണ്ട്.

താരാദുഃഖം

അത്യന്തം ദുഃഖ പര്യവസായിയായിട്ടാണ് ബാലിത്തോറ്റം അവസാ നിക്കുന്നത്. അമ്പേറ്റ് വീണ ബാലി മോനെ ചേർത്തുപിടിച്ച് വിലപിക്കു ന്നത് *രാമായണ*ത്തിലെ തന്നെ ഏറ്റവും ഹൃദയസ്പർശിയായ ഭാഗമാണ്. എനിക്കേറ്റവും ദുഃഖം അനാഥമാകുന്ന അംഗദനെയോർത്താണ്. മരിച്ചു കൊണ്ടിരിക്കുമ്പോഴും ഒരുകാര്യം ബാലി സുഗ്രീവനെ ഓർമ്മിപ്പിക്കു ന്നുണ്ട്. വിദേശിയായ രാമൻ ചതിയനാണ്. അവൻ എന്നോട് ചെയ്ത ഈ ചതി നിന്നോടും ചെയ്യും. കരുതിയിരുന്നോ. എന്റെ മോനെ നിന്റെ മോനെപ്പോലെ നോക്കി വളർത്തണം. അതുകൊണ്ട് കുലം നിലനിർത്താൻ നാഗരികനായ രാമനെ അനുസരിക്കുന്നതാണ് നല്ലത്.

അനംഗലീലയിൽനിന്നും അന്ധകലീലയിലേക്ക് ബാലി നിപതിച്ച കാര്യം ഭാര്യയായ താര പിന്നീടാണറിയുന്നത്. വേളാർകോട്ട് ചെമ്മരത്തി

യെപ്പോലെ താരയും അടർക്കളത്തിലേക്കോടി. കണ്ടംതുണ്ടമായ മന്ന പ്പന്റെ ശരീര ശകലങ്ങൾക്ക് നടുവിലിരുന്ന് വിലപിക്കുന്ന ചെമ്മരത്തിയും മസ്തകത്തിൽ വെടികൊണ്ട് പിടയുന്ന കരിവീരസമനായ കാന്തനെ കെട്ടിപ്പിടിച്ച് കരയുന്ന താരയും തെയ്യമാകാതെ തന്നെ തെയ്യത്തിലെ ഉള്ളം നീറ്റുന്ന സ്ത്രീ സാന്നിദ്ധ്യമാകുന്നു. താരാദുഃഖം തോറ്റക്കാർ പാടുന്നത് തെയ്യം ഉറഞ്ഞ് കഴിഞ്ഞതിന് ശേഷം മാത്രമാണ്. ഈ തോറ്റത്തിന്റെ അല്പം ഭാഗം മാത്രമേ ഇന്ന് നില നില്ക്കുന്നുള്ളു. ബാലി ലാളിച്ച ഏഴ്മര ങ്ങളും താര ലാളിക്കുന്ന ഏട്ടാമത്തെ മരവും രാമൻ മുറിച്ചു കളഞ്ഞു. കൃഷ്ണാജിനം ധരിച്ച് ജഡാധാരിയായി, കൊലയന്ത്രം ചൂടിയ വിചിത്ര വേഷങ്ങളെ താര പുച്ഛത്തോടെ നോക്കി. സ്വന്തം ഗോത്രത്തെ വഞ്ചിച്ച ഹനുമാനെയും, ഏട്ടനെയും രാഷ്ട്രത്തെയും ഒറ്റുകൊടുത്ത സുഗ്രീവ നെയും താര കണ്ടു. അവൾ ഇച്ചതി നേരത്തെ മനസ്സിലാക്കിയിരുന്നു. ലോകാരാദ്ധ്യനായ രാമൻ നീതിമാനാണെന്ന് ആരേക്കാളും വിശ്വസിച്ചത് ബാലിയായിരുന്നു. സ്വന്തം കാര്യസാദ്ധ്യത്തിനായി വില്ലാണ ഗുരുവാണ ഞാൻ ബാലിയെ കൊല്ലാം എന്ന ഉറപ്പാണ് രാമൻ സുഗ്രീവന് കൊടു ക്കുന്നത്. നീതിയിലും ധർമ്മത്തിലും രാമന് എക്കാലത്തും ബാലി ബാലി കേറാമലതന്നെയാണ്. ബാലി താരയോട് പറയുന്നത് സഹായത്തിനായി ദുർബ്ബലനായ സുഗ്രീവനെയല്ല, കരുത്തനായ എന്നെയാണ് രാമൻ ആശ്ര യിക്കുക എന്നാണ്. ലോകശക്തിയായ രാമനോട് ബാലിക്ക് വലിയ ബഹു മാനമായിരുന്നു..

ബാലിയുടെ ചോദ്യശരങ്ങൾക്ക് ശേഷം താരയെയും രാമന് നേരി ടേണ്ടി വന്നു. സീതയെ കാണാത്ത ദുഃഖത്തിലും കോപത്തിലും ലോകം നശിപ്പിക്കാൻ വില്ലെടുത്തിറങ്ങിപ്പുറപ്പെട്ട രാമന്റെ ചിത്രം 'ആരണ്യ കാണ്ഡം' 64-ാം സർഗ്ഗം 58 മുതൽ 68 വരെ ശ്ലോകങ്ങളിൽ ആദികവി വിശദീകരിക്കുന്നുണ്ട്. ലോകതത്ത്വം അരച്ച് കലക്കിക്കുടിച്ച രാമൻ താര യുടെ ചോദ്യങ്ങളെ നിസ്സംഗതയോടെ നേരിട്ടു. നിന്നുടെ ഭർത്താവ് ദേഹമോ ദേഹിയോ എന്നൊക്കെ വെറുതെ പാട്ടുപാടാൻ കൊള്ളാം എന്ന് മറ്റാരേക്കാളും നന്നായി രാമന് അറിയാം. എങ്കിലും താരയ്ക്ക് ജീവിത ത്തിന്റെ ക്ഷണികതയെക്കുറിച്ച് രാമതത്ത്വം ഉപദേശിച്ചു. താര ബുദ്ധിമ തിയാണ്. തന്നെയും തന്റെ മകനെയും രക്ഷപ്പെടുത്തണമെങ്കിൽ ലോക സാമാജ്യത്വമായ ഐക്ഷ്വാകുവിനെ അനുസരിക്കുകയേ മാർഗ്ഗമുള്ളു. എന്ന് മനസ്സിലാക്കാൻ താരയ്ക്ക് അധിക നേരമൊന്നും വേണ്ടി വന്നില്ല.

ഒരു ഗോത്രസംസ്കൃതിയെ, ശക്തമായ ദ്രാവിഡ രാഷ്ട്രത്തെ തകർത്ത രാമന്റെ ആയുധം എല്ലാ കാലത്തേക്കുമുള്ള താക്കീതായി താരാകാന്തന്റെ വക്ഷസ്സിൽ തറച്ചുനിന്നു. ആയുധത്തിന്റെ മൂർച്ചയിൽ നിന്നും രക്തമിറ്റി. വനഭംഗിയുടച്ച സായകത്തിൽ രേഖപ്പെടുത്തിയ രാമന്റെ പേരിലെ സംസ്കൃത ലിപികൾ ചോര കുടിച്ച് വളർന്നു. പേരിന് താഴെ എഴുതിയ എക്കാലത്തേയും മഹത്തായ കാവ്യം പുരുവൻ ചത്ത പെണ്ണി ങ്ങനെ വായിച്ചു..

കോന്വസ്മിൻ സാമ്പ്രതം ലോകേ ഗുണവാൻ കശ്ച വീര്യവാൻ
ധർമ്മജ്ഞശ്ച കൃതജ്ഞശ്ച സത്യ വാക്യോ ദൃഢവ്രത:

നവ രാമായണ യജ്ഞങ്ങൾ

രാമായണകാലം കടന്ന് ജീവിതവും *രാമായണ*വും ഇവിടം വരെയെത്തി. ഒരു കൃതിയെന്നതിനപ്പുറം രാമനും *രാമായണ*വും പലവിധത്തിലും തരത്തിലും; ചിലപ്പോൾ ജീവിതത്തെ അത്യധികം അപകടകരമാകും വിധവും സ്വാധീനിച്ചു. അനവധി അനവധിയായ രാമായണ യജ്ഞങ്ങൾ കൊണ്ട് സമ്പുഷ്ടമാണ് നമ്മുടെ വർത്തമാനകാല സാംസ്കാരിക നഭോമണ്ഡലം. അതിനെ ഏറ്റവും ശക്തമാക്കുന്ന അങ്ങേയറ്റം ചലനാത്മകമാക്കുന്ന രാമായണ മഹായജ്ഞമാണ് ബാലിത്തെയ്യം. പല കാലങ്ങളിൽ പല *രാമായണ*ങ്ങൾ എന്നപോലെ ബാലിത്തോറ്റവും ഏക പാഠമല്ല. പല കൂട്ടിച്ചേർക്കലുകളും പല കാലങ്ങളിലായി അതിൽ വന്നിട്ടുണ്ട്. കമ്പരിൽനിന്നും ചീരാമനിൽനിന്നും പ്രചോദനമുൾക്കൊണ്ട് ലോകത്ത് മറ്റൊരാൾക്കും പാടാനാകാത്ത, പാടാൻ ധൈര്യമില്ലാത്ത *രാമായണ*മാണ് ബാലി പാടുന്നത്. അറിവ് നിഷേധിച്ച പെരുവണ്ണാൻ തെയ്യമാകുമ്പോൾ കമ്പരും ചീരാമനുമാണ് കൈതാങ്ങിത്തോറ്റം ചൊല്ലുന്നത്. മലയാളത്തിന്റെ സ്വന്തം *രാമായണ*മായ എഴുത്തച്ഛന്റെ പാഠങ്ങൾ വളരെ കുറച്ചേ ഇതിനെ സ്വാധീനിച്ചിട്ടുള്ളൂ.. എഴുത്തച്ഛന് മുമ്പായാലും പിമ്പായാലും എഴുത്തച്ഛന്റെ രാമനെ തെയ്യം ഒരുവിധത്തിലും അംഗീകരിക്കുന്നില്ല. തെയ്യത്തിലും അവസാനം ബാലി രാമനെ സ്തുതിക്കുന്നുണ്ട്. കാരണം ആര്യരാമൻ ഇക്കാലത്തെന്ന പോലെ അക്കാലത്തും ലോകതത്ത്വം മാത്രമായിരുന്നില്ല ലോകശക്തികൂടിയായിരുന്നു. ഈ സ്തുതി ഉള്ളതു കൊണ്ടാണ് പെരുവണ്ണാന്മാരുടെ കഴുത്തിന് മുകളിൽ തലകൾ നില നില്ക്കുന്നത്. *ഭഗവദ്ഗീത*യിലും *രാമഗീത*യിലും ഉത്തരങ്ങൾ അക്ഷരങ്ങളറിയാത്ത തൊഴിലാളി ജീവിതത്തിന് പുറത്ത് ഉപയോഗശൂന്യമായി വ്യർത്ഥമാകുമ്പോൾ ബാലിത്തെയ്യം രാമനെതിരെയുള്ള ചോദ്യങ്ങളിലെ ഉൾക്കരുത്തായി ജീവിതത്തെ എല്ലാ കാലത്തും പ്രചോദിപ്പിക്കുന്നു. ഇന്നും ജനങ്ങൾക്കുപകാരമുള്ള, നേരിട്ട് വ്യക്തിജീവിതത്തിൽ ഇടപെടുന്ന *രാമായണ*മുണ്ടെങ്കിൽ അത് തെയ്യത്തിൽ മാത്രമാണ്. അറിവ് നിഷേധിക്കപ്പെട്ടവന്റെ ചെവിയിൽ ഉരുക്കിയൊഴിച്ച കാച്ചിയാൽ കറുക്കാത്ത, തുക്കിയാൽ കുറയാത്ത ലോഹക്കരുത്തിലാണ് തെയ്യത്തൊഴിലാളികൾ ബാലിപ്പെരുമാളെ വാർത്തെടുത്തിട്ടുള്ളത്.

ആദികവിയായ വാല്മീകിയുടെ രാമൻ നീതിമാനോ ധർമ്മജ്ഞനോ അല്ല. സ്വന്തം ധർമ്മവും ആശയവും ഇഷ്ടാനിഷ്ടങ്ങളും നടപ്പാക്കുന്നതിനായി ഒരു വിട്ടുവീഴ്ചയുമില്ലാതെ പ്രവർത്തിക്കുന്ന അതിശക്തനായ ക്ഷത്രിയനാണ് രാമൻ. ബ്രഹ്മവും ബ്രഹ്മാസ്ത്രവുമറിഞ്ഞവൻ. ബാലിയെ കൊല്ലുന്നതിനായി രാമൻ നിരത്തുന്ന ന്യായങ്ങൾ പലതാണ്. ഒരു ഭര

ണാധികാരി സ്വന്തം കാര്യത്തിനായി എന്തൊക്കെ നീചപ്രവൃത്തികൾ ചെയ്യുന്നുവെന്ന് തെയ്യത്തിൽ പറയുന്നതിനേക്കാൾ ക്രൂരമായ ന്യായങ്ങളാണ് വാല്മീകിയുടെ രാമൻ നിരത്തുന്നത്. കിഷ്കിന്ധാകാണ്ഡം 18–ാം സർഗ്ഗത്തിലെ ശ്ലോകങ്ങൾ രാമന്യായങ്ങളാൽ സമ്പന്നമാണ്. ശാസ്ത്രങ്ങൾ അറിയുന്നവനും ധർമ്മത്തിന്റെ ചിഹ്നങ്ങളായ ജഢയുടേയും മരവുരിയുടേയും മറ പിടിച്ച ഏത് ക്ഷത്രിയ താപസനാണ് യാതൊരു സംശയവും കൂടാതെ ഈ നീച പ്രവൃത്തി എന്നോട് ചെയ്യുന്നത് എന്നാണ് വാല്മീകിയുടെ ബാലി ചോദിക്കുന്നത്. 'രാമാ നീ കാമത്തിന് പ്രാധാന്യം നല്കുന്നവനും കോപിഷ്ഠനും മര്യാദ കെട്ടവനും കൊല്ലാനുള്ള ആയുധങ്ങളെ മാത്രം ഉപാസിക്കുന്നവനുമാണ്. ശഠൻ, ദ്രോഹപരൻ, ക്ഷുദ്രൻ, ശാന്തനെന്ന് നടിപ്പവൻ.' മഹാത്മാവായ ദശരഥന് എമ്മട്ടുണ്ടായി പാപി നീ എന്നാണ് വള്ളത്തോൾ പരിഭാഷ്യം. തെയ്യത്തിലായാലും വാല്മീകിയിലായാലും മരണവും കൊലപാതകവുമൊക്കെ ഒന്നു തന്നെയല്ലേ.

വാല്മീകി *രാമായണ* കൃതി രചിച്ചിരിക്കുന്നത് ലോകത്ത് ധർമ്മം പുനഃസ്ഥാപിക്കാനോ കർക്കടക മാസത്തിൽ കച്ചോടം ചെയ്യാനോ അല്ല. ആര്യബ്രാഹ്മണ കേന്ദ്രീകൃതമായ ഒരു വ്യവസ്ഥ ഉറപ്പിക്കുന്നതിന് അതിന്റെ ചോദ്യം ചെയ്യപ്പെടാത്ത നിഷ്ഠ സ്ഥാപിച്ചെടുക്കുന്നതിന് വേണ്ടിയാണ് ബ്രാഹ്മണന്റെ ചട്ടുകമായ കരുത്തനായ ഒരു ഭരണാധികാരിയെ മുൻനിർത്തി അതി മഹത്തായ ഒരുകൃതി നിർമ്മിക്കുന്നത്. *രാമായണ*ത്തിലുടനീളം കാണുന്നത് രാമന്റെ ധർമ്മമല്ല ധർമ്മസങ്കടങ്ങളാണ്. ബ്രാഹ്മണനീതി നടപ്പാക്കുന്നതിനായി എല്ലാ സുഖവും നിരാകരിക്കുന്ന ഏത് കൃത്യവും നിർദ്ദയം നടപ്പാക്കുന്ന ആദർശ ധീരനായ മനുഷ്യനെയാണ് വാല്മീകി അവതരിപ്പിക്കുന്നത്. ബാലിയുടെ ചോദ്യങ്ങൾക്കുള്ള ഉത്തരങ്ങളിൽ നീതി ചികയുന്നതിൽ അർത്ഥമില്ല. ചാകുന്ന ഇരയും കൊല്ലുന്ന ഇരപിടിയനും തമ്മിലുള്ള പ്രശ്നമാണ്. ഇരയുടെ പ്രശ്നം എല്ലാവരുടേയും പ്രശ്നമാകുമ്പോൾ കൊല്ലുന്നവന്റേത് അങ്ങനെയല്ല. അതുകൊണ്ടാണ് തെയ്യം എല്ലാവർക്കും വേണ്ടിയുള്ള ചോദ്യമായി ചോദ്യം ചെയ്യലായി ചത്തുകൊണ്ട് നിലനില്ക്കുന്നത്. മരണമുഖത്തുനിന്ന് ഇരകൾ കേട്ട തത്ത്വമല്ല കൊല്ലപ്പെടുംമുമ്പ് ഭൂമിയിൽ ശേഷിക്കുന്നവർക്ക് വേണ്ടി അവർ ഉന്നയിച്ച ചോദ്യങ്ങളാണ് ജീവിതത്തെ എക്കാലവും പിന്തുടർന്നുകൊണ്ടിരിക്കുന്നത്.

ബലിത്തറയിൽ നിന്നുകൊണ്ട് വാല്മീകി മഹർഷിയുടെ രാമൻ ലോകത്തോട് പ്രഖ്യാപിക്കുകയാണ്: 'പർവ്വതങ്ങളും കൊടുങ്കാടുകളും നിറഞ്ഞ ഈ ഭൂമി മുഴുവൻ ഇക്ഷ്വാകു വംശത്തിൽ ജനിച്ച രാജാക്കന്മാരുടേതാണ്.'

ഇക്ഷ്വാകുണമിയം ഭൂമിസശ്ശൈല വന കാനനാ
മൃഗ പക്ഷി മനുഷ്യാണാം നിഗ്രഹാനുഗ്രഹേഷ്വപി

ചില കാര്യങ്ങൾക്ക് സംസ്കൃതത്തിൽ പറഞ്ഞാലേ അതിന്റെയൊരു പാങ്ങ് വരൂ. ഞങ്ങൾ ഊരു ചുറ്റുകയാണ്. ഭരതനാണിപ്പോൾ രാജാവ്.

ബാലീ നീ കാമത്തിൽ അടിപ്പെട്ടവനാണ്. കാമത്തിന് ജീവിതത്തിൽ പ്രാധാന്യം നല്കി. സീതയോടുള്ള അടങ്ങാത്ത ഭോഗാസക്തിയിൽ നില വിളിച്ച് കരഞ്ഞ് കൊടും വിനാശംവിതയ്ക്കുന്ന ആയുധമെടുത്ത് ലോകത്തെ ചുട്ടു ചാമ്പലാക്കാനൊരുങ്ങിയ ബ്രഹ്മജ്ഞാനിയായ, താപസനായ രാമന്റെ കുറ്റവിചാരണ എങ്ങനെയുണ്ട്, സംശയിക്കുന്നവർക്ക് വാല്മീകിയെ വായിക്കാം അധർമ്മം ആചരിക്കുന്ന ബാലിക്ക് വധശിക്ഷ വിധിക്കാനുള്ള അവകാശം തനിക്കുണ്ടെന്ന് പലവിധ ന്യായങ്ങൾ നിരത്തി രാമൻ സ്ഥാപിച്ചെടുക്കുന്നു, ശിക്ഷ വിധിച്ചില്ലെങ്കിൽ പാപം രാജാവിനെ ബാധിക്കുമത്രെ. ഇതിനുദാഹരണമായി രാമൻ പറയുന്നത് പാപം ചെയ്ത ബുദ്ധസന്ന്യാസിയെ ശിക്ഷിക്കാത്ത മാന്ധാതാവ് എന്ന രാജാവിന് കടുത്ത ശിക്ഷ അനുഭവിക്കേണ്ടി വന്ന സംഭവമാണ്. ബുദ്ധനെ *രാമായണം* പാപികളുടെ പട്ടികയിലാണ് പെടുത്തിയിരിക്കുന്നത്.

കിഷ്കിന്ധാ കാണ്ഡം 18-ാം സർഗ്ഗത്തിലെ 32-ാം ശ്ലോകം മുതൽ രാമൻ ആരെയും കൊല്ലുന്നതിനുള്ള പകയും ഹിംസാസക്തിയുമുള്ള ഒരേകാധിപതിയാണ് താനെന്ന് സ്വയം പ്രഖ്യാപിക്കുന്നു. വാനരകുല നായകാ എനിക്ക് നിന്നെ കൊല്ലുന്നതിൽ യാതൊരു മനഃസ്താപവുമില്ല. നമ്മുടെ വള്ളത്തോൾ ഈ ഭാഗം വിവർത്തനം ചെയ്തത് വായിക്കാം.

ഇല്ലെനിക്കതിലുൾത്താപ, മില്ലശുണ്ഠി കപീശ്വര
വല, പാശം, പലതരം കെണിയെന്നിവയാൽ നരർ
ഒളിച്ചോ വെളിവായ് നിന്നോ പിടിച്ചീടും മൃഗങ്ങളെ
പേടിച്ചോടുമ്പൊഴുതിലോ വിശ്വസിച്ചമരുമ്പോഴോ
സൂക്ഷിക്കാത്തപ്പൊഴോ സൂക്ഷിക്കുമ്പൊഴോമാംസവാഞ്ഛയാൽ
നേർക്കാത്തവരേയും മർത്ത്യരെയ്തേക്കും ദോഷമില്ലിതിൽ

ഒരു കാട്ടുവാസിയുടെ ജീവിതത്തിന് രാമനിടുന്ന വിലയാണിത്. ബാലിയെ വെറും മൃഗമായി കാണുമ്പോൾ തന്നെയാണ് അനിയനായ സുഗ്രീവനെ സീതാന്വേഷണത്തിന്റെ മുഴുവൻ ചുമതലയും ഏല്പിക്കുന്നത്. വനവാസികളെ കൊല്ലുന്നത് രാജധർമ്മമാണെന്ന് കൂടി പറയുമ്പോഴാണ് രാമാവതാരത്തിന്റെ ഉദ്ദേശ്യം പൂർണ്ണമാകുന്നത്. ഹിംസ ലഹരിയായ ഒരേകാധിപതിയുടെ ദുർബ്ബലരായ ജനതതിക്ക് നേർക്കുള്ള നിഷ്ഠുരമായ വംശീയാധിക്ഷേപം തന്നെയാണ് രാമൻ നടത്തുന്നത്. രാജാക്കന്മാർ ദുർല്ലഭമായ ധർമ്മവും ശുഭമായ ജീവിതവും എല്ലാവർക്കും പ്രദാനം ചെയ്യുന്നു. അവരെ ആരും നിന്ദിക്കരുത്. രാജാക്കന്മാരുടെ ഇഷ്ടത്തിന് വിപരീതമായി ഒന്നും പ്രവർത്തിക്കരുത്.

താന്നഹിംസ്യാന്ന ചാക്രോ ശേന്നാക്ഷി പേന്നാ പ്രിയം വദേത്
ദേവാ മനുഷ്യ രൂപേണ ചരന്ത്യേതേ മഹീതലേ

ഇത്രയുംകൂടി കേട്ടപ്പോൾ ബാലിയുടെ ഉത്തരം മുട്ടി. തന്റെ ഗോത്രത്തെ രക്ഷിക്കാനുള്ള ഏക പോംവഴി സാമ്രാജ്യത്വം ഒരുക്കിയ, താൻ ഏറെ ബഹുമാനിച്ചിരുന്ന കാകുല്സ്ഥന്റെ കൈകൊണ്ട് തന്നെ മരിക്കുക എന്നതാണ്.

വാല്മീകിയുടെ ബാലി മരിച്ച് സ്വർഗ്ഗം പൂകിയപ്പോൾ പെരുവണ്ണാന്മാരുടെ ബാലി സ്വർഗ്ഗമുപേക്ഷിച്ച് തെയ്യമായി വീണ്ടും മർദ്ദിതരുടെ ജീവിതപ്പോരിൽ ഉയിർക്കുകയാണ് ചെയ്തത്. വാല്മീകി *രാമായണ*ത്തിന്റെ കാനനപ്പടർപ്പുകളിൽ ബാലിത്തെയ്യത്തെ ചൊല്ലി ഉറയിക്കുമ്പോഴാണ് ഒരു *രാമായണ* പാഠത്തെ ഒരു നാട്ടുജനത ഏതൊക്കെ വിതാനങ്ങളിലാണ് ജീവതായനമായി പരിവർത്തനപ്പെടുത്തിയിരിക്കുന്നത് എന്ന് മനസ്സിലാക്കാൻ കഴിയൂ. ദുർബ്ബലരായവരെ നിഷ്ഠുരം വധിക്കുകയും ആര്യ വംശ സംസ്ഥാപനത്തിനായി ഏകാധിപതികൾ തുടർന്നുവന്ന പൂർവ്വമാതൃക തന്നെയാണ് ഇക്ഷ്വാകു രാജാക്കന്മാർ. അക്കാലത്ത് എല്ലാവരും ഭയപ്പെട്ടിരുന്ന ആര്യ സാമ്രാജ്യമായിരുന്നു കോസലം. ആദർശ ധീരന്മാരായ രഘുകുല നായകന്മാർ യുദ്ധ നിപുണരും മനുഷ്യരെ കൊല്ലുന്നതിനായി സാങ്കേതിക മേന്മയേറിയ ആയുധങ്ങൾ കൈവശമുള്ളവരുമായിരുന്നു. ബ്രഹ്മജ്ഞാനികളായ വസിഷ്ഠൻ, വിശ്വാമിത്രൻ, അഗസ്ത്യൻ തുടങ്ങിയ ബ്രാഹ്മശ്രേഷ്ഠരുടെ നിർദ്ദേശപ്രകാരമാണ് രാമൻ പ്രവർത്തിക്കുന്നത്. സത്യാന്വേഷികളും നിസ്സംഗരുമായ മഹാമുനികൾ തന്നെയാണ് വിനാശകാരികളായ ആയുധങ്ങൾ രാമന് നല്കുന്നതും. ബ്രാഹ്മണനെ രാമൻ ഏറ്റവും പരമമായ പദവിയിൽ പ്രതിഷ്ഠിച്ചു. അവർതന്നെ മനുഷ്യരെ കൊല്ലുന്നതിനായി ബല അതിബല മന്ത്രങ്ങളിൽ രാമശരീരം അക്ഷീണമാക്കി. രാമൻ പറഞ്ഞപോലെ ഇക്ഷ്വാകു രാജാക്കന്മാർ ബ്രാഹ്മണർക്ക് വേണ്ടി ആരെയും ആക്രമിക്കും. അയോദ്ധ്യയേക്കാൾ പ്രബലമായിരുന്ന ലങ്കയെയും കിഷ്കിന്ധയെയും പോലുള്ള സ്വതന്ത്ര രാഷ്ട്രങ്ങളെ ആയുധങ്ങളും തന്ത്രങ്ങളും ഉപയോഗിച്ച് കീഴ്പ്പെടുത്തിയാണ് അവിടെ പാവഭരണകൂടങ്ങൾ സ്ഥാപിച്ചത്. കിഷ്കിന്ധയും ലങ്കയും എക്കാലത്തും തിളയ്ക്കുന്ന ആര്യശക്തിയുടെ കണ്ണിലെ കരടായിരുന്നു. ഇനി സീതാപഹരണം നടന്നില്ലെങ്കിൽപോലും രാമൻ ലങ്ക ആക്രമിച്ച് കീഴടക്കും. ആരണ്യകാണ്ഡത്തിൽ ജാബാലി മതനിരാകരണത്തിൽ ഇക്കാര്യം വ്യക്തമാക്കുന്നുണ്ട്. ഇവിടെയാണ് ബുദ്ധനെക്കുറിച്ചുള്ള പരാമർശവുമുള്ളത്. അത്രി മഹർഷിയുടേയും അനസൂയയുടേയും ആശ്രമത്തിൽവെച്ച് രാമനോട് ഋഷിമാർ പറയുന്നത് പത്തു കഴുത്തുള്ള രാവണൻ എന്ന് പേരായ ലങ്കാധിപതിയെ ആദ്യം കൊന്നു തരണം എന്നാണ്.

താപസന്റെ വേഷവും ക്ഷത്രിയന്റെ രക്ത ദാഹവുമുള്ള ഏറ്റവും അപകടകരമായ അധികാര വ്യവസ്ഥിതിയെ സീത തന്നെ പിച്ചിച്ചീന്തുന്നുണ്ട്. തങ്ങൾക്ക് ഒരു ബുദ്ധിമുട്ടുമുണ്ടാക്കാത്ത കാട്ടുവാസികളെ എന്തിനാണിങ്ങനെ കൊല്ലാനിറങ്ങിപ്പുറപ്പെടുന്നതെന്ന് സീത ശക്തമായ ഭാഷയിൽ ചോദിക്കുന്നു. ബ്രാഹ്മണർക്ക് വേണ്ടി താനെന്തും ചെയ്യുമെന്നും വേണമെങ്കിൽ നിന്നെയും ലക്ഷ്മണനെയും ഉപേക്ഷിക്കുമെന്നും മറുപടി പറയുന്നു. *രാമയണാ*വസാനം എന്തുണ്ടായെന്ന് നാം കണ്ടതാണല്ലോ. യുദ്ധ വിജയാനന്തരം രാജസദസ്സിലെത്തിയ സീതയുടെ ചാരിത്ര്യ ശുദ്ധിയിൽ സംശയം തോന്നിയ രാമൻ ഊണിലും ഉറക്കിലും രാമനാമം മാത്രം ഉരു

വിട്ട സീതയുടെ മുഖത്തു നോക്കി പറയുന്നത് കേട്ടാൽ പെണ്ണുങ്ങളാരും *രാമായണം* കൈ കൊണ്ട് തൊടില്ല. എന്റെ കൺമുന്നിൽ ചാരിത്ര്യം നശിപ്പിക്കപ്പെട്ട നിലയിൽ നില്ക്കുന്ന നീ നേത്ര രോഗിക്ക് വിളക്കെന്നപോലെ എനിക്കൊട്ടും സ്വീകാര്യയല്ല എന്നാണ്. എന്റെ സല്പേരാണ് എനിക്ക് മുഖ്യം. നിന്നെ എനിക്ക് വേണ്ട. നീ എവിടെയെങ്കിലും പോയി ജീവിച്ചോ. ലക്ഷ്മണൻ, ഭരതൻ, സുഗ്രീവൻ, വിഭീഷണൻ ഇവരിൽ ആരുടെ വേണമെങ്കിലും വെപ്പാട്ടിയായിക്കോ. രാമാപമാനത്തിൽ മനംനൊന്ത സീത തീയിൽ പാടി ചാവനൊരുങ്ങുമ്പോൾ എത്രയും വേഗത്തിൽ സീതയെ പച്ചയ്ക്ക് കത്തിക്കുന്നതിനുള്ള അഗ്നിയുണ്ടാക്കാനാണ് രാമൻ അനിയനോട് കല്പിക്കുന്നത്. ഇങ്ങനെ രാമൻ ചെയ്യുന്നത് ദിവ്യ ശക്തികൊണ്ട് സീത തിരിച്ചു വരുമെന്ന ഉറപ്പിന്മേലല്ല ചാകാൻ വേണ്ടിത്തന്നെയാണ്.

ഉത്തര കേരളത്തിലെ ജനങ്ങളുടെ കണ്ണീരൊപ്പുന്ന രാമനെയല്ല വാല്മീകി സൃഷ്ടിച്ചിട്ടുള്ളത്. ഒരു ഭരണാധികാരിയുടെ ആദർശനിഷ്ഠയും അയാൾ അകപ്പെടുന്ന സംഘർഷങ്ങളുമാണ് *രാമായണ*ത്തിന്റെ ഉള്ളടക്കം. പിന്നീട് ബഹുവിധങ്ങളായ കഥനങ്ങളുണ്ടായപ്പോൾ രാമന്റെ മനുഷ്യസംഘർഷം പതുക്കെ പിൻവാങ്ങി. പിന്നെ ഏക ശിലാ രൂപിയായ ദൈവം മാത്രം ബാക്കിയായി. അങ്ങനെ ഭക്തിപ്രസ്ഥാനം വളർത്തി വലുതാക്കിയതാണ് എഴുത്തച്ഛന്റെ രാമനെ. *രാമായണ*മെന്ന സാഹിത്യ പാഠത്തിന്റ സാംസ്കാരിക മൂല്യം നഷ്ടമാവുകയും അത് ഒരു മതപാഠമായി ചുരുങ്ങിപ്പോവുകയുമാണ് പിന്നീടുണ്ടായത്. വർത്തമാനകാലത്തിലെ തൊട്ടാൽ കൈ പൊള്ളുന്ന കൈ വെട്ടുന്ന മതവീര്യം പ്രദാനം, ചെയ്യുന്ന തത്ത്വ സംഹിതയായും അത് മാറിപ്പോയിട്ടുണ്ട്. കുമാരനാശാൻ, മാരാർ,

ശ്രീകണ്ഠൻ നായർ തുടങ്ങിയവരുട പ്രതി രാമായണ നിർമ്മിതികൾക്ക് വലിയ തുടർച്ചയൊന്നും പിന്നീടുണ്ടായിട്ടില്ല. വാല്മീകിയുടെ രാമനെ കീറിമുറിച്ച മാരാർ തന്നെ പിന്നീട് പ്രായശ്ചിത്തത്തിന്റെ വിശല്യകരണി ചേർത്ത് മുറിവുണക്കുകയും ചെയ്തു. രാമനെ ചോദ്യം ചെയ്യാനുള്ള നിരവധി ശ്രമങ്ങൾ സാഹിത്യത്തിലുണ്ടായി. സാറാജോസഫിന്റെ *പുതു രാമായണം, ഊര് കാവൽ* പോലുള്ള രചനകൾ പ്രതിപാഠ നിർമ്മിതി യുടെ അതിശക്തമായ ഭാഷ്യങ്ങളാണ്.

പല കാലങ്ങളിലായി പല ദേശക്കാരുടെ പല വിതാനങ്ങളിലുള്ള അധിനിവേശങ്ങളുടെ ഫലമായി ഇത്രയധികം സംസ്കാരങ്ങളുടെ കലർപ്പുകളുള്ള ദേശപ്പെരുമകൾ വേറെ ഉണ്ടാകാനിടയില്ല. ഇന്ത്യൻ സംസ്കാരം ആര്യമെന്നോ ദ്രാവിഡമെന്നോ വ്യവച്ഛേദിക്കാനാകാത്ത വിധം സങ്കലിതമാകുമ്പോൾ ഏകശിലാരൂപിയായ സവർണ്ണ അധികാര ശക്തിയായ രാമദൈവത്തെ അടിച്ചേല്പിക്കുന്നത് അത്തരത്തിലുള്ള എല്ലാ വൈവിദ്ധ്യങ്ങളേയും നിരാകരിക്കുന്നതിനേ ഉതകൂ. മതപാഠവും സംസ്കാരപാഠവും രണ്ടും രണ്ടാകാതെ ഒന്നായിത്തീർന്ന ഈ വർത്ത മാനത്തിൽ ബാലിത്തെയ്യം ശക്തമായ സംസ്കാരമായോ ചരിത്ര നിർമ്മി തിയായോ ഒരു നാട്ടിലെ സാധാരണയിൽ സാധാരണക്കാരായ ജനങ്ങളെ, സവർണ്ണ താല്പര്യങ്ങൾക്ക് വിരുദ്ധമായി സദാ ചലനാത്മകമാക്കുന്നു എന്നതാണ് തെയ്യത്തിന്റെ ചരിത്രപരമായ ഏറ്റവും വലിയ സവിശേഷ തയും മികവും. നൂറ്റാണ്ടുകൾക്കപ്പുറം മൃതമായി മണ്ണടിഞ്ഞ ഒരു സംസ്കാ രത്തിന്റെ ഓർമ്മയല്ല പകരം നാൾക്കുനാൾ ഉറഞ്ഞുരിയാടി വരുന്ന ഒരു യാഥാർത്ഥ്യമാണത്. കളിയാട്ടക്കാലത്ത് വടക്കേമലബാറിൽ പോകുന്ന ഏതൊരാൾക്കും ആ യാഥാർത്ഥ്യം നേരിട്ടനുഭവിക്കാം

അമ്പ് തറച്ച് ഉദയഗിരിയുടെ ഉമ്മറപ്പടിയിൽ നിന്നലറി വിളിക്കുന്ന ബാലിയുടെ അലോസരത്തിന്റെ ചിത്രം സ്വച്ഛസംസ്കാരചരിത്രത്തിന്റെ ചുമരുകളിൽനിന്നും എടുത്ത് മാറ്റേണ്ടത് മത പൗരോഹിത്യ അധികാര വർഗ്ഗത്തിന്റെ താല്പര്യം തന്നെയാണ്. ചരിത്രവും സംസ്കാരവും നിർ മ്മിച്ച ഋഷീശ്വരന്മാർ ജപിച്ചൂതിയ രാമശസ്ത്രം പിടിച്ചു നിർത്തിയവൻ ഒരുവനേയുള്ളു അത് ബാലിയാണ്. ബാലി കൈ കൊണ്ട് പിടിച്ചത് സ്വന്തം ഉരസ്സ് തകർത്ത കേവലമൊരായുധത്തെ മാത്രമായിരുന്നില്ല. മന്ത്രങ്ങ ളാൽ സ്നാനപ്പെട്ട വൈദിക ശ്രേഷ്ഠർക്ക് ഈ ഗോത്രദേവൻ അസ്പൃ ശ്യനാകുന്നത് വെറുതെയല്ല. പക്ഷേ, ബാലിയെപ്പോലെ വിസ്ഫോടന ശേഷിയുള്ള വിത്ത് എത്ര കാലം മണ്ണിനടിയിൽ വേനല്ക്കാല നിദ്രയിൽ പെട്ടു കിടന്നാലും ബാലിക്കാവുകളിൽ, ബ്രഹ്മകലശം നടത്തി പള്ളിയറ പുതുക്കിപ്പണിത് മണ്ണിന്റെ കീറിയ കണ്ണടച്ചാലും ആ വിത്ത് ഭൂകമ്പ ത്തോടെ പൊട്ടിക്കിളിർത്ത് വൻമരമായി പുത്തുലഞ്ഞ് വരിക തന്നെ ചെയ്യും.

എഴുത്താളരെ കഥയിൽ ഞങ്ങളുടെ ഇടമെവിടെ എന്ന് സാറാ ടീച്ചർക്കൊപ്പം തെയ്യവും തെയ്യക്കാരും ചോദിക്കുന്നുണ്ട്. *രാമായണവു*

മായി ബന്ധപ്പെട്ട് മൂന്ന് കവികൾ എഴുതിയ മുന്നവതാരികകൾ ഏറെ പ്രസക്തമാണ്. എ കെ രാമാനുജന് കവി ഗോപീകൃഷ്ണൻ എഴുതിയത്. രാമായണത്രയം നാടകങ്ങൾക്ക് അയ്യപ്പപ്പണിക്കരുടേത്. സാറാജോസഫിന്റെ *പുതു രാമായണ*ത്തിന് സച്ചിദാനന്ദൻ എഴുതിയ അവതാരിക. ഇതിൽ മലയാളത്തിലുണ്ടായ *രാമായണ* സംബന്ധിയായ കൃതികളെയും അവതരണങ്ങളേയും പരിചയപ്പെടുത്തുന്നുണ്ട്. ക്ലാസിക്കലും നാടോടിയും ചിത്ര ശില്പകലാരൂപങ്ങളിലുള്ള വിവിധ *രാമായണ*ങ്ങളും രാമലീല, രാമനാട്ടം, കഥകളി, പാവക്കൂത്ത്, നിഴൽക്കൂത്ത്, നാടോടി നാടക നൃത്ത രൂപങ്ങൾ ഇവ കൂടാതെ ചിത്ര ശില്പങ്ങൾ റിലീഫുകൾ ശിലാലിഖിതങ്ങൾ അങ്ങനെ എല്ലാ *രാമായണാ*ഖ്യാനങ്ങളെയും ബഹുമാനപ്പട്ട സച്ചിദാനന്ദൻ സൂചിപ്പിക്കുന്നു. പക്ഷേ, ഇവയെക്കാളൊക്കെ ശക്തമായ ഞങ്ങളുടെ തെയ്യത്തെ സച്ചിദാനന്ദനും കണ്ടില്ല. ഇങ്ങനെയൊക്കെ എഴുതി വിവരിച്ച ബാലിത്തെയ്യത്തെപ്പറ്റി അറിയാതെ പോയത് ഒരിക്കലും അദ്ദേഹത്തിന്റെ ന്യൂനതയല്ല. സാറാടീച്ചറും സച്ചിദാനന്ദനും ബാലിത്തെയ്യം കാണുകയും തോറ്റംപാട്ട് കേൾക്കുകയും ചെയ്തിരുന്നുവെങ്കിൽ അവരുടെ എഴുത്തുകളെ തെയ്യം ശക്തമായി സ്വാധീനിക്കുമായിരുന്നു.

അതെ *രാമായണ*ങ്ങൾ പലതാണ്. തൊഴിലാളികൾക്കുവേണ്ടി സംസാരിക്കുന്ന രാമനില്ല. വിദ്യ നിഷേധിച്ച, അറിവ് നിഷേധിച്ച തൊഴിൽ കുലങ്ങൾക്ക് വേണ്ടിയാണ് ബാലി സംസാരിക്കുന്നത്. അറിവിനെപ്പറ്റി ബ്രാഹ്മണേതരമായി സംസാരിക്കുമ്പോൾ ചെവിയിൽ ഈയം ഉരുക്കിയൊഴിക്കുകയോ ചുട്ടു കൊല്ലുകയോ ചെയ്യുന്നത് പുതുകാലത്ത് പോലും സംഭവിക്കുമ്പോൾ ബാലിയെപ്പോലെ പൊട്ടനെപ്പോലെയുള്ളവർ ഉന്നയിക്കുന്ന രാഷ്ട്രീയ സമസ്യകൾ അങ്ങനെ നിഷേധിക്കാനൊന്നുമാകില്ല. ബ്രാഹ്മണന് മാത്രം വിധിച്ച തപസ്സും ധ്യാനവും അനുഷ്ഠിച്ചതിന്റെ പേരിൽ ദളിതനായതുകൊണ്ട് മാത്രം ജാതി ചോദിച്ചുകൊണ്ട് രാമൻ കഴുത്തറുത്ത് കൊന്ന ശംബൂകനും വിളഞ്ഞ വൈനാടോൻ പുഞ്ച വരമ്പിൽ ബ്രാഹ്മണ ചക്രവർത്തിയുടെ ജാതി ബോധത്തിന്റെ വിഷപ്പത്തിയടിച്ചു തകർത്ത പൊലയനും തമ്മിൽ യാതൊരു വ്യത്യാസവുമില്ല. തീയിൽ കിടന്ന് പൊട്ടൻകളി കളിക്കുന്നത് താണ ജാതിയിൽ പിറന്നവനായതുകൊണ്ട് മാത്രം കൊല ചെയ്യപ്പെട്ട ശംബൂകനും കൂടിയാണ്.

തരുണികളേയും പാദജരേയും നിന്ദിക്കുന്ന ശ്രുതിയിൽ മയങ്ങിപ്പോയ രാമൻ ശൂദ്രയോഗിയെ കൊന്നു കളഞ്ഞതിൽ മനംനൊന്ത് വിലപിച്ച് സീതയിരിക്കുന്ന, രാമായണദുഃഖം പേറുന്ന മറ്റൊരു നാട്ടുപച്ച കൂടിയുണ്ട്. ബാലി ചോദ്യത്തിന്റെ ആൺരൂപമാണെങ്കിൽ കരഞ്ഞു തീരുന്ന സീതയ്ക്ക് വേണ്ടിയും ഒരു തെയ്യക്കാവ് കണ്ണപുരത്തുണ്ട്. രാമനെ സദാ ചോദ്യമായി പിന്തുടരുന്ന ചിന്താവിഷ്ടയായ സീതയും മക്കളുമിരിക്കുന്ന ജഡയറ്റ കാവെന്ന കണ്ണപുരം കുറുവക്കാവ്. അധോവദനയായ് സഭാ വേദിയിൽ ചെന്ന് അനുശയക്ലാന്താസ്യനായ കാന്തനെക്കണ്ട് ആ നിലയിൽ ത്തന്നെ ശരീരം വെടിഞ്ഞ സതി എന്ന് ആശാനെഴുതിയ സീത ഇവിടെ

പ്രതിഷ്ഠയായി കണ്ണീർ വാർക്കുന്നു. കുറീലെ കണ്ണൻകൈക്കോറാണ് കണ്ണപുരം ചുണ്ടയിൽ കുറീലക്കാവ് സ്ഥാപിച്ചത്. ഡോ. അസീസ് തരുവണയുടെ *വയനാടൻ രാമായണം* എന്ന കൃതിയിലേക്കാണ് കുറീലെ കണ്ണൻ കാരണവർ കണ്ണപുരത്തുനിന്നും സഞ്ചരിച്ചെത്തുന്നത്. നൂറ്റാണ്ടുകൾക്ക് മുമ്പ് കണ്ണൻ കാർന്നോർ പുല്പള്ളിയിലെ സീതാദേവി ക്ഷേത്രം കാണാൻ പോയി. ജഡയറ്റ കാവിന്റെ മൂലസ്ഥാനം വയനാട് പുല്പള്ളിയിലാണ്. സീത ലവകുശ ക്ഷേത്രത്തിലെത്തിയ കണ്ണൻ കൈക്കോറുടെ കൂടെ സീതയും മക്കളും ഇങ്ങു വന്നു, *വയനാടൻ രാമായണം* എന്ന കൃതി രചിച്ച ഡോ. അസീസ് തരുവണയ്ക്ക് തന്റെ കൃതിയിൽ പ്രതിപാദിക്കുന്ന പുല്പള്ളി സീതാക്ഷേത്രത്തെ കണ്ണപുരത്ത് കാവുണ്ടാക്കി ലവനെയും കുശനെയും തെയ്യമാക്കി വിവർത്തനം ചെയത് സൂക്ഷിച്ച് സംരക്ഷിക്കുന്ന ഉത്തര മലബാർ ഭാഷ്യം അറിയാനിടയില്ല. എല്ലാ വർഷവും ധനു 16 നും മകരം 15 നും കണ്ണൻ കാർന്നോരും ലവനും കുശനും കരയുന്ന സീതയുടെ മുടിപ്പച്ചയിൽ തെയ്യമായി ചിലമ്പ് കിലുക്കിയാടും..

ആര്യഭാ(ഭീ)ഷണങ്ങൾ

ആര്യ പ്രഘോഷണങ്ങൾ ഉയർന്ന് കേൾക്കുന്ന കാലമാണിത്. ആര്യവിരുദ്ധമായതിനെ, സവർണ്ണവിരുദ്ധമായതിനെ നിശ്ശബ്ദമാക്കുന്ന, നിഷ്പ്രഭമാക്കുന്ന അധികാര വ്യവസ്ഥിതികൾക്കുള്ളിൽത്തന്നെയാണ് സംസ്കാരവും നിയന്ത്രിക്കപ്പെട്ടിരിക്കുന്നത്. ദൈവം കൊലചെയ്ത ഒരു ദുഷ്ട കഥാപാത്രത്തെ, ഹൃദയകമലത്തിൽ തറച്ച പൊൻശരമായി ചോരയിൽ പൊടിച്ച ആത്മബന്ധമായി അകമനസ്സിൽ സൂക്ഷിക്കുന്ന തെയ്യമെന്നോരവസ്ഥപോലെ മനുഷ്യപ്പറ്റുള്ള മറ്റെന്തുണ്ട്. ബാലിയെ ജീവത്തായ ദൈവിക സാന്നിദ്ധ്യമായി കൊണ്ടുനടന്ന് നിരവധി നിരവധികളായ തെയ്യക്കാവുകൾ സ്ഥാപിച്ച് മനുഷ്യനോളം പോന്ന ദൈവമാക്കുന്ന മാന്ത്രികത ഉത്തരമലബാറിന് മാത്രം സ്വന്തം. ഈ നാട്ടുദേവതാരുവിനെ വേരറ്റുപോകാതെ, ഇലയറ്റുപോകാതെ സംരക്ഷിക്കുന്നതിനുള്ള എന്തെന്ത് സംവിധാനങ്ങളാണ് നിലവിലുള്ളത്. ആദരണീയനായ എം വി വിഷ്ണു നമ്പൂതിരി സമാഹരിച്ച ബാലിതോറ്റത്തിനപ്പുറത്തേക്ക് എത്ര തെയ്യം ഗവേഷകർ യാത്ര ചെയ്തു. പഴയങ്ങാടിക്കപ്പുറവും ഇപ്പുറവുമായി വ്യത്യാസപ്പെട്ടിരിക്കുന്ന ബാലി രാമായണപ്പാട്ടുകളെ മുഴുവനായി കണ്ടെത്തി സംരക്ഷിക്കുന്നതിനായി ആരുടെ ഉത്തരവിന് വേണ്ടിയാണ് അധികാരികൾ കാത്തുനില്ക്കുന്നത്. അതിയടത്തെ കുഞ്ഞിരാമൻ പെരുവണ്ണാന്റെയോ മോഹനൻ പെരുവണ്ണാന്റെയോ ശബ്ദം നിലയ്ക്കുന്നതിന് മുമ്പ് നൂറ്റാണ്ടുകളായി മണ്ണിൽ ഊറ്റത്തോടെ വാഴുന്ന വാഴ്ത്തപ്പെട്ടവന്റെയല്ല, വീഴ്ത്തപ്പെട്ടവന്റെ മോചനഗാഥയെ കാറ്റെടുക്കാതെ ചിതലെടുക്കാതെ സംരക്ഷിച്ചു സൂക്ഷിക്കുന്നതിനായി ഒരു ബാലിത്തെയ്യത്തെത്തന്നെ നേർച്ച നേരുന്നു. പ്രായം പിന്നിട്ട ഓരോ പെരുവണ്ണാന്മാരുടേയും കാൽച്ചിലമ്പോശ നില

യ്ക്കുമ്പോൾ ബാലിത്തോറ്റത്തിലെ ഓരോ ആഖ്യാനവുമാണില്ലാതാകുന്നത്. അവസാനം അത് രാമസ്തുതി മാത്രമായി വിജയികളുടെ ചരിത്രഗാഥയായിത്തീർന്നാലും അതിശയിക്കാനൊന്നുമില്ല. കേരളത്തിലെ വടക്കൻ ഗ്രാമങ്ങളിലെത്തുന്ന വിശിഷ്ടാതിഥികളെ കൈകുലുക്കി സ്വീകരിക്കാൻ, സാംസ്കാരികോത്സവങ്ങൾ കൊഴുപ്പിക്കുന്ന കണ്ണഞ്ചിപ്പിക്കുന്ന നാടൻ കലാവിഷ്കാരമായി നമുക്കഭിമാനിക്കാൻ കിഷ്കിന്ധാ രാജൻ ഒളിയമ്പേല്ക്കാതെ ചാകാതെ ബാക്കിയാകണ്ടേ.

പിൻപാട്ട് പാടിയ ഉണ്ണായി വാരിയരും നമ്പ്യാരും മുന്നരങ്ങിൽ വിഹരിക്കുമ്പോൾ ചരിത്ര നിർമ്മാതാക്കളേ തൊട്ടു കൂടാത്ത, തീണ്ടിക്കൂടാത്ത, കുഞ്ഞിമംഗലത്തെ കുറുവാട്ട് പെരുവണ്ണാന്മാരെ ഏത് കുരിരുട്ടിലാണ് നിങ്ങൾ ചവുട്ടിത്താഴ്ത്തിയില്ലാതാക്കിയത്. കളിയാട്ടക്കാവുകളിൽ കൊടുംതണുപ്പിലും ചുമച്ച് ചോര തുപ്പി കിഷ്കിന്ധയോളം ചെന്നെത്തുന്ന കൂറ്റിൽ ബാലിയെന്നാർത്ത് വരവിളിക്കുമ്പോൾ തന്നെയാണ് ശീതീകരിച്ച മണ്ഡപങ്ങളിൽ *രാമായണ* പ്രഭാഷണയജ്ഞങ്ങളും മത്സരങ്ങളും പൊടിപൊടിക്കുന്നത്. പോയ വർഷം തൃശൂരിലും *രാമായണ* പ്രഭാഷണ പരമ്പര സംഘടിപ്പിക്കുകയുണ്ടായി. അഭിവന്ദ്യരായ സാനുമാഷ്, കാരശ്ശേരിമാഷ്, പ്രഭാഷകനും ചിന്തകനുമായ സുനിൽ പി ഇളയിടം എന്നീ മഹത്തുക്കളാണ് രാമകഥയ്ക്ക് ഭാഷ്യമൊരുക്കിയത്. ഭക്തിയുടേയും വിശുദ്ധിയുടേയും പുണ്യാഹം തൊട്ടുകൂട്ടാതെ രാമനെ മനുഷ്യപക്ഷത്ത് നിന്നുകൊണ്ട് കാണാൻ ശ്രമിച്ചത് ആ പ്രഭാഷണ പരമ്പരയിൽ കാരശ്ശേരി മാഷ് മാത്രമായിരുന്നു.

രാമനെന്ന സവർണ്ണദൈവത്തെ പൊതുജനങ്ങളുടെ മുന്നിൽ ശുദ്ധപ്പെടുത്തുന്നവർ ഓർക്കേണ്ട ഒരു കാര്യമുണ്ട്. ജീവിതത്തിന്റെ ആഴവും പരപ്പും അതിന്റെ വിവിധങ്ങളായ ആഖ്യാന പാഠവത്തോടെ സൃഷ്ടിക്കപ്പെട്ട വാല്മീകിയുടെ സാഹിത്യരൂപത്തെ രാമകേന്ദ്രീകൃതമായ മതപാഠമാക്കുന്നതിനുള്ള ശ്രമങ്ങളെ ഊർജ്ജിതമാക്കാനേ ഇത്തരം ആര്യഭാഷണങ്ങൾ ഉപകരിക്കൂ. ആസ്തികനോ നാസ്തികനോ ആകാതെ ചരിത്രത്തിലും സംസ്കാരത്തിലും മനുഷ്യന്റെ പ്രശ്നങ്ങളുടെ പക്ഷത്ത് നിന്നുകൊണ്ടുള്ള കാഴ്ചയുടെ സ്വതന്ത്രമായ മൂന്നാമിടം കൂടിയുണ്ട്. തിരിച്ചറിവിന്റെ അത്തരം സാദ്ധ്യതയാണിവിടെ ഇല്ലാതാകുന്നത്, നെഞ്ചിൽ വെടിയേറ്റപ്പോൾ മഹാത്മജി വിളിച്ച അഹിംസയുടെ രാമൻ തന്നെയാണ് ബാലിയുടെ നേർക്ക് നിറയൊഴിക്കുന്നത്. എന്റെ സത്യബോധത്തിന്റെ, ആത്മബോധത്തിന്റെ ഗുരു പൂർണ്ണതയുടെ പേരാണ് രാമൻ എന്ന് ആദരണീയനായ സുനിൽ പി ഇളയിടം ഗാന്ധിജിയെ മുൻനിർത്തി ആവർത്തിക്കുന്നുണ്ട്, ഇങ്ങനെ നൂറ്റൊന്നാവർത്തി സ്ഫുടം ചെയ്താലും വിവേകികളായ ഋഷിവര്യർ അനുഗ്രഹിച്ചരുളിയ രാമന്റെ കൊടുംവിനാശം വിതയ്ക്കുന്ന ആയുധങ്ങളുടെ മൂർച്ച കെട്ടുപോകുകയൊന്നുമില്ല

മതപൗരോഹിത്യ അധികാര വ്യവസ്ഥിതിയുടെ അന്ധകാരത്തിന് മുകളിൽ തെളിയുന്ന വിളക്കുകളുടെ ഹൃദയങ്ങളെ ഓരോന്നായി വെടി

യുണ്ടകൾ തിന്ന് തീർക്കുമ്പോൾ ഇതെഴുതുന്ന പേനയിലും കടലാസിലും തീ പിടിക്കുമ്പോൾ ബാലിയുടെ ദേഹം ശുദ്ധീകരിക്കുന്ന മേലേരി മേലേക്ക് മേലേക്ക് തന്നെ ജ്വലിച്ചുയരും. അരുണോദയത്തിനൊത്ത കിരീടം ചൂടി അരുണസൂനു ഉയിർത്തുവരും, ബാലാർക്കൻ ബാലിച്ചോരയിൽ തർപ്പണ മാടിച്ചോക്കും. മേഘക്കീറുകളിലെ കാരത്തോലിൽ പൊതിഞ്ഞു സൂക്ഷിച്ച ശോണം തൊട്ടെടുത്ത് പെരുവണ്ണാന്മാർ ബാലിത്തെയ്യത്തിന്റെ ചിറി കാരം കൊടുത്ത് ചോപ്പിക്കും. ഹൃദയത്തിൽ അമ്പ് തറച്ച കീഴാളനായ പണിയാളൻ മേലാളനായ അറിവാളനെ ചോദ്യം ചെയ്യുക തന്നെ ചെയ്യും. സംശയമുണ്ടോ.

പെരിയ പെഴച്ച
ദൈവവും മനുഷ്യനും

കണ്ണൂർ ജില്ലയിലെ മട്ടന്നൂരിനടുത്തുള്ള ആമേരിയിൽനിന്നും ആമേരിത്തണ്ടയാൻ, വാക്കോട്ടു തണ്ടയാൻ, പുന്നക്കീൽ തണ്ടയാൻ, കല്ലിങ്കൽ തണ്ടയാൻ എന്നീ നാല് തീയ പ്രമാണികൾ കുടകിൽ കച്ചവടത്തിന് പോയി. പൊന്നനെന്നും അഴകനെന്നും പേരുള്ള രണ്ടേ രണ്ട് പുതു മുരിക്കിടാങ്ങളേയും തട്ടിത്തെളിച്ച് കതിവന്നൂർ വീടിന്റെ താഴേക്കുടി വഴി പോവുകയായിരുന്നു. മേലേ വീട്ടിലെ കദളി വാഴക്കൂട്ടത്തിൽനിന്നും ആർപ്പുവിളിയും അട്ടഹാസവും കേട്ടു. കതിവന്നൂർ വീട്ടിൽ എന്താണ് നടക്കുന്നതെന്ന് തീയന്മാർ വിളിച്ചു ചോദിച്ചു. മലനാട്ടിൽനിന്നും കൊടകറെ നാട്ടിലെത്തിയ തീയച്ചേകോനായ മന്നപ്പൻ പടയിൽ മരിച്ച് ദൈവക്കരുവായി അവനെ കതിവന്നൂർ വീരൻ തെയ്യമായി കെട്ടിക്കുടി കൂട്ടുന്നതിന്റെ ആർപ്പും അലങ്കാരവുമാണ് കേൾക്കാകുന്നത്. മറുവചനമുണ്ടായി. അത്രയ്ക്ക് അഭിമാന്യവും ബലവും വീര്യവുമുള്ള തെയ്യത്തെ ഒന്ന് പരീക്ഷിക്കുന്നതിന് തന്നെ നാൽവർ തണ്ടയാൻമാർ തീരുമാനിച്ചു. വലിയ ഭാരം എടുക്കാൻ ശേഷിയില്ലാത്ത പുതുമൂരിക്കിടാങ്ങൾക്ക് മുതുകത്ത് പേർ കൊള്ളിച്ച് തന്നാൽ (വലിയ ഭാരം എടുക്കുന്നതിനു ശക്തി ഉണ്ടാക്കിത്തന്നാൽ) മലനാട്ടിലെ ആമേരിവീട്ടിൽ ആമേരി വീരൻ തെയ്യമായി കെട്ടിയാടിക്കുമെന്ന് പ്രാർത്ഥിച്ചു.

ആമേരി വീരൻ

നാൽവര് തണ്ടയാന്മാരും തെയ്യത്തിന്റെയടുത്തെത്തി. “നിങ്ങൾ വന്ന കാര്യം ഞാനറിഞ്ഞിനെന്റെ തണ്ടയാന്മാരെ. മുന്നം ഞാൻ മലനാട്ടിലുള്ളു. ഇന്നും ഞാൻ മലനാട്ടിലേക്ക് പോരുന്നുണ്ടെന്നും” തെയ്യം കച്ചവടക്കാരോട് ഉരിയാടി. തണ്ടയാൻമാർ പുതുമൂരിക്കിടാങ്ങളുടെ മുതുകത്ത് പേറെ

ടുത്തേറ്റി, തട്ടിത്തെളിച്ച് ആമേരിയിലേക്ക് യാത്ര തിരിച്ചു. കതിവന്നൂർ വീരൻ തെയ്യം കതിവന്നൂർ പള്ളിയറ, കമ്പാടിപ്പള്ളിയറ, മൈത്താടിപ്പ ള്ളിയറ, കുഞ്ചിലേരിപള്ളിയറ, അരമച്ചേരിപ്പള്ളിയറ, ഗംഗാപുരത്ത് പള്ളി യറ, തപസ്യറപ്പള്ളിയറ ഇങ്ങനെ അഞ്ച്, രണ്ട്, ഏഴ് സ്ഥാനങ്ങളിലും തന്റെ സാന്നിദ്ധ്യമുറപ്പിച്ചു. ദൈവം ഏകനായി യാത്ര തുടർന്നു. അയ്യൻ പിലാവ്, ചൂളിവെളിച്ചം, ഓടപ്പള്ളം, ചിറക്കരപ്പറമ്പ്, കഴിഞ്ഞ് ദണ്ഡിയത്ത് മാക്കീലിൽ വച്ച് നാൽവര് തണ്ടയാൻമാരെ കണ്ടുമുട്ടി. ദൈവത്തെക്കണ്ട തണ്ടയാൻമാർ ഭയന്നു. അവർ ഓട്ന്ന് പായ്ന്ന്, അകലെ വഴിതെറ്റ്ന്ന്. തെയ്യം പറഞ്ഞു. "ഓടണ്ട പായണ്ട അകലെ വഴിതെറ്റേണ്ട. കതിവന്നൂർ പള്ളിയറയിൽനിന്ന് കുറി കുറിച്ച് നിങ്ങളോടൊപ്പം കൂടിയ ദൈവം ഞാൻ."

കുന്നിറങ്ങി, കാടിറങ്ങി, നീർച്ചോലകളും മലമ്പാതകളും താണ്ടി, പതുച്ചൊരങ്ങൾ കീഞ്ഞ് മൂരിക്കുട്ടന്മാരും നാല് തീയ്യൻമാരും തെയ്യവും ആമേരി വീട് ലക്ഷ്യമാക്കി നടകൊണ്ടു. നടന്ന് നടന്ന് അവർ വാച്ചാക്കാൽ നിരവിലെത്തി. "നിങ്ങൾക്കും മുന്നേ ഞാനൊന്ന് ആമേരി വീട്ടിൽ പോയി വരട്ടെ" ദൈവം പറഞ്ഞു. തണ്ടയാൻമാർക്കും മുന്നേ വീരൻ ആമേരിവീ ട്ടിലെത്തി. താടിയും മീശയുമുള്ള വെളുത്ത് കുറിയ വാല്ല്യക്കാരനെ, ചെറു പ്പക്കാരനെ കണ്ട് ആമേരിത്തണ്ടയാത്തി പേടിച്ച് പരിഭ്രമിച്ചു. "പേടിക്കേണ്ട ഭയപ്പെടേണ്ട നീ ആമേരി തണ്ടയാത്തി. ദാഹിക്കുന്നതിന് ഏതാനും തരു വാനുണ്ടോ" എന്ന് ചെറുപ്പക്കാരൻ ചോദിച്ചപ്പോൾ ഇവിടെ ഒരു തുള്ളി യുമില്ല എന്ന് തണ്ടയാത്തി കളവു പറഞ്ഞു. "നീ പറഞ്ഞത് നേരോ കളവോ അറിയണമെനക്ക്." ദൈവം നേരെ പടിഞ്ഞാറ്റകത്ത് കയറി. അകത്ത് പന്ത്രണ്ട് കരിയാണിക്കരിങ്കലശങ്ങൾ, മദ്യ കുംഭങ്ങൾ വായ്പ്പൊതി കെട്ടി നിറച്ച് വച്ചതു കണ്ടു.. എടത്തെയും വലത്തെയും കലശകുംഭങ്ങൾ ഒരു കൈയിൽ കൂട്ടിപ്പിടിച്ച് വാല്യക്കാരൻ എടുത്തുല്ല സിച്ചു. എടനാവും മീശക്കൊടിയും മാത്രം നനഞ്ഞു. അപ്പോഴേക്കും ദൂരെ നിന്നും പൊന്നന്റെയും അഴകന്റേയും മണിക്കൂറ്റുകൾ കേട്ടു. പുതിയ മൂരിയും തണ്ടയാൻമാരും ആമേരി വീട്ടിലെത്തി. പൊന്നനും അഴകനും തണ്ടയാത്തി പുല്ലും നീരും കൊടുത്തു. ദാഹിച്ചു വലഞ്ഞ തണ്ട യാൻമാർക്ക് കുടിക്കാൻ കൊടുക്കുന്നതിനായി തണ്ടയാത്തി വെള്ളിക്കിണ്ടിയുമെടുത്ത് പടിഞ്ഞാറ്റകത്ത് പോയി. പന്ത്രണ്ട് കരിയാണി ക്കരിലങ്കശങ്ങൾ വറ്റി വരണ്ടത് കണ്ട് നെഞ്ഞിനടിക്കയും അലമുറയിടു കയും ചെയ്തു. ഞങ്ങൾക്ക് മുന്നേ ഇവിടെ ആരാനും വന്നിരുന്നോ തണ്ടയാൻമാർ ചോദിച്ചു. നിങ്ങൾക്ക് മുന്നേ താടിയും മീശയുമുള്ള വെളുത്ത് കുറിയ നായരുടെ വരവുണ്ടായിന്. നീ കളവു പറയരുതായി രുന്നു ആമേരിതണ്ടയാത്തീ. മുതുകത്ത് പേർ കൊള്ളാത്ത പതുമൂരിക്കി ടാങ്ങളുടെ മുതുകത്ത് പേർ കൊള്ളിച്ച് ഞങ്ങളെ ഇതുവരെ കൂട്ടിക്കൊണ്ടു വന്ന തെയ്യമായിരുന്നു അത്. തണ്ടയാൻമാർ പറഞ്ഞു. അത്രയ്ക്ക് അഭിമാ ന്യവും ബലവും വീര്യവുമുള്ള ദൈവമാണെങ്കിൽ പന്ത്രണ്ട് കരി യാണിക്കരിങ്കലശങ്ങൾ പണ്ടു പണ്ടത്തേപോലെ നിറച്ചു തന്നിരുന്നുവെ

ങ്കിൽ ഇവനെ കെട്ടിക്കുടികുട്ടി ആമേരിയേക്ക് ആമേരിവീരൻ തെയ്യമായി കെട്ടിയാടിക്കുമെന്ന് തണ്ടയാത്തി പ്രാർത്ഥിച്ചു.. അപ്പോഴേക്കും ആമേരി ത്തണ്ടയാന്റെ മെയ് മേൽ ദൈവത്തിന്റെ ദരിശനമുണ്ടായി. തെയ്യക്കാര നായ ചൗരിച്ചേരിക്കനലാടിയെയും ശംഭുക്കോമരത്തേയും വിളിച്ചുവരുത്തി തെയ്യം കെട്ടുന്നതിനുള്ള അടയാളം, അനുമതി കൊടുത്തു. കൊടകറ് നാട്ടിലെ കതിവന്നൂർ വീരൻ തെയ്യം ആമേരിവീരനായി മലനാട്ടിൽ കെട്ടി യാടിക്കാൻ തുടങ്ങി.

കതിവന്നൂർ വീരൻ

നേരിട്ടനുഭവിച്ചാലല്ലാതെ ഒരു കതിവന്നൂർ വീരൻ തെയ്യത്തെ എഴു തിയോ പറഞ്ഞോ ഫലിപ്പിക്കുക അസാദ്ധ്യമാണ്. ഒരു മനുഷ്യന്റെ ജനന ത്തിന് മുൻപ് തുടങ്ങി മരണത്തിനുശേഷംവരെയുള്ള ജീവിതത്തിന്റെ സമ ഗ്രതയാണ് കതിവന്നൂർ വീരൻ തെയ്യം അനുഷ്ഠാനം. പഴകി പദം വന്ന കെട്ടുകഥകൾക്കും പുരാവൃത്തങ്ങൾക്കുമപ്പുറം കതിവന്നൂർ വീരൻ തുറ ക്കുന്നത് ഒരു ചരിത്ര പുസ്തകമാണ്.

നവോത്ഥാന മുന്നേറ്റങ്ങളിലെ പോരാളിയായി ആരും മന്നപ്പന്റെ പേരു പറയില്ല. പക്ഷേ, വർണ്ണ വ്യവസ്ഥ കൊടികുത്തി വാണകാലത്ത് അതിനെ സ്വന്തം ജീവിതം കൊണ്ടാണ് മന്നപ്പൻ എതിരിട്ടത്. തെയ്യം അനു ഷ്ഠാനത്തിൽ അധികം ആരും അറിഞ്ഞിട്ടില്ലാത്തതാണ് കതിവന്നൂർ വീരൻ കീഴൂർ വൈരജാതനെ തീണ്ടുന്നത്. കോലമന്നന്റെ അടുത്ത അനു യായിയാണ് മേൽജാതിക്കാരനായ കീഴൂർ വൈരജാതൻ. ആ കാലത്ത് തീയ്യന്മാർക്ക് വൈരജാതന്റെ ക്ഷേത്രത്തിൽ പ്രവേശനമുണ്ടായിരുന്നില്ല. തണ്ടയാന്മാരുടെ കൂടെ ആമേരിയിലേക്കുള്ള യാത്രയ്ക്കിടയിൽ കതിവ ന്നൂർ വീരൻ കീഴൂർ വൈരജാതന്റെ ക്ഷേത്രത്തിൽ കയറി ദേവന് നിവേ ദിച്ച അപ്പം വാരി. താഴ്ന്ന ജാതിക്കാരൻ ക്ഷേത്രത്തിൽ കയറി അശുദ്ധി വരുത്തിയപ്പോൾ വൈരജാതന്റെ പടയാളികൾ മന്നപ്പനെ പിടിച്ച് കെട്ടു ന്നതിനായി വന്നു. പക്ഷേ, കീഴൂർ വൈരജാതന്റെ തന്ത്രിക്ക് വന്നിരിക്കു ന്നത് ഒരു സാധാരണക്കാരനല്ലെന്ന് മനസ്സിലായി. തന്ത്രി ത്രീയ്യനെ സ്നേഹ ത്തോടെ സ്വീകരിച്ചു. അന്നുമുതൽ തീയ്യർക്ക് ക്ഷേത്രത്തിൽ പ്രവേശി ക്കാമെന്നായി. മന്നപ്പൻ ആദ്യം ജാതിവ്യവസ്ഥയെ തകിടം മറിക്കുന്നത് കാവുതീയ സ്ത്രീയായ ചെമ്മരത്തിയെ എല്ലാ വിലക്കുകളും മറികടന്ന് വിവാഹം ചെയ്തപ്പോഴാണ്. മരണപ്പെട്ട് തെയ്യമായതിന് ശേഷം ചോയി ഗുരുക്കളായ കുഞ്ഞിരാമനെ കുരിക്കൾ തെയ്യമായി തന്നോടൊപ്പം ചേർത്തു. ജാതി പറയാമെങ്കിൽ തീയൻ, കാവുതീയൻ, ചോയി എന്നി ങ്ങനെ വ്യത്യസ്തരായ മൂന്ന് ജാതിയിൽപ്പെട്ട ദൈവങ്ങളുടെ അപൂർവ്വ സംഗമം കൂടിയാണീക്കളിയാട്ടം.

എല്ലാവർഷവും നിശ്ചിത തീയതികളിൽ നടക്കുന്ന കല്പനക്കളി യാട്ടമായല്ല കതിവന്നൂർ വീരൻ കെട്ട് നടക്കുന്നത്. അപകടങ്ങളിലും പ്രതി സന്ധികളിലും അകപ്പെടുന്ന സാധാരണ മനുഷ്യർ നിർണ്ണായക നിമിഷ

ങ്ങളിൽ വീരനെ വിളിക്കുന്നു. പ്രതിസന്ധികൾ തരണം ചെയ്ത മനുഷ്യരുടെ പ്രാർത്ഥനയായാണ് പ്രതിസന്ധികളിലൂടെ മാത്രം യാത്ര ചെയ്ത ദൈവമെത്തുന്നത്.

പഴയകാലങ്ങളിൽ കോടതി വ്യവഹാരവുമായി ബന്ധപ്പെട്ടാണ് കൂടുതലും ഈ തെയ്യം കെട്ടിയാടിച്ചിരുന്നത്. അള്ളടത്തു നാട്ടിലെ ഏറ്റവും പ്രഗത്ഭനായ കതിവന്നൂർ വീരൻ തെയ്യക്കാരനായ കുഞ്ഞാരേട്ടൻ പറയുന്നത്; വിധി പറയുന്ന ദിവസം ഒരു ചങ്ങാതിയേയും കൂട്ടിയാണ് കേസു കൊടുത്തയാൾ പോവുക എന്നാണ്. കേസ് ജയിച്ചയാൾ വിധികേട്ടയുടനെ വിളിക്കുന്നത് കതിവന്നൂർ വീരനെയാണ്. ശരിക്കും തെയ്യത്തിന്റെ ചടങ്ങുകൾക്ക് കോടതിയിൽവച്ചുതന്നെ തുടക്കം കുറിക്കുന്നു. വിധി അനുകൂലമായി വന്നാൽ അയാൾ നേരെ പോകുന്നത് കോലക്കാരന്റെ വീട്ടിലേക്കാണ്. അപരിചിതരായ ആൾക്കാർ വീട്ടിലേക്ക് വരുമ്പോൾ ത്തന്നെ തെയ്യക്കാരന് കാര്യം മനസ്സിലാകും. കോലക്കാരന്റെ അച്ഛനോ തൊണ്ടച്ചനോ (അച്ഛന്റെ അച്ഛൻ) വന്നവരോട് കാര്യമൊന്നും തിരക്കാതെ ഇരിക്കാൻ പറയും. അകത്തെ പെണ്ണുങ്ങൾ പടിഞ്ഞാറ്റകത്ത് വിളക്ക് വെച്ച് പലകയിൽ നാടൻ റാക്കും അരി വറുത്തു പൊടിച്ചതും ഇളനീരും ചേർത്ത് കാർന്നോന്മാർക്ക് വീതു വെക്കും. കതിവന്നൂർ വീരൻ തെയ്യം കെട്ടുന്നതിനുള്ള അടയാളം കൊടുത്തു കഴിഞ്ഞു.

ഒരൊറ്റ കളിയാട്ടത്തിൽ വച്ച് കതിവന്നൂർ വീരൻ തെയ്യത്തിന്റെ മുഴുവൻ അനുഷ്ഠാനങ്ങളും ഒരാൾക്ക് കാണാൻ സാധിക്കുക എന്നത് മനുഷ്യസാദ്ധ്യമായ ഒന്നല്ല. ഒരു ദിവസം സന്ധ്യക്ക് തുടങ്ങി പിറ്റേന്നാൾ രാത്രി വരെ നീണ്ടു നില്ക്കുന്നതാണീ അനുഷ്ഠാനം. കോലക്കാരനെ സംബ

ന്ധിച്ച് ഇത് ഒരു യുദ്ധം തന്നെയാണ്. പ്രത്യേകമായി പരിശീലനം സിദ്ധിച്ച കോലക്കാർക്ക് മാത്രമേ ഈ തെയ്യം കെട്ടി മുഴുമിപ്പിക്കാൻ പറ്റൂ. ഒരു ചേകവൻ പൊയ്ത്തിന് പോകുന്നതുപോലെ കളരിമുറയിലാണ് കോലക്കാരൻ വീട്ടിൽ നിന്നിറങ്ങുന്നത്. അഭ്യാസിയെപ്പോലെ അച്ഛനുമമ്മയെയും ഗുരുകാരണവൻമാരേയും വന്ദിച്ച് പോരാളിയായ മാങ്ങാട്ടുമന്നപ്പന്റെ പ്രധാന ആയുധമായ താരിയും പലിശയും തൊഴുതെടുത്ത് കോലക്കാരൻ കതിവന്നൂർ വീരൻ കളിയാട്ടമെന്ന പടയ്ക്ക് പുറപ്പെടുന്നു.. തെയ്യക്കാരന്റെ വീട്ടിൽ നിന്നിറങ്ങൽ തെയ്യം കെട്ടിലെ ഏറ്റവും പ്രധാനപ്പെട്ട അനുഷ്ഠാനമാണ്.

മാങ്ങാട്ട് മന്നപ്പനെന്ന ചെറുപ്പക്കാരന്റെ ദുരന്തജീവിതത്തെ പല മാനങ്ങളിൽ ആവിഷ്കരിക്കപ്പെടുന്നു എന്നത് ഈ അനുഷ്ഠാനത്തിന്റെ പ്രധാന സവിശേഷതയാണ്. തോറ്റം, തെയ്യം എന്നിങ്ങനെ അനുഷ്ഠാനത്തിന്റെ രണ്ട് വ്യത്യസ്ത ഘടനകളിലൂടെയാണ് കതിവന്നൂർ വീരൻ കലാപ കലുഷിതമായ സ്വന്തം അനുഭവങ്ങൾ കൂട്ടായ്മയുടെ ജീവിതത്തോടൊപ്പം ചേർത്തു വെക്കുന്നത്. തോറ്റവും തെയ്യവും കാഴ്ചയുടേയും ആഖ്യാനത്തിന്റേയും ആസ്വാദനത്തിന്റേയും വ്യത്യസ്തമായ സൗന്ദര്യാനുഭവങ്ങളാണ്. തോറ്റം ഒരു പോരാളിയുടെ ക്രുദ്ധ സൗന്ദര്യം പകർന്ന് തരുമ്പോൾ കദനങ്ങളുടെ പരുപരുത്ത പഥങ്ങൾ താണ്ടിയെത്തുന്ന യുവാവിന്റെ വേദനിക്കുന്ന മുഖമാണ് തെയ്യത്തിന്.

സംഗീതമാണീ അനുഷ്ഠാനത്തിന്റെ ജീവൻ. ആഖ്യാനത്തിന്റെ ആത്മാവ്. പുതുച്ചൊരംകീക്കൽ, പതിയം, പെറ്റും പെറപ്പും, കൊടിയിലത്തോറ്റം, അണിഞ്ഞുതോറ്റം, വരവിളി എന്നിങ്ങനെ വിവിധ ഘടനകളിലുള്ള ഭാഷാപരമായും സാഹിത്യപരമായും ഏറെ സവിശേഷതകളുള്ള പാട്ടുകളിലൂടെയാണ് ഒരു പച്ച മനുഷ്യൻ നടന്ന് നടന്ന് ദൈവമായി മാറുന്നത്. മൺവീറുറ്റ ഈ പാട്ടുകൾ ആരും കണ്ടെടുക്കുകയോ വീണ്ടെടുക്കുകയോ ചെയ്യാത്ത വടക്കിന്റെ ഇതിഹാസമാണ്. പരാജിതരുടെ മാനിഫെസ്റ്റോയാണ്.

തോറ്റത്തിന്റെ ആഹാര്യത്തിലും സവിശേഷതകളേറെയുണ്ട്. യോദ്ധാവിന്റെ കഠിന രൂപമാണെങ്കിലും അരയിൽ ബന്ധിച്ച മദ്ദളം മനോഹരമായ കാഴ്ചയാണ്. പ്രണയത്തിലും യുദ്ധത്തിലും മരണത്തിലും സംഗീതമുണ്ടെന്ന് തോറ്റം കാഴ്ച നമ്മെ ഓർമ്മപ്പെടുത്തിക്കൊണ്ടിരിക്കുന്നു. തന്റെ പൊള്ളുന്ന ജീവിതം തോറ്റം പാട്ടുകാർ തൊണ്ട പൊട്ടി പാടിത്തീർക്കുമ്പോൾ അരയിലെ മദ്ദളത്തിൽ പതിയെ പതിയെ താളമിട്ട് മന്നപ്പനെന്ന കോലക്കാരനും അതിനൊപ്പം സഞ്ചരിക്കുന്നു.. മണ്ണിന്റെ, മനുഷ്യന്റെ താളത്തിലൂടെ ഏഴിനും മീതെ, കോടമഞ്ഞുമേയുന്ന മലനിരകളിലെങ്ങോ നിന്നും ചുരമിറങ്ങി വരുന്ന ദൈവച്ചേകോൻ പതിക്ക് മുന്നിൽ കെട്ടിച്ചുറ്റി നില്ക്കുന്ന തോറ്റത്തിന്റെ ശരീരത്തിൽ പ്രവേശിക്കുന്നു.

തോറ്റം പാട്ടുകളിൽ വച്ചേറ്റവും മനോഹരവും സംഗീതാത്മകവുമാണ് കതിവന്നൂർ വീരന്റെ തോറ്റം പാട്ട്. എത്ര കണ്ട് മേൽസ്ഥായിയിൽ പാടാൻ

പറ്റുമോ അതിനും അപ്പുറത്തെ സ്ഥായിയിലാണ് അഞ്ചോ ആറോ ആൾക്കാർ ചേർന്ന് പാടിപ്പാടി മന്നപ്പനെ തോറ്റിയുണർത്തുന്നത്. ചൊല്ലി ച്ചൊല്ലി തോറ്റക്കാരനെ ഉറയിച്ച് കഴിഞ്ഞാൽ പിന്നെ മാങ്ങാട്ട് മന്നപ്പനെന്ന പോരാളിയായി. മദപ്പെട്ട കരിയാനക്കൂട്ടത്തെപ്പോലെയാണ് പിന്നത്തെ പ്രകടനങ്ങൾ. മന്നപ്പന്റെ പടയാണ് തോറ്റക്കാരൻ തീവ്രമായ ശരീരഭാഷ യോടെ അവതരിപ്പിക്കുന്നത്.. വാൾപ്പയറ്റും അഭ്യാസപ്രകടനങ്ങളും രണ്ട് മണിക്കൂറിലധികം നീണ്ടു നില്ക്കും. തോറ്റം വിവിധതരം ആയുധങ്ങൾ പ്രയോഗിക്കുന്നു. നാലുറുമിവരെ വീശുന്ന കോലക്കാർ ഇപ്പോഴുമുണ്ട്. വൈകുന്നേരം ആറ് മണിക്കു ശേഷം തുടങ്ങിയ തോറ്റം അവസാനിക്കു ന്നത് പുലർച്ചെ രണ്ടു മണിയോടെയാണ്.

ഒരു ചെറുപ്പക്കാരൻ അണിയറയിൽ സൃഷ്ടിക്കപ്പെടുകയും പതി യിൽ നിലനില്ക്കുകയും ചങ്ങാതിത്തറയിൽ സംഹരിക്കപ്പെടുകയും ചെയ്ത്, മനുഷ്യനായും ദൈവമായും പകർന്നാടി കൂട്ടായ്മയുടെ ജീവി തത്തിന്റെ ഭാഗമാകുന്ന അത്യപൂർവ്വ കാഴ്ചയാണ് കതിവന്നൂർ വീരൻ. കോടതിയിൽ, ആശുപത്രിയിൽ, ജോലിസ്ഥലങ്ങളിൽ, സാധാരണ മനു ഷ്യർ തോറ്റുപോകുന്നിടങ്ങളിൽ കൈയെടുക്കുന്ന തെയ്യം. ശിവനും വിഷ് ണുവും പോലുള്ള അണ്ഡകടാഹം അടക്കിവാഴുന്ന ദൈവങ്ങളുണ്ടായിട്ടും കൂട്ടായ്മ കത്തുന്ന നെഞ്ചിലെ ഉലയിൽ ഊതിക്കാച്ചിയെടുത്ത ബദൽ ദൈവം. തങ്ങളെപ്പോലെതന്നെ ജീവിതത്തിന്റെ സമസ്ത മേഖലകളിലും പരാജയപ്പെട്ട മനുഷ്യന്, ദൈവത്തിന്റെ ആട്ടവും തോറ്റവും ആനമദപ്പാടും കല്പിച്ചു. കട്ടിയപ്പവും കരിങ്കലശവും പാർകോഴി മധുക്കലശവും നേദിച്ചു. കല്ലരച്ച് ഇലയരച്ച് അരിയരച്ച് മഞ്ഞണ ചാർത്തി ദേവരൂപമുണ്ടാക്കി. തെയ്യമെന്ന മനുഷ്യനിലൂടെ ഉയിർപ്പിച്ചു. തങ്ങൾക്കുവേണ്ടി തർപ്പണം ചെയ്ത് ചിന്തിയവന്റെ ചോര ചായില്യക്കല്ലുകളിലെ ചോപ്പായി കരുതി വെച്ചു. കൊലചെയ്യപ്പെട്ടവരുടേയും അപമൃത്യുവിനിരയായവരുടേയും അപമാനത്തിന്റേയും അവഹേളനയുടേയും തീക്കുഴിയിൽ എരിഞ്ഞു തീർന്നവരുടേയും ധീരരക്തസാക്ഷിത്വങ്ങളെ, സുഖിച്ചുണ്ടുറങ്ങിയുല്ലസി ക്കുന്ന നമ്മുടെ ജീവിതത്തോടൊപ്പം ചേർത്തുവെക്കുന്നതിനായി, നമ്മെ ദ്രാവിഡപ്പഴമയിലെ ഗോത്ര സ്മൃതികളുറങ്ങുന്ന കളിയാട്ടമുറ്റത്തേക്കാന യിക്കുന്നതിനായി തീയിൽ കുരുത്ത കനലാടിമാർ ദേവ ജന്മമെടുത്തു. വരും കാലത്തിന്റെ അതിജീവനത്തിനും പോരാട്ടത്തിനും കരുത്തുപക രാൻ.

കറുത്തവനെന്ന് മുദ്രകുത്തി തീണ്ടാപ്പാടകലെ നിർത്തിയ തെയ്യക്കാർ, ജന്മിമാരുടേയും നാട്ടുപ്രഭുക്കളുടേയും ഉരുക്കു മുഷ്ടിക്കുള്ളിൽ വച്ചു തന്നെ, സഹനങ്ങളുടേയും ചെറുത്തുനില്പിന്റേയും പോരാട്ടത്തിൽ ഇര യായ മാങ്ങാട്ട് മന്നപ്പന്റേയും കൂടാളിത്തറയിൽ കുഞ്ഞിരാമന്റേയും അറു ത്തിട്ട തലകൾക്ക് ഇരുപത്തിയൊന്ന് ആദിമ ഗുരുക്കൻമാർ വാഴുന്ന വെള്ളിത്തലപ്പാളികൾ നല്കി. അധീശത്വത്തിന്റെ മണ്ണടരുകൾ പൊട്ടിച്ച് കിളിർത്ത കദളിവാഴപ്പച്ചയിൽ കുലച്ച കതിവന്നൂർ വീരന്റേയും പൂഴാതി

പ്പറമ്പിൽ കുർസിയായ (കുരിതിയായ) കുരിക്കൾ തെയ്യത്തിന്റേയും തീക്കണ്ണുകളിൽ ഇനിയും കെട്ടുപോയിട്ടില്ലാത്ത പോരാട്ടവീര്യം ഇപ്പോഴും കാണാം. ആരും കൂടെയില്ലെങ്കിലും അവർക്ക് യാത്ര തുടരാതിരിക്കാനാകില്ല.

ചങ്ങാതിത്തറ

അറ്റുപോകാത്ത ചങ്ങായിത്തത്തിന്റെ സ്മാരകമായ ചങ്ങാതിത്തറയാണ് ഈ കളിയാട്ടത്തിലെ മുഖ്യ ആകർഷണം. തീവ്ര സൗഹൃദത്തിന്റെ മനം മയക്കുന്ന ഈ കാഴ്ച കതിവന്നൂർ വീരനിലല്ലാതെ വേറെവിടെയും കാണാൻ കഴിയില്ല. കതിവന്നൂർ വീരന്റെ കൂടെ ഏതാണ്ടെല്ലാ സ്ഥാനങ്ങളിലും കുരിക്കൾ തെയ്യവുമുണ്ടാകും. ഉറ്റ ചങ്ങാതിമാരായ രണ്ട് തെയ്യങ്ങൾ. കൂടാളിത്തറയിലെ ചോയിക്കുരിക്കളായ കുഞ്ഞിരാമനാണ് കുരിക്കൾ തെയ്യമായി മാറിയത്. കുഞ്ഞിരാമന്റേത് വല്ലാത്ത വിധിയായിരുന്നു. നാടുവാഴുന്നുടയോർ കുഞ്ഞിരാമനെ കഴുത്തറുത്ത് കൊന്നു. മറ്റേതൊരു വൈദ്യനും മാറ്റാൻ പറ്റാത്ത സ്വന്തം മാറാവ്യാധി ചികിത്സിച്ച് ഭേദമാക്കിയ കുറ്റത്തിന്. കൂടാളിത്തറയുടെ കന്നിരാശിയുടെ ചോരച്ചുകപ്പിൽ പൊടിച്ച കുഞ്ഞിരാമനെ സ്വീകരിച്ചത് മുത്താർ മുടിയിലെ മുണ്ടത്തെരുവിൽ കൊടകർ ഖണ്ഡവും തുണ്ഡവുമാക്കിയ മാങ്ങാട്ടു മന്നപ്പനാണ്.. അനുഷ്ഠാനങ്ങളിൽ വീരനേക്കാൾ പ്രാധാന്യം ഉറ്റ ചങ്ങാതിയായ കുരിക്കൾക്കാണ്.

ചങ്ങാതിത്തറ തന്നെയാണ് ചെമ്മരത്തിത്തറയായി മാറുന്നത്. 64 കളങ്ങളുള്ള വാഴത്തടകൊണ്ട് തീർക്കുന്ന തറയുടെ ഓരോ കോണിലും ഓരോ പന്തം കുത്തി നിർത്തും. അങ്ങനെ 81 പന്തങ്ങളും നടുവിൽ വിളക്കുമാണിതിന്റെ ഘടന. മന്നപ്പന്റെ ജീവിത സന്ദർഭങ്ങൾക്കനുസരിച്ച് ഈ തറ മാറിക്കൊണ്ടിരിക്കുന്നു. പുളഞ്ഞു കത്തുന്ന 81 തീപ്പന്തങ്ങളിൽ ജ്വലിക്കുന്ന തെയ്യത്തോളം മനോജ്ഞമായ കാഴ്ച മറ്റൊന്നില്ല. താൻ അനുഭവിച്ചു തീർത്ത തീക്ഷ്ണതകളത്രയും തീപ്പന്തങ്ങൾ ആവാഹിച്ചിരിക്കുന്നു. മന്നപ്പന്റെ ശരീരം നൂറ്റിയെട്ട് കഷണങ്ങളായി ചിന്നഭിന്നമാക്കപ്പെട്ട പടനിലത്തെയും ജീവിതത്തിന്റെ താപം വമിക്കുന്ന ഈ തറ പ്രതിനിധാനം ചെയ്യുന്നു. പാതിവഴിയിൽ ഹോമിക്കപ്പെട്ട ഗാഢ സൗഹൃദത്തിന്റെ തീവ്ര സൗന്ദര്യമത്രയും ചങ്ങാതിത്തറയ്ക്കുണ്ട്. ചങ്ങാതിമാരെ മന്നപ്പൻ എന്തിനേക്കാളും സ്നേഹിച്ചു. മാങ്ങാട്ട് നെടിയക്കാഞ്ഞിരക്കീഴിൽ മദ്യം കൊടുത്ത് മയക്കിക്കിടന്ന ചങ്ങാതിമാർക്ക് കുടകിലേക്കുള്ള വഴിമദ്ധ്യേ പട്ടിണിയായപ്പോൾ ഒരുതെരപ്പുല്ലും ഒരുകൊള്ളിത്തീയും പകരം കൊടുത്തു. കുടകിലെ ചങ്ങാതിമാർക്കുവേണ്ടി പടയിൽ ബലിയായി. മന്നപ്പന്റെ ഓരോ ചങ്ങാതിയും പുളഞ്ഞു കത്തുന്ന ചങ്ങാതിത്തറയിലെ തീനാളമായി കളിയാട്ടത്തിലെ പൊള്ളുന്ന സാന്നിദ്ധ്യമാകുന്നു. അതെ കതിവന്നൂർ വീരൻ ചങ്ങാതിമാരുടെ പ്രിയപ്പെട്ട തെയ്യമായി മാറുന്നതങ്ങനെയാണ്

പ്രതിസന്ധികൾ നിറഞ്ഞ തന്റെ ജീവിത്തിൽ കൂടെയുണ്ടായിരുന്ന ചങ്ങാതികളുമായി ദൈവം ചങ്ങാതിത്തറയിൽവച്ച് കൂടിക്കാണുന്നു പുലർച്ചെ നാലുമണിക്കാണ് തെയ്യം അരങ്ങിലെത്തുന്നത്. ദൈവമായി അരങ്ങിലെത്തി പ്രിയപ്പെട്ട ചങ്ങാതിമാരെ കൂടിക്കണ്ട്, ഓരോ ചങ്ങാതിയോടും തന്റെ വ്യഥകൾ പങ്കുവെക്കുന്നു. നേരം പുലർന്നു കഴിഞ്ഞാൽ ദൈവം വീണ്ടും സാധാരണ മനുഷ്യനായി ജനിക്കുന്നു. മറ്റ് തെയ്യത്തിലൊന്നും ഇല്ലാത്ത ഒരു സാങ്കേതിക പ്രക്രിയയാണിത്. മാങ്ങാട്ട് മന്നപ്പന്റെ ജീവിതത്തിലെ തിളയ്ക്കുന്ന മണ്ണിലേക്കാണ് ദൈവം കാലു വച്ചിറങ്ങുന്നത്. കതിവന്നൂർ വീരൻ വീണ്ടും മാങ്ങാട്ട് തറയിൽ പിറന്നുകൊണ്ട് മകൻ പിറന്നവന് മന്നനെന്ന് പേർ പൊലിച്ച് ഒരു മനുഷ്യ ജീവിതം ആടാൻ തുടങ്ങുന്നു

ചങ്ങാതിത്തറയിൽ മറഞ്ഞിരിക്കുന്ന ഉറ്റ മിത്രങ്ങളെ സാക്ഷിയാക്കി, ഒരു കഥാഖ്യാനത്തിന്റെ, ജീവിതാഖ്യാനത്തിന്റെ വിരാട് രൂപമാണ് തെയ്യം അവതരിപ്പിക്കുന്നത്. ഇന്നലെ നാലോ അഞ്ചോ തോറ്റക്കാർ പാടിയ മുഴുവൻ ജീവിതവും തെയ്യക്കാരൻ ഏകനായി പല കഥാപാത്രങ്ങളായി പകർന്നാടുന്നു. പദ്യ ഗദ്യ മിശ്രിതമായ ആഖ്യാന ഭാഷയിൽ പലകഥകളും ഉപകഥകളും വർത്തമാനകാല സംഭവങ്ങളും കൂട്ടിച്ചേർത്ത് തെയ്യം സ്വന്തം ജീവിതം ഒരാത്മഗതം പോലെ പറഞ്ഞവതരിപ്പിക്കുന്നു. പറയുക എന്നു പറഞ്ഞാൽ ഒരു മനുഷ്യന്റെ തൊണ്ടയ്ക്ക് എത്ര ഉച്ചത്തിൽ ശബ്ദമെടുക്കാൻ പറ്റുമോ അതിലും ഉച്ചത്തിലായിരിക്കണം തെയ്യത്തിന്റെ സംഭാഷണം. വിശാലമായ പാടത്തോ തെങ്ങും കവുങ്ങും വാഴയുമൊക്കെ ഇടകലർന്ന ഗ്രാമീണപ്പച്ചയിലോ ഒക്കെയാണ് സാധാരണയായി പതികെട്ടി തെയ്യം കെട്ട് നടത്തുന്നത്.

ഒരു തെയ്യക്കാരന്റെ കരുത്തെന്താണെന്ന് ഈ ഭാഗങ്ങളിൽ മനസ്സിലാക്കാം. രാവിലെ ആറുമണിക്ക് തുടങ്ങി സന്ധ്യവരെ തെയ്യക്കാരൻ അലറിവിളിച്ച് തന്റെ ചോരയും നീരും പതിക്കും ചെമ്മരത്തിത്തറയ്ക്കും സമർപ്പിക്കുന്നു. ആരുടേയും കരള് കടയുന്ന വിലാപമായി കതിവന്നൂർ വീരന്റ ശബ്ദം അകലങ്ങളിലുള്ള ഗ്രാമീണനെ തേടിയെത്തുന്നു. പക്ഷേ, കറുത്തവനായ തെയ്യക്കാരന്റെ വിലാപത്തിന് ആരാണ് കാതോർക്കുന്നത്. നല്ല നാളേക്കുവേണ്ടി പൊരുതി മരിച്ച് രക്തസാക്ഷികളായ മന്നപ്പന്റെയും കുരിക്കളുടേയും ചങ്ങാത്തത്തിന്റെ പതിയും കളരിയും ആരാണ് കണ്ടെടുക്കുന്നത്. ജാതിയിൽ താണവന്റെ വംശഗാഥകൾ പാടാൻ അതിന് താളമിടാൻ ഏത് നാടൻ കലാ ഗന്ധർവ്വനാണ് അംശാവതാരമെടുക്കുന്നത്.

ഏഴിനും മീതേക്കുള്ള യാത്ര

യാത്രയാണ് കതിവന്നൂർ വീരൻ തെയ്യത്തിന്റെ അന്തഃസത്ത. പലവിധ യാത്രകളാൽ സമ്പുഷ്ടമാണീ അനുഷ്ഠാനം. ഒരു ദേശത്തുനിന്നും മറ്റൊരു ദേശത്തേക്ക്, മനുഷ്യന്റേയും ജീവിതത്തിന്റെ വിവിധങ്ങളായ അവസ്ഥാന്തരങ്ങളിലൂടെ വിധിയുടേയും പ്രയാണം. ചോര കിനിയുന്ന വഴി

ത്താരകളിലൂടെ ഒരു വാല്യക്കാരൻ നടന്ന് നടന്ന് ദൈവമെന്ന അമരപഥ പ്രാപ്തിയിലെത്തുന്ന യാത്ര കൂടിയാണിത്. മധുര നാരങ്ങയുടേയും മല ഞ്ചരക്കിന്റേയും സുഗന്ധമുള്ള ദൈവം കൊടകിന്റെ കോടമഞ്ഞും വന്യ സൗന്ദര്യവും താണ്ടി, വീര്യമുള്ള മലനാട്ടിലെ പതിയിലേക്കും പള്ളിയ റയിലേക്കും സത്യവാക്കു വിശേഷിച്ചുകൊണ്ട് നടത്തുന്ന സഞ്ചാരവും ഈ അനുഷ്ഠാനത്തിന്റെ ഉള്ളടക്കമാണ്. ഏതെങ്കിലും പണ്ഡിതനോ ഗവേ ഷകനോ കണ്ടെടുത്തിരുന്നുവെങ്കിൽ മലയാളത്തിലെ ആദ്യത്തെ യാത്രാ വിവരണപ്പുസ്തകവും കതിവന്നൂർ വീരന്റെ തോറ്റം പാട്ടാകുമായിരുന്നു.

പുതുച്ചോരം കീക്കലിൽ കതിവന്നൂർ വീരൻ കർണ്ണാടകത്തിലെ കൊടകിൽനിന്നും കണ്ണൂർ ജില്ലയിലെ ആമേരി വീടുവരെയാണ് യാത്ര ചെയ്യുന്നത്. ഇത് ദൈവത്തിന്റെ യാത്രയാണ്. പെറ്റും പെറപ്പിൽ മാങ്ങാട്ട് മന്നപ്പനെന്ന മനുഷ്യൻ കണ്ണൂർ ജില്ലയിലെ മാങ്ങാട്ട് നിന്നും കുടകിലെ കതിവന്നൂർവരെ യാത്ര ചെയ്യുന്നു. സത്യവാക്കിൽ, കണ്ണൂർ കാസർഗോഡ് ജില്ലകളിൽ ഏത് ഗ്രാമത്തിലാണോ തെയ്യം നടക്കുന്നത് ആ ഗ്രാമത്തിലെ പതിയിലേക്കും പള്ളിയറയിലേക്കുമുള്ള ദൈവത്തിന്റെ യാത്രയാണ് വിവ രിക്കുന്നത്. ഓരോ യാത്രയും ഓരോ ജീവിതാനുഭവമാണ്. ഓരോ യാത്ര യിലും സഞ്ചരിക്കുന്നത് ഒരേ മനുഷ്യനാണെങ്കിലും മനുഷ്യാവസ്ഥകളും സ്ഥലകാലങ്ങളും മാറിക്കൊണ്ടിരിക്കും

കുടക് മലനിരകളിലെ ഏഴിനും മീതേക്കാണ് മന്നപ്പൻ നടന്നു പോയത്. മന്നപ്പന്റെ പലായനത്തിന് കാരണങ്ങൾ പലതാണ്. നിലവി ലുള്ള ജീവിതത്തിനും അപ്പുറമുള്ള ജീവിതത്തെ മന്നപ്പൻ സ്വപ്നം കണ്ടി

രുന്നു. മാങ്ങാട്ട് കുമരച്ചൻ, മന്നപ്പന്റെ അച്ഛൻ സമൂഹത്തിൽ നിലയും വിലയുമുള്ള ആളായിരുന്നു. മാങ്ങാട്ടെ തറേലച്ചനെന്ന ആചാരക്കാരനായിരുന്നു. പക്ഷേ, കുമരച്ചന്റെ ആഢ്യത്വത്തിനും ആഭിജാത്യത്തിനും അനുസരിച്ചുള്ള ജീവിതമായിരുന്നില്ല മന്നപ്പന്റേത്. അവൻ കൂട്ടായ്മയിലെ ഏറ്റവും താഴെത്തട്ടിലുള്ളവർക്കൊപ്പം ഒറ്റയും കുറിയും കളിച്ചു. ചങ്ങാതിമാർക്കൊപ്പം കൊമ്പനേയും കൂരനേയും വേട്ടയാടി. അച്ഛനെ അനുസരിച്ചില്ല. പണിയിൽ സഹായിച്ചില്ല. അച്ഛനും മകനും തമ്മിൽ വീട്ടിൽ കലഹം മൂത്തു. പറഞ്ഞാൽ കേക്കാത്ത മോന് അച്ഛൻ വീട്ടിൽനിന്നും പാലും ചോറും വിലക്കി. പക്ഷേ, തമ്മരവിയമ്മ അച്ഛനെ കാണാതെ പാലും ചോറും തളികയിൽ വിളമ്പി. വിലക്കിയ മകൻ ചോറുണ്ണുന്നത് കണ്ട കുമരച്ചൻ മന്നപ്പന്റെ വില്ലും ശരവും ചവുട്ടിയൊടിച്ച് എറിഞ്ഞു. ആയുധം പോകുന്നതും ആയുസ്സു പോകുന്നതും ഒന്നായിക്കണ്ട മന്നപ്പൻ ചോറും തളിക തട്ടി നിരക്കി ഇറങ്ങിപ്പോയി.

മന്നപ്പൻ വീടും നാടും ഉപേക്ഷിച്ചു പോകുന്നതിന് തീരുമാനിച്ചു. കുടകിൽ ഏഴിനുംമീതെ കതിവന്നൂരിലെ നേരമ്മോമന്റെ അടുത്ത് പോകാനാണ് തീരുമാനിച്ചത്. കതിവന്നൂരേക്കുള്ള വഴിയറിയാത്തതിനാൽ കുടകിൽ കച്ചവടത്തിന് പോകുന്ന ചങ്ങാതിമാരോടൊപ്പം പോകാനുറച്ചു. മന്നപ്പന്റെ നാടുവിട്ടുപോകലിന് വേറേയും കാരണങ്ങൾ പറയുന്നുണ്ട്. പക്ഷേ, തെയ്യം രേഖകൾ ഇത് സാധൂകരിക്കുന്നില്ല. ചരിത്രമോ പുരാവൃത്തമോ ആകാതെ വാമൊഴിയായി ഇതിപ്പോഴും നിലനില്ക്കുന്നു. നാടുവാഴുന്ന തമ്പുരാൻ, ചെറയ്ക്കലെ തോട്ടിൽ ബണ്ട് കെട്ടി വെള്ളം സ്വന്തം കൃഷിയാവശ്യത്തിനുപയോഗിച്ചപ്പോൾ ജനങ്ങളുടെ കുടിവെള്ളം മുട്ടുകയും അവർ കഷ്ടത്തിലാവുകയും ചെയ്തു. തന്റേടിയായ മന്നപ്പൻ രാത്രിയിൽ തനിച്ചു പോയി ചെറയ്ക്കത്തമ്പുരാന്റെ തോട് തകർത്ത് കുടിവെള്ളം ജനങ്ങൾക്ക് തുറന്നു കൊടുത്തു. തമ്പുരാന്റെ പട്ടാളവും ഗുണ്ടകളും മന്നപ്പനെ തേടി നടന്നു. മന്നപ്പൻ ഒളിവിലായി. തറേലച്ചനായ കുമരച്ചന്റേയും ചക്കിയമ്മയുടേയും നിലനില്പ് കൂടി അപകടത്തിലായി. മന്നപ്പന്റെ വിപ്ലവ പ്രവർത്തനങ്ങളുടെ തുടക്കം ഇങ്ങനെയാണ്. മിത്തിനേക്കാളേറെ രേഖാമൂലമുള്ള ചരിത്രമായാണ് മാങ്ങാട്ട് മന്നപ്പൻ തെയ്യം അനുഷ്ഠാനത്തിലൂടെ നിലനില്ക്കുന്നത്. തെയ്യത്തിന് ഒന്നു കുറെ നാല്പത് (39) ചിത്ര പീഠങ്ങൾ കല്പിച്ച ചിറയ്ക്കൽ തമ്പുരാനെതിരെ തെയ്യത്തിലൂടെ നേരിട്ടൊരു പോരാട്ടം ചിന്തിക്കാൻപോലും പറ്റില്ലല്ലോ. ചെറയ്ക്കത്തമ്പുരാന്റെ തോട് തകർത്ത സംഭവം അതുകൊണ്ടായിരിക്കണം തെയ്യം അനുഷ്ഠാനത്തിൽ ഇടം പിടിക്കാതെ പോയത്.

കുമരച്ചനെ ഭയന്ന് ചങ്ങാതിമാർ മന്നപ്പനെ കൂടെക്കൂട്ടാൻ മടിച്ചു. അവർ മന്നപ്പനെ ചതിക്കാൻ തീരുമാനിച്ചു. മാങ്ങാട്ടെ നെടിയ കാഞ്ഞിരക്കീഴ് താവളമാക്കി റാക്കും കറിയും മുതിർത്തു. ചങ്ങാതിമാർ കണക്കിലേറെ ചെരിച്ച് ചെരിച്ച് കൊടുത്തു. അവൻ അളവറിയാതെയേറെ കുടിച്ചു. മാങ്ങാട്ടെ നെടിയ കാഞ്ഞിരക്കീഴിൽ മന്നപ്പനെ മയക്കിക്കിടത്തി ചങ്ങാ

തിമാർ കടന്നു കളഞ്ഞു. മൂരികളുടെ ശബ്ദം കേൾക്കാതിരിക്കാൻ തട്ടയും മണിയും കാറടക്കിക്കെട്ടി. മൂരികളും ചങ്ങാതികളും കുടക് മലനിരകൾ ലക്ഷ്യമാക്കി നടകൊണ്ടു.

പത്താം മീൻ നിലാവുച്ചയാകുമ്പോൾ....

പത്താം മീൻ നിലാവുച്ചയായപ്പോൾ മയക്കം വിട്ടുണർന്ന മന്നപ്പൻ ചങ്ങാതിമാരുടെ ചതിയറിഞ്ഞു. മന്നപ്പന്റെ യാത്ര തുടങ്ങുകയാണ്. കണ്ണൂർ ജില്ലയിലെ മാങ്ങാട്ട് ബസ് സ്റ്റോപ്പിന് തൊട്ടടുത്താണ് മാങ്ങാട്ട് നെടിയ കാഞ്ഞിരക്കീഴ്. മാനുകൾ മേഞ്ഞ് നടന്ന മാൻകാടാണ് മാങ്ങാടായി മാറിയത്. മാങ്ങാട്ട് പറമ്പിൽ കണ്ണൂർ സർവ്വകലാശാല മന്ദിരത്തിന് തൊട്ടടുത്ത് പൊന്തക്കാടുകൾ മൂടിപ്പോയ അതി വിശാലമായ പറമ്പുണ്ട്. അതിനകത്ത് നാശത്തിന്റെ പടുകുഴിയിലായ കുളവുമുണ്ട്. മാങ്ങാട്ടുകാരനായ കണിയറ ചന്ദ്രേട്ടൻ പറയുന്നത് ഇവിടെവച്ചാണ് മന്നപ്പൻ ചങ്ങാതിമാരോടൊത്ത് ആയുധാഭ്യാസം നടത്തിയത് എന്നാണ്. അദ്ദേഹത്തിന്റെ അഭിപ്രായത്തിൽ തന്റെ തറവാട്ടിലെ കാർന്നോരായിരുന്നു മന്നപ്പൻ എന്നാണ്. അതിനും തൊട്ടടുത്താണ് മന്നപ്പന്റെ വീട് നിലനിന്നിരുന്നുവെന്ന് പറയപ്പെടുന്ന സ്ഥലം. മന്നപ്പന്റെ മുഴുവൻ പേര് കണിയറച്ചേവോൻ മന്നപ്പൻ എന്നത്രേ. കണ്ണൂർ ജില്ലയിലെ കല്യാശ്ശേരി പഞ്ചായത്തിലാണ് ഇത് സ്ഥിതി ചെയ്യുന്നത്. മന്നപ്പൻ കൊളുത്തിയ വിപ്ലവാഗ്നി പിന്നീട് ഒരു കാട്ടുതീയായി ഇവിടെ കത്തിപ്പടർന്നു. കമ്പനിപ്പട്ടാളവും നാടുവാഴിയും നിയോഗിച്ച കരിന്തിരിനായരുടെ തോക്കിൻ കുഴലുകൾക്ക് കീഴ്പ്പെടുത്താനാകാത്ത കെ പി ആർ ഗോപാലൻ, വിഷ്ണുഭാരതീയൻ, എ വി കുഞ്ഞമ്പു തുടങ്ങിയ പുലിത്തെയ്യങ്ങൾ മന്നപ്പൻ ചോപ്പിച്ച മണ്ണിന്റെ വീറിൽ ആടിത്തിമിർത്തു. മന്നപ്പനെ ചങ്ങാതിമാർ റാക്കും കറിയും കൊടുത്ത് മയക്കിക്കിടത്തിയതിന് സാക്ഷിയായ കൂറ്റൻ കാഞ്ഞിരമരം ചരിഞ്ഞിട്ട് എട്ടൊൻപത് വർഷമേ ആയുള്ളൂ. പകരം നാട്ടുകാർ പുതിയൊരു കാഞ്ഞിര മരത്തെ നട്ടു. മന്നപ്പന്റെ ജീവിതത്തിലെ കയ്പ് കുടിച്ച് കാഞ്ഞിരം വളർന്നു കൊണ്ടിരിക്കുന്നു. എല്ലാ വർഷവും മകര മാസത്തിൽ മാങ്ങാട്ട് ഒറ്റക്കാഞ്ഞിരത്തട്ടിൽ കതിവന്നൂർ വീരൻ തെയ്യം കെട്ട് നടക്കുന്നുണ്ട്.

മന്നപ്പന്റെ യാത്ര ചരിത്രത്തിന്റേയും സംസ്കാരത്തിന്റേയും ഈടുവയ്പാണ്. ആറു മണിക്കൂറിലധികം സമയമെടുത്തിട്ടാണ് തോറ്റക്കാർ മന്നപ്പന്റെ തോറ്റം മുഴുവനായി പാടിത്തീർക്കുന്നത്. മലനാട്ടിലെ മാങ്ങാട് നെടിയ കാഞ്ഞിരക്കീഴ് മുതൽ കർണ്ണാടകത്തിലെ കതിവന്നൂർ വരെയുള്ള വ്യത്യസ്തങ്ങളായ സ്ഥലങ്ങളുടെ വർണ്ണനയും തോറ്റത്തിലുണ്ട്. മാങ്ങാട്ട് തെരുവ്, ചന്ത വാണിഭം, അന്നത്തെ തൊഴിൽ സമ്പ്രദായം, ആരാധനാലയങ്ങൾ, മണ്ണ്, പുഴ, പാലം, വഴിത്താരകൾ എല്ലാം ഓരോന്നോരോന്നായി പാടിവിവരിക്കുന്നു. തോറ്റത്തിലുള്ള ഏതാണ്ടെല്ലാ സ്ഥലങ്ങളും പുഴകളും

ഇന്നും അതേപേരിൽ നിലനില്ക്കുന്നുണ്ട്. (ഈ ലേഖകൻ മാങ്ങാട്ട് മന്നപ്പനെക്കുറിച്ചുള്ള ഡോക്യുമെന്ററിയുടെ ആവശ്യങ്ങൾക്കായി പലവുരു ഈ വഴിത്താരകളിലൂടെ യാത്ര ചെയ്തിട്ടുണ്ട്.) അപൂർവ്വം ചിലർമാത്രമാണ് ഈ വഴികളിലൂടെ യാത്ര ചെയ്ത് കതിവന്നൂര് എത്തീട്ടുള്ളത്. എൻ പ്രഭാകരൻമാഷുടെ *കുടക് കുറിപ്പുകൾ* എന്ന പുസ്തകത്തിൽ കതിവന്നൂർ യാത്രയുടെ രസകരമായ അനുഭവങ്ങളുണ്ട്. ഈയടുത്തുവരെ കതിവന്നൂരും മുത്താർമുടിയും വന്താർമുടിപ്പുഴയും മുണ്ടത്തെരുവുമെല്ലാം വീരനോളം പോന്ന മിത്തായിരുന്നു. എന്നാൽ ഇന്ന് തെയ്യ പ്രേമികളും ചില സഞ്ചാരികളും ഏഴിനും മീത്തലേക്കുള്ള യാത്ര ഇഷ്ട യാത്രയായി തെരെഞ്ഞെടുക്കുന്നുണ്ട്.

മാങ്ങാട് നിന്ന് യാത്ര പുറപ്പെട്ട് രണ്ടുദിവസം കഴിഞ്ഞിട്ടാണ് മന്നപ്പൻ കതിവന്നൂരെത്തുന്നത്. മാങ്ങാട് നിന്നും പറശ്ശിനിക്കടവ്, ചെങ്ങളായി, ചുഴലി, ശ്രീകണ്ഠാപുരം, കാവുമ്പായി വഴിയാണ് മന്നപ്പൻ യാത്ര ചെയ്തിട്ടുള്ളത്. കർണ്ണാടക, കുടക് അതിർത്തിപ്രദേശമായ വായിക്കമ്പവരെ റോഡ് മാർഗ്ഗം ഇപ്പോഴും യാത്ര ചെയ്യാം. വായിക്കമ്പ മുതൽ കതിവന്നൂർ വരെ കാട്ടിലൂടെയുള്ള യാത്രയാണ്. ഇന്ന് തളിപ്പറമ്പ് നിന്നും ഇരിട്ടി, കൂട്ടുപുഴ, വിരാജ് പേട്ട വഴി കതിവന്നൂരെത്താം. വിരാജ് പേട്ടയിൽനിന്നും വളരെ അടുത്താണ് ഇന്നത്തെ കതിവന്നൂർ. കതിവന്നൂർ അമ്മാമന്റെ വീടിനടുത്ത് കതിവന്നൂർ തപാലാപ്പീസുണ്ട്. മൂരിച്ചവിട്ടുകൾ പതിഞ്ഞ് തഴമ്പിച്ച നീണ്ട വഴിത്താരയ്ക്ക് മുകളിൽ കാട്ടുപൊന്തകൾക്കുള്ളിൽ ദ്രവിച്ചുപോയ ഓർമ്മകൾ പോലെ ഒരു വലിയ വീടിന്റെ ശ്ലഥ ചിത്രങ്ങൾ ഇപ്പോഴും കാണാം. മന്നപ്പന്റെ കഠിനാദ്ധ്വാനത്തിൽ പൊന്ന് വിളഞ്ഞ കറുത്ത മണ്ണിൽ കാട്ടുമൃഗങ്ങളുടെ മുരൾച്ചകൾക്ക് മുകളിൽ താരിയുടെ കിലുക്കവും പുളഞ്ഞ് വീശുന്ന ഉറുമിയുടെ മൂളലും കേൾക്കാം. മണ്ണിൽ പൂണ്ടു കിടക്കുന്ന ആയുധങ്ങളുടെ ഇനിയും കെട്ടുപോയിട്ടില്ലാത്ത മൂർച്ചയിൽ മലയാളച്ചേകോന്റെ കോപം കത്തുന്നുണ്ട്. മന്നപ്പന്റെ ഒത്ത ശരീരം നൂറ്റിയെട്ട് കഷണങ്ങളായി വെട്ടി നുറുക്കിയപ്പോൾ ചിന്തിയ ചോര തെറിച്ചത് കതിവന്നൂർ പടിഞ്ഞാറ്റ മുറ്റത്തെ കദളി വാഴയിലാണ്. കദളി വാഴയിലെ ജീവകലകളിലെ ചൈതന്യമായി തോറ്റവരുടെ ദൈവം വിളങ്ങി. മന്നപ്പൻ പുനർജ്ജനിച്ച ഭീമാകാരങ്ങളായ കദളി വാഴകൾ പുതിയ കാലത്തിന്റെ കൗതുകക്കാഴ്ചയിലേക്ക് ഇപ്പോഴും കൂമ്പുകൾ വിടർത്തി നില്ക്കുന്നുണ്ട്. എണ്ണയാട്ടുന്ന എരുതുകൾക്കും സസ്യജാലങ്ങൾക്കും നീരു പകർന്ന വറ്റാത്ത കിണർ കേടുപാടുകളില്ലാതെ അതേപോലെ നിലനില്ക്കുന്നുണ്ട്. ആരും കണ്ടെടുക്കാത്ത സത്യമായി, ചരിത്രമായി ചതുപ്പിൽ പൂണ്ട കരിവീരനെപോലെ വിസ്മൃതിയുടേയും അവമതിയുടേയും കാടും പായലും മൂടിപ്പോയ കതിവന്നൂർ പള്ളിയറയുടെ ഫോസിൽ സംരക്ഷിക്കേണ്ടുന്ന ഉത്തരവാദിത്വം ആർക്കാണ്.

വേളാർകോട്ട് ചെമ്മരത്തി

വീരരാജൻ പേട്ടയിലെ ചന്തയിൽനിന്നും പടയ്ക്ക് വേണ്ടുന്ന അഞ്ചായുധങ്ങൾ വാങ്ങിക്കെട്ടി വേളാർ കോട്ട് പുറതെരുവെ വഴിപോരുമ്പോൾ കൂവൽക്കരയിൽ നീരുമായി നില്ക്കുന്ന ചെമ്മരത്തിയെ മന്നപ്പൻ കണ്ടുമുട്ടി. ആര്യവാളിനേക്കാൾ ചേളക്കത്തിയേക്കാൾ മൂർച്ചയുള്ളവൾ. മന്നപ്പൻ എണ്ണ വാണിഭം കഴിഞ്ഞ് മടങ്ങുകയായിരുന്നു. മാങ്ങാട്ടെ മന്നപ്പനായിരുന്നില്ല കുടകിലെത്തിയ മന്നപ്പൻ. ഒരു പണിയുമെടുക്കാതെ അച്ഛനെ അനുസരിക്കാതെ നടന്ന മന്നപ്പൻ കുടകിലെ കഠിനാദ്ധ്വാനിയയിരുന്നു. കതിവന്നൂരമ്മാമൻ നേർമ്മകൻ അണ്ണൂക്കനും നേർ മരുമകൻ മന്നപ്പനും സ്വത്ത് ഭാഗം വെച്ചു. മന്നപ്പൻ കൈക്കോട്ടും കുന്താലിയുമെടുത്ത് കുന്നെല്ലാം കൊഴുവലായി പാറയെല്ലാം ചേറായി കിളച്ചു മറിച്ചു. ഊൺകദളി വാഴയും തേൻ കദളിവാഴയും വെച്ചു. കഠിനാദ്ധ്വാനിയായ മന്നപ്പൻ ഒഴിവ് സമയം കിട്ടുമ്പോൾ എണ്ണക്കച്ചവടം ചെയ്യുന്നതിന് തീരുമാനിച്ചു. പത്തു പണം കതിവന്നൂരമ്മയിൽനിന്നും വാങ്ങി ആര്യഞ്ചരി കൗണ്ടറുടെ വീട്ടിൽനിന്നും എള്ളുറപ്പിച്ചു. നേരമ്മാമന്റെ എരുതുകൾ രണ്ടിനെ കൂട്ടിക്കെട്ടി ചക്കിൽ എള്ള് ചൊരിഞ്ഞ് എണ്ണയെടുത്തു.. തുണികയിലും തുത്തികയിലും എണ്ണ പകർന്ന് കെട്ടി. ആറു നാട്ടിലും നൂറു ദിക്കിലും കൊടക് മല പന്ത്രണ്ട് കൊമ്പിലും വീരരാജൻ പേട്ടയിലും പോയി എണ്ണ മാറി. സൗഹൃദത്തിന് മറ്റെന്തിനേക്കാളും വില നല്കിയ മന്നപ്പന് കൊടകിലും ചങ്ങാതിമാരുണ്ടായി. മന്നപ്പൻ അവർക്ക് ആയുധ വിദ്യയും അഭ്യാസവും കളരിമുറകളും പകർന്നു കൊടുത്തു. കുടകരുടെ കൃഷിയും കന്നുകാലികളെയും കൊള്ളയടിക്കുന്ന വെക്കുടകന്റെ നേതൃത്വത്തിലുള്ള മുത്താർമുടി കുടകരെ നേരിടുന്നതിനുള്ള ആയുധങ്ങൾ വാങ്ങുന്നതിനായി വീരരാജൻപേട്ടയിലെ ചന്തയിൽ ചെന്നു.

ചെമ്മരത്തിയെക്കണ്ടതും മന്നപ്പന് തണ്ണീർ ദാഹം പെരിതായി. മന്നപ്പനേക്കാൾ സമ്പത്തും ആഢ്യത്വവും കുറഞ്ഞ ചെമ്മരത്തിയെ അമ്മാമനും കതിവന്നൂരമ്മയ്ക്കും പിടിച്ചില്ല. എങ്കിലും നേർ മരുമകന്റെ ആശയ്ക്ക് അവർ എതിര് നിന്നില്ല. തീയ്യരുടെ ആചാരപ്രകാരം മന്നപ്പന്റേയും ചെമ്മരത്തിയുടേയും പുടമുറി നടന്നു. ചെമ്മരത്തിയുടെ സ്നേഹവും പരിഗണനയും മന്നപ്പന് ലഭിച്ചില്ല. "ഒരു നാട്ട്ന്നൊരു നാട്ടിലേക്കൊരുത്തൻ വന്നാൽ അവന്റീതോര് പണിയും തൊരവും അറിയണമെനക്ക്. ഒരു കണയാട്ടാനെള്ളിവിടെയുണ്ട്. എള്ളാട്ടി പണം തിരിച്ച് തരണമെനക്ക്." ചെമ്മരത്തി മന്നപ്പനോട് പറഞ്ഞു. മന്നപ്പൻ വേളാർകോട്ട് തണ്ടയാന്റെ എരുതുകളെ കൂട്ടിക്കെട്ടി. ചെമ്മരത്തി ചക്കിൽ എള്ള് ചൊരിഞ്ഞു. പാടകത്തിലും തുത്തികയിലും എണ്ണ പകർന്ന് കെട്ടി കൊടകറ് നാട്ടിൽ കച്ചവടത്തിന് പോയി.

മന്നപ്പന്റേയും ചെമ്മരത്തിയുടേയും ജീവിതത്തിലെ മറ്റൊരദ്ധ്യായം തുറക്കുന്നതിവിടെയാണ്. അവരുടെ ദാമ്പത്യം തീരെ സുഖകരമായിരു

ന്നില്ല. വീട്ടിൽ കലഹം നിത്യസംഭവമായി. മുൻകോപത്തിലും പിടിവാശി യിലും ചെമ്മരത്തി തന്നെ മുന്നിൽ നിന്നു. എണ്ണക്കച്ചവടത്തിന് പോയി നേരം വൈകിയ മന്നപ്പൻ കൊടകരുടെ എരുതാലയിൽ പട്ടിണി കിടന്നു. പുലരുവാനേഴര രാവുള്ളപ്പോൾ വേളാർകോട്ട് വീട്ടിലെത്തി ചെമ്മര ത്തിയെ വിളിച്ചു. ചെമ്മരത്തി കപ്പാല തുറക്കുകയോ നായീനത്തടുക്കു കയോ ചെയ്തില്ല. അരിശപ്പെട്ട മന്നപ്പൻ കപ്പാല ചവുട്ടിപ്പൊളിച്ച് അകത്ത് കടന്നു. മന്നപ്പനെ കാത്തിരുന്ന് മടുത്ത ചെമ്മരത്തി കോപം കൊണ്ട് വെട്ടി വിറച്ചു. "നീ ഇന്നലയേതൊരു മേതരെ പള്ളി പുലർന്നു, ഏതൊരു മേത്തച്ചി വെച്ചു വെളമ്പീ നിനക്ക്." ചെമ്മരത്തിയുടെ വാക്കുകളിൽ വാളിന്റെ വായ്ത്തല ജ്വലിച്ചു. മന്നപ്പൻ കുടിക്കാൻ പാലു ചോദിച്ചപ്പോൾ രുധിരം കുടിക്കാനും ചോറു ചോദിച്ചപ്പോൾ തലച്ചോറെടുത്തുണ്ണാനും പറഞ്ഞു. ചാണകം പറ്റിയ കൈ കഴുകാതെ ചെമ്മരത്തി ഇരുനാവുഴി യരി കഞ്ഞി വെച്ചു. അരിവെച്ചാലൊരു കറിവെക്കേണ്ടേ ചെമ്മരത്തീ എന്നു പറഞ്ഞപ്പോൾ അവളുടെ സകല നിയന്ത്രണവും നഷ്ടപ്പെട്ടു. ചെമ്മ രത്തി കലി തുള്ളി. നിന്നെ തറിച്ചോ മുറിച്ചോ ഞാനൊരു കറിവെക്കേണ്ടു എന്ന് ചോദിച്ചു. മന്നപ്പൻ കൈ കഴുകി ഊൺ മുന്നിലിരുന്നു. ഒന്നാമതു ണിന് കൈനില കൂട്ടുമ്പോൾ ചോറുരുള ഒത്ത നടുവേ മുറിഞ്ഞു പോയി. രണ്ടാമതൂണിന് കൈനില കൂട്ടുമ്പോൾ ശത്രുക്കളുടെ പടവിളി കേട്ടു. പടവിളി കേട്ടാൽ ചോറുണ്ണുന്നത് യോഗ്യതയല്ല. ആണുങ്ങൾക്ക് ചേർന്നി തോരഭിമാനൃമല്ല. പടയ്ക്ക് പോകുന്ന അമ്മേൻ, കുടകൻ, മേതൻ, വെള്ളാ ളൻ എന്നീ നാൽവര് ചങ്ങാതികൾ മന്നപ്പനെ കൂട്ടു വിളിച്ചു. മന്നപ്പൻ

പടിഞ്ഞാറ്റകത്ത് നിന്ന് ആയുധമെടുത്ത് കീയുമ്പോൾ ഉമ്മറപ്പടിതട്ടി തല പൊട്ടി. ചെന്തലയനോന്ത് മുറിയനെ പാഞ്ഞു. ദുശ്ശകുനങ്ങളിൽ മന്നപ്പൻ ധൈര്യം കൈവെടിഞ്ഞില്ല. "ചെന്തലയനോന്ത് മുറിയനപ്പാഞ്ഞാലെന്ത ടയാളം ചെമ്മരത്തീ" മന്നപ്പൻ ചോദിച്ചു. തൻ തല വെട്ടി രുധിരം കാണും മന്നപ്പാ. പട കണ്ട് വരട്ടെ ഞാനെന്റെ ചെമ്മരത്തീ എന്നു ചോദിച്ചപ്പോൾ മന്നപ്പനുമൊത്തുള്ള അതു വരെയുള്ള ജീവിതത്തിന് അറുതി വരുത്തിക്കൊണ്ടായിരുന്നു ചെമ്മരത്തി പ്രതിവചിച്ചത്. പോയ നിനക്ക് വരാൻ കൂടാതെ പോട്ടെ, കുടകരുടെ പടയിൽ കൊത്തിപ്പോട്ടെ, ആറുനു റുക്കി അറുപത്തിയാറ് ഖണ്ഡം പോട്ടെ, നൂറുനുറുക്കി നൂറ്റിയെട്ടേഴ് ചിന്നം പോട്ടെ, മുണ്ടമ്മലും കൈതമ്മലും ശവം എറിഞ്ഞു പോട്ടെ.

ഉച്ചയിലെ വെള്ളി നക്ഷത്രം

മന്നപ്പൻ പട മടക്കി പട ജയിച്ച് തിരിച്ചു വരുമ്പോൾ വിൽപ്പിടിയിലും കച്ചിലയിലും ചോര കണ്ടു. തന്റെ ചെറുവിരലും പീഠമോതിരവും നഷ്ട പ്പെട്ടിരിക്കുന്നു. താൻ കുവേനായിരിക്കുന്നു. അംഗവിഹീനനായിരിക്കുന്നു. ഒത്ത ശരീരവും മെയ്ക്കരുത്തും ഉണ്ടായിട്ടും ചെമ്മരത്തി തന്നെ അംഗീ കരിക്കുന്നില്ല. ഇന്ന് തൊടങ്ങി ചെമ്മരത്തി തന്നെ കുവേനെന്ന് വിളിച്ച് അധിക്ഷേപിക്കും. മന്നപ്പൻ പടക്കളത്തിലെ ചങ്ങാതിമാരോട് പറഞ്ഞു, രണ്ടാം പേര് ചൊല്ലിക്കാൻ ഞാൻ നില്ക്കയില്ല. എന്റെ ആയുധം പടക്ക ളത്തിൽ ഒഴിച്ചേക്കരുത്. ചങ്ങാതിമാരുടെ കൈയിൽ തന്റെ അഭിമാന്യമാ യിട്ടുള്ള ആയുധങ്ങൾ ഏല്പിച്ച് കൊടകരുടെ മുണ്ടത്തെരുവിലെ കള്ളപ്പ ടയിലെ മരണത്തിലേക്ക് മന്നപ്പൻ നടന്നു. കൊടകർ മന്നപ്പന്റെ ശരീരം ആറുനുറുക്കി അറുപത്തിയാറ് ഖണ്ഡവും നൂറു നുറുക്കി നൂറ്റിയെട്ടേഴ് തുണ്ടവുമാക്കി മുണ്ടമുള്ളിലും കൈതമുള്ളിലും കോർത്തിട്ടു. ഇറച്ചിക്ക ഷണങ്ങളിലെ ചോരയുറ്റി മുത്താർമുടിയിലെ മുണ്ടത്തെരു ചോന്നു.

വേളാർകോട്ടു വീട്ടിൽ മന്നപ്പൻ നട്ടു നനച്ച ഊൺ കദളി വാഴയിൽ കാറ്റു പിടിച്ചു. ചെമ്മരത്തിയൊന്നുമറിഞ്ഞില്ല. ഇലത്തുമ്പുകളിൽനിന്നും ചോരയിറ്റി. പടയിൽ തെറിച്ചുപോയ മന്നപ്പന്റെ ചെറുവിരലും പീഠമോ തിരവും വാഴയിലയിൽനിന്നും താഴെ വീണു. ചെമ്മരത്തി പടക്കളത്തി ലേക്ക് പാഞ്ഞു. മച്ചുനൻ അണ്ണുക്കൻ ചോരയൊലിക്കുന്ന മാംസഖണ്ഡ ങ്ങൾ ഓരോരോന്നോരോന്നായി എടുത്ത് ചേർത്ത് വച്ചു. മരിച്ചത് മന്നപ്പൻ തന്നെയാണോ. പടക്കളത്തിലെത്തിയ ചെമ്മരത്തി ചെറുവിരലറ്റ കുവേന്റെ ശരീരം തിരിച്ചറിഞ്ഞു. മന്നപ്പന്റെ ശവം ദഹിപ്പിക്കാനുള്ള ചിതയൊരുക്കി. കാറ്റോല വീശി അണ്ണുക്കൻ ചിതയിൽ തീ പടർത്തി. "ഒരു തലയ്ക്ക് ഞാൻ കാറ്റോല പിടിക്കട്ടെ അണ്ണുക്കാ" ചെമ്മരത്തി ചോദിച്ചു. "പെണ്ണു ങ്ങൾ കാറ്റോല പിടിക്കരുത്." അണ്ണുക്കൻ കാറ്റു വീശി. തീയാളി. "മന്ന പ്പനെ ചുട്ടു പിരിയുമ്പോൾ" ഉച്ചയിലെന്തൊരു വെള്ളി നക്ഷത്രം നിറന്ന് കാണ്ന്ന്. ചെമ്മരത്തി പറഞ്ഞു. ശവം ദഹിപ്പിക്കുന്നവർ നട്ടുച്ചയിലെ ആകാശത്തേക്ക് നോക്കി. ചെമ്മരത്തി മന്നപ്പന്റെ ചിതയിൽ ഉടന്തടി ചാടി.

വേളാർകോട്ട് ചെമ്മരത്തിക്കുള്ള ബലിതർപ്പണമാണ് കതിവന്നൂർ വീരൻ തെയ്യം കെട്ട്. ചെമ്മരത്തിക്ക് ഈ അനുഷ്ഠാനത്തിൽ പ്രത്യേകിച്ച് സ്ഥാനമൊന്നുമില്ല. പക്ഷേ, മന്നപ്പന്റെ നല്ല പാതിയായിത്തന്നെ ചെമ്മരത്തിയുണ്ട്. തെയ്യം കാണാനെത്തുന്ന ജനങ്ങളോട് മൊഴിപറയുമ്പോൾ ഞാനും എന്റെ ചെമ്മരത്തിയും എന്ന് ചേർത്ത് പറയും. വേളാർകോട്ട് ചെമ്മരത്തി ഈ അനുഷ്ഠാനത്തിലെ നിതാന്ത സാന്നിദ്ധ്യമാണ്. ഉണക്കലരിയും കോഴിയും ചേർത്ത് വേവിച്ചുണ്ടാക്കുന്ന ചോറും റാക്കുമാണ് ചെമ്മരത്തിക്ക് മുതിർക്കുന്നത്. ചെമ്മരത്തിയൂട്ടോടെയാണ് തെയ്യം കെട്ടവസാനിക്കുന്നത്. മലയാളത്തിലുണ്ടായ ഏറ്റവും കരുത്താർന്ന സ്ത്രീ കഥാപാത്രമാണ് ചെമ്മരത്തി. കഥാപാത്രമാകുന്നതിന് മുൻപ് അവൾ വേളാർകോട്ട് തണ്ടയാന്റെ മകളായിരുന്നു. കൊടകിന്റെ ചരിത്രമായിരുന്നു. സൗന്ദര്യമായിരുന്നു.

ചെമ്മരത്തിയും മന്നപ്പനും ചിതയിൽ കത്തിത്തീരുന്നത് കണ്ട അണ്ണുക്കന് വിഭ്രാന്തിയുണ്ടായി. വന്താർമുടിപ്പുഴയിൽ പുലകുളിക്കുമ്പോൾ അക്കരെ കടവിൽ ഉറ്റ ചങ്ങാതി മന്നപ്പനും ചെമ്മരത്തിയും കുളിക്കുന്നത് അണ്ണുക്കൻ തെറം കണ്ണാലെ കണ്ടു. അക്കരെക്കടവിൽ ഓടിയെത്തിയ അണ്ണുക്കൻ കല്ലും കടവും നനഞ്ഞതല്ലാതെ മന്നപ്പനെയും ചെമ്മരത്തിയെയും കണ്ടില്ല. കതിവന്നൂർ വീട്ടിലെത്തിയ അണ്ണുക്കൻ മന്നപ്പൻ നട്ടു നനച്ച പൂങ്കദളി വാഴ വെട്ടിവിറയ്ക്കുന്നതായി കണ്ടു. കദളിവാഴയിൽ തൊട്ട അണ്ണുക്കൻ വെട്ടിയുറഞ്ഞ് വെളിച്ചപ്പാടായി. അണ്ണുക്കന്റെ വലഭാഗം മന്നപ്പൻ ദൈവക്കരുവായി ശേഷിപ്പെട്ടു. വസുവനക്കനെലാടിയെന്ന കോലക്കാരനെ വിളിച്ചു. മന്നപ്പനെ കതിവന്നൂർ വീരൻ തെയ്യമായി കെട്ടിയാടുന്നതുനുള്ള അടയാളം കൊടുത്തു.

പെരിയ പെഴച്ച ദൈവവും മനുഷ്യനും

ജീവിതത്തിലേക്കുള്ള എല്ലാ പെരുവഴികളും പെഴച്ചുപോയ മനുഷ്യനും ദൈവവുമാണ് മാങ്ങാട്ട് മന്നപ്പൻ. ദൈവമാകാൻ ഒരു യോഗ്യതയുമില്ലാത്തയാൾ. വഴിപിഴച്ച മൂന്ന് ജീവിതങ്ങളുടെ തകർച്ചയുടെ നേരിട്ടുള്ള ആവിഷ്കാരമാണിത്. മാങ്ങാട്ട് മന്നപ്പൻ, കൂടാളിത്തറയിൽ കുഞ്ഞിരാമൻകുരിക്കൾ, വേളാർകോട്ട് ചെമ്മരത്തി.

എല്ലാ അർത്ഥത്തിലും പരാജയപ്പെട്ട ജീവിതമായിരുന്നു മന്നപ്പന്റേത്. എല്ലാ സ്നേഹവും നിഷേധിക്കപ്പെട്ട മനുഷ്യൻ. പക്ഷേ, കഴിഞ്ഞുപോയ തലമുറയ്ക്ക് അങ്ങനെയൊരു മനുഷ്യനെത്തന്നെ വേണമായിരുന്നു ദൈവമായി. തങ്ങളുടെയെല്ലാം കവർന്ന്, തങ്ങൾക്ക് കഷ്ടതകളും വിവേചനത്തിന്റെ അപമാനങ്ങളും മാത്രം പകർന്ന് തന്ന ആഢ്യദൈവങ്ങൾക്ക് പകരം വെക്കുന്നതിനായി. ഭാര്യയെ പേടിച്ച് ആത്മഹത്യ ചെയ്ത ചെറുപ്പക്കാരന്, സ്വന്തം ജീവിതംപോലും സംരക്ഷിക്കാൻ പറ്റാത്ത ചെറുപ്പക്കാരന് പിന്നെങ്ങനെയാണ് മറ്റുള്ളവരെ രക്ഷപ്പെടുത്താൻ പറ്റുക. പക്ഷേ,

അപകടങ്ങളിലും പ്രതിസന്ധികളിലും അകപ്പെടുമ്പോൾ കണ്ണൂർ കാസർ ഗോഡ് ജില്ലകളിലെ സാധാരണക്കാർ വിളിച്ചത് ചെറുവിരലിന്റെ നഷ്ടം പോലും സഹിക്കാനാതെ ആത്മഹത്യ ചെയ്ത ആത്മാഭിമാനിയായ ചെറുപ്പക്കാരനെത്തന്നെയായിരുന്നു..

കതിവന്നൂർ വീരൻ തെയ്യത്തിനെത്തുന്ന ഓരോ വ്യക്തിയും സ്വന്തം ജീവിതത്തെ തെയ്യവുമായി ചേർത്തുവെക്കുന്നു. നാം അനുഭവിക്കുന്ന ജീവിതവും അനുഭവിച്ചു തീർത്ത ജീവിതവും സ്വപ്നം കാണുന്ന ജീവിതവും ഇനി സംഭവിക്കാൻ പോകുന്ന ജീവിതവും എല്ലാം ഒറ്റ ജീവിതത്തിൽ തന്നെ ഒറ്റയ്ക്ക് അനുഭവിച്ചു തീർത്തവനാണ് തെയ്യം. ഏകാകിയും സഞ്ചാരിയുമായ ദൈവം ഓരോ ഗ്രാമീണന്റെയടുത്തും നടന്നെത്തിയ വഴികൾ വിഭിന്നമാണ്. അതെ കദളിവാഴപ്പച്ചയിലും മുരിക്കിടങ്ങളുടെ മണിക്കിലുക്കത്തിലും പടിഞ്ഞാറ്റകത്ത് വായ്പ്പൊതി കെട്ടിയ റാക്കിന്റെ വീര്യത്തിലും സംഭവിക്കാതെ തെയ്യത്തിന് പിന്നെങ്ങനെ സാധാരണക്കാരന്റെ സങ്കടത്തോടൊപ്പം നില്ക്കാൻ പറ്റും. എങ്ങനെ അവന്റെ ഭാഷയിൽ സംസാരിക്കാൻ പറ്റും. കാര്യമായി തെയ്യം കാണുന്ന ഓരോ മനുഷ്യനെയും ഓരോതരത്തിലാണ് കതിവന്നൂർ വീരൻ ബാധിക്കുന്നത്. മാങ്ങാട്ട് മന്നപ്പനെപ്പോലെതന്നെ പലവിധ പ്രശ്നങ്ങളിൽപ്പെട്ടുഴലുന്നവനാണ് ഓരോ തെയ്യ പ്രേമിയും. നമ്മുടെ വീട്ടിൽ നടക്കുന്ന സാധാരണ സംഭവങ്ങൾ തന്നെയാണ് മന്നപ്പനും ചെമ്മരത്തിയും നേരിട്ടത്. വൈകി വീട്ടിലെത്തുന്ന ഭർത്താവിനോട് ഏത് ഭാര്യയും ചോദിക്കുന്ന ചോദ്യംതന്നെയാണ് ചെമ്മരത്തിയും മന്നപ്പനോട് ചോദിച്ചത്. ജീവിതത്തിലെ കൂടുതൽ സമയവും സംഘർഷത്തിലും കടുത്ത അകല്ച്ചയിലും കഴിയുന്ന ദമ്പതിമാർക്കുള്ള കൈപ്പുസ്തകമാണ് കതിവന്നൂർ വീരൻ. സ്ത്രീ പുരുഷ ബന്ധത്തെ ഇത്രയും കൃത്യതയോടെയും യാഥാർത്ഥ്യത്തോടെയും വിശകലനം ചെയ്യുന്ന മറ്റൊരു തെയ്യമില്ല.

അതെ പെരിയ പിഴച്ച യാത്ര തന്നെയായിരുന്നു. ദുരന്തങ്ങളുടെ കൂർത്ത മുള്ളുകൾ പാകിയ പെരിയകളിലൂടെ ദൈവ പഥമെന്ന നിത്യതയിലേക്കുള്ള യാത്ര. അച്ഛനെ അനുസരിക്കാത്ത ധിക്കാരിയും അലസനുമായ മകൻ, ചങ്ങാതിമാർക്കുറ്റ തോഴൻ, ഏകാകിയായ സഞ്ചാരി, നേരമ്മാമന്റെ പ്രിയപ്പെട്ട മരുമകൻ, മണ്ണിൽ കഠിനാദ്ധ്വാനം ചെയ്ത കർഷകൻ, പത്തിന് പതിനാറ് ലാഭം കണ്ട കച്ചവടക്കാരൻ, തികഞ്ഞ കാമുകൻ, പിറന്ന നാടുപേക്ഷിച്ച്, വേറൊരു നാട്ടിന് വേണ്ടി പോരാടി മരിച്ച രക്തസാക്ഷി, ഭാര്യയെ പേടിച്ച് ആത്മഹത്യ ചെയ്ത ഭർത്താവ്, ആട്ടിയോടിക്കപ്പെട്ട മുറിവേറ്റ ദൈവം. തെയ്യം ജീവിതം ആവിഷ്കരിക്കുന്നുവെന്നത് ഒരു ഭംഗിവാക്കല്ല. കതിവന്നൂർ വീരൻ കളിയാട്ടം രക്ത രൂഷിതമായ ഓർമ്മകളുടെ തർപ്പണമാണ്. ഒറ്റപ്പെട്ട ദൈവം ഇടറിനടന്ന മണ്ണിന്റെ വീര്യത്തിൽ പൊട്ടിയ ചോപ്പിൽ തൊട്ടാണ് പെരുവണ്ണാൻമാർ ചായില്യം ചാലിക്കുന്നത്. ഗ്രാമീണന് തന്റെ കൈത്തണ്ടയിൽനിന്നും ഇറുത്തു കൊടുക്കുന്ന ചെക്കിപ്പൂവിൽ ദൈവം തന്റെ ദുഃഖങ്ങളത്രയും പകുത്ത് കെട്ടി.

അനുഷ്ഠാനത്തിലെ ഏറ്റവും ഹൃദയസ്പർശിയായ രംഗമാണ് തെയ്യത്തിന്റെ ഗൃഹസന്ദർശനം. തെയ്യം കഴിപ്പിക്കുന്ന ആളുടെ വീട്ടിലേക്ക് തെയ്യം പോകും. ഒപ്പം പരിസരവാസികൾക്കും ദൈവത്തിനെ അരവരുടെ വീടുകളിലേക്ക് ക്ഷണിക്കാം. വീട്ടിലെത്തുന്ന തെയ്യം നിർവ്വഹിക്കുന്ന ദൗത്യം ചെറുതല്ല. കുടുംബത്തിലെ എല്ലാവരുടേയും കൈകൾ തന്റെ കൈയിൽ ചേർത്ത്, മനുഷ്യബന്ധത്തിന്റെ പ്രാധാന്യത്തെക്കുറിച്ചും പരസ്പരം ഭിന്നചിന്തയില്ലാതെ ഒരുചരടിലെ മുത്തുമണികൾ പോലെ ശോഭിച്ച് ഐക്യപ്പെട്ട് ഭവനം ഐശ്വര്യപൂർണ്ണമാക്കണമെന്നും സ്നേഹബഹുമാനങ്ങളോടെ ഒത്തൊരുമിച്ച് കഴിയണമെന്നും കഥകളും ഉപകഥകളും നിരത്തി ദൈവം തൊണ്ടയിടറിപ്പറയും. നല്ല മകനാകാൻ, നല്ല ചങ്ങാതിയാകാൻ, നല്ല ഭർത്താവാകാൻ, നല്ല ദൈവമാകാൻ പറ്റാത്ത ഒരാളാണ് വീട്ടുകാരെയും കൂടെനില്ക്കുന്നവരേയും കണ്ണീരിലാഴ്ത്തി മൊഴികൾ അരുളിച്ചെയ്യുന്നത്. കേൾക്കുമ്പോൾ ഉത്തരമലബാറിന് പുറത്തുള്ളവർക്ക് അതിശയം തോന്നുന്നുണ്ടാകും. ഇതതിശയമല്ല. ഒരു വിളിക്ക് ഒൻപത് മറുകൂറ്റു കാട്ടുന്ന, വന്നവരെ തിരിച്ചയക്കാതെ, പോയവരെ തിരിച്ചു വിളിക്കാതെ കാത്തുരക്ഷിക്കുന്ന തെയ്യം ഇങ്ങനെയാണ്.

കോടിക്കണക്കിന് രൂപയുടെ സമ്പത്തും അധികാരവും സ്വാധീനവുമുള്ള ആൾദൈവങ്ങളും പാരമ്പര്യ ഹിന്ദു ദൈവങ്ങളും ഭക്തരെ നേരിട്ടനുഗ്രഹിക്കുന്ന വർത്തമാനത്തിൽ തന്നെയാണ് തൃക്കരിപ്പൂരിലെയോ പയ്യന്നൂരിലേയോ പടിഞ്ഞാറ്റയിൽ ചെറുവിരലറ്റ് ചോരയോലിക്കുന്ന കൈപ്പടത്തിൽ വീട്ടുകാരുടെ കൈകൾ ചേർത്ത് പിടിച്ച് അറ്റു പോകുന്ന മനുഷ്യബന്ധത്തെയോർത്ത് തെയ്യം വിലപിക്കുന്നത്. ദൈവം എത്രത്തോളം മനുഷ്യനാണെന്ന അറിവ് കൂട്ടായ്മ മനസ്സിലാക്കിയത് വേദം ഹൃദിസ്ഥമാക്കീട്ടല്ല. കീഴളരായ കോലക്കാർ ഈ അദ്ധ്യാപനം കാലാന്തരങ്ങളായി തുടർന്നുകൊണ്ടിരിക്കുന്നു.

ദൈവമായിട്ടും കതിവന്നൂർ വീരന് യാതൊരു വിധത്തിലുള്ള മനസ്സമാധാനവും ലഭിച്ചില്ല. അള്ളടസ്വരൂപത്തിൽ ചെറക്കത്തമ്പുരാന്റെ കാവല്ക്കാരനായ നായർ പടയാളി മടിയൻ ക്ഷേത്രപാലകൻ തീയനായ ദൈവച്ചേകോനെ വിലക്കി. ഇതിനൊരു കാരണവുമുണ്ട്. തൃക്കരിപ്പൂരിനടുത്ത് നടക്കാവിൽ കതിവന്നൂർ വീരൻ കെട്ട് നടക്കുകയായിരുന്നു. തൊട്ടടുത്താണ് അള്ളടത്ത് രാജ്യത്തിനധിപനായ മടിയൻ ക്ഷേത്രപാലകന്റെ ഉദിനൂർ കോവിലകം. നടക്കാവിൽ തെയ്യം നടക്കുമ്പോൾ ഉദിനൂർ കൂലോത്ത് പാട്ടുത്സവവും നടക്കുകയായിരുന്നു. മന്നപ്പന്റെ ചൊറപിടുത്തത്തിന്റെ ആവേശവും അട്ടഹാസവും മുറുകിയപ്പോൾ പാട്ടിന് കൂടിയവരൊക്കെ മന്നപ്പന്റെ അടുത്തെത്തി. നാട്ടുപ്രഭുവായ മടിയൻ നായരച്ചൻ കോപിഷ്ഠനായി കൊടുങ്കാറ്റാഞ്ഞു വീശി. മന്നപ്പനെ പതിയെ കാറ്റെടുത്തു. പതിയിലെ ഓലക്കീറ് തൊട്ടടുത്ത് തെയ്യത്താം വളപ്പ് കാരക്കാട്ടിലും വാഴപ്പോള കരിവെള്ളൂരിനടുത്ത് കുണിയൻ തോടിനപ്പുറവുമാണ് വീണത്. ക്രുദ്ധനായ മന്നപ്പൻ ഉദിനൂർ കൂലോത്തേക്ക് പാഞ്ഞു.. വരു

ന്നത് ഒരു സാധാരണക്കാരനല്ലെന്ന് മടിയൻക്ഷേത്രപാലകന് മനസ്സിലായി. സവർണ്ണ ദൈവം സാധാരണക്കാരന്റെ ദൈവത്തെ തന്റെ തട്ടകത്തിൽ നിന്നും ആട്ടിയിറക്കി. അള്ളടത്ത് നാട്ടിൽനിന്നും ഓടിച്ചു. പക്ഷേ, മന്ന പ്പന്റെ കണ്ണിലെ കെട്ടടങ്ങാത്ത തീ കണ്ട മടിയൻ നായർ കൊടുങ്കാറ്റിൽ വാഴപ്പോള പറന്നുവീണ സ്ഥാനം കതിവന്നൂർ വീരന് നല്കി. കാസർ ഗോഡ് ജില്ലയിലെ ഒരേയൊരു കതിവന്നൂർ വീരൻ കെട്ട് സ്ഥാനമായ തെയ്യത്താം വളപ്പ് കാരക്കാട്ട് പള്ളിയറയുടെ ഉല്പത്തി അങ്ങനെയാണ്. കുടിയിറക്കപ്പെട്ട ദൈവത്തിന് വേണ്ടി പടുത്ത സ്മാരകമായ തെയ്യത്താം വളപ്പ് കാരക്കാട്ട് പള്ളിയറയിലെ കിമ്പുരുഷന്റെ കൈകൾ ചരിത്രത്തിന്റെ വർത്തമാനത്തിലേക്കുവരെ നീണ്ടുനില്ക്കുന്നു.. ദൈവത്തിന്റെ പലായനം ഇവിടെയും അവസാനിക്കുന്നില്ല. കണ്ണൂർ ജില്ലയിലെ കോലസ്വരൂപത്തിലും വിലക്കിയ സ്ഥാനങ്ങൾ നിരവധിയാണ്. ചിറയ്ക്കൽ തമ്പുരാന്റെ കുല ദേവതയായ അച്ചീം പരദേവതയും (മാടായിക്കാവിലെ കോലസ്വരൂപത്തി ങ്കൽ തായി) അടങ്ങുന്ന വാഴ്ചക്കാരുടെ നാട്ടിൽനിന്നും കീഴാള ദൈവത്തെ പുറത്ത് ചാടിച്ചു. പൊറക്കുന്ന്, തവിടിശ്ശേരി, മാത്തിൽ, ആല പ്പടമ്പ് തുടങ്ങിയ പ്രദേശങ്ങളിൽ മേൽ ജാതിക്കാരനായ വടക്കേത്തലയ് ക്കൽ കുരിക്കളും തീയ്യനായ കതിവന്നൂർ വീരനെ സ്വീകരിച്ചില്ല.

മാങ്ങാട്ട് മന്നപ്പന്റെ ചോരവാറ്റി ചോപ്പിച്ച പാട്ടുകൾ കീഴാളർ മാത്രം ഏറ്റുപാടി. ഏഴിനും മീതേക്ക് കയറിപ്പോയ പേരറിയാത്ത ഏതോ സഞ്ചാരി അതിമഹത്തായ ബൃഹത്തായ ഈ ഇതിഹാസം പാടിയുണ്ടാക്കി. തെയ്യ ക്കാരൻ കെട്ടിയാട്ടം കല്പിച്ച് കെട്ടിയുണ്ടാക്കി. മനുഷ്യന്റെ വഴികൾ നടന്ന് തീരുന്നില്ലല്ലോ. ജീവിതത്തിന്റെ നീണ്ട് നീണ്ട കാട്ടുവഴികൾ ഇനിയും

ശേഷിക്കുമ്പോൾ ജീവിതാസക്തിയുടെ കാമനകൾ ചെമ്മരത്തിത്തറകളിലെ കുത്തു പന്തങ്ങളായി പുളഞ്ഞ് കത്തുന്നു. ഒരു കണ്ണിൽ കദനവും മറുകണ്ണിൽ തീയുമായി കദനത്തിന്റെ വീരൻ കോലത്തുനാട്ടിലെ കളിയാട്ടത്തിൽ വച്ച്, തനിക്ക് മതിയാവോളം കൂട്ടു കൂടാനാകാത്ത ചങ്ങാതികളെ വീണ്ടും വീണ്ടും കൂടിക്കണ്ടു.. തെയ്യത്തിന്റെ പൂക്കട്ടിയെന്ന തിരുമുടി സാക്ഷാൽക്കരിക്കപ്പെടാത്ത പ്രണയാകാരമായി ചെമ്മരത്തിയുടെ കണ്ണിലെ തീപ്പന്തങ്ങളിൽ ചൊകചൊകെച്ചോന്നു. കളിയാട്ട മുറ്റത്ത് തളിർത്ത് ചോരപൂത്ത ഈ മുല്ല മരത്തെ അവതാരദൈവങ്ങളും അവരുടെ കുഴലൂത്തുകാരും അകറ്റി. മന്നപ്പന്റെ വീരഗാഥകൾ മറവിയുടെ, അവഗണനയുടെ വണ്ണാൻ വലകളിൽ കുരുങ്ങിക്കിടന്നു. മടിയൻനായരച്ചൻ വീണ്ടും കൊടുങ്കാറ്റു വീശി. മനുഷ്യഗന്ധത്തിൽനിന്നും ചരിത്രപുസ്തകത്തിൽനിന്നും മന്നപ്പനെ ഇറക്കി വിട്ടു.

പാഠപുസ്തകമിറങ്ങിയ മന്നപ്പൻ

സംസ്ഥാന സർക്കാരിന്റെ ഏഴാം ക്ലാസ് മലയാളം പാഠപുസ്തകത്തിൽ ഏഴിനും മീതെ പിറന്ന കതിവന്നൂർ വീരൻ ഒരു പാഠ്യ വിഷയമാണ്. കേവലം അനുഷ്ഠാനത്തെക്കുറിച്ച് പഠനം നടത്തുന്നതിനും അപ്പുറം ചരിത്ര വിദ്യാർത്ഥികളേയും സാഹിത്യ വിദ്യാർത്ഥികളേയും വിസ്മയിപ്പിക്കുന്ന വിവരങ്ങൾ ഉൾപ്പെട്ടതാണ് കതിവന്നൂർ വീരന്റെ മൊത്തം അനുഷ്ഠാനം. മലയാള ഭാഷയിലും സാഹിത്യത്തിലും ഈ തെയ്യത്തിലെ പാട്ടുകൾക്ക് അത്രയും പ്രാധാന്യമുണ്ട്. പാട്ടും മണിപ്രവാളവും പദ്യ ഗദ്യ മിശ്രിതങ്ങളായ ആഖ്യാനങ്ങളും നാട്ടുമൊഴികളും ഗ്രാമ്യ പദങ്ങളുമായി കതിവന്നൂർ വീരൻ സാഹിത്യം അത്രയും സമ്പന്നമാണ്. മലയാളത്തിലെ ലക്ഷണമൊത്ത പാട്ടുകൃതിയാണിത്. ഭാഗ്യത്തിന് ഇന്നുവരെ ആ വിധത്തിലുള്ള പഠനങ്ങളും അന്വേഷണങ്ങളുമൊന്നും ഈ രംഗത്തുണ്ടായിട്ടില്ല.

ഇനി നമുക്ക് പാഠപുസ്തകമിറങ്ങി വരുന്ന മന്നപ്പൻ പറയുന്നത് കേൾക്കാം. തെയ്യത്തിലെ മിത്തുകളും പഴഞ്ചൻ പുരാവൃത്തങ്ങളും ഇത്രയൊക്കെ ചർച്ച ചെയ്യേണ്ടതുണ്ടോ എന്ന് സന്ദേഹിക്കുന്നതിൽ തെറ്റൊന്നുമില്ല. തെയ്യം മിത്തുകൾ ദേവലോകത്ത് നിന്നിറങ്ങിവരുന്ന കേവലം അതിഭാവനകളല്ല. അവ ശക്തമായ തെളിവുകളോടുകൂടിയ ചരിത്ര സാക്ഷ്യങ്ങളാണ്. തെയ്യം അനുഷ്ഠാനം ഏറക്കുറെ ഹൈന്ദവത്തിലേക്ക് ചുവട് മാറിക്കഴിഞ്ഞു. കരുത്താർന്ന പ്രാദേശിക വൈവിദ്ധ്യങ്ങൾ ആര്യ ദൈവങ്ങൾ നിവർത്തിയ കുടക്കീഴിലായിക്കഴിഞ്ഞു. വൈദികന്റെ ഹവിസ്സും പുണ്യാഹവും ചന്ദനവും തെയ്യത്തിന് മനം പിരട്ടലുണ്ടാക്കുന്നു. കേൾവിക്കാർ കുറവെങ്കിലും തെയ്യങ്ങൾ ശക്തമായിത്തന്നെ സത്യങ്ങൾ വിളിച്ചു പറയുന്നുണ്ട്. വേദ മന്ത്രോച്ചാരണങ്ങളിലും ക്ഷേത്രത്തിലെ കൂറ്റൻ കരിങ്കൽ മതിൽക്കെട്ടിലും തട്ടി അത് ഛിന്ന ഭിന്നമായിപ്പോയേക്കാം. എങ്കിലും സത്യം പറയാതിരിക്കാൻ തെയ്യത്തിന് കഴിയില്ല.

പുത്തൻ കളിയാട്ട നടത്തിപ്പുകാർ കളിയാട്ടക്കളങ്ങളിൽ ശിവനേയും വിഷ്ണുവിനേയും കാളിയേയും കരുക്കളായി വെച്ച് ദായം കളിക്കുമ്പോഴാണ് മതചിഹ്നങ്ങളില്ലാത്ത മനുഷ്യപ്പറ്റുള്ള തെയ്യങ്ങൾ ഉറഞ്ഞുരിയാടി ജനങ്ങളെ അനുഗ്രഹിക്കുന്നത്. മന്നപ്പന്റെ ജീവിതത്തിൽ ദൈവം ഇടപെട്ടതായി അനുഷ്ഠാനം സാക്ഷ്യപ്പെടുത്തുന്നില്ല. സത്യങ്ങൾക്കും വസ്തുതകൾക്കും മുകളിൽ തെറ്റിദ്ധാരണകളും സ്ഥാപിത താല്പര്യങ്ങളും തിടം വച്ച് വളരുമ്പോൾ ഏഴാം ക്ലാസിലെ മലയാളം പാഠപുസ്തകവും അതിന് താളമിടുകയാണ്. പാഠപുസ്തകത്തിനെവിടെനിന്ന് കിട്ടി കുമരപ്പനേയും മാങ്ങാട്ട് മണിഗ്രാമത്തേയും. മാങ്ങാട്ട് മന്നപ്പൻ തന്റെ വില്ലും ശരവും ചെന്തങ്ങോട് ചാരിവെച്ചപ്പോൾ പാഠപുസ്തകത്തിൽ പടന്നപ്ലാവെന്ന പേരിൽ പ്രത്യക ജനുസ്സിലുള്ള പ്ലാവ് തന്നെ നട്ട് വളർത്തീട്ടുണ്ട് മന്നപ്പന്റെ ആയുധം സൂക്ഷിക്കാൻ. എല്ലു മുറിയെ പണിയെടുത്ത്, കൊടുമല പന്ത്രണ്ട് കൊമ്പിനും എണ്ണ വിറ്റ് തളർന്ന് കൊടകരുടെ എരുതാലയിൽ പട്ടിണി കിടക്കുന്ന മന്നപ്പനോട് പാഠപുസ്തകത്തിലെ ചെമ്മരത്തി കിന്നാരം പറയുന്നതിങ്ങനെയാണ്. "പണിയും തൊരവും എടുക്കാതെ എത്ര നാളിങ്ങനെ തിന്നാൻ പറ്റും. കരിവീട്ടിക്കാതൽ പോലുള്ള ഈ തടി പിന്നെന്തിനാ." കുവൽക്കരയ്ക്ക് നീരുമെടുത്ത് നിന്ന ചെമ്മരത്തിയല്ല ഇത് പറയുന്നത് മന്നപ്പനെ കാണുമ്പോൾ കറുക നാമ്പെടുത്ത് കടിച്ചും തുപ്പിയും നില്ക്കുന്ന പുസ്തകത്താളിലെ ചെമ്മരത്തിക്കിങ്ങനെയേ പറയാൻ പറ്റു. പാഠപുസ്തകം നടത്തിപ്പുകാര്യക്കാർ തെയ്യത്തിനോട് ചെയ്ത അപരാധം ചെറുതല്ല. ചെറുവിരലും പീഠമോതിരവും (വിരലുകൾക്ക് പടച്ചട്ടയായി ഉപയോഗിക്കുന്ന മോതിരം) പടയിൽ നഷ്ടപ്പെട്ടപ്പോൾ നമ്മുടെ വാദ്ധ്യാന്മാർ നഷ്ടപ്പെടുത്തുന്നത് ചെമ്മരത്തിയണീയിച്ച മോതിര വിരലാണ്. ആയുധങ്ങളൊക്കെ ചങ്ങാതിമാരെ ഏല്പിച്ച് ശത്രുക്കൾക്ക് കൊത്തിക്കീറുന്നതിനായി നിന്നു കൊടുത്ത് ദൈവക്കരുവായി ഉയിർത്ത തെയ്യം ഇന്ന് കാണുന്നത് ആയുധങ്ങൾ കൈയിലെടുത്ത് അലറി വിളിച്ച് ശത്രു സൈന്യത്തിലേക്ക് വിരിമാറ് കാട്ടിപ്പായുന്ന മന്നപ്പനെയാണ്. എന്തായാലും കതിവന്നൂർ വീരനെ വീണ്ടും വീണ്ടും നായകനാക്കുന്ന മലയാളം പാഠപുസ്തകത്തിന് നല്ല നമസ്കാരം. പതിനായിരക്കണക്കിന് വിദ്യാർത്ഥികൾ ഓരോ വർഷവും നുണ ആവർത്തിച്ചാവർത്തിച്ച് പഠിക്കുമ്പോൾ അത് നാളത്തെ സത്യമാകും സംശയമില്ല.

നടന്ന് നടന്ന് ദൈവമാകുന്നവർ

കർണ്ണാടകത്തിൽ ആദ്യമായി കതിവന്നൂർ വീരൻ തെയ്യം കെട്ടിയ കോലക്കാരൻ വസുവനക്കനലാടിയായിരുന്നു. മലയാളത്തിൽ ചൗരിച്ചേരിക്കനലാടിയും. ദൈവം നടന്ന് നടന്ന് കുടിപാർത്ത എത്രയെത്ര കീഴാള ശരീരങ്ങൾ നമ്മെ കടന്നുപോയി. ഒരു സന്ധ്യക്ക് തുടങ്ങി പിറ്റന്നാൾ രാത്രിവരെ വിശ്രമമില്ലാതെ അരങ്ങിൽ ആടിക്കൊണ്ടിരിക്കുക.

ശീതീകരിച്ച വേദികളിലെ കുളിരിൽ രണ്ടോ രണ്ടരയോ മണിക്കൂർ ആടുന്ന, പാടുന്ന, നമ്മൾ എല്ലാ അംഗീകാരങ്ങളും വാരിക്കോരി കൊടുക്കുന്ന കലാകാരന്മാർക്ക് ഒരു കതിവന്നൂർ വീരൻ തെയ്യക്കാരന്റെ ശാരീരികക്ഷമതയെക്കുറിച്ച് ചിന്തിക്കാൻ പോലും പറ്റില്ല. കോലക്കാരന്റെ ശരീരത്തെ വേവിച്ചെടുക്കുന്ന പരീക്ഷണ ശാലകളാണ് കഠിനമായ തെയ്യം അനുഷ്ഠാനങ്ങൾ. എന്നാൽ ഒറ്റക്കോലവും കതിവന്നൂർ വീരനും പരീക്ഷണങ്ങളുടെ വിരാട് രൂപമാണ്. നമ്മുടെ കേവല യുക്തിക്കും പരിമിതമായ അറിവിനും അപ്പുറം പലതുമുണ്ടല്ലോ. അതിലൊന്നാണ് സമൂഹം ഒരു വിലയും കല്പിക്കാതെ മാറ്റിനിർത്തിയ കോലക്കാരന്റെ കറുത്ത ശരീരം.

കതിവന്നൂർ വീരന്റെ കോലധാരികളെപ്പറ്റി പറയുമ്പോൾ നമുക്ക് അതിയടം കണ്ണപ്പെരുവണ്ണാനിൽനിന്നും തുടങ്ങേണ്ടി വരും. അതിയടത്തോറ് നടന്നുവരുന്നതു കണ്ടാൽ സാക്ഷാൽ കതിവന്നൂർ വീരൻ പോലും ഭയഭക്തിയോടെ എഴുന്നേറ്റ് നില്ക്കും. ദൈവത്തിന്റെ അത്രയും സമഗ്രമായ സങ്കീർണ്ണമായ കലുഷിതമായ ജീവിതത്തെ ശരീരത്തിൽ പേറിനടക്കുന്ന അതിയടത്തെ പെരുവണ്ണാൻ. വയസ്സ് 91. തീക്ഷ്ണമായ കണ്ണുകളിലും കേൾവി പതംവന്ന കാതുകളിലും കുടകിന്റെ വന്യാസക്തിയും പടക്കളത്തിലെ ചോരക്കളികളും മുത്താർമുടിക്കുടകരുടെ ആർപ്പു വിളികളും മുഴങ്ങുന്നു. പെരുവണ്ണാനെക്കുറിച്ച് നാട്ടിൽ പ്രചരിക്കുന്ന ഒരു കഥയുണ്ട്. അമ്മ ഗർഭം ധരിച്ചപ്പോൾ കൂടുതൽ വീർത്തു വലുതായ വയർ കണ്ട് നാട്ടിലെ പെണ്ണുങ്ങൾ പറഞ്ഞു, പിറക്കാൻ പോകുന്നത് പെൺകുട്ടിയാണെന്ന്. അതിന് പെരുവണ്ണാന്റെ അമ്മ പറഞ്ഞ മറുപടി വിചിത്രമായിരുന്നു. ആരാ പറഞ്ഞത് പെൺകുഞ്ഞിയാന്ന് ചെക്കൻ താരീം പലിശീം എടുത്ത് കളിക്കുന്ന ശബ്ദം വയറിനകത്ത് നിന്ന് ഇപ്പൊഴേ കേൾക്കാം എന്നാണ്. അതെ അമ്മയുടെ വയറിനകത്ത് വച്ച് തന്നെ മന്നപ്പന്റെ ആയുധങ്ങൾ പ്രയോഗിച്ച് തെളിഞ്ഞ വീരനായകൻ തന്നെയാണ്. അതിയടം കണ്ണപെരുവണ്ണാൻ 17 വയസ്സു മുതൽ 77 വയസ്സു വരെ ആയിരം തവണ കതിവന്നൂർ വീരന്റെ പൂക്കട്ടിയണിഞ്ഞു. അതിയടത്തെ കുഗ്രാമാതിർത്തികൾ ഭേദിച്ച് കണ്ണപ്പെരുവണ്ണാന്റെ തൊണ്ട പൊട്ടിക്കുന്ന വരവിളി കാലദേശങ്ങൾക്കപ്പുറത്തേക്ക് വ്യാപിച്ചു. മോസ്കോ, പാരീസ്, ജർമ്മനി, ആഫ്രിക്ക തുടങ്ങിയ രാജ്യങ്ങളിൽ മന്നപ്പന്റെ താരീം പലിശീം എടുത്ത് യാത്ര ചെയ്തു. 91–ാം വയസ്സിലും അണിയറയിൽ സജീവം. റെക്കോർഡുകൾ തെയ്യത്തിന് ബാധകമാണോ എന്നറിയില്ല. ആയിരം കതിവന്നൂർ വീരൻമാർ വിളങ്ങിയ ഈ ശരീരത്തെപ്പറ്റി കൂടുതൽ എന്തെഴുതാൻ.

പയ്യന്നൂരിന് തെക്ക് കോലസ്വരൂപത്തിൽ അതിയടം കണ്ണപ്പെരുവണ്ണാനാണെങ്കിൽ വടക്ക് അള്ളടസ്വരൂപത്തിൽ കൊടക്കാട് കണ്ണപ്പെരുവണ്ണാനാണ്. തെയ്യത്തിന് ഇന്ന് കൈവന്ന രാജ്യാന്തര പ്രശസ്തിയിൽ കൊടക്കാട് കണ്ണപ്പെരുവണ്ണാന്റെ കഠിനാദ്ധ്വാനമുണ്ട്. അള്ളടത്ത് നാട്ടിൽ കതിവന്നൂർ വീരന് ഒരു സൗന്ദര്യ ശാസ്ത്രമുണ്ടാക്കിയത് കൊടക്കാട് കണ്ണ

പ്പെരുവണ്ണാനായിരുന്നു. കൊടക്കാട് എന്ന ഗ്രാമത്തിന്റെ ഖ്യാതി കടലും ആകാശവും കടന്ന് സഞ്ചരിച്ചു. തെയ്യം അനുഷ്ഠാനത്തിൽ കണ്ണപ്പെരു വണ്ണാൻ വേറിട്ടൊരു സരണി തുറന്നു. സമശീർഷരായ കർണ്ണമൂർത്തി യെയും മണക്കാടനേയുംപോലെ കഠിനമായ അനുഷ്ഠാനത്തിൽ ജീവിതം തകർത്തുകളയാതെ വേറിട്ട വഴികളിലൂടെ സഞ്ചരിച്ചു.. കതിവന്നൂർ വീരൻ തെയ്യത്തിൽ അള്ളടത്ത് നാട്ടിലെ വീരനായകൻ കുണ്ടോറ കുഞ്ഞാര പെരുവണ്ണാനാണ്. മാങ്ങാട്ട് മന്നപ്പനെക്കുറിച്ച് സംസാരിക്കുമ്പോൾ രക്ത സാക്ഷികളുടെ മണ്ണായ കരിവെള്ളൂരിലെ കുണിയനിലിരുന്ന് കുഞ്ഞാ രേട്ടൻ ഉറഞ്ഞുണരും. ചെറുവിരലിന്റെ അംഗഭംഗം സഹിക്കാനാകാതെ ദൈവക്കരുവായ മന്നപ്പനെക്കുറിച്ച് സംസാരിക്കുന്നത് ജീവിതത്തിന്റെ പൊയ്ത്തിൽ വലതുകാൽ മുറിച്ച് മാറ്റേണ്ടിവന്ന കുഞ്ഞാരേട്ടനാണ് തെയ്യ ത്തിലെ ഉറുമി പ്രയോഗത്തിന് ഇത്രയധികം പ്രചാരം കൊടുത്തത് തികഞ്ഞ കളരി അഭ്യാസിയായ കുഞ്ഞാരപെരുവണ്ണാനാണ്. പക്ഷേ, വിധി അധികകാലം ഉറുമി വീശാൻ കുഞ്ഞാരനെ അനുവദിച്ചില്ല. വലതു കാൽ മുറിച്ചുമാറ്റിയെങ്കിലും കടുകിട മാറാത്ത കണിശതയുമായി കുഞ്ഞാര പെരുവണ്ണാൻ ഇന്നും ഊന്നുവടികളിൽ സജീവമാണ്. അതിയടം കണ്ണ പെരുവണ്ണാന്റെ ഉറ്റ ബന്ധു അതിയടം കുഞ്ഞിരാമൻ പെരുവണ്ണാൻ അതി പ്രഗത്ഭനായ കോലക്കാരനാണ്. 66 വയസ്സുള്ള കുഞ്ഞിരാമൻ പെരുവ ണ്ണാൻ ഒട്ടനവധി ശിഷ്യന്മാർക്ക് മന്നപ്പന്റെ ജീവിതവും അനുഷ്ഠാനവും പകർന്ന് കോടുക്കുന്നു. ചെങ്ങൽ കുഞ്ഞിരാമൻ പെരുവണ്ണാൻ, തമ്പാൻ പെരുവണ്ണാൻ, തളിപ്പറമ്പ് നാരായണപ്പെരുവണ്ണാൻ, കോരൻനേണിക്കം, കൃഷ്ണൻപെരുവണ്ണാൻ, പേരുകൾ ഇനിയും ധാരാളം; തുടങ്ങിയ കന ലാടിമാർ പ്രായം കടന്നിട്ടും ഈ അനുഷ്ഠാനം കൊണ്ട് നടക്കുന്നുണ്ട്. കതിവന്നൂർ പള്ളിയറയിൽ 80 വർഷം മുൻപ് കതിവന്നൂർ വീരനെ കെട്ടി യാടിച്ചിരുന്നു. തളിപ്പറമ്പ് ചുഴലിയിലെ പെരുവണ്ണാൻ കുടുംബത്തിനാണ് ഈ പ്രത്യേകാവകാശം. ചുഴലി വിജയൻ പെരുവണ്ണാനാണ് ഇപ്പോഴത്തെ അവകാശി. വിജയൻ പെരുവണ്ണാന്റെ വല്യച്ഛൻ കതിവന്നൂർ പള്ളിയറ യിൽ വീരന്റെ പൂക്കട്ടിയണിഞ്ഞിട്ടുണ്ട്. കുടകിലെ രണ്ടാമത്തെ പള്ളിയ റയായ കാമ്പാടിപ്പള്ളിയറയിൽ ഇപ്പോഴും എല്ലാ വർഷവും വിജയൻ പെരു വണ്ണാൻ കതിവന്നൂർ വീരൻ തെയ്യം കെട്ടുന്നു.

പുതിയ തലമുറയിൽ നിരവധി കോലക്കാർ കഠിനമായ ഈ അനു ഷ്ഠാനത്തിന്റെ പാതയിലുണ്ട്. അതിൽ വെങ്ങര അനീഷ് പെരുവണ്ണാന്റെ ശബ്ദം വേറിട്ടതായിരുന്നു. അതിയടം കണ്ണപ്പെരുവണ്ണാന്റേയും അതിയടം കുഞ്ഞിരാമൻ പെരുവണ്ണാന്റേയും ഗുരുപൂർണ്ണിമയിൽ വിളങ്ങിയ തെയ്യ ക്കാരനായിരുന്നു അനീഷ്. പുതിയ കാലവും പഴയകാലവും വെങ്ങര അനീഷ് പെരുവണ്ണാനെന്ന ചെറുപ്പക്കാരന്റെ ശരീരത്തിൽ സന്ധി ചെയ്തു. പക്ഷേ, അത് പിന്നീട് പ്രഗത്ഭനായ കോലക്കാരന്റെ ശരീര ത്തിലെ സന്ധികൾ കടമെടുത്തു. കഴുത്തിലെ കശേരുക്കൾക്ക് ബാധിച്ച ബലക്ഷയം മൂലം അനീഷ് പെരുവണ്ണാന്റെ തലയിൽ പൂക്കട്ടിയുറച്ചില്ല.

തുടർച്ചയായി തെയ്യം കെട്ടി രോഗബാധിതനായ ഈ കനലാടിക്ക് വളരെ നേരത്തേ തന്നെ പോകേണ്ടി വന്നു, പല വിധ ചികിത്സകളും മരുന്നു പരീക്ഷണങ്ങളുമായി വെങ്ങര അനീഷ് പെരുവണ്ണാൻ ശക്തനായി തിരിച്ചു വരുമെന്ന പ്രത്യാശയിലാണ്. കുഞ്ഞാര പെരുവണ്ണാന്റെ മകൻ നന്ദൻ മണക്കാടൻ, ഷാനു പെരുവണ്ണാൻ, മഹേഷ് പെരുവണ്ണാൻ, പ്രദീപൻ പെരുവണ്ണാൻ, വിനുപെരുവണ്ണാൻ കണ്ടോന്താർ, സതീഷ് പറവൂർ, പ്രജീഷ് കൊയോങ്കര തുടങ്ങിയ പുതു തലമുറയിൽ ഈ അനുഷ്ഠാനം ഭദ്രമാണെന്ന് പറയാം. പക്ഷേ, കഠിനമായ സാധനയും ഉപാസനയും അഭ്യസനവും മനഃശക്തിയും ശാരീരിക ക്ഷമതയും വേണ്ടുന്ന ഈ അനുഷ്ഠാനത്തിന്റെ ആഴവും പരപ്പും പുതിയ തലമുറയിലെ കോലക്കലക്കാർ വേണ്ടത്ര ഗൗരവത്തിൽ മനസ്സിലാക്കാൻ ശ്രമിക്കുന്നില്ല എന്നത് വാസ്തവമാണ്.

ആരാണ് കോലക്കാരൻ എന്നന്വേഷിച്ചറിഞ്ഞ് കാണാൻ പോകുന്ന ഒരേയൊരു തെയ്യമാണ് കതിവന്നൂർ വീരൻ. ഇതിൽ കോലക്കാരന് അത്രയധികം പ്രാധാന്യമുണ്ട്. കോലക്കാരന് കായികമായി എത്രമാത്രം ക്ഷമതയുണ്ടോ അതിലും മീതെയായിരിക്കണം മാനസിക ക്ഷമത. രാത്രി അതികഠിനമായ കായീകാഭ്യാസമാണെങ്കിൽ പകൽ ജ്ഞാനം കൊണ്ടും കർമ്മംകൊണ്ടും കോലക്കാരൻ കഴിവ് തെളിയിക്കണം. മറ്റ് കലാകാരൻമാരെപ്പോലെയല്ല തെയ്യക്കാരൻ. ഒരു കതിവന്നൂർ വീരൻ തെയ്യക്കാരൻ എല്ലാ വിഷയത്തിലും പ്രാവീണ്യം നേടിയ ആളായിരിക്കണം. ഇതര തെയ്യങ്ങളെപ്പോലെയല്ല ഇത്. കാണാൻ വരുന്നവർക്ക് തെയ്യത്തോട് എന്ത് സംശയവും ചോദിക്കാം. അതിനൊക്കെ തക്കതായ മറുപടി തെയ്യം കൊടുത്തിരിക്കണം. ഇന്നലെ തോറ്റത്തിൽ പാടിയ മുഴുവൻ ജീവിതവും തെയ്യം പ്രത്യേക താളത്തിൽ പാടിപ്പറഞ്ഞ് ആഖ്യാനം ചെയ്യും. മന്നപ്പന്റെ ജീവിതത്തിലെ പല സന്ദർഭങ്ങളിലും കോലക്കാരൻ കാണാൻ വന്നവരോട് അഭിപ്രായങ്ങൾ ചോദിക്കും. രാവിലെ ആറുമണിക്ക് തുടങ്ങുന്ന ഈ ആഖ്യാനം രാത്രി വരെ നീണ്ടുനില്ക്കും. കോലക്കാരൻ ഏറ്റവുംകൂടുതൽ പരീക്ഷിക്കപ്പെടുന്നത് കണ്ടീം താവളും പറയുമ്പോഴാണ്. മാങ്ങാട്ട് മുതൽ കർണ്ണാടകത്തിലെ കതിവന്നൂർ വരെയുള്ള മന്നപ്പന്റെ യാത്രയാണ് തെയ്യക്കാരൻ അവതരിപ്പിക്കുന്നത്. മാങ്ങാട് നെടിയക്കാഞ്ഞിരക്കീഴു മുതലുള്ള സ്ഥലങ്ങൾ കൃത്യമായി അതിന്റെ ക്രമമനുസരിച്ച് പറയണം. അതൊരിക്കലും തെറ്റാൻ പാടില്ല. സ്ഥലപ്പേരുകൾ മാത്രമല്ല മന്നപ്പൻ കണ്ട കുന്നുകൾ, പുഴകൾ, ആരാധനാലയങ്ങൾ, പ്രധാനപ്പെട്ട വ്യക്തികൾ, ആ കാലഘട്ടത്തിലെ ജീവിതം, തൊഴിൽ, സംസ്കാരം ഇതൊക്കെ തെയ്യക്കാരൻ വിശദീകരിക്കണം. നാലു മണിക്കൂറിലധികം സമയമെടുത്താണ് തെയ്യക്കാരൻ ഇത് അവതരിപ്പിക്കുന്നത്. തെയ്യക്കാരനോട് ഇതൊക്കെ എങ്ങനെ സാധിക്കുന്നുവെന്ന് ചോദിച്ചാൽ സാധാരണ ജീവിതത്തിൽ ആലങ്കാരികമായി സംസാരിച്ച് ശീലമില്ലാത്ത പെരുവണ്ണാൻമാർ

അതൊക്കെ അങ്ങ് സംഭവിക്കുന്നുവെന്ന് ഒഴുക്കൻ മട്ടിൽ പറയുന്നു

കാര്യങ്ങൾ ഇങ്ങനെയൊക്കെയാണെങ്കിലും ജനങ്ങൾക്ക് കതിവന്നൂർ വീരൻ ഒരു പതിവ് കാഴ്ച മാത്രമാണ്. ഒരു സന്ധ്യ മുതൽ പിറ്റേന്നാൾ രാത്രിവരെ ഉറങ്ങാതെ കഠിന പ്രയത്നം ചെയ്യുന്ന കോലക്കാരന്റെ ശരീരത്തെക്കുറിച്ച് ആർക്കാണ് ആകുലതകൾ ഉള്ളത്. തെയ്യം കെട്ടുന്ന കനലാടിമാർക്കും അവരെ ജീവന് തുല്യം സ്നേഹിക്കുന്ന വിരലിലെണ്ണാവുന്ന തെയ്യം ആസ്വാദകർക്കും മാത്രമാണ് കാര്യത്തിന്റെ ഗൗരവമറിയുന്നത്. കതിവന്നൂർ വീരനെ പല മാധ്യമങ്ങളും കേന്ദ്ര പ്രമേയമായി സ്വീകരിച്ചു. ഒരു തീ പോലെ മന്നപ്പനെ കൊണ്ടുനടന്ന് എൻ പ്രഭാകരൻമാഷ് *ഏഴിനും മീതെ* എന്ന നോവൽ രചിച്ചു. അമേച്വറായും പ്രൊഫഷണലായും രംഗാവതരണങ്ങളുണ്ടായി. നിരവധി പഠനങ്ങളും ലേഖനങ്ങളും പുറത്തിറങ്ങി. പക്ഷേ, അതിലൊന്നിൽപോലും യഥാർത്ഥ മന്നപ്പന്റെ മുഖം പുറത്ത് വന്നില്ല. തെയ്യം വിഷയത്തിൽ നാടൻകലാ ഗവേഷകരും പണ്ഡിതരും ചരിത്രാന്വേഷികളും ബഹുദൂരം മുന്നേറി. വിലപ്പെട്ട സംഭാവനകൾ നല്കി. നാടോടി വിജ്ഞാനീയത്തിന്റെ നടുമുറ്റത്തിരുന്ന് ഫോക്‌ലോറിസ്റ്റുകളും ഭാവനയുടേയും അതിയാഥാർത്ഥ്യത്തിന്റേയും ചായില്യവും മനയോലയും ചാലിച്ച് സാഹിത്യകാരൻമാരും തെയ്യത്തെ വീണ്ടും വീണ്ടും എഴുതിച്ചോപ്പിച്ചു. പക്ഷേ, രണ്ടു കൂട്ടരും ഉപേക്ഷിച്ചു പോയ ഒരാളുണ്ടായിരുന്നു. ആർക്കും വേണ്ടാത്ത തെയ്യക്കാരൻ. വണ്ണാന്റേയും മലയന്റേയും പുലയന്റേയും കൊപ്പാളന്റേയും അയിത്തം കല്പിച്ച ശരീരത്തിന്റെ സഹനവും അതിജീവനവും തന്നെയായിരുന്നു എല്ലാ തെയ്യം എഴുത്തിന്റേയും ജീവൻ. നാടോടി വിജ്ഞാനീയത്തിൽ വലിയ വലിയ ഗ്രന്ഥങ്ങളെഴുതിയവരൊക്കെ ഉയർന്ന ജാതിക്കാർ തന്നെയായിരുന്നു. തൊട്ടയൽപ്പക്കത്തെ മലയന്റേയോ പുലയന്റേയോ അപദാനങ്ങൾ എഴുതി അവരെ വാഴ്ത്താനുള്ള മഷി വരേണ്യരുടെ കൈപ്പിടിയിലെ പേനയിൽ നിറഞ്ഞില്ല. പേനയ്ക്കും കടലാസിനും പുറത്ത് ഉത്തരമലബാറിന്റെ ഒരോ വഴിത്താരകളിലും നടന്ന് നടന്ന് കാല് തേഞ്ഞുപോയ കറുത്ത ദൈവത്തെ നിങ്ങൾക്ക് കാണാം.

കോലക്കാരന് തെയ്യം കെട്ടുന്ന നാട്ടിലുള്ള ഉത്തരവാദിത്വങ്ങളും ചുമതലകളും വളരെ വലുതാണ്. അയാളുടെ നാട്ടിലെ എല്ലാ സംഭവങ്ങളും അറിഞ്ഞിരിക്കണം. നാട്ടിൽ നടന്ന ദുരന്തങ്ങൾ, അത്യാഹിതങ്ങൾ, തർക്കങ്ങൾ, വിശേഷങ്ങൾ എല്ലാം അറിഞ്ഞിരിക്കണം. ദേശത്തെ ഓരോ വ്യക്തിയേയും അയാളുടെ പ്രശ്നങ്ങളേയും മനസ്സിലാക്കിയിരിക്കണം. കാരണം തെയ്യത്തിന്റെ മുന്നിലെത്തുന്ന വ്യക്തികളുടെ മനസ്സു കുളിർപ്പിച്ച് വിടേണ്ടുന്ന ഉത്തരവാദിത്വം തെയ്യത്തിൽ നിക്ഷിപ്തമാണ്. മറ്റ് കലാകാരന്മാർക്ക് ഇതൊന്നും ബാധകമല്ല. അവർ അഭ്യസിച്ച കല ഭംഗിയായി അവതരിപ്പിച്ചാൽ മതി. ഒരു കഥകളിക്കാരന്, മേളക്കാരന്, പാട്ടുകാരന് എവിടേയും പോയി സ്വന്തം കല അവതരിപ്പിക്കാം. മതിയായ പ്രതിഫലം

ആവശ്യപ്പെടാം. പറ്റില്ലെങ്കിൽ വേണ്ടെന്ന് വെക്കാം. ഇഷ്ടമുള്ള വേദികൾ തെരഞ്ഞെടുക്കാം. ഇതൊന്നും തെയ്യക്കാരന് പറ്റില്ല. അയാൾക്ക് തമ്പുരാൻ അവകാശാധികാരങ്ങളുള്ള ദേശം പതിച്ചു നല്കീട്ടുണ്ട്. ഒരു കനലാടി തന്റെ ഗ്രാമത്തിലെ മണ്ണിൽ ആഴങ്ങളിലാഴങ്ങളിൽ വേരൂന്നി ജന്മദേശം മുഴുവൻ പടർന്ന് പന്തലിക്കുന്ന മഹാവൃക്ഷമാണ്. പിന്നിട്ട് പോയ ദ്രാവിഡപ്പഴമയുടെ നീരൊടുങ്ങാത്ത പച്ചയും തണലും തണുപ്പുമാണ്. വേരുകൾ ചുറ്റിപ്പിണഞ്ഞ മണ്ണിനപ്പുറം കോലക്കാരനില്ല. സഞ്ചരിക്കാനാകാത്ത മരം പോലെ.

ഈ പുലവയൽ സാക്ഷി

പെരിയാട്ട് കണ്ടർ മാലോത്ത് കിഴക്കൻ മലയിൽ ചെറോമ്മാരേയും കൊണ്ട് പൊനം കൊത്താൻ പോയി. ചെറുവത്തൂരിലെ കമ്പിക്കാനത്ത് നായരായ വൈരജാതൻ വെള്ളിക്കടുത്തിലകൊണ്ട് തുല്യം ചാർത്തിക്കൊടുത്ത നിലങ്ങൾക്കുടമയായിരുന്നു കണ്ടർ. വടക്കേ പെരിയാട്ട് വീട്ടിലെ കാര്യസ്ഥനായ കണ്ടർ വേദങ്ങളിലും ശാസ്ത്രങ്ങളിലും പുരാണങ്ങളിലും വ്യുല്പത്തി നേടിയ മഹാ പണ്ഡിതനുമായിരുന്നു. വെള്ളൂർക്കളരിയിൽ നിന്നും എയ്ത്തും പൊയ്ത്തും പഠിച്ചു. അറിവിലും അഭ്യാസത്തിലും പെരിയാട്ട് വീട്ടിലെ വാല്യക്കാരൻ ആരേയും അതിശയിപ്പിച്ചു.

മാലോത്ത് മല കത്തുന്നു

അടിയാളരായ ചെറോമ്മാരേയും കൊണ്ട് മല കരിച്ച് വിത്തു വാളി പൊനം കൃഷി ചെയ്യാൻ പെരിയാട്ട് കണ്ടർ മാലോത്ത് മലയിലേക്ക് പോയി. മീനച്ചൂടിനൊപ്പം കിഴക്കൻ മലയും കത്തി മറിയാൻ തുടങ്ങി. പെരിയാട്ട് ചേരിക്കല്ല് വയലിന്റെ കാര്യസ്ഥനായ കണ്ടർ കൃഷിപ്പണിയിൽ കാർക്കശ്യക്കാരനായിരുന്നു. അടിമകളെക്കൊണ്ട് കഠിനമായി ജോലി ചെയ്യിച്ചു. കണ്ടത്തിലും മലയിലും ഓലയും നാരായവും ഗ്രന്ഥക്കെട്ടും എടത്തും വലത്തുമായി കുട കൊണ്ട് നടന്നു. ഉച്ചപ്പണി കഴിഞ്ഞ് കാര്യസ്ഥനും അടിയാളരും വിശ്രമിക്കുകയായിരുന്നു. ഓല വായിച്ച് കണ്ടർ ഈണത്തിൽ മധുരമായി പാടി. അക്ഷരം തൊട്ടു കൂട്ടീട്ടില്ലാത്ത ചെറവർ അതിശയിച്ചു. കണ്ടർ വ്യാഖ്യാനിച്ച ഓലയിലെ അർത്ഥങ്ങളൊക്കെയും പൊനം കൃഷിയിലെ അദ്ധ്വാനത്തിനും അടിമ ജീവിതത്തിനും പുറത്തായിരുന്നു. എങ്കിലും തങ്ങൾക്ക് നിഷേധിക്കപ്പെട്ട അറിവിലും സ്വാതന്ത്ര്യത്തിലും ചെറവർ അമർഷം പൂണ്ടു. കഞ്ഞി കുടിച്ച് കണ്ടർ മരത്തണ

ലിൽ തല ചായ്ച്ചു. ഗ്രന്ഥക്കെട്ടും നാരായവും തലക്കോത്ത് ചേർത്തു വച്ചു. പൊനം കൊത്തുന്ന മൂർച്ചയേറിയ അരിവാൾ താഴെ വച്ച് അടിയാളർ ഗ്രന്ഥക്കെട്ടും നാരായവുമെടുത്തു. ഇതു വായിച്ചാണല്ലോ കണ്ടർ അറിവ് നേടിയത്. തങ്ങൾക്കുടമയായത്. മലയിലെ തീയിലും വെയിലിലും പട പൊരുതി തഴമ്പിച്ച് മുരടിച്ച പരുക്കൻ കൈകളിൽക്കിടന്ന് ഓലയും നാരായവും വിറച്ചു. പെരിയാട്ട് കണ്ടരോടുരിയാട്ട് നടത്തിയ ഓല ഞങ്ങളോടൊന്നും മിണ്ടുന്നില്ലല്ലോ. അടിമയുടെ ക്ഷമ കെട്ടു. ദേവഭാഷയായ സംസ്കൃതത്തിന്റെ കഴുത്തിൽ കത്തി വെച്ചു. അരിശപ്പെട്ട ചെറവർ ഓലയും ഗ്രന്ഥക്കെട്ടും കൊത്തിക്കീറി കത്തിക്കൊണ്ടിരിക്കുന്ന മാലോത്ത് മലയിലെറിഞ്ഞു. ഓലയും നാരായവും കണ്ടരുടെ ജ്ഞാനവും പൊനം കൃഷിക്ക് വളമായി.

ചെറുവത്തൂര് കമ്പിക്കാത്തിടത്തെ ഉഗ്രമൂർത്തിയായ വൈരജാതന്റെ സന്തതസഹചാരിയായ കണ്ടരുടെ പ്രതാപമറിയുന്ന അടിയാളർ പേടിച്ച് വിറച്ചു. കണ്ടർ അറിവിന്റെ നിറവിൽ മതി കെട്ടുറങ്ങുന്നു. ചെറവർ കണ്ടർക്ക് ചുറ്റും ചപ്പും വെറകും കൊള്ളിയുമിട്ട് തീ കൂട്ടി. മാലോത്ത് മലയിൽ പെരിയാട്ട് കണ്ടരേയും തങ്ങൾക്കിന്നോളം അടിമ ജീവിതം സമ്മാനിച്ച സംസ്കൃതത്തേയും ചെറോമ്മാർ ചുട്ടു കൊന്നു.

മല കരിച്ച് നെല്ലും വരിയും ചാമയും തോരയും പരുത്തിയും എള്ളും പൊന വെള്ളരിയും കായക്കൊള്ളി മത്തനും പച്ചപ്പറങ്കിയും കൂട്ടി കലർത്തി വാളുമ്പോൾ വളം ചേർക്കേണ്ടതില്ല. കൊയ്ത് തീർക്കാൻ പറ്റാത്ത അത്രയും കനിയും വിളയും, മല കനിയും. കണ്ടരും കണ്ടരുടെ ജ്ഞാനവും സമം ചേർന്ന മണ്ണിൽ പുതു നാമ്പുകൾ പൊടിച്ചു. മീനച്ചൂടിൽ പൊരിയുന്ന മേഘങ്ങൾ കണ്ണീർ വാർത്തു.

കാതങ്ങളകലെ വീരമലക്കുന്നിന്റെ താഴ്വാരത്തിൽ വടക്കേ പെരിയാട്ട് വീട്ടിലെ അമ്മയ്ക്ക് അന്ന് രാത്രി ഒരു ദുഃസ്വപ്നമുണ്ടായി. കിഴക്കൻ മല നിരകളിലേക്ക് പൊനം കൃഷിക്ക് പോയ കുഞ്ഞി നനഞ്ഞ ചാരത്തിൽ പാതി വെന്ത ശരീരവുമായി ഉറുമ്പരിച്ച് കിടക്കുന്നു. ഇരുൾ പടർന്ന മുറ്റത്തെ ഇലഞ്ഞി മരത്തിൽ മനുഷ്യ മാംസം കരിയുന്ന മണം. ഇലഞ്ഞിപ്പടർപ്പുകളിലെ നിഗൂഢതകളിൽ ചിലമ്പനക്കം.

തീക്കുഴിച്ചാൽ

കാസർഗോഡ് ജില്ലയിലെ ചെറുവത്തൂർ വടക്കുമ്പാട്ടെ പെരിയാട്ട് നായർത്തറവാട്ടിലെ തെയ്യമാണ് പെറിയാട്ട് കണ്ടർ. വടക്കേ പെരിയാട്ട് ചേരിക്കല്ലിൽനിന്നും വിളിപ്പാടകലെയാണ് തീക്കുഴിച്ചാൽ. കാലിക്കടവിലെ ദേശീയ പാതയോട് ചേർന്നാണീ സ്ഥലം കിടക്കുന്നത്. പണ്ഡിത ശിരോമണിയും പുലിക്കോട് ദയരമംഗലത്തെ കേണമംഗലം ചേരിക്കല്ല് വയലിന്റെ കാര്യസ്ഥയുമായ മുച്ചിലോട്ടമ്മ സ്വയം തീകൊളുത്തി മരിച്ച മണ്ണാണ് തീക്കുഴിച്ചാൽ. പെരിയാട്ട് കണ്ടരും മുച്ചിലോട്ട് പോതിയും രണ്ട് വാമൊഴിക്കാലത്തെ മനുഷ്യരായിരുന്നു. രണ്ട് തെയ്യവും അനുഷ്ഠാന പര

മായി യാതൊരു ബന്ധവുമില്ല. പക്ഷേ, രണ്ടുപേർക്കും ഒരേ ദുർവ്വിധിയായിരുന്നു. പെരിയാട്ട് കണ്ഠരെക്കുറിച്ച് കൂടുതൽ തോറ്റം പാട്ടുകളോ ചരിത്ര രേഖകളോ ലഭ്യമല്ല. തെയ്യക്കാർക്ക് തന്നെ പരിമിതമായ അറിവ് മാത്രമേയുള്ളൂ. പെരിയാട്ട് വീട്ടുകാരുടെ പ്രായം ചെന്ന സ്മൃതിയിലാണ് തീയിൽ വെന്ത കണ്ഠരുടെ ചരിതമുള്ളത്. ഒരു ചരിത്രവും എവിടെയും രേഖപ്പെടുത്തീട്ടില്ലാത്ത ഉത്തരമലബാറിലെ ആദ്യകാലത്തെ അടിമകളുടെ കലാപം.

മുച്ചിലോട്ട്പോതി തെയ്യത്തിന്റെ കഥയും ചരിത്രവും നാട്ടുപുരാവൃത്തവും അങ്ങനെയല്ല. അതിന് അതിവിപുലമായ, അതി സങ്കീർണ്ണമായ ആഖ്യാന ശാസ്ത്രങ്ങളുണ്ട്. പെരുങ്കളിയാട്ടത്തിന്റെ അതിബൃഹത്തായ അനുഷ്ഠാന ഘടനകളിൽ ഒരു നാട്ടു പെണ്ണിന്റെ അതിദാരുണമായ ദുരന്ത ജീവിതം രേഖപ്പെടുത്തിവെച്ചിട്ടുണ്ട്.

പന്തൽമങ്ങലമെന്ന പെരുങ്കളിയാട്ടം

ഉത്തര കേരളത്തിലെ വാണിയ സമുദായക്കാരുടെ ആരാധനാലയമാണ് മുച്ചിലോട്. ചക്കാട്ടി എണ്ണയെടുത്ത് കച്ചവടം ചെയ്യലാണ് ഒമ്പതില്ലക്കാരായ വാണിയരുടെ കുലത്തൊഴിൽ. മുച്ചിലോട്ട് കാവിലെ പെരുങ്കളിയാട്ടമെന്നാൽ മുച്ചിലോട്ട് ഭഗവതിയുടെ പന്തൽ മങ്ങലമാണ്. വിവാഹപ്രായമെത്താത്ത വാണിയ സമുദായത്തിൽ പെട്ട പെൺകുട്ടികൾക്ക് താലികെട്ട് കല്യാണം കുറിക്കുക പെരുങ്കളിയാട്ടത്തിലെ ഏറ്റവും വർണ്ണാഭമായ അനുഷ്ഠാനമാണ്. പന്തൽമങ്ങലം മൊടങ്ങിപ്പോയ പെണ്ണിന്റെ ജീവിതമാണ് പതിനഞ്ചോ ഇരുപതോ വർഷങ്ങൾക്ക് ശേഷം നടക്കുന്ന പെരുങ്കളിയാട്ടത്തിന്റെ അന്തഃസത്ത. ഒരു കല്യാണത്തിന്റെ ഒരുക്കങ്ങളുടെ വിരാട്രൂപമാണ് പെരുങ്കളിയാട്ടത്തിലെ ചടങ്ങുകൾ. കാസർഗോഡ് ജില്ലയിൽ മുച്ചിലോട്ട് ഭഗവതിയെ നിരവധി വർഷങ്ങൾക്ക് ശേഷം നടക്കുന്ന പെരുങ്കളിയാട്ടത്തിൽ മാത്രമേ കണാൻ സാധിക്കൂ. എന്നാൽ കണ്ണൂർ ജില്ലയിൽ പെരുങ്കളിയാട്ടത്തിന് പുറമെ മുച്ചിലോട്ട് കാവുകളിലെ സാധാരണ കളിയാട്ടങ്ങളിലും ഈ തെയ്യത്തെ കാണാം.

മുച്ചിലോട്ടെപെരുങ്കളിയാട്ടത്തിന്റെ മൊത്തം ചടങ്ങുകൾ പരിശോധിച്ചാൽ മണ്ണിൽ കഠിനാദ്ധ്വാനം ചെയ്ത ഒരു ജനതയുടെ ജീവിതാഭിലാഷത്തിന്റെ, ജീവിതാഘോഷത്തിന്റെ നേർചിത്രം കണ്ടെത്താൻ സാധിക്കും. നമ്മുടെ മണ്ണിന്റെ ചൂടും ചൂരും ചേർമണവുമുള്ള ഒരു സംസ്കൃതിയെ നിലനിർത്താനുള്ള അതിശക്തമായ അഭിവാഞ്ഛ അനുഷ്ഠാനങ്ങളുടെ ആദിമ സംസ്കൃതിയിൽ സ്ഫുരിക്കുന്നുണ്ട്. ജാതി മത വർണ്ണ വർഗ്ഗ ലിംഗ ഭേദമെന്യേ ഒരു ദേശത്തിലെ എല്ലാ മനുഷ്യരും സംഘടിച്ചിരുന്ന സാംസ്കാരികകേന്ദ്രങ്ങളായിരുന്നു തെയ്യക്കാവുകൾ. മണ്ണാണ് ഏറ്റവും വിശുദ്ധമായിട്ടുള്ളത്. അദ്ധ്വാനമാണ് മണ്ണിന്റെ ജീവൻ. കാടും നാടും ഇടകലർന്ന സംസ്കൃതിയിൽ കൊടുങ്കാട് പെറ്റ കുട്ടികളാണ് തെയ്യക്കാവുകൾ. കാട്ടിൽനിന്നും മനുഷ്യൻ സംസ്കാരത്തിന്റെ തുറസ്സിലേക്ക് വന്ന

തിന്റെ പാദമുദ്രകളാണ് കാവുകളെന്ന പൈതൃക സാന്നിദ്ധ്യങ്ങൾ. ആയിരത്താണ്ട് പഴക്കമുള്ള ഗോത്ര സംസ്കൃതിയാണിത്. ഒരു ജനത ആർജ്ജിച്ചെടുത്ത അറിവിന്റേയും ജീവിതാനുഭവങ്ങളുടേയും സൂക്ഷിപ്പുകേന്ദ്രം.

കാലം കടന്നു പോയിട്ടുണ്ടാകും. ഊഷരമായ മലോത്ത് മലയുടേയും പുലിക്കോട് വയലിന്റേയും സ്മരണകളിൽ രക്തമിറ്റിയ ജീവിതാനുഭവങ്ങൾ പൂത്ത് കായ്ച്ച് കിടക്കുന്നുണ്ട്. മാലോത്ത് മലയിൽ വീശുന്ന കാറ്റിലിപ്പോഴും കരിഞ്ഞ മാംസ ഗന്ധമുണ്ട്. കണ്ടരുടെ പാട്ടിന്റെ ശ്രുതി മാധുര്യമുണ്ട്. ആഘോഷത്തിമിർപ്പിൽ പെരുങ്കളിയാട്ടം കത്തിജ്ജ്വലിക്കുമ്പോഴും വ്രതശുദ്ധിയോടെ കാക്കുന്ന കലവറയിലും കന്നിക്കലവറയിലും ചരിത്രം തിരസ്കരിച്ച ഒരു സ്ത്രീയുടെ നാട്ടുജീവിതം കതിരുകളും കായ്കനികളുമായി ഹരിതശോഭയാർന്ന് വീണ്ടും പൂത്ത് തളിർക്കുന്നുണ്ട്.

അടുക്കളേൽ പിടിക്കൽ

മുച്ചിലോട്ട് പെരുങ്കളിയാട്ടത്തിലെ പരിശുദ്ധിയാർന്ന സാന്നിദ്ധ്യസ്ഥാനങ്ങളാണ് അടുക്കളയും കന്നിക്കലവറയും. അടുക്കളയുടെ ഏറ്റവും സംശുദ്ധമായ കലർപ്പില്ലാത്ത മാതൃരൂപം. ലക്ഷക്കണക്കിനാളുകൾക്ക് വിളമ്പേണ്ടുന്ന കല്യാണ സദ്യയുടെ വിഭവങ്ങൾ സൂക്ഷിക്കുന്നതിന് അതിവിപുലമായ കലവറ സംവിധാനം വേറെയുണ്ട്. പക്ഷേ, കന്നിക്കലവറയിൽ സൂക്ഷിച്ച അരിയിലും പയറിലും പച്ചക്കറിയിലും പഴവർഗ്ഗങ്ങളിലും ദൈവമുണ്ട്. പെരുങ്കളിയാട്ടം തുടങ്ങുന്നത് മുതൽ കരിയടിച്ച് അവസാനിക്കുന്നതുവരെ അഗ്നിജ്വലിക്കുന്ന കന്നിക്കലവറയാണ് അതി ബൃഹത്തായ പെരുങ്കളിയാട്ടത്തിന്റെ ഹൃദയം. പെരുങ്കളിയാട്ടത്തിൽ പങ്കെടുക്കുന്നതിനായി ലക്ഷക്കണക്കിനാളുകൾ എത്തിച്ചേരും. അവർക്ക് എല്ലാ ദിവസവും രണ്ടുനേരവും ഭക്ഷണം ഒരുക്കുന്നതിന്റെ സന്നാഹങ്ങളാണിതൊക്കെയും.

പിന്നിട്ടുപോയ കാലത്തെ, ചരിത്രത്തെത്തന്നെയാണിവിടെ വരവിളിച്ച് ആവാഹിച്ച് വരുത്തുന്നത്. നൂറ്റാണ്ടുകൾക്കപ്പുറത്തെ ദയരമംഗലത്തെ സമൃദ്ധമായ പത്തായങ്ങളും കലവറകളും. പൊന്ന് വിളഞ്ഞ് കിടക്കുന്ന കേണമംഗലം ചേരിക്കല്ല്. പൊനം കൃഷിയുടെ ജൈവവൈവിദ്ധ്യത്തിൽ നവധാന്യങ്ങളും മലക്കറികളും ഇലക്കറികളും കായ്ച്ച് വിളഞ്ഞ് കിടക്കുന്ന പുലിക്കോട്ടെ ഇടനാടൻ ചെങ്കൽ കുന്നുകളും താഴ്വാരങ്ങളും. കണ്ണൂർ ജില്ലയിലെ കരിവെള്ളൂരാണ് മുച്ചിലോട്ടമ്മയുടെ ആരൂഢം. ദയരമംഗലത്തെ കാര്യസ്ഥയെ തെയ്യമാക്കി കരിവെള്ളൂരിലേക്ക് പറഞ്ഞയക്കുമ്പോൾ അവരുടെ കഠിനാദ്ധ്വാനത്തിലെ വിളവിലെ ഓരോ എണ്ണവും അംശവും കൂടെക്കൊടുത്തയക്കുന്നുണ്ട്. കരിവെള്ളൂർ മുച്ചിലോട്ട് കാവിൽ പെരുങ്കളിയാട്ടം തുടങ്ങുമ്പോൾ ഇതേ ചരിത്രത്തെ പുനഃസൃഷ്ടിക്കുന്നു. അടുപ്പ് കൂട്ടാനുള്ള കല്ലുമുതൽ അരി തിളപ്പിക്കേണ്ടുന്ന വെള്ളം വരെ തലച്ചുമടായി ആചാരാനുഷ്ഠാനങ്ങളോടെ കരിവെള്ളൂരെത്തിക്കണം. അരിയും പയറും തോരയും പച്ചക്കറികളും ഇലക്കറികളും ഓരോ ആളും

തലയിൽ ചുമന്ന്, ചരിത്രത്തിന്റെ പടവുകൾ താണ്ടി കരിവെള്ളൂരിലെ കലവറ നിറയ്ക്കുന്നു.

പക്ഷേ, കുഴിയടുപ്പ് കത്തുന്നത് ഇന്നിന്റെ വർത്തമാനത്തിലാണ്. ഇന്നലെകളുടെ പുരാവൃത്തവും ചരിത്രവും അറിവുകളുംതന്നെയാണ് അടുക്കളയിൽ തിളച്ചു മറിയുന്നത്. അടുപ്പ് കത്തിക്കുന്നവർ വെന്ത് ചീയാതെ നോക്കണം. അദ്ധ്വാനത്തിന്റെ കരിഞ്ഞ മണം കന്നിക്കലവറയെ അശുദ്ധമാക്കും. ആചാരാനുഷ്ഠാനങ്ങളുടെ ഇങ്ങേയറ്റത്തെ പരിപാവനതയാണത്. പുലിക്കോട് ദയരമംഗലത്ത് നിന്നും സാധാരണക്കാരായ മനുഷ്യർ കരിവെള്ളൂരിലേക്ക് ചുമന്ന് കൊണ്ട് വരുന്നത് വെറും അടുപ്പുകല്ലും അരിയും പച്ചക്കറിയും മാത്രമല്ല അവരുടെ തന്നെ ഇന്നലകളെയാണ്. ഓർമ്മകളെയാണ്.

പെരുങ്കളിയാട്ടത്തിലെ അടുക്കള ഒരു സ്മൃതിശേഖരമാണ്. അദ്ധ്വാനത്തിന്റെ, നാട്ടറിവിന്റെ, കൃഷിയറിവിന്റെ ജീവിത സഹനങ്ങളുടെ സംരക്ഷിത സ്ഥാനം. പെരുങ്കളിയാട്ടത്തിന്റെ അവസാനദിവസം പുലർച്ചെ രണ്ടുമണിക്ക് ശേഷമാണ് അടുക്കളേൽ പിടിക്കൽ എന്ന വിശിഷ്ടമായ ചടങ്ങ് നടക്കുന്നത്. മുച്ചിലോട്ട് കാവിലെ നാൽവർ മനുഷ്യങ്ങളും, (കോമരങ്ങൾ) അന്തിത്തിരിയനും ആചാരക്കാരും എണങ്ങന്മാരും ഏളത്ത് പിടിച്ച് എഴുന്നള്ളിയാണ് പ്രത്യേകം സ്ഥാനനിർണ്ണയം ചെയ്ത അടുക്കളയിലെത്തുന്നത്. അടുക്കളയിൽ അടുപ്പ് കത്തിച്ച് ചെമ്പിൽ വെള്ളമൊഴിച്ച് ഒണക്കലരിയിട്ട് വെല്ലവും ചേർത്ത് തിളപ്പിക്കുന്നു. കുഴിയടുപ്പിലെ ചെമ്പിൽ മുച്ചിലോട്ടമ്മയുടെ പ്രസാദമായിട്ടുള്ള മഞ്ഞൾക്കുറിയിടുന്നതോടെ അതിവിപുലമായ അടുക്കളപ്പണി തുടങ്ങുന്നു. പെരുങ്കളിയാട്ട സമാപനദിവസമെ

ത്തുന്ന പതിനായിരങ്ങൾക്കുള്ള ഭക്ഷണമാണ് അടുക്കളയിൽ സജ്ജമാകുന്നത്.

കായക്കഞ്ഞി പകുക്കൽ എന്നാണ് തെയ്യത്തിന്റെ മൊഴി. കല്യാണം മൊടങ്ങിപ്പോയെങ്കിലും എല്ലാവർക്കും ഭക്ഷണം തൃപ്തികരമായി കൊടുത്തില്ലേ എന്ന് തെയ്യം ചോദിക്കും. പടുകൂറ്റൻ നെടുനീളപ്പന്തലിൽ വലുപ്പച്ചെറുപ്പമില്ലാതെ ജാതി വ്യത്യാസമില്ലാതെ എല്ലാവരും ഒന്നിച്ചിരുന്ന് ഭക്ഷണം കഴിക്കുന്ന പന്തിഭോജനത്തിന്റെ നവോത്ഥാന മാതൃക. പന്തിഭോജനത്തിൽ ഏതെങ്കിലും ദിവസം ദേവിക്കിഷ്ടപ്പെട്ട തോരപ്പുഴുക്ക് നല്കണമെന്നുണ്ട്.

വൈവിദ്ധ്യമാർന്ന അടുക്കളകൾ ചെറുത്തു നില്പിന്റെ നാട്ടു സമരമുറയായിരുന്നു. പക്ഷേ, തീയും പുകയും വിറകും കരിയുമില്ലാതെ, അത്യന്താധുനിക സൗകര്യങ്ങളോടെ ഏകീകരിച്ച് നവീകരിച്ച അടുക്കളയുടെ മാനകരൂപത്തിന്റെ സുഖശീതളിമയിൽ അഭിരമിച്ച്, കുത്തകസ്ഥാപനങ്ങളുടെ ഉല്പന്നങ്ങൾ തിന്ന് നാം തടിച്ചു കൊഴുത്തു. ഓർമ്മകൾ കെട്ട് മയങ്ങി. പൊയ്പ്പോയ അടുക്കളപ്പഴമ തിരിച്ച് പിടിക്കണമെന്ന ദിവാസ്വപ്നത്തിലമരുമ്പോഴാണ് അടുക്കളേൽ പിടിക്കൽ എന്ന കാലത്തിന് വേണ്ടാത്ത അനുഷ്ഠാനത്തിലൂടെ അടുക്കള സമരത്തിന്റെ, പുലവയൽപ്പഴമകളുടെ നാനാർത്ഥങ്ങൾ പറഞ്ഞ് തെയ്യം വിയർക്കുന്നത്.

പുലത്തിൽ പൊലിഞ്ഞ ജീവിതങ്ങൾ

കേരളത്തിന്റെ നവോത്ഥാനമുന്നേറ്റങ്ങളിലും കർഷകത്തൊഴിലാളിപ്പോരാട്ടങ്ങളിലും മുഖ്യ പങ്കു വഹിച്ച രണ്ടു ദേശങ്ങളിലെ പെരുവയൽപ്പച്ചയിലാണ് ആദ്യമായി മുച്ചിലോട്ടമ്മയുടെ ചായില്യച്ചോപ്പ് തെളിഞ്ഞത്. പുലിക്കോടും കരിവെള്ളൂരും. രണ്ടു ദേശങ്ങളായിരുന്നു മുച്ചിലോട്ടമ്മയുടെ കർമ്മ മണ്ഡലം. തെയ്യമാകുന്നതിന് മുമ്പും ശേഷവും. തെയ്യങ്ങളുടെ തോറ്റങ്ങളും നാട്ടുമൊഴികളും ഉറങ്ങുന്ന മണ്ണ് വളരെ എളുപ്പം ചോന്നു. മുച്ചിലോട്ടമ്മയുടെ ജീവ ത്യാഗത്തിന് തുടർച്ചകൾ സംഭവിച്ചു. നാടുവാഴിത്തത്തിനും ജന്മിത്തത്തിനും എതിരേയുള്ള പടയിൽ രക്തസാക്ഷികളായ, കൊടിയ പീഡനങ്ങളനുഭവിച്ച നിരവധി മനുഷ്യരുണ്ട്. കാലിക്കടവിലെ തീക്കുഴിച്ചാലിൽനിന്നും കത്തിപ്പടരാൻ തുടങ്ങിയ നവോത്ഥാന മുന്നേറ്റങ്ങളുടെ തോറ്റം പാട്ടുകളിൽ പുലിക്കോടിന്റെ കവിയായാടി. എസ് സുബ്രഹ്മണ്യൻ തിരുമുമ്പ് കവിതകളുടെ തുത്തിക തുറന്ന് എണ്ണയൊഴിച്ചു. തീക്കുഴിച്ചാലിലെ തീ പല ദേശങ്ങളിലേക്ക് പടർന്നു. ചോര മണത്ത പുലിക്കോടിന്റെ രാപ്പകലുകൾ അസ്വസ്ഥമായി.

മുച്ചിലോട്ടമ്മയുടെ മോത്ത് ചായില്യച്ചോപ്പ് തേച്ച കരിവെള്ളൂരിന്റേയും സ്ഥിതി മറിച്ചായിരുന്നില്ല. അറിവ് നേടി എന്ന ഒറ്റക്കാരണത്താൽ ജീവിതം പൊലിഞ്ഞുപോയ പെണ്ണിന്റെ സ്മരണയ്ക്കായി കരിവെള്ളൂരിലെ പെരുവയൽപ്പച്ചയിൽ പടുത്ത ബലികുടീരമാണ് ആദിമുച്ചിലോട്ട് കാവ്. പച്ചയിൽ തെറിച്ച ചോരത്തുള്ളി. മുച്ചിലോട്ട് പടിഞ്ഞാറ്റയിലെ ചുക

പ്പിലിട്ട കുറയിലും പള്ളിവാൾ മൂർച്ചയിലുമാണ് തെയ്യം കുടിയിരുന്നത്. മണ്ണിൽ പണിയെടുത്ത് പൊന്ന് വിളയിച്ച പെണ്ണിന്റെ നാട്ടുചരിതം കരിവെള്ളൂരിലെ മണ്ണും മനസ്സും ഏറ്റു പാടി. പട്ടിണിയുടെ തോറ്റം പാട്ടുകൾ പാടിപ്പാടി തെയ്യത്തിന്റെ വീര്യമുറ്റിയ ചുകപ്പിനെ ഉറയിച്ചു. ബ്രിട്ടീഷ് സാമ്രാജ്യത്വത്തിന്റെ കത്തുന്ന സൂര്യനെതിരെ തിരുമുടി നിവർത്തിയാടി. കരിവെള്ളൂർ മുച്ചിലോട്ട് പെരുവയലിന് തൊട്ടടുത്ത് കുണിയൻ പൊഴക്കരയിൽ ചെറക്കത്തമ്പുരാന്റെ പള്ളിയോടമടുത്തു. രാജകിങ്കരന്മാരും മലബാർ സ്പെഷ്യൽ പൊലീസും അണിനിരന്നു. കരിവെള്ളൂരിലെ പട്ടിണിപ്പാവങ്ങളുടെ നെല്ല് കോലോത്തേക്ക് കടത്തിക്കൊണ്ടുപോകാൻ കല്പനയുണ്ടായി. ഉഗ്രമൂർത്തിയായ എ വി കുഞ്ഞമ്പുവിന്റേയും കെ കൃഷ്ണന്റേയും നേതൃത്വത്തിൽ നെല്ല് കൊണ്ട് പോകാൻ വന്നവരെ തടഞ്ഞു. കുണിയൻ കൈപ്പാട് ഇളകിമറിഞ്ഞു. കരിന്തിരിത്തോക്കും കുറുവടിയുമായി ഗുണ്ടകളും എം എസ് പിക്കാരും കൈപ്പാടിലിറങ്ങി. കോലോത്തെ കുലവന് ബപ്പിടുന്നതിനുള്ള മൃഗങ്ങൾക്ക് നേരെ തോക്ക് ചുണ്ടി. കരിന്തിരി പൊട്ടിക്കൊണ്ടിരുന്നു. വെടികൊണ്ട മെരുവങ്ങൾ പിടഞ്ഞുവീണു. ജീവനും കൊണ്ടോടിയതിനെ കുറുവടികൊണ്ടടിച്ചു വീഴ്ത്തി. അസ്ഥികൾ നുറുക്കി എ വിയെയും പുതിയൊടൻ രാമനെയും പച്ചോലയിൽ പൊതിഞ്ഞു കെട്ടി. വെടികൊണ്ട് ചത്ത തിടിൽ കണ്ണന്റേയും കീനേരിക്കുഞ്ഞമ്പുവിന്റേയും ചങ്കും കരളും അകത്തിറച്ചിയും കുലവന് വേണ്ടി ബപ്പിട്ടു. നെല്ലു നിറച്ച പള്ളിയോടം കോവിലകത്തേക്ക് തുഴഞ്ഞ് നീങ്ങി. കുണിയൻ കൈപ്പാടിൽ കരിന്തിരി തീ തുപ്പിക്കൊണ്ടിരുന്നു

അതെ. അതേ തോക്കുപയോഗിച്ചാണ് നൂറ്റാണ്ടുകൾക്കപ്പുറം ചാലാട്ട് തറയിൽ ഇളംപിത്താരിയെന്ന പൊലയച്ചെക്കന്റെ തല തമ്പുരാൻ തകർത്തത്. ആയിക്കോട്ടരമന എമ്പ്രാന്തിരിയുടെ പുലം നോക്കുന്ന പുലയനായിരുന്നു പിത്താരി. മേടത്തിലെ പൊടിമഴയിൽ പിത്താരി വടിയും കൊടയും കൈക്കോട്ടുമായി കണ്ടത്തിൽ പണിക്ക് പോയി. പാടത്തെ തൊള്ളയും തോട്ടവും അടച്ചു. ചളിനിറഞ്ഞ പാടവരമ്പിലിരിക്കുന്ന വലിയ ആൺഞണ്ടിനേയും പെൺഞണ്ടിനേയും കണ്ടു. തലക്കുട പാടവരമ്പത്ത് വെച്ച് പിത്താരി ഞണ്ടിനെ പിടിച്ചു. കോലമുടിമന്നനും നായർ പടയാളികളും മാമായപ്പടകുടാൻ പോകുന്ന നേരം. പാടവരമ്പത്ത് ഞണ്ടിനെ പിടിക്കുന്ന പിത്താരി തമ്പുരാന്റെ എഴുന്നള്ളത്ത് അറിഞ്ഞില്ല. പുലയൻ തമ്പുരാനെ തീണ്ടി. പൊലയനെ കണികണ്ട് പടയ്ക്ക് പോയാൽ പട ജയിക്കില്ല. പിത്താരിയെ പാടവരമ്പത്ത് വെച്ച് തന്നെ വെടിവെച്ച് കൊല്ലാൻ കല്പനയുണ്ടായി. എമ്പ്രാന്തിരിയുടെ അടിമയായതിനാൽ നായന്മാർ കൊല്ലാനറച്ചു. തോക്ക് പിടിച്ചു വാങ്ങി പിത്താരിയുടെ ഇളം നെറ്റി നോക്കി തമ്പുരാൻ വെടിയുതിർത്തു. പൊടി മഴയിൽ കുതിർന്ന കണ്ടത്തിലെ ചളി ചോന്നു. മതിഭ്രമം മൂത്ത ആൺഞണ്ടും പെൺഞണ്ടും നിലവിളിച്ചു. വാൾത്തല മൂർച്ചയുള്ള പെരിക്കൈകൾ ഉയർത്തി ആക്രോശിച്ചു. കരിന്തിരി ശബ്ദം എമ്പ്രാന്തിരിയുടെ അരമനയിലുമെത്തി. അമ്മ എമ്പ്രാന്തി

രിയെ കണ്ടത്തിലേക്ക് പറഞ്ഞയച്ചു. തല തകർന്ന് വയലിൽ വളമായ പിത്താരിയേയും ചോരയിൽ പരക്കം പായുന്ന ഞണ്ടുകളേയുമാണ് അയാൾ കണ്ടത്. കോലമുടിമന്നനെ ചോദ്യം ചെയ്ത എമ്പ്രാന്തിരിയേയും തോക്കിനിരയാക്കി.

തമ്പുരാൻ ഉന്നം പിടിച്ച പുലയന്റെ നെറ്റിയിലെ ചോര വറ്റിയില്ല. എല്ലാ അടിമജീവിതവും അതിജീവിച്ച് അടിയാളർ പിത്താരിയേയും ഞണ്ടിനേയും തെയ്യമാക്കി. തന്റെ ചോരയ്ക്ക് കണക്ക് ചോദിക്കാൻ പയ്യന്നൂരിലെ കവ്വായി കായലോരത്ത് ഐപ്പിള്ളിത്തെയ്യമായി പിത്താരിയെന്ന പൊലയച്ചെക്കനും ചങ്ങാതിയായ ഞണ്ടും ഉറഞ്ഞാടുന്നു

പുലവയലിൽ വരച്ച് വെച്ച ചോര പൊടിയുന്ന തെയ്യച്ചിത്രങ്ങൾ പലതാണ്. നമ്മുടെ സ്വസ്ഥ ജീവിതത്തെ അസ്വസ്ഥമാക്കുന്ന പ്രളയത്തിനും പേമാരിക്കും മായ്ച്ച് കളയാനാകാത്ത ഗോത്രവീര്യത്തെ കീഴാളരായ തെയ്യക്കാരുടെ ഇച്ഛാശക്തി കളിയാട്ടങ്ങളിലെ, പെരുങ്കളിയാട്ടങ്ങളിലെ അനുഷ്ഠാന നിഗൂഢതകളിൽ വരച്ച് വെച്ച് കാത്തു സൂക്ഷിക്കുന്നുണ്ട്.

വരഞ്ഞിരിക്കൽ

വരഞ്ഞിരിക്കലോടെയാണ് പെരുങ്കളിയാട്ടത്തിലെ തെയ്യം അനുഷ്ഠാനം തുടങ്ങുന്നത്. നീണ്ട 22 വർഷത്തെ കാത്തിരിപ്പിനൊടുവിൽ കരിവെള്ളൂരിന് ശേഷം രണ്ടാമത്തെ മുച്ചിലോടെന്ന പെരുമയുള്ള തൃക്കരിപ്പൂർ മുച്ചിലോട്ട് കാവിൽ 2016 ഫെബ്രുവരി 6 മുതൽ 9 വരെ അതിവിപുലമായ സന്നാഹങ്ങളോടെ പെരുങ്കളിയാട്ടം നടന്നു. ആദികരിവെള്ളൂർ മുച്ചിലോട്ട് സ്ഥാപിച്ച മുച്ചിലോടൻ പടനായരുടെ ഭാര്യയായ അച്ചി കുടിയിരിക്കുന്ന സ്ഥാനം കൂടിയാണിതെന്ന സവിശേഷതയുണ്ട്. എല്ലാ മുച്ചിലോടിന്റേയും അവകാശികളും അധികാരികളും വാണിയ സമുദായക്കാരാണെങ്കിലും പ്രാദേശികമായ അനുഷ്ഠാന ഭേദങ്ങൾ ഓരോ മുച്ചിലോടിനേയും വ്യതിരിക്തമാക്കുന്നു.

പെരുങ്കളിയാട്ടം കാഴ്ചകളുടെ മഹാമേളകൾ തന്നെയാകുന്നുണ്ട് പുതിയ കാലത്ത്. വരച്ചുവെക്കൽ വരെ കാഴ്ചകളും ചടങ്ങുകളും പള്ളിയറയ്ക്ക് പുറത്താണ്. ഒരുവർഷംമുമ്പേ തുടങ്ങിയ ചടങ്ങുകൾ ഇതോടെ മാറുന്നു. പെരുങ്കളിയാട്ടത്തിലെ പ്രധാന തെയ്യമായ മുച്ചിലോട്ട് ഭഗവതിയുടെ കോലക്കാരനെ വരച്ച് വെക്കലിലൂടെയാണ് കണ്ടെത്തുന്നത്. മുച്ചിലോട്ട് കാവിൽ തെയ്യം കെട്ടേണ്ടുന്നത് ആരാണെന്ന് നേരത്തേ നിശ്ചയിക്കുന്നതല്ല. ഒരു കാവിൽ കുറേ കനലാടിമാർ അവകാശികളായിട്ടുണ്ടാകും. നാട്ടു കണിശന്റെ നേതൃത്വത്തിൽ പ്രശ്ന ചിന്ത നടത്തി ഏറ്റവും ഉചിതനായ കോലക്കാരനെ കണ്ടെത്തുന്ന സങ്കീർണ്ണമായതും ആകാംക്ഷ നിറഞ്ഞതുമായ അനുഷ്ഠാനമാണിത്. എന്നാൽ തൃക്കരിപ്പൂർ മുച്ചിലോട്ട് കാവിൽ തെക്കുംകര ബാബുകർണ്ണമൂർത്തിയെന്ന ഒരൊറ്റ അവകാശി മാത്രമേയുള്ളൂ. തൃക്കരിപ്പൂർ മുച്ചിലോട്ടമ്മയുടെ ഐതിഹാസിക ജീവിതം

വരച്ച് വെക്കാനുള്ള നിയോഗം തെക്കുംകര ബാബുകർണ്ണമൂർത്തിയെന്ന ഈ ശരീരത്തിന് മാത്രം സ്വന്തം.

പെരുങ്കളിയാട്ടം കീഴാളരുടെ യജ്ഞമാണ്. ഒരു ദേശത്തിലെ ഏറ്റവും സാധാരണക്കാർ സംഘടിപ്പിക്കുന്ന മഹായജ്ഞം. കളിയാട്ടക്കാലത്തിനപ്പുറത്തേക്ക് യാതൊരു വിലയും കല്പിച്ചിട്ടില്ലാത്ത തെയ്യക്കാരൻ എന്ന ഒരൊറ്റ ശരീരത്തെ കേന്ദ്രീകരിച്ചാണ് പെരുങ്കളിയാട്ടത്തിന്റെ വിരാട് രൂപം പൂർവ്വികാചാര്യന്മാർ ചിട്ടപ്പെടുത്തീട്ടുള്ളത്. തെക്കുംകര ബാബു കർണ്ണമൂർത്തിയെന്ന ഒരു സാധാരണ ചെറുപ്പക്കാരൻ അണ്ഡകടാഹം മുഴുവൻ നിറഞ്ഞു നില്ക്കുന്ന പരമാത്മ ചൈതന്യമായി പരിണമിക്കുന്ന വര തുടങ്ങുന്നതാണ് വരച്ചുവെക്കലും വരഞ്ഞിരിക്കലും. കോലധാരിയായി നിയുക്തനാകുന്നതോടെ അതുവരെ നയിച്ച ജീവിതത്തിന് മുകളിൽ വരഞ്ഞ്, ഇന്നോളം കാണാത്ത, അനുഭവിക്കാത്ത അവസ്ഥയ്ക്കായി ശരീരത്തെ ശുദ്ധീകരിച്ച് പാകപ്പെടുത്തിയെടുക്കലാണ്.

വരഞ്ഞിരിക്കലെന്നാൽ കോലക്കാരൻ കഠിനവ്രതത്തോടെ നോറ്റിരിക്കൽ തന്നെയാണ്. പള്ളിയറയ്ക്ക് പുറത്ത് പ്രത്യേകം സ്ഥാന നിർണ്ണയം ചെയ്ത്, മെടഞ്ഞ ഓലകൊണ്ട് കെട്ടിയുണ്ടാക്കുന്ന കുച്ചിലിലാണ് കോലക്കാരൻ വ്രതമിരിക്കുന്നത്. ഉപാസനയ്ക്ക് കൃത്യമായ ചിട്ടയും വ്യവസ്ഥയുമുണ്ട്. പെരുങ്കളിയാട്ടത്തിലെ എല്ലാ വർണ്ണാഭമായ കാഴ്ചപ്പൊലിമകൾക്കുമപ്പുറം കുച്ചിലിലെ ഇരുൾച്ചൂടിൽ പഴുക്കാൻ വെച്ച പൊൻപഴം പോലെ ഒരു ശരീരം ബാഹ്യമായും ആന്തരികമായും പാകപ്പെടുന്നുണ്ട്. ആരുമറിയാതെ നമ്മുടെ ഒരു നോട്ടംപോലും കടന്നെത്താതെ ഒരു മനുഷ്യന്റെ സമാനതകളില്ലാത്ത ആത്മത്യാഗത്തിനും ആത്മാർപ്പണത്തിനും കുച്ചിലിലെ ഇരുൾ സാക്ഷ്യം വഹിക്കുന്നു. എല്ലാ ഭൗതിക ഐഹിക ബന്ധങ്ങളിൽനിന്നും വിടുതൽ നേടി നോറ്റിരിക്കുമ്പോൾ പരികർമ്മിയായി അടുത്ത ബന്ധുവായ വണ്ണാൻ കൂടെയുണ്ടാകും. കുളുത്തും മീനും വരഞ്ഞിരിക്കുന്ന തെയ്യക്കാരന്റെ ഭക്ഷണത്തിനും നിയന്ത്രണമുണ്ട്. പെരുങ്കളിയാട്ടത്തിന്റെ അവസാന രണ്ടു ദിവസം തെയ്യക്കാരന് കാര്യമായ ഭക്ഷണമൊന്നും കഴിക്കാൻ സാധിക്കില്ല. ശരീരത്തിന്റെ ക്ഷമതയും മലമൂത്ര നിയന്ത്രണവും ശരീരത്തിന്റെ തുലനാവസ്ഥ നിലനിർത്തലും എല്ലാം കോലക്കാരനിൽ സംഭവിക്കേണ്ടത് ഈ നോറ്റിരിക്കലിലൂടെയാണ്.

കൂടെയുള്ള പരികർമ്മിയാണ് ഭക്ഷണം പാചകം ചെയ്ത് കൊടുക്കേണ്ടത്. തെയ്യക്കാരൻ കഴിച്ച് ബാക്കി പുറത്ത് കളയാൻ പാടില്ല. സഹായി കഴിക്കണം. ഇങ്ങനെ പതിനൊന്നോ പതിനാലോ ദിവസത്തെ തപശ്ചര്യയിലൂടെയാണ് ദൈവം മനുഷ്യനായി രൂപാന്തരപ്പെടുന്നത്. സൂര്യനേയും ചന്ദ്രനേയും കാറ്റിനേയും കാടിനേയും കടലിനേയും ശരീരത്തിലാവാഹിക്കാൻ നിയോഗം സിദ്ധിച്ച കനലാടിയുടെ ശരീരം പുറത്തുള്ളവർ കാണാൻ പാടില്ല. കുച്ചിൽ വിട്ടെവിടെയും അയാൾ പോകാൻ പാടില്ല. മറ്റെവിടേയും രേഖപ്പെടുത്തി വച്ചിട്ടില്ലാത്ത ചരിത്രവും സംസ്കാരവും കൊത്തി വെച്ച കൃഷ്ണശിലയായ ശരീരത്തെ എല്ലാ വിശുദ്ധിയോടെയും

കാക്കേണ്ടതുണ്ട്. അനുഷ്ഠാനാവശ്യങ്ങൾക്കായി കുച്ചിലിന് പുറത്തിറങ്ങുമ്പോൾ തലയും ശരീരവും വെള്ളത്തുണികൊണ്ട് മൂടണം. തെയ്യക്കാരന്റെ ശരീരം, അതൊരു നിഗൂഢതയാണ്. ഒരു നോട്ടംകൊണ്ട് പോലും അതിനെ കളങ്കപ്പെടുത്തരുത്. കുച്ചിലിന്റെ അപാരഗഹനതയിൽ തപമിരിക്കുന്ന തെയ്യക്കാരൻ സമാധി ദശയിലുള്ള ഷഡ്പദമാണ്. തെയ്യത്തിന്റെ സപ്തവർണ്ണാഞ്ചിതമായ ചിത്രശലഭാവസ്ഥയിലേക്കുള്ള നിഗൂഢമായ പരിണാമം.

വയറ് കാഞ്ഞിരിക്കാൻ തുടങ്ങുന്നതുമുതൽ കുച്ചിലിൽ കെടാവിളക്ക് കത്തും. മുച്ചിലോട്ട് ഭഗവതിയുടെ പ്രധാന ചമയങ്ങളായ വെള്ളിപ്പൊയ്ക്കണ്ണുകൾ, മുള്ളെകിറുകൾ, വാൽക്കണ്ണാടി എന്നിവ പലകമേൽ വെച്ച്, പലകയിൽ പട്ട് വിരിച്ച് പാമാട വെക്കുന്നു.. കുച്ചിലിന്റെ ഘനീഭവിച്ച ഇരുളിൽ ഒരതീത ചൈതന്യം എല്ലാവരിലും കവിഞ്ഞൊരാൾ തെയ്യക്കാരനെ കാണാൻ വരും. ഏകധ്യാനത്തിലൂടെ അവർ പരസ്പരം വിനിമയം ചെയ്യും. ഏകാന്തതയിൽ ഉരുക്കഴിക്കുന്നതിനായി ഗുരുനാഥൻ മുമ്മൊഴി ധ്യാനമന്ത്രം കോലക്കാരന് ഉപദേശിക്കും. പറ്റാവുന്നത്രയും തവണ മന്ത്രം ഉരുക്കഴിക്കണം. കുച്ചിലിൽ കെടാവിളക്കിന് മുന്നിലെ പാമാടപ്പലകയിൽ തെയ്യത്തിന്റെ സാന്നിദ്ധ്യമുണ്ട്. ഉപാസകനായ തെയ്യക്കാരൻ പാമാടപ്പലകയിലെ വാൽക്കണ്ണാടിയിൽ ഭുവനിമാതാവായ മുച്ചിലോട്ടമ്മയെ ദർശിക്കുന്നു. തെയ്യവും തെയ്യക്കാരനും ഒന്നാകുന്നു. മണിക്കുച്ചിൽ രൂപപ്പൊലിമയും ഭാവപ്പൊലിമയും വളരുന്ന ദൈവകണത്തെ ഉള്ളിൽപ്പേറുന്ന ഗർഭ പാത്രമാണ്.

തെക്കുംകര ബാബു കർണ്ണമൂർത്തിയുടെ ആദ്യത്തെ മുച്ചിലോട്ട് ഭഗവതിയാണ്. ആയിരക്കണക്കിന് തെയ്യളുറഞ്ഞാടിയ ശരീരത്തിൽ മുച്ചിലോട്ടമ്മ ഇതുവരെ തെളിഞ്ഞിട്ടില്ല. ഇതുവരെ ഇങ്ങനെയൊരു തെയ്യം കെട്ടീട്ടില്ല. മറ്റേത് കലാരൂപവും മതിയായ പരിശീലനം നടത്തി അവതരിപ്പിച്ചു നോക്കാം. എന്നാൽ ഒരു പരിശീലന പദ്ധതി തെയ്യത്തിൽ നിലനില്ക്കുന്നില്ല. നേരിട്ട് അവതരിപ്പിക്കലാണ് തെയ്യത്തിന്റെ രീതി. വ്രതമിരിക്കുന്ന കുച്ചിൽ ഒരു പ്രയോഗ ശാല കൂടിയാണ്. ആർക്കും വെളിപ്പെടുത്തിക്കൊടുക്കാനാകാത്ത, പകർന്നു കൊടുക്കാനാകാത്ത രാസ മാറ്റങ്ങൾ സംഭവിക്കുന്ന പ്രയോഗശാല. ആലോചിക്കുന്തോറും അന്തവും ആദിയുമില്ലാത്ത, കടലിന്റേയും ആകാശത്തിന്റേയും അനന്തതയെയാണ് ശരീരത്തിന്റെ അതിരുകളിൽ ബന്ധിച്ചു നിർത്തേണ്ടത്. എല്ലാ തെയ്യക്കാർക്കും മുച്ചിലോട്ടമ്മയുടെ തിരുമുടിയണിയാൻ സാധിക്കില്ല. അള്ളടത്തു നാട്ടിൽ ചെറുവത്തൂരിനടുത്ത് ഉദയം കുന്നുമുതൽ പയ്യന്നൂരിനടുത്ത് ഒളോറക്കടവു വരെയാണ് തെക്കുംകരകർണ്ണമൂർത്തിയുടെ ജന്മം. തെയ്യം കെട്ടുന്നതിനുള്ള അധികാര, അവകാശ പരിധി. അള്ളടത്ത് തമ്പുരാൻ കല്പിച്ച് നല്കിയ ആചാര പദവിയാണ് കർണ്ണമൂർത്തി. കരണങ്ങളുടെ മൂർത്തി. ആചാര മുദ്രയായി കച്ചും ചുരികയും സമ്മാനിക്കുന്നു. തെയ്യംകെട്ടിലെ ഏറ്റവും വിശിഷ്ടമായ ആചാര പദവിയുടെ ആരൂഢം പുലിക്കോട് വേലൻ

കുതിരാണ്. വേലൻ കുതിരിലെ സാധാരണക്കാരന്റെ ദൈവം. എല്ലാ സുഖ സൗകര്യങ്ങളും നിഷേധിക്കപ്പെട്ട, ചൂഷണങ്ങളിലും കഷ്ടതകളിലും ഒടുങ്ങാൻ വിധിക്കപ്പെട്ട ബദൽ ജീവിതങ്ങളുടെ ഉയിരുറപ്പുള്ള ദൈവം. ആഢ്യ സംസ്കൃതിയുടെ രാജവീഥികളിൽ പ്രവേശനം നിഷേധിക്കപ്പെട്ട ദ്രാവിഡദൈവം. ഉദയം കുന്നിൽ നിന്നുറവപൊട്ടി ഒളോറപ്പുഴയിൽ ഒഴുകിയവസാനിക്കുന്ന തെയ്യങ്ങൾ നീരാടുന്ന ദേവജല പ്രവാഹം. ചരിത്ര നിർമ്മാതാക്കളും ഗവേഷകരും തീണ്ടി അശുദ്ധമാക്കാത്ത നിർഝരി. തെയ്യക്കാരനെക്കുറിച്ച് ഇതിൽ കൂടുതൽ അപദാനങ്ങൾ പാടില്ല. ചരിത്രം പൊറുക്കില്ല. വെറുതെ വിടില്ല.

മനുഷ്യൻ - ദൈവത്തിന്റെ കണ്ണാടി

മണിക്കുച്ചിലിന്റെ ഇരുളിൽ മുമ്മൊഴി മന്ത്രങ്ങളുരുക്കഴിച്ച്, ഏകധ്യാനത്തിലൂടെ സ്ഫുടം ചെയ്തെടുത്ത കറുത്ത ശരീരത്തിൽ ദൈവം പ്രതിഫലിക്കുന്നു. അതെ ദൈവത്തിന് മുഖം നോക്കാനുള്ള കണ്ണാടി തന്നെയാണ് തെയ്യക്കാരന്റ ശരീരം. കളിയാട്ടം ആരംഭിക്കുന്നതോടെ കോലക്കാരന്റെ ഉപാസന മാറുന്നു. അയാൾ തോറ്റമായി അണിയറയിൽനിന്നും അരങ്ങിലേക്ക് വരുന്നു. പെരുങ്കളിയാട്ടത്തിൽ തോറ്റത്തിനാണ് ഏറ്റവും പ്രാധാന്യം. അവസാന ദിവസം കെട്ടിയാടുന്ന മുച്ചിലോട്ട്ഭഗവതി തെയ്യത്തിന്റെ അതിസങ്കീർണ്ണമായ അനുഷ്ഠാനങ്ങൾ കോലക്കാരന്റെ ശരീരത്തിലേക്ക് പൂർണ്ണമായും ആവാഹിക്കപ്പെടുന്നത് തോറ്റങ്ങളിലൂടെയാണ്. തൃക്കരിപ്പൂർ മുച്ചിലോട്ട് പെരുങ്കളിയാട്ടത്തിൽ മൂന്നുദിവസങ്ങളിലായി ഒൻപത് തോറ്റങ്ങളിലൂടെയാണ് കോലക്കാരന്റെ ദേവതാ സഞ്ചാരം പൂർണ്ണമാകുന്നത്. ആദി മുച്ചിലോട്ട് കാവായ കരിവെള്ളൂരിൽ പതിമൂന്ന് തോറ്റങ്ങൾ വേണം. കോലക്കാരൻ ഇതുവരെ ആന്തരിക സാധനയിലൂടെ ആർജ്ജിച്ചെടുത്ത അറിവനുഭവങ്ങൾ തോറ്റത്തിന് നില്ക്കുന്നതോടെ ഭൗതികമായി മാറുന്നു.

കോലക്കാരൻ കുളിച്ച് ശുദ്ധിവരുത്തി ആചാരക്കുറി വലിച്ചാണ് തോറ്റത്തിന് നില്ക്കുന്നത്. മുച്ചിലോട്ടെ മണിക്കിണറിൽനിന്നും ചെപ്പ്കുടം ചെമ്പ്കുടം കൊണ്ട് കോരിയ വെള്ളത്തിൽ മഞ്ഞക്കുറിയിട്ട് ആ വെള്ളത്തിലാണ് കോലക്കാരന്റെ കുളി. മുച്ചിലോട്ട് മണിക്കിണറ്റിലെ നീരെന്നാൽ ദ്രവരൂപമാർന്ന ചൈതന്യം തന്നെയാണ്. കരിവെള്ളൂർ മുച്ചിലോട്ട് കിണറ്റിൽ വെള്ളിത്തലപ്പാളി കിലുക്കി തിരയടിച്ചുയർന്ന ജലത്തിന്റെ സ്ഫടിക പാളിയിലാണ് മുച്ചിലോട്ടമ്മ തെളിഞ്ഞത്. പ്രപഞ്ചത്തിലെ സകല ജീവജാലങ്ങളും അതേപോലെ ആഹരിക്കുന്ന ജീവജലം തന്നെയാണ് ദൈവം. ജലജന്യമായ ജീവന്റെ തത്ത്വം ജീവിതത്തിന്റെ തത്ത്വം തെയ്യം അലിഞ്ഞ് ചേർന്ന വെള്ളത്തിലുണ്ട്. വെള്ളത്തിലലിഞ്ഞ മഞ്ഞൾക്കുറിയിൽ തെയ്യത്തിന്റെ എല്ലാ നിറവും മണവും ഉണ്ട്. കോലക്കാരന്റെ ശരീരത്തിലെ ഓരോ ജീവാണുവിലും ജലരൂപമാർന്ന ദൈവം സ്ഫുരി

ക്കുന്നു.

ക്രുദ്ധനായ ഒരു ചേകോന്റെ രൂപമാണ് കതിവന്നൂർ വീരന്റെ തോറ്റത്തിനെങ്കിൽ മുച്ചിലോട്ടമ്മയ്ക്ക കണ്ടത്തില് പണിക്ക് പോകുന്ന നാട്ടുപെണ്ണിന്റെ രൂപഘടനയാണ്. വാൽക്കണ്ണാടി കൈയിൽ പിടിച്ച് പതിഞ്ഞ താളത്തിലുള്ള കലാശവും പുള്ളിത്തുണികൊണ്ടുള്ള തലയിൽക്കെട്ടും ഇത് വ്യക്തമാക്കുന്നു. തോറ്റം പാട്ടിന്റെ ഘടന അതിസങ്കീർണ്ണമാണ്. മൂന്ന് മണിക്കൂറിലധികം സമയമെടുത്താണ് ഇത് പാടിത്തീർക്കുന്നത്. തോറ്റത്തിന് നില്ക്കുന്ന ഒഴിഞ്ഞ ശരീരത്തോടു കൂടിയ ഈ ഞാനും ഈ സ്ഥലവും ശൂന്യമാണെന്നും എനിക്കറിയാത്ത ഏതോ കാലത്തെ ഏതോ സ്ഥല സീമകൾക്കപ്പുറമുള്ള ചൈതന്യം ഞാൻ ചൊല്ലുന്ന തോറ്റം കേൾപ്പാൻ എഴുന്നള്ളി വരിക വേണം എന്ന് ചൊല്ലി വരവിളിച്ചു കൊണ്ടാണ് തോറ്റം പാട്ട് തുടങ്ങുന്നത്. തുടർന്നങ്ങോട്ട് സ്തുതികളാണ്. നീട്ടുകവി, താളവൃത്തം, സ്തുതി, സ്തോത്രം എന്നിങ്ങനെയാണിതിന്റെ ഘടന. കോടാപറമ്പത്തഞ്ചടി, കരിവെള്ളൂർ അയ്യടി, തിരൂർ അഞ്ചടി, സന്നിധാന അയ്യടി തുടങ്ങിയ വിവിധ അയ്യടികളാണ് പിന്നീട് ചോല്ലുന്നത്. പൊലിച്ചുപാട്ടുപാടിയാണ് തോറ്റക്കാരനെ ഉറയിക്കുന്നത്. പെരിഞ്ചല്ലൂരിൽനിന്നും തെയ്യത്തെ, പാടിപ്പാടി തോറ്റക്കാരന്റെ ശരീരത്തിൽ കൊണ്ടുക്കൂട്ടി തോറ്റം ഉറയുന്നതോടെ പൊലിച്ചു പാട്ടവസാനിക്കുന്നു.

തോറ്റം പാട്ടുകൾ തെയ്യത്തിന്റെ ലഭ്യമായ ചരിത്രത്തിന്റെ ഭാഗം കൂടിയാണ്. പല കൂട്ടിച്ചേർക്കലുകളും ആഖ്യാനങ്ങളും ഇതിന് പിന്നീട് വന്ന് ചേർന്നിട്ടുണ്ട്. തെയ്യത്തിന്റെ സ്വത്വത്തിന് വലിയ പരിക്കുകളൊന്നും ഏല്പിക്കാതെ ഒരു ദ്രാവിഡ ഗോത്രത്തെ തോറ്റം പാട്ട് കെട്ടിയുണ്ടാക്കുന്നുണ്ട്. ചോര കിനിയുന്ന കാട്ടുവഴികളും നീർച്ചോലകളും മലമ്പാതകളും ഈ ആദിമ ശരീരത്തിലെ നാഡീഞരമ്പുകളാണ്. തോറ്റമെന്നാൽ തോറ്റവരുടെ ആത്മഭാഷണങ്ങളാണ്. തോല്പിക്കപ്പെട്ടില്ലാതാക്കിയവരെ ജീവിപ്പിക്കുന്ന മൃതസഞ്ജീവനിയുടെ മുമ്മൊഴികൾ സൂക്ഷിച്ച മന്ത്രച്ചെപ്പുകളാണ്. ഭൂതമുറങ്ങുന്ന ഭൂതക്കോലമുറങ്ങുന്ന സ്മൃതിസഞ്ജയങ്ങളുടെ നിധികുംഭങ്ങൾ കൂടിയാണ്.

ദൈവം – മനുഷ്യന്റെ കണ്ണാടി

മുച്ചിലോട്ട് ഭഗവതി തെയ്യം ആദ്യമായി കെട്ടിയ പെർണ്ണാൻ അന്ധനായിരുന്നുവത്രെ. മണക്കാടൻ ഗുരുപരമ്പരയിലെ കണ്ണുകാണാത്ത കുരിക്കളച്ചൻ. കണ്ണുകാണാത്ത ഒരാൾ ശബ്ദം കേട്ട് ചലിക്കുന്നതു പോലെയാണ് കൂടിയാട്ടത്തിൽ കൂടെയാടുന്ന കോമരങ്ങളുടെ അരമണിക്കിലുക്കവും ചിലമ്പനക്കവും കേട്ട് അതിനനുസരിച്ചാണ് തോറ്റം ആടുന്നത്. തോറ്റക്കാരന്റെ കൈകൾ അപ്പുറവും ഇപ്പുറവുംനിന്ന് സഹായികൾ താങ്ങീട്ടുണ്ടാകും. പിറകിലേക്ക് പിറകിലേക്കാണ് തോറ്റത്തിന്റെ കലാശങ്ങൾ. മുന്നോട്ട് മുന്നോട്ട് അല്ല. തോറ്റം അനുഷ്ഠാനത്തിന്റെ അവസാന ഘട്ടം അഞ്ച് തോറ്റങ്ങളുണ്ട്. പെരുങ്കളിയാട്ടത്തിന്റെ സമാപന ദിവസം

പുലർച്ച മൂന്ന് മണിക്ക് ശേഷമാണ് ഗണപതിത്തോറ്റമിറങ്ങുന്നത്. ഈ തോറ്റസമയത്ത് ആദ്യമായി തെയ്യം കെട്ടിയ പെരുവണ്ണാന്റെ കാഴ്ച തെളിഞ്ഞു എന്നാണ് വിശ്വാസം. ഗണപതിത്തോറ്റം കൈ താങ്ങാതെ ഒറ്റയ്ക്ക് തന്നെയാണ് ആടുന്നത്. ഓരോ തോറ്റത്തിലൂടേയും കോലക്കാരൻ തെയ്യത്തിലേക്കുള്ള ദൂരം മായ്ച്ചു കൊണ്ടിരിക്കുന്നു. ദൈവത്തിലേക്ക് കൂടുതൽ അടുക്കുന്നു. അതുവരെ പള്ളിയറയ്ക്ക് പുറത്ത് വ്രതമിരിക്കുന്ന കോലധാരി അകത്ത് പ്രത്യേക വിധി പ്രകാരം കെട്ടിയുണ്ടാക്കുന്ന മണിക്കുച്ചിലിലേക്ക് താമസം മാറുന്നു. ഉപാസനയുടെ അവസാന ഘട്ടമാണിത്. നാളെയാണ് തെയ്യം.

തെയ്യം കെട്ടിലെ ഏറ്റവും പ്രധാനപ്പെട്ടതും അവസാനത്തേതുമായ തോറ്റമാണ് കൊടീലത്തോറ്റം. കൊടിയലത്തോറ്റത്തോടെ തെയ്യക്കാരന്റെ ആന്തരികവും ബാഹ്യവുമായ പരിണതി പൂർണ്ണതയിലെത്തുന്നു. അമേയമായ ചൈതന്യത്തിൽ കോലക്കാരന്റെ ശരീരം ശുദ്ധീകരിക്കപ്പെടുന്നു. ആകെ ഒൻപത് തോറ്റങ്ങളാണ്. ഓരോ തോറ്റത്തെയും ആവാഹിച്ച ഒൻപത് കൊടിയിലയിൽ തിരിയിട്ട് അതിൽ അഗ്നി പകർന്ന് അന്തിത്തിരിയൻ പള്ളിയറയിലെ ചൈതന്യത്തെ പൂർണ്ണമായും തെയ്യക്കാരന് കൈമാറുന്നു. ഊർജ്ജ നഷ്ടത്തിൽ അന്തിത്തിരിയൻ ബോധരഹിതനായി നിലം പതിക്കും. ഇതൊന്നും എഴുതിയോ പറഞ്ഞോ ഫലിപ്പിക്കാൻ പറ്റുന്ന സംഗതികളല്ല. കത്തിച്ച കൊടിയിലയോടെ മണിക്കുച്ചിലിലെത്തി കുത്തുവിളക്കിൽ ദീപം പകർന്ന്, അതിന്റെ ചുവട്ടിൽ കിടന്നാണ് മുഖത്തെഴുത്താരംഭിക്കുന്നത്. അപ്പോൾ ദൈവം മെടഞ്ഞ ഓലയിൽ മോത്തെഴുതാൻ കിടന്ന തെയ്യക്കാരന്റെ സമീപസ്ഥമായി നിലകൊള്ളുന്നു.

വാൽക്കണ്ണാടി തെയ്യം അനുഷ്ഠാനത്തിലെ അവിഭാജ്യ ഘടകമാണ്. വാൽക്കണ്ണാടിയിൽ ഒരു പ്രപഞ്ചം ഒരു ജീവിതം പ്രതിഫലിക്കുന്നു. ചൈത

ന്യമുറയുന്ന ഈ വാൽക്കണ്ണാടി തെയ്യക്കാരൻ അനുഷ്ഠാനത്തിലുടനീളം കൂടെക്കൊണ്ട് നടക്കും. വരച്ച്വെച്ച് വയറ് കാഞ്ഞ് കഠിനതപത്തിനൊടുവിൽ തെയ്യക്കാരന്റെ ശരീരം കല്മഷങ്ങളകന്ന് കണ്ണാടി സമാനമാകുന്നു. ദൈവം അതിൽ പ്രതിഫലിക്കുന്നു. മുഖദർശനത്തിനായി മുച്ചിലോട്ടമ്മ കൈയിൽ കൊണ്ട് നടക്കുന്ന വാൽക്കണ്ണാടി തന്നെയാണ് കൊലക്കാരന്റെ ഈ കറുത്ത ശരീരം. ചെങ്കനൽ പ്രഭ തിരളുന്ന ചൈതന്യത്തെ ദൈവം സ്വയം ദർശിക്കുന്നത് കലർപ്പില്ലാത്ത തെയ്യക്കാരന്റെ ശരീരമുകുരത്തിലാണ്.

തെക്കുംകര ബാബുകർണ്ണമൂർത്തി തന്നെയാണ്, കഠിനവ്രതത്തിന്റെ ചൂടിലും തണുപ്പിലും പരിപക്വമായ ഈ ശരീരം തന്നെയാണ് മനുഷ്യനിൽനിന്നും ദൈവത്തിലേക്കുള്ള ദൂരം. പെരുങ്കളിയാട്ട സമാപന ദിവസം ഉച്ചയ്ക്ക് രണ്ട് മണിക്ക് ശേഷമാണ് തിരുമുടി നിവരുന്നത്. പിറ്റേന്നാൾ പുലർച്ച മാത്രമേ തിരുമുടി താഴ്ത്തൂ. കൊടിലത്തോറ്റം കഴിഞ്ഞ് രാവിലെ ആറുമണിക്ക് തുടങ്ങുന്ന മുഖത്തെഴുത്ത് ഉച്ചയോടെ മാത്രമേ അവസാനിക്കൂ. ഇരു കവിൾത്തടങ്ങളിലും കൊക്കുരുമ്മി നില്ക്കുന്ന ഇണപ്രാവുകളെ ചിത്രണം ചെയ്തിട്ടുള്ള പ്രാക്കെഴുത്താണ് എഴുതുന്നത്. അതിസങ്കീർണ്ണമായ സൂക്ഷ്മമായ വരകളോട് കൂടിയ എഴുത്ത് രീതിയാണിത്. കാക്കരു പൂർത്തിയാക്കി മന്ദമായ കലാശത്തോടെ കൈലാസക്കല്ലിൽ വന്നിട്ടാണ് ബാക്കി ചമയങ്ങളും തിരുമുടിയുമണിയുന്നത്.

തെയ്യങ്ങളിൽ വച്ചേറ്റവും സൗന്ദര്യമുള്ള തോജോരൂപമാണ് മുച്ചിലോട്ടമ്മയുടേത്. ചുകപ്പിന്റേയും വെള്ളിയുടേയും സമഞ്ജസമായ ലയത്തിൽ ആരും മതി മറന്നു പോകും. മുച്ചിലോട്ടമ്മയ്ക്ക് ആറ്റവും തോറ്റവും ചമച്ച പെർണ്ണാൻ ആരായിരുന്നാലും തെയ്യത്തിന്റെ നിർമ്മിതി ഏത് അവതരണ കലയേയും വിസ്മയിപ്പിക്കുന്ന എക്കാലത്തേയും അത്ഭുതമാണ്. പ്രപഞ്ചത്തിന്റെ ഒരു ഖണ്ഡം പൊട്ടിയടർന്ന് മണ്ണിൽ പതിച്ചപോലെയാണ് ആദി കാരണവന്മാർ തെയ്യത്തെ ഉയിരൂതി ഉയിർപ്പിച്ചത്. മാന്ത്രിക താന്ത്രീകാചാര്യനായ മണക്കാടൻ കുരിക്കൾ മഴവില്ലൊളിവാർന്ന തിരുമുടി ദയരമംഗലത്തെ അനന്താകാശത്ത് നിന്നെടുത്തു. കവ്വായിക്കായലും കടലും മുറിച്ചെടുത്താണ് കുരിക്കളച്ചൻ മുച്ചിലോട്ടമ്മയുടെ ഉടയാട തുന്നിച്ചേർത്തത്. ദയരമംഗലം കണ്ടത്തിലെ ചളിയും ചേറും മനുഷ്യാദ്ധ്വാനവും കൂട്ടിക്കുഴച്ചാണ് ശരീരം മെനഞ്ഞത്. ഇരുണ്ട വർത്തമാനത്തിൽനിന്നും നാളെയെ പ്രകാശപൂരിതമാക്കാൻ അർക്ക ചന്ദ്രന്മാരെ ദീപിതക്കോലുകളായി തെയ്യത്തിന്റെ കൈയിൽ വെച്ചു കൊടുത്തു. അതെ ഭുവനിമാതാവ് തന്നെയാണ് മുന്നിൽ നില്ക്കുന്നത്.

കുംഭം മീനം മാസത്തിലെ തിളച്ചുമറിയുന്ന ഉഷ്ണച്ചൂളയിലാണ് തെയ്യം ഉറയുന്നത്. കോലക്കാരന്റെ ഉപാസനയുടെ മനോബലത്തിന്റെ തണലിൽ ഒരു മനുഷ്യശരീരം നിന്നു കത്തുന്നുണ്ട്. നമ്മുടെ ചിന്തയും യുക്തിയും തരുന്ന ഉത്തരത്തിന്റെ പരിമിതികൾക്ക് പുറത്താണ് ഒരു കനലാടി ശരീരം പാകപ്പെടുന്ന രസതന്ത്രം. പെരുങ്കളിയാട്ടത്തിന്റെ അവസാന

രണ്ട് ദിവസം കോലക്കാരന് യാതൊരു വിശ്രമവുമില്ല. ഒന്നിന് പിറകേ ഒന്നായി അഞ്ച് തോറ്റങ്ങൾ ഒരൊറ്റദിവസം ഒരൊറ്റ ശരീരം കൊണ്ടാടി ത്തീർക്കണം. അവസാനദിവസം ശരീരമാസകലം കെട്ടി മുറുക്കി ഒരു ശരീരം ഉച്ചവെയിലിൽ കത്തുന്നുണ്ട്. പക്ഷേ, ആ അത്യുഷ്ണത്തേയും താല്ക്കാലികമായി അതിജീവിക്കുന്ന ഉൾത്താപം കോലക്കാരൻ ഉപാ സനയിലൂടെ ആർജ്ജിക്കുന്നു. ചിലമ്പിട്ട കാൽവിരലുകൾ മുതൽ തല മൂർത്തി വരെ പലവിധത്തിലും തരത്തിലും പെട്ട കെട്ടി മുറുക്കലുകൾ ആണ്. തലയും കഴുത്തും അരയും പ്രത്യേക അനുപാതത്തിൽ തുലനം ചെയ്ത് വേണം ഒരുദിവസം മുഴുവൻ തെയ്യമായി നില്ക്കാൻ. അത്രയും ആകാരപ്പൊരുത്തമുള്ള തെയ്യമാണിത്. ഓരോ ചമയവും ശരീരത്തിൽ ഒട്ടിച്ചു വെച്ചതു പോലെ പൂർണ്ണതയിൽ നില്ക്കുന്നത് ഈ കെട്ടി മുറുക്ക ലിലൂടെയാണ്. കോലക്കാരന്റെ രക്തചംക്രമണ വ്യവസ്ഥയെ ഇത് താറു മാറാക്കുന്നു. വേവിച്ചെടുക്കുന്ന ഉഷ്ണച്ചൂടുപോലെ കഠിനമാണ് പെരു ങ്കളിയാട്ടത്തിലെ ജനത്തിരക്ക്. തെയ്യം അനുഷ്ഠാനത്തിലെ ഏറ്റവും ബുദ്ധി മുട്ട്, ഒരു ഘട്ടംവരെ തെയ്യത്തിന് ശരിയായി കണ്ണ് കാണില്ലെന്നുള്ളതാണ്. തിരുമുടി വെച്ച് പൊയ്ക്കണ്ണ് അണയ്ക്കുന്നതോടെ ഒരു സൂചിക്കുഴയി ലൂടെയുള്ള അവ്യക്തമായ കാഴ്ച മാത്രമേ കാണാൻ സാധിക്കൂ. പൊയ് ക്കണ്ണ് തെയ്യത്തിന്റെ ഏറ്റവും വിശിഷ്ടമായ ചമയമാണ്. അതിസൂക്ഷ്മ മായ ദ്വാരങ്ങളുള്ള വെള്ളിക്കണ്ണുകളാണിത്. കുനിയുമ്പോഴും തെയ്യക്കാ രൻ വിയർക്കുമ്പോഴും കനത്ത ഇരുളിൽ ദൈവം ബുദ്ധിമുട്ടും. കോല ക്കാരന്റെ ശരീരം പോലെ അരങ്ങിൽ ഇത്രയധികം പരീക്ഷിക്കപ്പെടുന്ന മറ്റൊരു ശരീരമില്ല.

പതിനായിരക്കണക്കിനാളുകൾ തെയ്യത്തെ ഒരു നോക്ക് കാണാൻ വരും. ഏകദേശം നാല് മണിക്ക് തെയ്യം സംസാരിക്കാൻ തുടങ്ങിയാൽ പുലർച്ചെ രണ്ട് മണിവരെ യാതൊരു തരത്തിലുള്ള വിശ്രമവുമില്ലാതെ തെയ്യം ജനങ്ങളോട് സംസാരിക്കണം. ഒരു മനുഷ്യന്റെ ശരീരത്തിൽ അതിന് മാത്രം ഉമിനീര് എവിടെനിന്ന് വരുന്നു. തെയ്യം ദൈവമായതി നാൽ ക്ഷീണിക്കുകയോ തളരുകയോ ചെയ്യാൻ പാടില്ല. തെയ്യം കാണാ നെത്തുന്ന ഓരോ ഗ്രാമീണനും നല്കുന്ന ചെക്കിപ്പൂവിലും മഞ്ഞൾക്കു റിയിലും ഒരു നാട്ടു പെണ്ണിന്റെ ജീവിത സഹനത്തിന്റെ പാഠങ്ങൾ തെയ്യം രേഖപ്പെടുത്തിക്കൊടുക്കുന്നുണ്ട്. തെയ്യത്തിന്റെ അനുഗ്രഹത്തിനായി വരി നില്ക്കുന്ന ആയിരക്കണക്കിന് സ്ത്രീകളിൽ എത്ര പേർക്കറിയാം തങ്ങളെ പോലെ പാടത്തും പറമ്പത്തും സഹനത്തിന്റെ കടൽ താണ്ടിയെത്തിയ ഒരു സ്ത്രീജീവിതം തന്നെയാണ് തങ്ങളോട് ഉരിയാടുന്നതെന്ന്.

ദീനം സങ്കടം മഹാവ്യാധിയിലിട്ട് കളയാതെ തക്കവണ്ണം ഭാഗ്യത്തിന്റെ പെരുവഴിയേ പൊലിയിച്ച് പരിപാലനം ചെയ്യുന്ന തെയ്യത്തിന്റെ വിടവാ ങ്ങൽ അത്രമേൽ ഹൃദയഭേദകമാണ്. ന്ങ്ങളെ കണ്ട് എനക്ക് മതിവന്നു വെന്നും എന്നെക്കണ്ട് ന്ങ്ങക്ക് മതി വന്നുവെന്നും രണ്ടവസ്ഥയില്ലല്ലോ അല്ലേ. വാരാർ നദിയിലെ നീർ വറ്റിയെന്നും നാം തമ്മിലുള്ള ബന്ധം

വേർപെട്ടുവെന്നും രണ്ടവസ്ഥയില്ലല്ലോ അല്ലേ. ദാരുമൂലത്തെ ഭേദിപ്പാൻ പ്രാപ്തമായിരിക്കുന്ന മുഖായുധത്തോടു കൂടിയ ഭൃംഗം മധു പ്രീതി ഹേതുവായി ചെന്താമരപ്പൂവിനകത്ത് സുഖവാസം ചെയ്യും. അപ്രകാരം എന്റെ കരാള രൂപത്തെ അടക്കി ശാന്ത സ്വരൂപിണിയായി എന്റെ ഒൻപതില്ലമാകുന്ന വാരിജത്തിനകത്തെ (വാണിയ സമുദായമാകുന്ന) ഭക്തിയാകുന്ന മധു പ്രീതി കൊണ്ട് ന്ങ്ങളെ വിട്ട് പിരിഞ്ഞ് ഞാൻ കൈയെടുക്കൂല. ന്ങ്ങളെ ഉള്ളിൽത്തന്നെ ഞാന്ണ്ട്. സ്കൂളിൽ പഠിക്കാത്ത തെയ്യത്തിന്റെ ഉപമയിൽ കവിത മാത്രമല്ല വിരഹവും സങ്കടവും സഹനവും സ്നേഹവുമുണ്ട്.

ബേനിച്ചൊങ്കൻ

മുടിയഴിച്ച് മോത്തെ ചോപ്പ് മായ്ക്കുന്ന കർണ്ണമൂർത്തിക്ക് തെയ്യം കലാകാരൻ എന്നൊഴിച്ച് പല പേരുകളുണ്ട്. തെയ്യക്കാരൻ, കോലക്കാരൻ, കൊലധാരി, കനലാടി, ബേനിച്ചൊങ്കൻ. ഇതിൽ ഏറ്റവും മനോഹരമായ പേരാണ് ബേനിച്ചൊങ്കൻ. മോത്തെ മനേല മായ്ച്ച് വിസ്മൃതിയുടെ ഇരുളിൽ സ്വയം പൊലിഞ്ഞ മലയാള പദം. പുലയർ വണ്ണാന്മാരായ തെയ്യക്കാരെ വിളിക്കുന്ന പേരാണിത്. ബേനിച്ചൊങ്കൻ വേനൽക്കാലത്ത് മാത്രം ചോക്കുന്നവൻ. ചൊങ്കനാകുന്നവൻ. വർഷത്തിലെ മഴയിൽ നിറങ്ങൾ ഒലിച്ചുപോവുകയും വേനൽച്ചൂടിൽ ചോപ്പ് പൂക്കുന്ന മരമാവുകയും ചെയ്യുന്ന തെയ്യത്തിന്റെ യഥാർത്ഥജീവിതം ആ പേരിലുണ്ട്. ബാബു എന്ന ചെറുപ്പക്കാരൻ തെക്കുംകര കർണ്ണമൂർത്തിയെന്ന അതിവിശിഷ്ടമായ ആചാരംജീവിതം നയിക്കാൻ തുടങ്ങീട്ട് പന്ത്രണ്ട് വർഷങ്ങൾ കഴിഞ്ഞു. ഇപ്പോൾ മുപ്പത്തിയെട്ട് വയസ്സായി. തന്റെ പൂർവ്വസൂരികളുടെ ദുരിത യാനങ്ങളെക്കുറിച്ച് ഇന്നത്തെ തലമുറയിലെ കർണ്ണമൂർത്തി ബോധവാനാണ്. ഒരു മനുഷ്യ ശരീരത്തിന് താങ്ങാൻ കഴിയുന്നതിലും അപ്പുറം നൂറിരട്ടി കാര്യങ്ങളാണ് ഈ ചെറുപ്രായത്തിൽ സ്വന്തം ശരീരം കൊണ്ട് ചെയ്ത് തീർക്കുന്നത്. കാലിക്കടവ് കരക്കക്കാവിൽ തെയ്യമായിത്തന്നെ മരണപ്പെട്ട ഒരു പൂർവ്വികാചാര്യൻ ഇവർക്കുണ്ട്. അമ്മാമൻ കണ്ണൻകർണ്ണമൂർത്തി അൻപത്തിയഞ്ചാമത്തെ വയസ്സിൽ രോഗം മൂർച്ഛിച്ച് മരിച്ചു. ഇനി എത്ര കാലം തന്റെ ശരീരം തെയ്യത്തിന് വേണ്ടി നിലനില്ക്കുമെന്ന് വലിയ നിശ്ചയമൊന്നുമില്ല. ഈ ശരീരം ഒളോറക്കടവിനും ഉദയം കുന്നിനുമിടയിലെ തെയ്യത്തിന്റെ സാംസ്കാരിക സത്തയുടെ ആകത്തുകയാണ്. ഉരുകിത്തിളയ്ക്കുന്ന വേനൽച്ചൂടിൽ അടിമുടി കെട്ടിമുറുക്കപ്പെട്ട്, വിശ്രമമില്ലാത്ത, ഉറങ്ങാത്ത ഈ ശരീരത്തെ അകാലത്തിൽ നിലം പതിപ്പിക്കാതെ, നിധി പോലെ പരിപാലിക്കേണ്ടുന്ന ഉത്തരവാദിത്വം ആർക്കാണ്. പൂർവ്വികാചാര്യന്മാർ നേരിട്ട തീക്കളികളിൽ നിന്നും ബാബു കർണ്ണമൂർത്തിക്കും വിട്ടു നില്ക്കാനാകില്ല. തെയ്യക്കാരന്റെ ശരീരത്തിന് മുന്നിൽ ജീവിതത്തിന്റെ കടൽ ആർത്തലയ്ക്കുന്നു. രോഗങ്ങളുടേയും ദുരിതങ്ങളുടേയും നൂറ്റെട്ടഴി

കൾ താണ്ടിവേണം ഈ മരക്കലം മുന്നോട്ട് പോകാൻ. ദുർവ്വിധികളുടെ ദുർദ്ദേവതകൾ അഴിച്ചു വിടുന്ന കൊട്ങ്കാറ്റിൽ ഈ മരക്കലദേഹം തകർന്ന് പോയേക്കാം.

മുച്ചിലോട്ടമ്മയുടെ തിരുമുടിയഴിക്കുമ്പോൾ മുടിയിലെ ചെക്കിപ്പൂമാല മത്സരിച്ച് പറിച്ചെടുക്കുന്ന രംഗം പല പെരുങ്കളിയാട്ടങ്ങളിലേയും കാണാൻ തീരെ സുഖമില്ലാത്ത കാഴ്ചയാണ്. ഈ മത്സരപ്പറിക്കലിൽ കോലക്കാരന്റെ കഴുത്തിന് അപകടം പറ്റിയ സംഭവങ്ങൾവരെയുണ്ടാകുന്നുണ്ട്. കാണാൻ വരുന്നവർക്ക് ഇന്നത്തെ ആഘോഷത്തിനപ്പുറം തെയ്യമൊന്നുമില്ല. മാലപൊട്ടിക്കലിന് ഭക്തി മാർഗ്ഗം വിട്ട് അക്രമ സ്വഭാവം കൈവരുമ്പോൾ തെയ്യക്കാരന് നാളേയും ഉപയോഗിക്കേണ്ട അവരുടെ അന്നമായ തിരുമുടിയും കൂടി ഛിന്നഭിന്നമാകുന്നുണ്ട്. പെരുങ്കളിയാട്ടം കണ്ട് മടങ്ങുന്ന ഓരോ ഗ്രാമീണനനും അനുഗ്രഹവും ആശിസ്സും സമൃദ്ധിയുമായി അവരവരുടെ സുഖാലസ്യങ്ങളിൽ മുഴുകുന്നു. പക്ഷേ, കോലക്കാരന് കൊണ്ടുപോകാനൊന്നുമില്ല. നിങ്ങളെല്ലാവരും കൈയൊഴിയുന്ന ദുഃഖവും ദുരിതവും കഷ്ടതകളും കർണ്ണമൂർത്തി കൊണ്ടു പോകുകയാണ്. പക്ഷേ, നിങ്ങൾ പറയും പെരുങ്കളിയാട്ടം കഴിഞ്ഞ് തെയ്യക്കാരൻ പണം ചാക്കിൽ കെട്ടിക്കൊണ്ട് പോകുകയാണെന്ന്. അതെ ചാക്കിൽ കെട്ടിയാലും ബാക്കിയാണ് ശരീരമേറ്റെടുക്കുന്ന ദുരിതങ്ങൾ. രണ്ട് രണ്ടര ലക്ഷം രൂപയൊക്കെ വലിയ പെരുങ്കളിയാട്ടത്തിൽ കോലക്കാരന് തൊഴുത് വരവായി കിട്ടിയേക്കും. പത്തിരുപത്തഞ്ചാളുകൾ രാപ്പകൽ ഉണ്ണാതെ ഉറങ്ങാതെ എല്ല് വെള്ളമാക്കിയതിന്റെ കൂലി. തെയ്യത്തിന്റെ അവസാന രണ്ട് ദിവസത്തെ ചോരയുടെ വില. അണിയലം പുതുക്കലും നിർമ്മാണവും കഴിച്ച് കൂടെയുള്ളവരുടെ ഇത്രയും ദിവസത്തെ ഇരുപത്തിനാല് മണിക്കൂർ ജോലിയുടെ കൂലിയും കഴിച്ച് തെയ്യക്കാരന് ബാക്കിയാകുന്നത് തുച്ഛമായ തുകയാണ്. പെരുങ്കളിയാട്ടത്തിലെ സ്റ്റേജ്ഷോയ്ക്കെത്തുന്ന ഏതെങ്കിലും താരം രണ്ട് മണിക്കൂർ പ്രോഗ്രാമിന്റെ പ്രതിഫലമായ നാലോ അഞ്ചോ ലക്ഷം രൂപ കൊണ്ടുപോകുമ്പോഴാണ് തെയ്യക്കാരൻ ചാക്കിൽ കെട്ടിയ നിധിയുമായി വീട്ടിലേക്ക് പോകുന്നത്. തുറന്ന് പറയുമ്പോൾ ദേഷ്യം വന്നിട്ട് കാര്യമൊന്നുമില്ല. ഇതാണ് യാഥാർത്ഥ്യം. പണവും പ്രശസ്തിയും തേടി മറ്റു കനലാടിമാർ കുറിത്തട്ടുമായി വിമാനമേറുമ്പോൾ കർണ്ണമൂർത്തിയെപ്പോലുള്ള കോലധാരികൾ കോടികൾ വില പറഞ്ഞാലും വിപണിക്ക് വേണ്ടി ചിരട്ടയിൽ ചായില്യം ചാലിക്കാൻ തയ്യാറല്ല. പണത്തിനും പ്രശസ്തിക്കും പദവികൾക്കുമപ്പുറം പലതുമുണ്ടെന്ന പാഠമാണ് ഈ മഹാന്മാരായ മനുഷ്യരുടെ വിട്ടുവീഴ്ചകളില്ലാത്ത അനുഷ്ഠാന ജീവിതം. കണ്ണഞ്ചിപ്പിക്കുന്ന ചമയങ്ങൾ നിറഞ്ഞ പേളികയിൽ നാളെ അണിയേണ്ടുന്ന ദുരന്തങ്ങളുടെ നിറംകെട്ട അണിയലങ്ങളും ചുമന്നാണ് ഓരോ തെയ്യക്കാരനും വീട്ടിലേക്ക് പോകുന്നത്.

നിങ്ങളുടെ സുഖ യാത്രയ്ക്കിടയിൽ കുപ്പായമിട്ട തെയ്യമായി അവർ നിങ്ങളോടൊപ്പമുണ്ട്. തിരക്ക് പിടിച്ച നഗരങ്ങളിൽ, മദ്യം മണക്കുന്ന

തെരുവുകളുടെ ആളൊഴിഞ്ഞ മൂലകളിൽ, തൊഴിൽ കേന്ദ്രങ്ങളിൽ, വില്പനശാലകളിൽ, ആതുരാലയങ്ങളിൽ, നൈരാശ്യത്തിന്റെ ഇരുൾവീണ ഇടവഴികളിൽ, ജീവിതം വിലപേശുന്ന എല്ലായിടത്തും നിങ്ങളുടെ ദീനവും സങ്കടവും മഹാവ്യാധിയും പകുത്ത്കെട്ടിയ തെയ്യക്കാരനുണ്ട്. തുലാപ്പത്തു മുതൽ ഇടവപ്പാതി വരെ ദൈവം തുന്നിയ കുപ്പായമിടുന്ന കർണ്ണമൂർത്തി തയ്യൽക്കാരൻ തയ്ച്ചു കൊടുക്കുന്ന കുപ്പായമിടാറില്ല. കുപ്പായമിട്ട തെയ്യത്തെ തിരിച്ചറിയാനുള്ള കണ്ണും പൊയ്ക്കണ്ണുമൊന്നും നമുക്ക് ആരും വരമരുളിയില്ലല്ലോ. നല്ലത് തന്നെ. പെട്ടെന്ന് കീറിപ്പോകുന്ന കുപ്പായത്തിനുള്ളിൽ നാട്ടു ദൈവങ്ങൾ തിരയടിക്കുന്ന ഒരു സമുദ്രം ഇരമ്പിയാർക്കുന്നുണ്ട്. ആര്യക്കെട്ടിലും അനന്തക്കെട്ടിലും അറബിക്കെട്ടിലും ആടിയുലഞ്ഞ്, പൊൻപീഠത്തിൽ ആര്യപ്പൂമാലയും നാല്പത്തിയെട്ട് ചിത്രപീഠങ്ങളിൽ ദേവകന്യമാരും എഴുന്നള്ളി, നൂറ്റിയെട്ട് അഴികൾ താണ്ടിയെത്തിയ ആര്യ രാജന്റെ മരക്കലത്തെ താരാട്ടിയ ജലധി. ആ ശരീരത്തിൽ പുലിക്കണ്ടനും പുലിയൂര് കാളിയും ഐവര് പുലിക്കിടാങ്ങളും വിഹരിക്കുന്ന നിബിഡ കാന്താരങ്ങളുണ്ട്. ദയരമംഗലത്തിലെ ചേറിൽ വിയർത്ത പെണ്ണിന് മുടിയിൽ ചൂടാൻ മഴവില്ല് നല്കിയ അനന്ത വിഹായസ്സിനേയും ഈ കുപ്പായത്തിനുള്ളിൽ പൊത്തിക്കാത്ത് കർണ്ണമൂർത്തി കൂടെക്കൊണ്ടു നടക്കുന്നു.

അതെ. ഒരു തെയ്യക്കാരന്റെ ദ്രാവിഡ ശരീരം ഐന്തിണകളുടെ മഹാസംഘാതമാണ്. ഈ മണ്ണിലും വെള്ളത്തിലും മലയിലും കൊടുങ്കാട്ടിലുമാണ് എല്ലാ തെയ്യങ്ങളും പൊടിച്ച് പൊലിച്ചിട്ടുള്ളത്. മുല്ലൈ, നെയ്തൽ മരുതം, പാലൈ, കുറിഞ്ചി എന്നീ സഞ്ചരിച്ചു കൊണ്ടിരിക്കുന്ന അഞ്ച് ഭൂഖണ്ഡങ്ങളേയും പേറുന്ന ഉടൽ സമൃദ്ധി.

അറിവ്

ഐന്തിണകളിൽ പൊടിച്ച ദ്രാവിഡ സംസ്കൃതിയുടെ രൂപപ്പൊലിമയും ഭാവപ്പൊലിമയുമാർന്ന ചരിത്ര സാക്ഷ്യങ്ങളാണ് കളിയാട്ട മുറ്റത്താടിത്തിമിർക്കുന്ന തെയ്യങ്ങൾ. ആര്യവും ദ്രാവിഡവും ഇടകലർന്ന മുച്ചിലോട്ടമ്മയുടെ നാട്ടു ജീവിത വഴക്കങ്ങൾ ഇനിയും മുഖ്യധാരയിൽ ഘടനാപരമായി വിശകലനം ചെയ്യാതെ അനുഷ്ഠാനങ്ങളുടെ സാങ്കേതികത്വത്തിൽ ശക്തമായിത്തന്നെ നിലനില്ക്കുന്നുണ്ട്. രണ്ട് ജീവിതം മുച്ചിലോട്ടമ്മയുടെ പുരാവൃത്തത്തെക്കുറിച്ച് സംസാരിക്കുമ്പോൾ എല്ലാ കാലത്തും ആശയക്കുഴപ്പമുണ്ടാക്കുന്നുണ്ട്. ഈ തെയ്യത്തിനാധാരമായി പ്രബലമായ ഒരു നാട്ടു പുരാവൃത്തം നിലനില്ക്കുന്നുണ്ട്. വാമൊഴിവഴക്കങ്ങളിലൂടെ നൂറ്റാണ്ടുകൾ താണ്ടിയെത്തിയ ആ നാട്ടു പുരാവൃത്തത്തെ, തെയ്യത്തിന്റെ അനുഷ്ഠാനങ്ങളോ ലഭ്യമായ ചരിത്ര രേഖകളോ സാധൂകരിക്കുന്നില്ല.

അറിവാണ് ഈ നാട്ടു പുരാവൃത്തത്തിനാധാരം. പോയകാലത്തെ അറിവ് നിഷേധത്തിന്റെ, ജീവിത നിഷേധത്തിന്റെ, പെൺസഹനചരിത്ര

ത്തിന്റെ ആദിമ മാതൃകതന്നെയാണീ വാമൊഴിവഴക്കം. ജ്ഞാനിയായ, വിവേകിയായ മനുഷ്യൻ എക്കാലത്തും അപകടകാരിയാണല്ലോ. പക്ഷേ, അതൊരു പെണ്ണാകുമ്പോൾ അപകടം ഇരട്ടിയാകുന്നു.

ശ്രീനാരായണഗുരുവിന്റേയും അയ്യങ്കാളിയുടേയും നവോത്ഥാന മുന്നേറ്റ ശ്രമങ്ങൾ നടക്കുമ്പോൾ തന്നെയാണ് 1905 ൽ താത്രിയുടെ സ്മാർത്ത വിചാരം നടക്കുന്നത്. അതിന്റെ അലയൊലികൾ ഇനിയും അടങ്ങീട്ടില്ല. കല്പകശ്ശേരി അഷ്ടമൂർത്തി നമ്പൂതിരിയുടെ മകളും പണ്ഡിതയും വിദുഷിയുമായ താത്രി പെരിഞ്ചല്ലൂർ മനയിലെ ബ്രാഹ്മണ കന്യയെക്കുറിച്ച് കേട്ടിട്ടുണ്ടാകും. രതിയും കാമകേളികളും ബ്രാഹ്മണ കന്യയിൽ ആരോപിക്കുക മാത്രമാണ് ചെയ്തത്. കാമത്തിന്റെ പെരുങ്കളിയാട്ടങ്ങൾ കൊണ്ടാണ് പുരുഷ പൗരോഹിത്യം നിയന്ത്രിച്ചിരുന്ന സദാചാരത്തിന്റെ നെടുങ്കോട്ടകളെ താത്രി തകർത്തത്. മുച്ചിലോട്ടമ്മയുടെ വഴി വേറെയായിരുന്നു. പുരുഷന്മാർ മാന്യതയുടെ പൊയ്മുഖങ്ങളണിഞ്ഞ് സദാചാരത്തെ പേടിച്ച്, പൗരോഹിത്യത്തിന് കുട പിടിച്ച് കാമത്തെക്കുറിച്ച് സഭകളിൽ സംസാരിക്കാനറച്ചു. പക്ഷേ, മുച്ചിലോട്ടമ്മ അത് ലംഘിച്ചു.. അവർ കാമത്തെക്കുറിച്ച് പൊതുസഭയിൽ പുരുഷന്മാരോട് സംസാരിച്ചു.

കാമത്തിന്റെ മണിക്കുച്ചിലിൽ വ്രതമിരുന്ന് തെയ്യത്തിന്റെ കാരത്തോലിൽനിന്നും കാരമെടുത്ത് ചിറി ചോപ്പിച്ച്, മുച്ചിലോട്ടമ്മയുടെ പൊയ്ക്കണ്ണും മുള്ളെകിറുകളുമണിഞ്ഞ് നാടുവാഴുന്ന തമ്പുരാനടക്കം അറുപത്തിനാല് പുരുഷന്മാരെ സ്വന്തം ശരീരത്തിലെ ചൂടിലാവാഹിച്ച് ചാരിത്ര്യഭ്രംശത്തിന്റെ പെരുങ്കളിയാട്ടംതന്നെയാണ് താത്രി അന്തർജ്ജനം ആടിത്തിമിർത്തത്.

നാട്ടുപുരാവൃത്തത്തിലെ ബ്രാഹ്മണ കന്യയുടെ ജന്മനാട് പേരും പെരുമയുമാർന്ന പെരിഞ്ചല്ലൂരായിരുന്നു. ഇന്നത്തെ തളിപ്പറമ്പ്. പാണ്ഡിത്യവും പ്രാമാണിത്തവും കൊണ്ട് കൊല്ലിനും കൊലയ്ക്കും ബ്രാഹ്മണ്യം അധികാരം നേടിയ കാലം. ചെറുപ്രായത്തിൽത്തന്നെ വേദവേദാംഗങ്ങളിലും ശാസ്ത്രങ്ങളിലും അവൾ ആരേയും അതിശയിപ്പിക്കുന്ന അവഗാഹം നേടി. പെണ്ണിനെ അടിമയാക്കിവെച്ച അധികാര കേന്ദ്രത്തിന് ഈ നാട്ടുപെണ്ണ് തലവേദന സൃഷ്ടിച്ചു. പെണ്ണിന് അറിവ് ലഭിച്ചാൽ അത് തങ്ങളുടെ സ്വൈര വിഹാരത്തെ പ്രതികൂലമായി ബാധിക്കുമെന്ന് അവർ ഭയപ്പെട്ടു. അധികാരവും വൈദിക പൗരോഹിത്യവും കണ്ണികൾ ചേർത്ത് അവളെ കുരുക്കാനുള്ള വല വിരിച്ചു. പെരിഞ്ചല്ലൂരിലെ തർക്കസഭയിൽ പണ്ഡിത കേസരികൾ അണിനിരന്നു. തർക്കസഭ ഒരു തീക്കുഴിയായി പഴുത്ത് പുകഞ്ഞു. രണ്ടേ രണ്ട് ചോദ്യങ്ങളിൽ എല്ലാം അവസാനിച്ചു. മനുഷ്യ ജീവിതത്തിലെ ഏറ്റവും അനുഭൂതി പകരുന്ന രസമേത്. മനുഷ്യന് സഹിക്കാൻ കഴിയാത്ത ഏറ്റവും കടുത്ത നോവേത്. ഗന്ധർവ്വാനന്ദത്തിലൂടെയുള്ള കാമരസവും ഈറ്റുനോവും കന്യയുടെ കേവലം ഉത്തരങ്ങൾ മാത്രമായിരുന്നില്ല. കാമവും പിറവിയും ജീവിതത്തിന്റെ അടിസ്ഥാനമാ

ണല്ലോ. കന്യയുടെ ഉത്തരങ്ങളിൽ തർക്കസഭ ഇളകിമറിഞ്ഞു. ആക്രോശങ്ങളും അസഭ്യ വർഷങ്ങളും കാതുകളിൽ നിറഞ്ഞു. വെറുമൊരു കന്യകയ്ക്കിതിനുത്തരം പറയാനാകില്ല. ഇവൾ കന്യകയല്ല. കുലസ്ത്രീയല്ല. ഇവൾ പിഴച്ചവളാണ്.

കോലമുടിമന്നന്റെ കല്പന വന്നു. കാമരസത്തിൽ മതിമറന്ന ഇടപ്രഭുക്കന്മാരും പെരിഞ്ചല്ലൂർ ബ്രാഹ്മണ്യവും പെഴച്ച പെണ്ണിനെ പടിയടച്ച് പിണ്ഡം വെച്ച് ഭ്രഷ്ടയാക്കി നാടുകടത്തുന്നതിന് വേണ്ടി തീരുമാനിച്ചു. അതുവരെ പണ്ഡിത ശ്രേഷ്ഠയായിരുന്ന സ്ത്രീ ഒരു സാധനമായി. സാധനത്തെ സ്മാർത്തവിചാരം ചെയ്യുന്നതിനുള്ള അഞ്ചാംപുര പെരിഞ്ചല്ലൂരൊരുങ്ങി. തമ്പുരാന്റെ അനുയായി ആയി അകക്കോയ്മയും തയ്യാറായി. അടുക്കളദോഷം ബാധിച്ച കന്യയുടെ ഇരിക്കപ്പിണ്ഡമുരുട്ടി കാക്കകൾക്ക് നല്കി. പെണ്ണുടലിന്റെ സമൃദ്ധിക്ക് ചുറ്റും കഴുകൻമാർ വട്ടമിട്ടു പറന്നു. നിരാലംബയായ സ്ത്രീ യാത്ര തുടർന്നു. കോല സ്വരൂപത്തിന്റെ പടികൾ കടന്നു. കുപ്പം പൊഴയും, പെരുമ്പപ്പുഴയും ഒളോറപ്പുഴയും കടന്നു. വടക്കിന്റെ വീരഭൂമിയിലെത്തി. കാലിക്കടവും പുലിക്കാടും സംഗമിക്കുന്ന, പശുവും പുലിയും വാഴുന്ന തീക്കുഴിച്ചാലിലെത്തി. സഹനം അതിന്റെ എല്ലാ സീമയും ലംഘിച്ചിരിക്കുന്നു. സ്മാർത്ത വിചാരം കഴിഞ്ഞ സാധനത്തിന് ഭാവിയില്ല. ജീവിതമില്ല. വേദവേദാംഗങ്ങളിലെയും ശാസ്ത്രങ്ങളിലേയും അറിവുകൾ ഇവിടെ തുണയ്ക്കില്ല. മരണം ജീവിതത്തിന്റെ തുടർച്ച തന്നെയാണല്ലോ. പശുവിന്റേയും പുലിയുടേയും സൗഖ്യത്തിലെ ഈ വൈരുദ്ധ്യത്തിൽ തന്നെയാകട്ടെ തന്റെ മരണം. വിറക് കൊള്ളികൾ ശേഖരിച്ച് ചിതയൊരുക്കി. ദയരമംഗലത്തമ്മയെ മനമുരുകി വിളിച്ചു. ചിതയിൽ തീ പകരണം. കാത്തിരുന്നു..

ചക്കിൽ ആട്ടിയെടുത്ത എണ്ണനിറച്ച തുത്തികയും തലയിലേന്തി കരിവെള്ളൂർ മുച്ചിലോട്ടെ വാണിയൻ കച്ചവടത്തിനായി ആ വഴി വന്നു. അപരിചിതയായ, ദുഃഖിതയായ പെണ്ണിനെ കണ്ടു. കുറച്ചെണ്ണ പകരുന്നതിനായി വാണിയനോടഭ്യർത്ഥിച്ചു. തകർന്നവളെങ്കിലും ആത്മാഭിമാനമുള്ള പെണ്ണിന്റെ വാക്കിൽ സത്യം ജ്വലിച്ചു. ഈ എണ്ണയാണ് തന്റേയും കുടുംബത്തിന്റേയും ജീവിതം. ഭാര്യയുടേയും മക്കളുടേയും കണ്ണീർ വാണിയന്റെ ദാനശീലത്തിന് മുന്നിൽ വഴിമാറി. എണ്ണ മുഴുൻ അപരിചിതയായ പെണ്ണിന് നല്കി. കാരുണ്യത്തിന്റെ മനുഷ്യരൂപമായ അയാൾ നടന്നകന്നു. നിരാലംബയായ സ്ത്രീയുടെ കണ്ണീരിൽ വാണിയന്റെ കാല്പാടുകൾ കുതിർന്നു. മരണത്തിലൂടെയാണല്ലോ ജീവിതത്തിന്റെ അനുസ്യൂതി. തീക്കുഴിച്ചാലിലെ തീക്കുഴിയിൽ എണ്ണ പകർന്ന് ചിത ജ്വലിപ്പിച്ച് കന്യ ജീവത്യാഗം ചെയ്തു. ജീവിതത്തിന്റെ ഈ നൈരന്തര്യത്തെ പശുവും പുലിയും കൺപാർത്തിരുന്നു. കേണമംഗലം ചേരിക്കല്ലിലെ രജസ്വലകളായ വയലുകളും തണ്ണീർത്തടങ്ങളും വിശുദ്ധ വൃക്ഷങ്ങളും അവളെ സ്വീകരിക്കാനായി ഗർഭപാത്രം തുറന്നു.

ഒഴിഞ്ഞ എണ്ണപ്പാത്രവുമായി വാണിയൻ കരിവെള്ളൂരിലെ വീട്ടി

ലെത്തി. തുത്തിക ചക്കാലയിൽ വെച്ചു. പിറ്റേന്നാൾ ഉണർന്ന് നോക്കിയപ്പോൾ നിറഞ്ഞ് തുളുമ്പി മറിയുന്ന തുത്തിക കണ്ട് വാണിയൻ അത്ഭുതപ്പെട്ടു. വാണിയത്തി വെള്ളം കോരുന്നതിനായി കിണറ്റിലേക്ക് നോക്കിയപ്പോൾ നീർ വറ്റിത്തുടങ്ങിയ കിണറിൽ വെള്ളം തിരയടിച്ചുയരുന്നു. മുറ്റത്തെ കരിമ്പനപ്പച്ചയിൽ അഗ്നിനാളം. തീക്കുഴിച്ചാലിൽ വെന്തെരിഞ്ഞ പെണ്ണ്. കരിവെള്ളൂർ മുച്ചിലോട്ടെ കിണറിൽ നീരായും ഒഴിഞ്ഞ തുത്തികയിൽ എണ്ണയായും മരത്തിൽ ജീവനായും പ്രത്യക്ഷപ്പെട്ടു. ആത്മഹത്യ ചെയ്ത പെഴച്ചപെണ്ണ് മുച്ചിലോട്ട്പോതി തെയ്യമായി. അറിവിന്റെ ദൈവമായി.

അദ്ധ്യാനം

ആയിരമായിരം നാക്കുകളാൽ പരാഗസംക്രമണം ചെയ്യപ്പെടുന്ന നാട്ടു പുരാവൃത്തമാണ് ഇതുവരെ കേട്ടത്. ഇനി തെയ്യം സ്വയം പറയുന്നതു കേൾക്കാം. ശ്രീ മഹാദേവൻ പാൽക്കടലിൽ കുളി കഴിച്ചു. നീർ മന്ത്രം നിഴൽ മന്ത്രം ജപം കഴിച്ചു. ചാണ കഴുകി ചന്ദനമുരസി കുറി വലിച്ചു. ആനത്തോലും പുലിത്തോലും ആട ചാർത്തി. വെള്ളിച്ചൂരക്കോൽ പൊഞ്ചൂരക്കോൽ കൈയിൽ കൊണ്ടു. ആനനടനം, അന്നൽനടനം, മയിൽ നടനം, കുയിൽ നടനം നൃത്തമാടി. നടനമാടിനടനമാടി തിരുമേനി വിയർത്തൊഴുകി. വെള്ളി വട്ടകയിൽ വിയർപ്പ് തടകിയെടുത്തു. തെക്കഗ്നി കുണ്ഡം കനലെരിയുന്നത് കണ്ടു. വെള്ളി വട്ടക ഹോമകുണ്ഡത്തിൽ വലിച്ചെറിഞ്ഞു. വിയർപ്പിൽനിന്നും തീയിൽ ഒരു പെണ്ണുയിർത്തു. ഇടവി ലോകത്തെ ചെറുമാനുഷരുടെ മാറാവ്യാധി തടകിയൊഴിച്ച് ഗുണപ്പാട് വരുത്തേണമെന്റെ പൊൻമകളെന്ന അവസ്ഥ വിശേഷിച്ചു. ചുകപ്പിലിട്ട കൂറ വാങ്ങി ഉടുത്തൊരുങ്ങി. ഇടവി ലോകത്തെ മനുഷ്യരുടെ സങ്കടങ്ങളിലൂടെ ദേവകന്യ യാത്ര തുടർന്നു.

കരിവെള്ളൂരിലെ വിളഞ്ഞുകിടക്കുന്ന പെരുവയൽപ്പച്ചയിൽ പെണ്ണ് മോഹിതയായി. കണ്ടത്തിന്റെ കരയിൽ മുച്ചിലോടൻ പടനായരുടെ പടിയും പടിപ്പുരയും കണ്ടു. അക്കാണുന്ന പടിയും പടിപ്പുരയും ആർക്കുള്ളത് അവൾ ചോദിച്ചു. അതൊരു മുച്ചിലോടൻ പടനായർക്കുള്ളത്. അവനൊരു മുച്ചിലോടൻ പടനായരെങ്കിൽ ഞാനൊരു മുച്ചിലോട്ട് ദേവകന്യാവ്. പറയെപ്പറയെ പടി കയറി തണലിരുന്നു. പാരം പാരം ദാഹിച്ചപ്പോൾ മുച്ചിലോടൻ പടനായരുടെ കിണറ്റിലിറങ്ങി ജലസമാധിയായി ഒളിവളർന്നു. പടനായരായ വാണിയന് ഈ മറിമായം തിരിഞ്ഞില്ല. പിറ്റേന്നാൾ രാവിലെ പടനായരെ പടനായത്തി നീരെടുപ്പാനായി കിണറ്റിൻ കരമ്മലേ ചെന്നുനിന്നു. മണിക്കിണറ്റിൽ പണ്ടില്ലാത്തോരാരാരംഭം അതിവിശേഷം. മഞ്ഞക്കുസുമം മണക്ക്ന്ന് മണിക്കിണറ്റ്ന്ന്. അരമണിയുടേയും തൃക്കാൽച്ചിലമ്പിന്റേയും കൂറ്റ് കേക്ക്ന്ന്. പൊള്ളക്കണ്ണിന്റേയും മുള്ളെകിറിന്റേയും ഒളിവ് കാണ്ന്ന്. പേടിക്ക്ന്ന് ഭയപ്പെട്ന്ന് പടനായത്തി. കൊട്ട

ക്കോരിക വലിച്ച് ചാടി പടനായരുടെ അടുത്തേക്കോടി.

ഉറക്കമുണർന്ന പടനായർ മുറ്റത്തെ വെള്ളിയനെന്ന ഈഴോക്കരിമ്പന കനൽവാടിയും തിരുളുണങ്ങിയും കണ്ടു. കരിമ്പനണുറിച്ച് പന്ത്രണ്ടോളം പള്ളിവില്ല് പണി തീർത്തു. പന്ത്രണ്ടും മുച്ചിലോടൻ കോട്ടപ്പടിക്ക് സമർപ്പിച്ചു. പതിനൊന്നും കൊണ്ടുപോയി. പക്ഷേ, പന്ത്രണ്ടാമത്തെ പള്ളിവില്ല് ആളെടുത്തും ആന പിടിച്ചും ഇളക്കാനായില്ല. പാറ പോലെ ഉറച്ച പള്ളി വില്ലിൽ തെയ്യം കുടിയിരുന്നു. മുച്ചിലോടൻ പടനായരുടെ മണിക്കിണറ്റിലെ നീറ്റിലും പടിഞ്ഞാറ്റയിലെ ചുകപ്പിലിട്ട കൂറയിലെ ചോരച്ചുകപ്പിലും പള്ളിവാളിലെ മൂർച്ചയിലും മനസ്സ് വന്ന് ദൈവ സാന്നിദ്ധ്യമുറപ്പിച്ചു.

ജല സമാധിയുണർന്ന ദേവകന്യാവ് പിന്നെയും വടക്കോട്ട് സഞ്ചരിച്ചു. പുലിക്കോട് ദയരമംഗലത്തെ വിശുദ്ധ മണ്ണിലെത്തി. തളിപ്പറമ്പിൽ നിന്നുംവന്ന പെണ്ണിനെ ദയരമംഗലത്തമ്മയ്ക്ക് നന്നെ ബോധിച്ചു. ദയരമംഗലം, പുലിക്കോട് പ്രദേശത്തെ കാർഷിക സംസ്കൃതി പാടെ തകർന്ന് കിടക്കുന്ന സമയമായിരുന്നു അത്. മുച്ചിലോട്ടമ്മയുടെ കാര്യ പ്രാപ്തിയിൽ സംതൃപ്തി തോന്നിയ ദയരമംഗലത്തമ്മ ദയരമംഗലത്തെ കൃഷിയുടെ കാര്യസ്ഥപ്പണി മുച്ചിലോട്ടമ്മയെ ഏല്പിച്ചു. ദയരമംഗലത്ത അരിക്കും തിരിക്കും തിരുവാഴപഴുത്ത കുലയ്ക്കും മട്ടലായി ഊട്ടിനും ഏച്ചിക്കുളങ്ങര ദാന ധർമ്മത്തിനും തെക്ക് വടക്ക് വഴി പോരേണ്ടുന്ന പാണ്ടി പരദേശികളെ ഊട്ടി ഉറക്കിപ്പോരേണ്ടതിനും കുറച്ചൽ കൂടാതെ കണ്ട് കാത്ത് രക്ഷിച്ചു. ദയരമംഗലത്തെ പെട്ടിയും താക്കോലും പ്രമാണവും സമ്മതിച്ചു മുച്ചിലോട്ടമ്മയുടെ നേതൃത്വത്തിൽ പുലിക്കേട് ഭൂപ്രദേശത്തെ കഠിനാദ്ധ്വാനത്തിലൂടെ സമ്പൽ സമൃദ്ധമാക്കി. പൊനംകൃഷിയുടെ ജൈവ വൈവിദ്ധ്യത്തിൽ ദയരമംഗലം ദേശത്തിന്റെ കൃഷിപ്പെരുമയും പുലപ്പെരുമയും നാടാകെപ്പടർന്നു. വിളവെടുക്കുന്നതിനായി നൂറ്റിത്തൊണ്ണൂറ് കുടുംബങ്ങളെ കൊണ്ടുവന്ന് പാർപ്പിച്ചു. മണ്ണിൽ, മഴയിൽ, വെയിലിൽ, ഒരു നാടും ജനതയും അദ്ധ്വാനത്തിന്റെ മഹത്ത്വം ഉദ്ഘോഷിച്ചു.

കല്യാണ പ്രായമായ ഓമന സന്തതിയെ കെട്ടുകല്യാണവും കുറിച്ച് കരിവെള്ളൂരിലേക്കയച്ചു എന്നാണ് തെയ്യത്തിന്റെ മൊഴി. ആദി കരിവെള്ളൂരിൽ പനക്കാച്ചേരി നമ്പിയുടെ നീരും നിലവും സമ്മതിച്ച് കുടിയിരുത്തി. നാട്ടുപെണ്ണിന്റെ താലികെട്ട് കല്യാണം അഞ്ചു ദിവസത്തെ പെരുങ്കളിയാട്ടമായി കൊണ്ടാടുന്നതിന് കല്പനയുണ്ടായി. മുച്ചിലോട്ടമ്മയുടെ കഠിനാദ്ധ്വാനത്തിൽ വിളഞ്ഞ എണ്ണങ്ങൾ ഉപയോഗിച്ചാണ് ആദ്യത്തെ പന്തൽമങ്ങലം നടന്നത്. അവരുടെ കഠിനാദ്ധ്വാനം അത്രയും മഹത്തരമാണെന്ന് തെയ്യം മൊഴികൾ തന്നെ പറയുന്നു. മുച്ചിലോട്ടമ്മയുടെ പുലവയലിലെ ആയിരം പൊതി പൊനം നെല്ലരിയും ആയിരത്തോളം വാഴക്കുലയും പതിനായിരം തേങ്ങയും പന്തല് പാകാൻ കൊത്തോലയും കരിവെള്ളൂര് അകത്തൂത്തൂട് കൊണ്ട് കൈയെടുപ്പിച്ചു

മുച്ചിലോട്ടമ്മയുടെ ജീവിതത്തിന് ചരിത്രം നല്കുന്ന പിൻബലം ഇവിടെ അവ്യക്തമാകുകയോ ദുർബ്ബലമാവുകയോ ചെയ്യുന്നു. തെയ്യത്തിന്റെ ലഭ്യമായ തോറ്റം പാട്ട് ദൈവവും മനുഷ്യനും കൂടിക്കുഴഞ്ഞ് സങ്കീർണ്ണമാണ്. തോറ്റം പാട്ടിലെ പരമശിവൻ മാന്ത്രിക താന്ത്രികാചാര്യനായ കുരിക്കളച്ചനാണ്. ആദ്യത്തെ തോറ്റമാടിയതും മഹാനടനം നടത്തിയതും പരമശിവനെന്ന പെര്വണ്ണാൻ തന്നെ. ശ്രീപാൽക്കടലിൽ കുളിച്ച് ഇരുപത്തിയൊന്ന് ആചാരക്കുറി വലിച്ച് നീർമന്ത്രം, നിഴൽമന്ത്രം എന്നീ മുമ്മൊഴി മന്ത്രം ജപിച്ച് വിശിഷ്ടങ്ങളായ ആടകളണിഞ്ഞ് തോറ്റമാടിയാണ് മുച്ചിലോട്ടമ്മയെ തോറ്റിച്ചമച്ചത്. എല്ലാ കാലത്തും ഉണ്ടായിരുന്ന തർക്കം മുച്ചിലോട്ടമ്മയുടെ മനുഷ്യ ജീവിതം സംബന്ധിച്ച് തന്നെയാണ്. പെരിഞ്ചല്ലൂരിലെ പെണ്ണിന്റെ ആത്മഹത്യ തെയ്യം നേരിട്ട് പറയുന്നില്ലെങ്കിലും പെരിഞ്ചല്ലൂരിലെ അതീവ കാര്യപ്രാപ്തിയുള്ള നാട്ടുപെണ്ണിന്റെ ജീവിതം തെയ്യം അനുഷ്ഠാനം അരക്കിട്ടുറപ്പിക്കുന്നുണ്ട്. കാളിയാണെന്നോ പാർവ്വതിയാണെന്നോ സീതയാണെന്നോ തെയ്യത്തിന്റെ അനുഷ്ഠാന ജീവിതം സാക്ഷ്യപ്പെടുത്തുന്നില്ല. പരമശിവൻ തോറ്റിച്ചമച്ചതാണല്ലോ പ്രശ്നം. തോറ്റിച്ചമയ്ക്കൽ ഏത് വിധമാണെന്നും മനസ്സിലായല്ലോ. തോറ്റംപാട്ടിലെ ഈ ഭാഗം മുച്ചിലോട്ട് ഭഗവതി തെയ്യത്തിന് മാത്രമല്ല മറ്റനേകം തെയ്യങ്ങളുടെ തോറ്റത്തിലും ചൊല്ലുന്നുണ്ട്. എന്നാൽ പെരിഞ്ചല്ലൂരിൽ തേർ താണ് അവിടന്നങ്ങോട്ടുള്ള സ്ത്രീ ജീവിതവും ദയരമംഗലത്തെ കാർഷിക സംസ്കൃതിയും മുച്ചിലോട്ട് ഭഗവതിക്ക് മാത്രം പാടുന്നതാണ്. എങ്ങനെ നോക്കിയാലും തെയ്യത്തിൽനിന്നും മനുഷ്യനെ അടർത്തിമാറ്റുക എളുപ്പമല്ല. അതിനുള്ള കഠിന ശ്രമങ്ങളാണല്ലോ മത്സരിച്ച് നടത്തിക്കൊണ്ടിരിക്കുന്നത്.

തോറ്റം പാട്ടിലേയും തെയ്യംമൊഴികളിലേയും ജീവിതവും ഹരിത ദർശനവുമാണ് ഇവിടെ വിവരിച്ചത്. കുന്നമംഗലത്ത് മന്നനായ ദയരന്റെ ഭൂമിയാണ് ദയരമംഗലം. കുന്നമംഗലത്തടിയോടിമാരായിരുന്നു ജന്മിമാർ. അവരുടെ ഇടയിലേക്കാണ് പെരിഞ്ചല്ലൂരിൽനിന്നും ഒരു സ്ത്രീ കടന്നു വരുന്നത്. കൃഷിയിറക്കാതെ വിത്ത് വിതയ്ക്കാതെ മൊളി കേറിക്കിടന്ന പുലിക്കോടിന്റെ പാടശേഖരങ്ങൾ ഈ സ്ത്രീയുടെ വരവോടെ പുതുസമൃദ്ധിയെ പുല്കുകയായിരുന്നു. ചരിത്രത്തിലെ തുടർച്ചകളിലെ ശൂന്യതകൾ ചികഞ്ഞാൽ ചില ഉത്തരങ്ങളിൽ നമുക്കെത്താൻ കഴിയും.

ആദി കരിവെള്ളൂരാണല്ലോ ഭഗവതിയുടെ ആരൂഢം. ആദ്യമായി കെട്ടിക്കോലവും താലികെട്ട് മംഗലവും പെരുങ്കളിയാട്ടവും നടന്നതിവിടെയാണ്. ആരെയും അതിശയിപ്പിക്കുന്ന തന്റേടവും കാര്യപ്രാപ്തിയും ഉണ്ടായിരുന്ന നാട്ടുപെണ്ണ് പെട്ടെന്നെങ്ങനെ തെയ്യമായി എന്ന ചോദ്യത്തിന് തെയ്യത്തിന് തന്നെ ഉത്തരം മുട്ടുന്നുണ്ട്. തെയ്യം രേഖകളും ഇവിടെ മൗനമവലംബിക്കുന്നു. തെയ്യങ്ങളുടെ ഒരു പൊതുസ്വഭാവം പരിശോധിച്ചാൽ ചില പ്രത്യേക സാഹചര്യത്തിൽ ജീവിതത്തിൽനിന്നും നിഷ്കാസിതരാകുന്ന, കൊല ചെയ്യപ്പെടുന്ന, ആത്മഹത്യ ചെയ്യുന്ന മനുഷ്യരാണ്

ദൈവക്കരുവായി തെയ്യമായി മാറുന്നത്. തെയ്യം രേഖകൾ വിട്ടുകളഞ്ഞ പെരിഞ്ചല്ലൂരിലെ ബ്രാഹ്മണ കന്യയുടെ മരണം ഇവിടെയാണ് പ്രസക്തമാകുന്നത്. കല്യാണപ്രായമായ പെണ്ണിനെ കെട്ടു കല്യാണവും കുറിച്ച് കരിവെള്ളൂരിലേക്കയച്ചു എന്നു മാത്രമാണ് തെയ്യത്തിന്റെ മൊഴി. അക്കാലത്ത് പുരുഷന്മാർക്ക് പോലും കുറ്റമറ്റ രീതിയിൽ നടപ്പാക്കാൻ പറ്റാതിരുന്ന കാര്യസ്ഥപ്പണിയും കാർഷിക വൃത്തിയും നിർവ്വഹിച്ച പെണ്ണിന് സ്വാഭാവികമായും ശത്രുക്കൾ ഉണ്ടാകുമല്ലോ. കുന്നമംഗലത്തടിയോടിമാരുടെ കുടിപ്പകയിലും ആഭ്യന്തര സംഘർഷത്തിലും മുച്ചിലോട്ടമ്മയുടെ ജീവന് അപകടം സംഭവിച്ചിട്ടുണ്ടാകാം. കുന്നമംഗലത്തടിയോടിമാരുടെ പകയുടെ നാട്ടു പുരാവൃത്തം ഇപ്പോഴും തീക്കുഴിച്ചാലിൽ പുകഞ്ഞുകൊണ്ടിരിക്കുന്നുണ്ട്. കരിവെള്ളൂർ മുച്ചിലോട്ട് ഭഗവതിയുടെ കോമരം പൂരം നാളുകളിൽ ദയരോത്തേക്കെഴുന്നള്ളണം. ദയരമംഗലത്തെ കണക്കും കാര്യങ്ങളും വള്ളി പുള്ളി തെറ്റാതെ ദയരമംഗലത്ത് ഭഗവതി മുച്ചിലോടിയെ ധരിപ്പിക്കും. രണ്ടു കോമരങ്ങളും ചരിത്രത്തിലെ നാം വിട്ടുകളഞ്ഞ ഏടുകൾ തന്നെയാണ് കാണാനും കേൾക്കാനും ആരുമില്ലെങ്കിലും അനുഷ്ഠാനത്തിന്റെ കഠിന നിഷ്ഠകൾക്കുള്ളിൽ നിന്നുകൊണ്ട് പുരിപ്പിക്കുന്നത്.

ഒരിക്കൽ കരിവെള്ളൂരിൽനിന്നും മുച്ചിലോട്ടെ കോമരം ദയരമംഗലത്തേക്കെഴുന്നള്ളുമ്പോൾ പകമൂത്ത കുന്നമംഗലത്തടിയോടി കാലിക്കടവ് മുതൽ ദയരമംഗലംവരെ വലിയ ചാല് കീറി അതിൽ തീക്കനൽ നിറച്ചു. മുച്ചിലോട്ട് പോതിയെ ചുട്ടു കൊല്ലുന്നതിന് വേണ്ടി. കരിവെള്ളൂരിൽ നിന്നും നടന്ന് വേണം മൂന്ന് നാല് കിലോമീറ്റർ ദൂരത്തുള്ള ദയരമംഗലത്തെത്താൻ. വയസ്സനായ കോമരം ഒരു വണ്ണത്താൻ ചെക്കനേയും കൂട്ടി ദയരമംഗലത്തേക്ക് പുറപ്പെട്ടു. വഴിയിലെ ചാലിൽ അവനെ പൂഴ്ത്തി വെച്ചു. ദയരമംഗലത്തെത്തി അടിയന്തിരാദി ചടങ്ങുകൾ പൂർത്തിയാക്കി. കോമരം പറഞ്ഞു. ഞാനോരു വാഴയ്ക്ക വഴിയിൽ പഴുക്കാൻ വെച്ചിറ്റ്ണ്ട്. തിരിച്ചുപോകുമ്പോൾ അതെടുക്കണം. തീക്കുഴിയിൽനിന്നും ചെക്കനേയും ഏടുത്ത് യാതൊരു പരിക്കുമില്ലാതെ കരിവെള്ളൂരെത്തി എന്നതാണ് ഇപ്പോഴും പ്രചാരത്തിലുള്ള ഒരു നാട്ടു പുരാവൃത്തം. പക്ഷേ, ഇതിൽ മുച്ചിലോടിയെ വക വരുത്താൻ കുന്നമംഗലത്തടിയോടി നടത്തിയ ഗൂഢാലോചനയുണ്ട്. ഒരു കൊലപാതക ശ്രമമുണ്ട്. വണ്ണാത്താൻ സമുദായത്തിന് ഇപ്പോഴും മുച്ചിലോട്ട് കാവിൽ പ്രത്യേകാവകാശാധികാരങ്ങളുണ്ട്.

മുച്ചിലോട്ടമ്മയുടെ ചരിത്രവുമായി ബന്ധപ്പെട്ട് രണ്ട് തെയ്യങ്ങൾ പെരുങ്കളിയാട്ടത്തിലെ അപ്രധാന തെയ്യങ്ങളുടെ പട്ടികയിൽ പെട്ട്, മുച്ചിലോട്ടമ്മയുടെ ജീവിതവുമായി ബന്ധപ്പെട്ട സംഭവങ്ങൾ പുലർച്ച മൂന്ന് മണിക്ക് ആടിത്തീർക്കുന്നുണ്ട്. പക്ഷേ, അനുഷ്ഠാനപരമായി ഏറ്റവും പ്രാധാന്യമുള്ള തെയ്യമാണ് തലച്ചെറോൻ. തലച്ചെറോന്റെ കൂടെ കൈക്കോളനുമുണ്ട്. ആത്മാഹുതി ചെയ്ത മുച്ചിലോട്ടമ്മയ്ക്ക് എണ്ണ കൊടുത്ത വാണിയക്കാരണവരാണ് തലച്ചെറോൻ. കൂടെയുള്ള കൈക്കോളൻതെയ്യം മുച്ചി

ലോട്ടമ്മയെ അവഗണിച്ച തീയ്യനാണത്രെ. മുച്ചിലോട്ടമ്മയുടെ തോറ്റം ഉറയുമ്പോൾ ചെപ്പുകുടം തുള്ളൽ എന്ന അനുഷ്ഠാനമുണ്ട്. തലയിലെ ചെമ്പ് കുടത്തിൽ നീർ നിറച്ച് തോറ്റത്തോടൊപ്പം ആടി വാണിയരുടെ മേത്ത് നീർവീഴ്ത്തലാണിത്. നൂറ്റാണ്ടുകളുടെ മണ്ണടരുകൾ ഭേദിച്ച്, വഴിയരികിലെ അപരിചിതയ്ക്ക് സ്നേഹം പകർന്ന കാരുണ്യ സ്വരൂപനായ ആദി കാരണവർ തന്നെയാണ് വർത്തമാനത്തിൽ എഴുന്നള്ളിയിരിക്കുന്നത്. മുച്ചിലോട്ട് ഭഗവതിയുടെ മനുഷ്യചരിത്രത്തിലേക്കുള്ള വഴികൾ അന്വേഷികൾക്ക് പലതാണ്. തെയ്യത്തിന്റെ കഥയും ജീവിതവുമൊന്നുമറിയില്ലെങ്കിലും പുലിക്കോടിന്റെ കാർഷിക സംസ്കൃതിയെ അടയാളപ്പെടുത്തിക്കൊണ്ട് കേരളത്തിലെ പ്രധാനപ്പെട്ട പ്രാദേശിക കാർഷിക ഗവേഷണ കേന്ദ്രം എന്ന ബൃഹത് സ്ഥാപനം മുച്ചിലോട്ടമ്മ ഉഴുത് മറിച്ച മണ്ണിൽ തലയുയർത്തി നില്ക്കുന്നുണ്ട്.

അറിവിന്റേയും അദ്ധ്വാനത്തിന്റേയും പാരാവാരം താണ്ടി വന്ന ഒരു സ്ത്രീയുടെ ഇതിഹാസ ജീവിതത്തെ രണ്ട് വ്യത്യസ്ത മാനങ്ങളിലാണ് കളിയാട്ടമുറ്റത്തവതരിപ്പിക്കുന്നത്. ഒന്ന് ചരിത്രവും മറ്റൊന്ന് വാമൊഴിയുമാണെന്ന് മാത്രം. കോലമന്നനും പെരിഞ്ചല്ലൂർ ബ്രാഹ്മണ്യവും വൈദിക സംസ്കൃതിയും സ്മാർത്ത വിചാരം ചെയ്ത് കൊന്ന് കുഴിച്ച് മൂടിയ ജീവിതം ഒരിക്കലും ചരിത്രത്തിൽ മുളയ്ക്കില്ലല്ലോ. എല്ലാ കളിയാട്ടവും പെരുങ്കളിയാട്ടവും നിയന്ത്രിച്ചിരുന്നത് തമ്പുരാന്റെ അധികാരവും ബ്രാഹ്മണ പൗരോഹിത്യവും തന്നെയായിരുന്നുവല്ലോ. അധികാരവും പണവും വിജയിക്കുന്ന നീതിന്യായ പീഠങ്ങളിൽ തോറ്റു കൊണ്ടിരിക്കുന്ന, ചത്തു കൊണ്ടിരിക്കുന്ന മുച്ചിലോട്ട് ഭഗവതിമാരുടെ ചോരവീണ് വർത്തമാനത്തിന്റെ ഉമ്മറപ്പടിയും ചോന്ന് കൊണ്ടിരിക്കുകയാണല്ലോ. തോല്പിക്കപ്പെടുന്ന സ്ത്രീ ജീവിതത്തിന് തുടർച്ചകൾ സംഭവിച്ചു കൊണ്ടിരിക്കുന്നു.

ആലോചിക്കുമ്പോൾ അത്ഭുതം തോന്നും. പൊട്ടൻ തെയ്യവും പൈപ്പിള്ളി തെയ്യവും മുച്ചിലോട്ട് ഭഗവതിയും ഈ പ്രതിസന്ധികളെ അതിജീവിച്ച് എങ്ങനെയാണ് ഇപ്പോഴും നിലനില്ക്കുന്നത്. ഇത്തരം തൊട്ടാൽ പൊള്ളുന്ന ജീവിതങ്ങളെ ചരിത്രമാക്കി കൊലയ്ക്ക് കൊടുക്കാതെ നാട്ടുമൊഴികളുടെ ചെമ്പ് കിടാരത്തിനകത്താക്കി പൂർവ്വികാചാര്യന്മാർ മൂവാളം കുഴികളിൽ കുഴിച്ചിട്ടു. നാട്ടുമൊഴികൾ ചെമ്പ് പാനി തകർത്ത് മൂവാളം കുഴിത്തെയ്യമായി നിറഞ്ഞാടി ചരിത്രത്തെ അടിച്ചോടിച്ചു. രക്തസാക്ഷികളുടെ ചരിത്രം രചിക്കാൻ വിധിക്കപ്പെട്ട കനലാടിമാർ പെരിഞ്ചല്ലൂരിലെ പെണ്ണിനെ മൊഴി മാറ്റി അവതരിപ്പിച്ചു. താളിയോലക്കെട്ടുകളിലെ സംസ്കൃതത്തിന് പകരം പുലിക്കോട് വയലിന്റെ ഹരിത ദർശനം എഴുതിവെച്ചു. അറിവിനെ വിയർപ്പ് പൊട്ടുന്ന അദ്ധ്വാനത്തിലേക്ക് വിവർത്തനം ചെയ്തു. അദ്ധ്വാനത്തിന്റെ ദൈവത്തിന് തോറ്റംപാട്ട് കെട്ടി. നാക്ക് പിഴുത് മാറ്റപ്പെട്ട കീഴാള ശബ്ദം ഈ ഗാഥകൾ രഹസ്യമായി ശബ്ദമില്ലാതെ പാടി. എഴുതപ്പെട്ട ചരിത്രത്തിന് പുറത്ത്, പെരുങ്കളിയാട്ടത്തിലെ നിശിത

മായ അനുഷ്ഠാന വിധികൾക്ക് പുറത്ത് അതിനെ ഒരൊളിപ്പോരായി കൊണ്ടു നടന്നു.

ദയരമംഗലം പാടശേഖരത്തിന്റെ ഓർമ്മകൾ കെട്ടുപോയിട്ടില്ല. കയറും വടിയും കൊട്ടമ്പാളയുമായി (പാളത്തൊപ്പി) കൃഷിയിറക്കാതെ മൊളി കേറിക്കിടക്കുന്ന ദയരമംഗലം പാടത്ത് ഇനിയൊരിക്കലും വരാത്ത പശുവിനെ ആട്ടിപ്പായിക്കുന്ന കാവക്കാർ ഇന്നലെകളുടെ കൃഷിഗീതയായി നമുക്കൊപ്പമുണ്ട്. വീതുകുന്നിന്റെ താഴ്വാരങ്ങളിൽ കണ്ടെത്തിയ ഈ ഫോസിൽ രൂപങ്ങൾ ഒരു കാലഘട്ടത്തിന്റെ ചരിത്ര നിർമ്മിതിയാണ്. ദയരമംഗലത്തമ്മയുടെ പരിധിയിൽപ്പെടുന്ന പരപ്പ, അറുവപ്പാട്ട്, കരക്കേരു, ചെറുനിലം, നഞ്ചൽ, മഡിവയൽ എന്നിങ്ങനെയുള്ള ആറ് പാടശേഖരങ്ങളുടെ കാവൽ ജോലിയാണിവർക്ക്. മുച്ചിലോട്ടമ്മയുടെ ഹരിത വിശുദ്ധിയെ കണ്ണുതെറ്റാതെ കാക്കുന്ന കാവക്കാർ. അവശേഷിക്കുന്ന ഇത്തിരിപ്പച്ചയെ തിന്ന് നശിപ്പിക്കാനെത്തുന്ന വിസ്മൃതിയുടെ പൈക്കളെ തോളത്തെ കയർ കൊണ്ട് പിടിച്ച് കെട്ടി, കൈയിലെ വടികൊണ്ട് അടിച്ചോടിച്ച് നമ്മുടെ പൈതൃകത്തെ കാക്കുന്ന കാവക്കാർ ഇവിടെ ഈ വീതുകുന്നിലുണ്ട്.

മുച്ചിലോട്ടമ്മയെ പാർവ്വതിയും കാളിയും സീതയുമാക്കി പുതിയ കാലം എഴുന്നള്ളിക്കുമ്പോഴും കനലാടിമാർ ദയരമംലത്തെ കൃഷിപ്പാട്ടുകൾ തൊണ്ടപൊട്ടുമാറുച്ചത്തിൽ പാടുന്നുണ്ട്. നിർഭയമായി പെണ്ണിന്റെ മടിക്കുത്തഴിച്ച് അതിക്രമം കാട്ടുന്ന വർത്തമാനത്തിലും വേദനിക്കുന്ന, ജീവിതം നശിച്ചുപോകുന്ന, ഏത് പെണ്ണിന്റേയും ദുരന്തങ്ങൾ കൂട്ടിച്ചേർക്കുന്നതിനായി സ്വന്തം അനുഷ്ഠാന ജീവിതം തെയ്യം തുറന്ന് വെച്ചു. മുച്ചിലോട്ടമ്മയുടെ കാലം കടന്ന് നാം ഇവിടെ വരെയെത്തി. കാമത്തെക്കുറിച്ച്, സ്വാതന്ത്ര്യത്തെക്കുറിച്ച് സംസാരിക്കുന്ന പെണ്ണിനെ അഭിസാരികയെന്ന് മുദ്ര കുത്തി അധിക്ഷേപിച്ച് തോല്പിക്കുന്ന വർത്തമാനത്തിൽ തന്നെയാണ് പെരുങ്കളിയാട്ടത്തിനും പന്തൽമങ്ങലത്തിനുമായി നാം വീണ്ടും കോപ്പ് കൂട്ടുന്നത്.

തോറ്റവർ ഉറയുന്ന കാലം

അതെ, നീതിയും ധർമ്മവും നിഷേധിക്കപ്പെട്ട തോറ്റവർ ഉറയുന്ന കാലമാണിത്. ഇന്നലെകളുടെ കഷ്ടയാനങ്ങൾ താണ്ടി, വർത്തമാനത്തിന്റെ നടുമുറ്റത്തുറഞ്ഞാടുന്ന തോറ്റങ്ങൾ തന്നെയാണ് തോറ്റവരുടെ ദേവതാ രൂപങ്ങൾ. തോറ്റ ദൈവത്തെ മനുഷ്യനിലേക്ക് വിവർത്തനം ചെയ്യലാണല്ലോ തെയ്യം. നിങ്ങളുടെ ജയാരവങ്ങൾക്കിടയിലും തോറ്റവരുടെ നിലവിളിയും പോർവിളിയും വേറിട്ട് തന്നെ കേൾക്കാം. കണ്ടവും കൃഷിയും കന്നുകാലികളും മനുഷ്യസ്നേഹവും സങ്കടവും സമം ചേർത്താണ് തെയ്യത്തെ നിർമ്മിച്ചെടുത്തിട്ടുള്ളത്. പുലം കാത്ത പുലയനായ കാലിച്ചേകോനും കാവക്കാരും നടന്ന വഴികളിൽ മുൾച്ചെടികൾ പടർന്നിരിക്കുന്നു. ജീവനും ജീവിതവും അറിവും നുരച്ചു പൊന്തിയ പുല

ങ്ങളിൽ പടർന്ന കാട്ടുപൊന്തകളിൽ ദുർഗ്ഗന്ധം. ചുറ്റിലും മുള്ളുവേലികളും കരിങ്കൽച്ചുമരുകളും. കാലിച്ചേകോൻ വഴിപിഴച്ച് തിക്കിലും തിരക്കിലും ചീറിപ്പായുന്ന വാഹനങ്ങളുടെ ചക്രങ്ങളിലും പെട്ടു പോയേക്കും. പക്ഷേ, തുലാവർഷത്തിലെ മഴയിൽ നനഞ്ഞൊലിച്ചു വരുന്ന തെയ്യങ്ങൾ തന്നെയാണ് പ്രതിരോധത്തിനായ് ആവനാഴിയിൽ ശേഷിച്ച ആയുധം. കൃഷിയും കന്നുകാലികളും കണ്ടവും ചേറും മനുഷ്യസ്നേഹവും കെട്ടുപോയേക്കാം. പക്ഷേ, തെയ്യത്തിന് നിലനിന്നേ പറ്റൂ. നമ്മുടെ എല്ലാ തനിമകളും അധികാരമുള്ളവർ കവർന്നെടുക്കുമ്പോൾ, അവരുടെ ശീലങ്ങൾ നമ്മെ ബലമായി ശീലിപ്പിക്കുമ്പോൾ, ഏകീകരിച്ച ആര്യ മാതൃകകളുടെ നെടുങ്കോട്ടകൾ തകർക്കാനുള്ള കരുത്ത് പൊട്ടന്റേയും പുലയന്റേയും മുച്ചിലോട്ടമ്മയുടേയും പേച്ചുകൾക്കുണ്ട്. തെയ്യത്തിലെ ചോപ്പ് പോരാട്ടത്തിന്റെ കൂടി ചോപ്പാണ്. തെയ്യത്തിന്റെ പോരാട്ടവീര്യത്തെ കെടുത്തിക്കളയാനുള്ള ആയുധങ്ങൾ ഇനിയും കണ്ടെത്തേണ്ടിയിരിക്കുന്നു.

അയിത്തം കല്പിച്ച് തീണ്ടാപ്പാടകലെ മാറ്റിനിർത്തപ്പെട്ടവർ സ്വയം പടുത്ത ചരിത്രം. ഗവേഷകരും പഠിതാക്കളും ചരിത്രകാരൻമാരും എഴുതുവാനായി പേനയിൽ മഷിനിറയ്ക്കാൻ മറന്നുപോയപ്പോൾ, സ്വന്തം ചോര മഷിയായി ദാനം ചെയ്തവർ. *ആത്മോപദേശശതകത്തിനും ദുരവസ്ഥയ്ക്കും ചണ്ഡാലഭിക്ഷുകിക്കും* മുമ്പേ പിറന്ന വെള്ളുക്കുരിക്കളും നമ്പോലനും. ഉത്തരമലബാറിലെ എഴുത്തും വായനയും നിഷേധിക്കപ്പെട്ട അടിയാളർ പാടിയ പടുപാട്ട്. മുച്ചിലോട്ടമ്മയുടെ ദുരിതയാനത്തെ പിൻപറ്റിയവർ. വെള്ളുക്കുരിക്കൾ വെള്ളൂവിരുന്തനെന്ന പുലയനായിരുന്നു. വെള്ളുമാലോപ്പാടി ചേരിക്കല്ല് വയലിൽ പണിക്ക് പോയി. അമ്മയെ അന്വേഷിച്ചിറങ്ങിയ മലോപ്പാടിയുടെ കുഞ്ഞി കല്ലേൻ പുലയന്റെ ചാളയിലെത്തി. വിശന്ന കുഞ്ഞിക്ക് ജാതി മറന്ന പൊലയൻ കഞ്ഞി കൊടുത്തു. അവൾ പുലയക്കുട്ടികൾക്കൊപ്പം കളിച്ചു. പുലയന്റെ കഞ്ഞികുടിച്ച കുഞ്ഞിയെ തീയൻച്ചന്മാർ ജാതി ഭ്രഷ്ടയാക്കി. കല്ലേൻ പുലയൻ വിരുന്തിയെന്ന് പേരുവിളിച്ച് തീയപെൺകുട്ടിയെ വളർത്തി വലുതാക്കി. പുലയക്കാർന്നോന്റെ മരുമകൻ അവൾക്ക് ആൺതൊണയായി. അവർക്ക് വെള്ളുവിരുന്തനെന്ന പൊൻമകൻ പിറന്നു, (പൊലയനായതിൽ കറുത്ത മകൻ എന്നാണ് പറയേണ്ടത്.) അവൻ വളർന്നു. ജാതിയെ അതിജീവിക്കാൻ കഠിനപ്രയത്നം ചെയ്തു. എയ്ത്തും പൊയ്ത്തും പൂജയും ധ്യാനവും മന്ത്രവും തന്ത്രവും പഠിച്ച് കുരിക്കളായി. അയ്യങ്കാളിക്ക് മുമ്പേ പുലയെനെന്ന നവോത്ഥാന നായകനായി. മൂത്തേടത്ത് തമ്പുരാന്റെ ആധിയും പിരാന്തും മാറ്റി ഖ്യാതി നേടി. പൊലയൻ ചത്ത് മണ്ണായപ്പോൾ അടിമകൾ അവന്റെ ചരിത്രം ഏറ്റുപാടി. കാർന്നോന്മാർ വെള്ളു വിരുന്തനെ വെള്ളുക്കുരിക്കൾ തെയ്യമാക്കി.

അസ്പൃശ്യമായ ഈ പാട്ടുകളുടെ ചേർമണത്തെ ആർക്കും കഴുകിക്കളഞ്ഞില്ലാതാക്കാനാകില്ല. തോറ്റവരുടെ പാട്ടുകളുടെ, തോറ്റം പാട്ടുകളുടെ ഉല്പത്തിയും ജീവിതവുമൊന്നും വലിയ പഠനങ്ങൾക്കൊന്നും ഇനിയും വിധേയമായിട്ടില്ല. മലയാള ഭാഷയുടെ പിതാവിനെ ജനിപ്പിക്കു

ന്നതിനും നൂറ്റാണ്ടുകൾക്ക് മുൻപ് ഈ മണ്ണിലും മലയിലും കണ്ണീരിലും ചോരയിലും പൊടിച്ചുറ്റമേറിയ മലയാളം. പക്ഷേ, ഇത് മധുരം മലയാളമല്ല. സഹനത്തിന്റേയും അതി ജീവനത്തിന്റേയും വൈനാടോൻ പുഞ്ചയിലും പുതുച്ചൊരങ്ങളിലും കായ്ച്ച് വിളഞ്ഞ മലയാളം. മനുഷ്യന്റെ സങ്കടവും സഹനവും ഉള്ളിടത്തോളം ഇത് നിലനില്ക്കും. പക്ഷേ, നിങ്ങൾ പാഠപുസ്തകമാക്കിയതും ചരിത്രമാക്കിയതും നിങ്ങളുടെ ഇന്നലെകളെയല്ലല്ലോ. കേരള മാഹാത്മ്യവും പരശുരാമ സ്രഷ്ടമായ അറുപത്തി നാല് ഗ്രാമങ്ങളുടേയും പട്ടോലപ്പഴമ തെയ്യത്തെക്കൊണ്ട് പറയിച്ചത് ആരുടെ താല്പര്യമാണ്.

തോറ്റം പാട്ടുകൾ നമ്മുടെ പാട്ട് പ്രസ്ഥാനത്തിലെ അമൂല്യ നിധിയാണ്. ചില പേരുകൾ തെയ്യത്തിലെ നാഴികക്കല്ലുകളാണ്. താതൻ ചിരുകണ്ഠൻ മകൻ കാപ്പാടിൽ കുഞ്ഞാരൻ (മുച്ചിലോട്ട് ഭഗവതിയുടെ അഞ്ചടിയുടെ കർത്താവ്) വസുവനക്കനലാടി, (ആദ്യമായി കതിവന്നൂർ വീരൻ തെയ്യം കെട്ടിയാടിയ പെരുവണ്ണാൻ) മണക്കാടൻ കുരിക്കൾ, പാലാപ്പരപ്പേൻ (വിഷ്ണുമൂർത്തി തെയ്യത്തെ തോറ്റിച്ചമച്ച മലയൻ) വട്ട്യൻ പൊള്ള (പുലയരുടെ ഗുരു കാരണവർ). പക്ഷേ, ഇവരെ ചരിത്രം പൊള്ളക്കണ്ണുരുട്ടി പോടിപ്പിച്ചോടിപ്പിച്ചു കളഞ്ഞു. പേരില്ലാത്ത എത്രയോ വണ്ണാനും മലയനും പുലയനും കോപ്പാളനുമായ മഹാ ഗുരുപരമ്പര നമ്മെ കടന്നു പോയി. അവരുടെ പേച്ചുകളെ, പാട്ടുകളെ നിങ്ങൾ എതുകയുടേയും മോനയുടേയും കൽത്തുറുങ്കിൽ ബന്ധിച്ചു. ചരിത്രത്തിൽനിന്നും പുകച്ച് പുറത്ത് ചാടിച്ചു. സ്മാർത്തന്മാരുടെ കാലം കടന്നുപോയിട്ടില്ല. പുതിയ കാലത്തും സ്മാർത്തന്മാർ അവതരിച്ചു. ഇരകളെത്തേടി അഞ്ചാംപുരയുടെ പടിപ്പു

രയിൽ സദാചാരത്തിന്റേയും ജാതിക്കോയ്മയുടേയും രാജമുദ്രകളണിഞ്ഞ് കുമ്പ കുലുക്കി നില്ക്കുന്നുണ്ട്. പക്ഷേ, തെയ്യത്തിന് സംസാരിച്ചേ പറ്റൂ. ആഢ്യത്വത്തിന്റെ പൊൻപീഠത്തിലിരുന്ന്, പാരമ്പര്യ പ്രാമാണിത്തത്തിന്റെ നാക്കില പുണ്യാഹം തളിച്ച് ശുദ്ധമാക്കി, ആഹരിച്ച ആര്യ വിഭവങ്ങൾ ദഹിക്കാതെ സ്മാർത്തന്മാരുടെ കുടവയറിൽക്കിടന്ന് പുളിച്ചു. ഏമ്പക്കത്തിന് അധികാരത്തിന്റെ കെട്ട മണം. തോറ്റ് തോറ്റ് തോറ്റമായി, തൊപ്പിച്ചമയമിട്ട തെയ്യം ഏത് പാണ്ഡിത്യ ഗർവ്വിനെയാണ് ഭയപ്പെടേണ്ടത്.

ലീലാതിലകകാരന്റെ എതുകയുടേയും മോനയുടേയും തടവറയിൽ തൂക്കിക്കൊല ചെയ്യപ്പെട്ട കീഴാള ശബ്ദ സംഘാതത്തിന്റെ തുടർച്ചകളെ ആർക്കും തടുത്ത് നിർത്താനായില്ല. അടിച്ചമർത്തുന്തോറും ശക്തിയാർജ്ജിക്കുന്ന ഗൊറില്ലകളായി അത് കാവുകളിലെ കാട്ടു പൊന്തകളിൽ പതിയിരുന്നു. മൂർച്ചയേറിയ പല്ലും നഖവും ഉള്ളിലേക്ക് വലിച്ച് സൗമ്യപ്രകൃതത്തിൽ മലയാള സാഹിത്യത്തിന്റെ തുറസ്സുകളിലും പെരുവണ്ണാന്മാരുടെ ദ്രമിഡ ശബ്ദം മേഞ്ഞ് നടന്നു. മുച്ചിലോട്ടമ്മയുടെ കാൽച്ചിലമ്പും അരമണിയും അഴിച്ചെടുത്ത് മഹാകവി കുട്ടമത്ത് തന്റെ കാവ്യദേവതയെ അണിയിച്ചു. മലയാളത്തിലെ ആദ്യത്തെ തെയ്യം കിളിപ്പാട്ടു കെട്ടി. കുട്ടമത്തെ കാവ്യ പാരമ്പര്യത്തിന്റെ ആഢ്യത്വത്തിന്റെ പടിഞ്ഞാറ്റയിൽ മുച്ചിലോട്ടമ്മയെ ശിവശക്തിയായിത്തന്നെയാണ് മഹാകവി കുട്ടമത്ത് കുടിയിരുത്തിയത്. ചെങ്കദളിപ്പഴവും പാലും ഭുജിച്ച്, തൻ ഗളം പൊക്കി ചിറക് കുടഞ്ഞ് അംഗലാവണ്യം പുതുക്കിപ്പതുക്കെ. തുഞ്ചന്റെ തത്തതന്നെയാണ് ചെറുവത്തൂരിലെ കുട്ടമത്തും പാടിയത്. ആര്യ ഗാഥകൾ പാടിപ്പദം വന്ന അതേ പൈങ്കിളിക്കണ്ഠം. മുച്ചിലോട്ടമ്മ കിളിപ്പാട്ട് മലയാള സാഹിത്യത്തിൽ വലിയ ചലനമൊന്നും സൃഷ്ടിച്ചില്ല. തെയ്യം എഴുത്തുകാർ കുടുതലൊന്നും ഇതിനെക്കുറിച്ചെഴുതിയുമില്ല. മഹാകവി കുട്ടമത്ത് കുഞ്ഞികൃഷ്ണകുറുപ്പ് ഹിന്ദുദൈവമാക്കി പാടി സ്തുതിക്കുമ്പോഴും പൂർവ്വ ജന്മവൃത്താന്തമായി പെരിഞ്ചല്ലൂരിലെ പെണ്ണിന്റെ പരീക്ഷണവും ആത്മാഹുതിയും കുട്ടമത്തെ തുളുനാടൻ തത്തയെക്കൊണ്ട് പാടിക്കുന്നുണ്ട് എന്നത് എടുത്ത് പറയേണ്ടതാണ്. മുച്ചിലോട്ടമ്മയിലെ മനുഷ്യനെ മായ്ച്ചു കളയുന്നവർക്കുള്ള താക്കീത് കൂടിയാണിത്. രതികാമനകളുടെ നിറപ്പൊലിമകളിൽ യു എ ഖാദർ 'അമ്മത്തെയ്യത്തിന്റെ വരവ്' എന്ന കഥയിലൂടെ മുച്ചിലോട്ടമ്മയ്ക്ക് ആറ്റവും തോറ്റവും ചമച്ചു. പ്രായമാകാത്ത കാർത്ത്യായനിയുടെ മേനിക്കൊഴുപ്പോ മുച്ചിലോട്ടമ്മയുടെ തീവ്ര സൗന്ദര്യമോ തെയ്യം കെട്ടിയാൽ പ്രായമില്ലാത്ത മുന്നൂറ്റാൻ നാണൂട്ടിയേയോ ആരെയാണ് എന്താണ് കൺമുന്നിൽ കാണുന്നതെന്ന സന്ദേഹിക്കുന്ന ഗ്രാമ്യമനസ്സിന്റെ ആസക്തിയെ ആഗ്രഹത്തെയാണ് ഖാദർ വരച്ചിടുന്നത്. കഥാകൃത്ത് അംബികസുതൻമാങ്ങാട് 'മുച്ചിലോട്ടമ്മ' എന്നപേരിൽ കഥ എഴുതീട്ടുണ്ട്. കഥയുടെ കപ്പിത്താനായ എൻ എസ് മാധവൻ 'പ്രദേശവും സാഹിത്യവും' എന്ന വിഷയത്തിൽ പ്രസംഗിക്കാനായി കാസർഗോഡ് വന്നപ്പോൾ സംസാരിച്ചതും സദാചാരത്തിന്റെ തീക്കുഴിയിൽ വെന്തെരി

ഞ്ഞുപോയ മുച്ചിലോട്ടമ്മയെക്കുറിച്ചും മഹാകവി കുട്ടമത്തിനെക്കുറിച്ചുമായിരുന്നു. വിസ്ഫോടനശേഷിയുള്ള കഥാപാത്രങ്ങളെ സൃഷ്ടിച്ച എൻ എസ് മാധവനും മുച്ചിലോട്ടമ്മയെ കേവലം ദൈവബിംബത്തിൽ തളച്ചിടാതെ നാട്ടു പുരാവൃത്തത്തിന്റെ സമൃദ്ധമായ തുറസ്സിനെക്കുറിച്ച് തന്നെയാണ് ശബ്ദിച്ചത്. എങ്കിലും മുച്ചിലോട്ടമ്മയ്ക്ക് തെയ്യത്തിന്റെ നിറവും മണവും ഊറ്റവുമുള്ള കഥാഖ്യാനം ചമച്ചത് നളിനി ബേക്കലാണ്. 'മുച്ചിലോട്ടമ്മ' എന്ന നീണ്ട കഥ മലയാളത്തിലെ തെയ്യം കഥകളിൽ മുമ്പന്തിയിൽ നില്ക്കുന്നു. കാരിച്ചിയുടേയും മകൾ കാവേരിയുടേയും പെൺജീവിത സഹനങ്ങളിൽ അത്രമേൽ കൃതഹസ്തതയേടെയാണ് കഥാകാരി മുച്ചിലോട്ട് പോതി തെയ്യത്തെ ആവാഹിച്ചത്. ജീവിത സമരങ്ങളുടെ പാറയിലേക്ക് മുളിയരിയാൻ പോകുന്ന കാരിച്ചിയുടെ ചോരച്ചുകപ്പാർന്ന ചെറാക്കത്തി നളിനി ബേക്കൽ മലയാള കഥാ സാഹിത്യത്തിന്റെ ഉടുപുടവയിലാണ് ചെരുകി വെച്ചത്. കത്തിയുടെ വായ്ത്തല തൊട്ടാൽ ഇപ്പോഴും ചോര പൊടിയും.

ഒരു നാടിനെ തെയ്യം ഏതൊക്കെ വിതാനങ്ങളിലാണ് സ്വാധീനിച്ചിരിക്കുന്നതെന്ന് മനസ്സിലായില്ലേ. സംസ്കാരത്തിന്റ വിവിധ അടരുകൾ. രേഖപ്പെടുത്തലുകളുടെ വിവിധ മാതൃകകൾ. വയലിൽ വെയിലുകൊണ്ട് വിളഞ്ഞ തെയ്യത്തിന്റെ ബദൽ ചരിത്രം തൊട്ടാൽ പൊള്ളുന്നതാണ്. മനുഷ്യജീവിതത്തെ ചലനാത്മകമാക്കുന്ന, മതാന്ധതയുടെ തുടലുകൾ പൊട്ടിക്കാനുള്ള ഉൾക്കരുത്തുള്ള തെയ്യത്തെ വിഗ്രഹങ്ങളുടെ നിഷ്ക്രിയത്വത്തിനുള്ളിൽ ഊട്ടിയുറപ്പിക്കുന്നവർ അറിയുക, നിങ്ങൾ വെടിവെച്ച് വീഴ്ത്തിയ എരമത്തെ തൊണ്ടച്ചൻ പൊന്ന്വനേയും കതിരുകളേയും എരുതുകളേയും നിനച്ച്, വിഷം നിറച്ച വർത്തമാനത്തിന്റെ വയലേലകളിലൂടെ ചെണിച്ചേരിത്തറവാട്ടിലേക്ക് നടന്നുപോകുന്ന നമ്പോലനേയും വെള്ളുക്കുരിക്കളേയും ഏത് മന്ത്രച്ചരട് കൊണ്ടാണ് ബന്ധിക്കാൻ പോകുന്നത്. തോറ്റവരുടെ പട്ടിക ഇവിടെ അവസാനിക്കുന്നില്ല. വയനാടൻ ചുരം കടന്ന് പൊനം കൃഷിക്ക് പോയ പയ്യന്നൂർ കുന്നരുവിലെ കേളൻ. മുക്കുറ്റിക്കള്ളും മുന്നാഴി റാക്കും കണക്കറ്റ് കുടിച്ച് കേളന് മത്തായി. ഏഴ്ഭാരം ഉരുക്കും ഏഴ് ഭാരം ഇരുമ്പും കൊണ്ട് പണി തീർത്ത കത്ത്യാള് കൈയിലെടുത്തു. മുക്കുറ്റിയും മൂവർമലങ്കുന്നും നല്ലവേങ്ങയും കരിമ്പനക്കാടും വെട്ടിത്തെളിച്ച് തീയിട്ടു. തീയാളിപ്പടർന്നു. രക്ഷപ്പെടുന്നതിനായി നെല്ലിമരത്തിൽ ഓടിക്കയറി. നെല്ലിമരത്തിലെ കാളിയനെന്നും കരിവേലനെന്നും പേരുള്ള കരിനാഗങ്ങൾ കേളന്റെ എടമാർവ്വിലും വലമാർവ്വിലും കൊത്തി വിഷം ചൊരിഞ്ഞു. കേളനും സർപ്പങ്ങളും പുനത്തിലെ തീയിൽ വെന്തെരിഞ്ഞു. നെഞ്ചിൽ ചുറ്റു പിണഞ്ഞ നാഗങ്ങളും മധുരക്കള്ളുമായി, പുനത്തിന്റെ കാവല്ക്കാരനായി, കണ്ടനാർകേളൻ ദൈവമായി, മണ്ണിൽ പണിയെടുക്കുന്നവരുടെ കഷ്തകളും ദുഃഖങ്ങളും പകുത്ത് കെട്ടാനെത്തി.

ഇനിയുമുണ്ട് ഇന്നലെകളുടെ കൊടിയ പീഡനങ്ങളുടെ പാതാളങ്ങൾ ഭേദിച്ച് കാട്ടു പന്നിത്തേറ്റ കൂർപ്പിച്ചലറി വരുന്നവർ. തിര നിറച്ച തോക്കു

കൾക്ക് കാണാൻ പറ്റാത്ത ഉന്നമായി. ഇഷ്ടപ്പെട്ട തൊഴിലെടുത്തതിന്റെ പേരിൽ, ഇഷ്ട ഭക്ഷണം കഴിച്ചതിന്റെ പേരിൽ, അറുകൊലചെയ്യപ്പെടുന്നവർ. ജന്മംതന്നെ പാപമായി സ്വയംഹത്യക്ക് വിധേയരാകുന്നവർ. ആഭിജാത ചരിത്രത്തിന്റെ മേലേരിയിൽ ഇവർ കത്തിച്ചാമ്പലായിപ്പോയിട്ടുണ്ടാകാം. പക്ഷേ, പുലയനും മലയനും പെരുവണ്ണാനും കോപ്പാളനും ആ ധീരരക്തസാക്ഷിത്വങ്ങളെ ഏതെങ്കിലും കൊടിയിലല്ല, ഏത് കൊട്ടാരത്തേയും കത്തിച്ച് കളയാനുള്ള അഗ്നിയായി കത്തിച്ച കൊടിയിലയിലാണ് ആവാഹിച്ചത്.

തെയ്യം അതിപുരാതനമായ, ആദി ദ്രാവിഡമായ ഉറവയാണ്. പ്രക്ഷുബ്ധമെങ്കിലും ജീവിതാഘോഷത്തിന്റെ സകല സത്തയും അതിൽ ലയിച്ച് ചേർന്നിരിക്കുന്നു. മണ്ണും മനുഷ്യനും ഒന്നാണെന്ന അറിവ് തന്നെയാണതിന്നാധാരം. സ്ത്രീ ശരീരത്തിനെതിരേയുള്ള അതിക്രമങ്ങളെക്കുറിച്ച് മാത്രമല്ല, നാം നിലനില്ക്കുന്ന പ്രകൃതിക്ക് മേലുള്ള കടന്നു കയറ്റത്തിനെതിരേയുമാണ് മുച്ചിലോട്ട് ഭഗവതി സംസാരിക്കുന്നത്. പരിസ്ഥിതി രാഷ്ട്രീയവും പരിസ്ഥിതി ലാവണ്യ ശാസ്ത്രവും പരിസ്ഥിതി സ്ത്രീവാദവുമൊക്കെ ആധുനിക സിദ്ധാന്തങ്ങളായി വികസിക്കുന്നതിന് എത്രയോ നൂറ്റാണ്ടുകൾക്ക് മുമ്പേ ആർക്കും വേണ്ടാത്ത തെയ്യക്കാർ തൊണ്ടപൊട്ടിപ്പാടി, ചരിത്രത്തിന്റെ വെയിൽ തട്ടാതെ ആ അറിവുകൾ കൈമാറിക്കൊണ്ടിരുന്നു. എൺപതോ തൊണ്ണൂറോ വയസ്സായ മുച്ചിലോട്ടെ കോമരവും അന്തിത്തിരിയനും ഏറ്റെടുത്ത ഉത്തരവാദിത്വം അത്രയും വലുതാണ്. തെയ്യക്കാരെപ്പോലെ ഒരു ബദൽ ജീവിതം ഇവർക്കുമുണ്ട്. പതിനഞ്ചോ ഇരുപതോ വർഷം കൂടുമ്പോഴാണ് മുച്ചിലോട്ട് കാവിൽ പെരുങ്കളിയാട്ടമുണ്ടാകുന്നത്. അല്ലാത്ത സമയങ്ങളിൽ ത്യാഗപൂർണ്ണമായ അനുഷ്ഠാന ജീവിതത്തിലൂടെ; ചാരിത്ര്യഭ്രംശം സംഭവിക്കാത്ത ചരിത്രത്തിന്റെ സൂക്ഷിപ്പുകാരായി മഹത്തായ ദൗത്യമാണ് ഈ നാട്ടുപുരോഹിതർ നിറവേറ്റുന്നത്. ഇരുണ്ടുതുടങ്ങിയ ഈ സാംസ്കാരിക പൈതൃകത്തിന്റെ മഹാകാശങ്ങളെ ഉണങ്ങിച്ചുരുണ്ടുപോയ ഈ ശരീരത്തിന്റെ പേശീബലം കൊണ്ടാണ് ഇവർ താങ്ങി നിർത്തുന്നത്.

ഈ മണ്ണിന്റെ നേരു കാണാനുള്ള നമ്മുടെ കണ്ണുകൾ കുത്തിപ്പൊട്ടിച്ചതാരാണ്. മറ്റൊരു ദേശത്തുമില്ലാത്ത സാംസ്കാരിക വൈവിദ്ധ്യങ്ങളുടെ മഹാസമൃദ്ധിയെത്തന്നെയാണല്ലോ നിരന്തരമായ ആക്രമണ പ്രത്യാക്രമണങ്ങൾ സദാ അസ്വസ്ഥമാക്കുന്നത്. മണിക്കൂറിന്റെ ഇടവേളകൾ പോലുമില്ലാതെയാണ് കൊലപാതകങ്ങൾ ഇവിടെ അരങ്ങേറുന്നത്. ആഗോള ഭീകരതയ്ക്ക് ചാവേറുകളെ ദാനം ചെയ്യുന്നത്. അച്ഛനമ്മമാരുടെ, പിഞ്ചുമക്കളുടെ, കൂടപ്പിറപ്പുകളുടെ മുന്നിലിട്ട് മനുഷ്യനെ കൊത്തിനുറുക്കുന്ന സംസ്കാരമുള്ള നമ്മൾ തന്നെയാണ് നവ മാധ്യമങ്ങളിലെ പീഡന ദൃശ്യങ്ങൾ കൈവെള്ളയിൽക്കൊണ്ട് നടന്ന് കണ്ണീർ വാർക്കുന്നത്. നാട്ടുകൂട്ടവും ഭരണകൂടവും ജാഗരൂകരാകേണ്ടുന്ന കാലം അതിക്രമിച്ചിരിക്കുന്നു, തെയ്യത്തേയും തിടമ്പുനൃത്തത്തേയും തെരുവിൽ കല

യായി അവതരിപ്പിച്ചതിലെ ശരിതെറ്റുകളല്ല വിഷയം. ഏത് രാഷ്ട്രീയ ഭരണകൂടമാണ് കാർഷിക ജീവിതത്തിലധിഷ്ഠിതമായ പ്രാദേശികമായ ഈ മഹാ പൈതൃകത്തെ തിരിച്ചറിയാൻ ഇന്നോളം ശ്രമിച്ചിട്ടുള്ളത്. വിസ്ഫോടന ശേഷിയുള്ള അനുഷ്ഠാനങ്ങളുടെ സൂക്ഷ്മ ശരീരത്തെ വിശകലനം ചെയ്ത് സ്വാംശീകരിച്ചിട്ടുള്ളത്. അണികളുടെ അടിമബോധത്തിനപ്പുറത്തേക്ക് സ്വാതന്ത്ര്യത്തിന്റെ മനുഷ്യമഹത്വത്തെ ഉദ്ഘോഷിക്കുന്ന, പ്രകൃതി ജീവനത്തിന്റെ ഈ പുലവയൽ സാക്ഷ്യങ്ങളെ അനുയായികളെ പഠിപ്പിക്കാൻ തയ്യാറായിട്ടുള്ളത്.

വറ്റിപ്പോകുന്ന മണിക്കിണർ

വിവാഹങ്ങൾ ഇന്ന് ധൂർത്തിന്റേയും പണക്കൊഴുപ്പിന്റേയും പെരുങ്കളിയാട്ടമാണല്ലോ. പെരിഞ്ചല്ലൂരിൽ നിന്നെത്തിയ മുച്ചിലോട്ടമ്മ മോഹിതയായ കരിവെള്ളൂരിലെ പെരുവയൽപ്പച്ച ഇന്നില്ല. പകരം അവിടെ ദേശീയപാതയാണുള്ളത്. നല്ലത് തന്നെ. പുതിയ കാലത്തിന് ഇന്നലെയുടെ താക്കീത് പോലെ ആദിമുച്ചിലോട്ട് കാവ് അവിടെ നിലനില്ക്കുന്നുണ്ട്. നമ്മുടെ പഴമകളെ മൊഴിമാറ്റം ചെയ്ത് ഇവിടെ സൂക്ഷിക്കുന്നുണ്ട്. ദാനശീലത്തിന്റേയും കാരുണ്യത്തിന്റേയും മാതൃകയായ ആദി കാരണവരുടെ അദ്ധ്വാനത്തിന്റെ ചക്കിലാടിത്തെളിഞ്ഞ മുച്ചിലോട്ടമ്മയുടെ സ്മൃതിമന്ദിരം. ചക്കിന്റെ കണയും തേരും കാലത്തെ കീഴ്മേൽ മറിച്ച് തിരിഞ്ഞുകൊണ്ടിരിക്കുന്നു. കാളക്കരുത്തിനൊപ്പം കഠിനാദ്ധ്വാനം ചെയ്യുന്ന ആദികാരണവരുടെ കനത്ത പാദപ്പതനം ഒന്ന് ശ്രദ്ധിച്ചാൽ ഇപ്പോഴും കേൾക്കാം. ചക്കിൽ തെളിയുന്ന സ്നേഹത്തിൽ ഒരിതിഹാസം ഇരുൾത്തിരശ്ശീല നീക്കി തിര നോക്കുന്നു. മുച്ചിലോട്ടമ്മ അറിവായും അദ്ധ്വാനമായും ഈ തുത്തികയിലെ എണ്ണയിലാണല്ലോ നിറഞ്ഞത്. ഈ പുലവയലാണല്ലോ അതിന് സാക്ഷിയായത്.

ആദികരിവെള്ളൂർ മുച്ചിലോട്ട് പുതിയ കാവിൽ 2017 ജനുവരി 7 മുതൽ 12 വരെ ദേവിയുടെ പന്തൽമങ്ങലം, പെരുങ്കളിയാട്ടം നിശ്ചയിച്ച് കഴിഞ്ഞു. ആദി മുച്ചിലോട്ട് കാവിൽനിന്നും തെയ്യത്തെ പല വിധ സാംസ്കാരിക സന്ദർഭങ്ങളിലേക്ക് മാറ്റി പ്രതിഷ്ഠിച്ച് കഴിഞ്ഞു. മുച്ചിലോടുകൾ നാം കണ്ടെടുക്കാതെപോയ സാംസ്കാരികാഭിവൃദ്ധിയുടെ കേന്ദ്രങ്ങളാണ്. കൃഷിയും എണ്ണയാട്ടും കുലത്തൊഴിലായി സ്വീകരിച്ച തൊഴിലാളികൾ പടുത്തുയർത്തിയ നവോത്ഥാന മുന്നേറ്റങ്ങളുടെ സ്മാരകങ്ങളാണ് ഓരോ മുച്ചിലോട്ട് കാവും. മുച്ചിലോടിനെ മതസ്ഥാപനമാക്കി ഊറ്റം കൊള്ളുന്നവർ നിസ്കാരത്തഴമ്പുള്ള തലയില്ലത്തെ മാപ്പിളയെ അറിയുമോ. കരിവെള്ളൂരിലെ മുച്ചിലോട്ടമ്മയുടെ ആത്മമിത്രമാണ് തലയില്ലത്ത് തറവാട്ടിലെ മാടായി നഗരം. ഓരോ മുച്ചിലോടിന്റെ പിറവിയിലും ത്യാഗത്തിന്റേയും സഹനത്തിന്റേയും ബലിദാനത്തിന്റേയും ചരിത്ര പശ്ചാത്തലമുണ്ട്. കരിവെള്ളൂർ, തൃക്കരിപ്പൂർ, കോറോം, കൊട്ടില, കവിണിശ്ശേരി, നമ്പ്രം, വളപടം ഇങ്ങനെ അഞ്ച് രണ്ടേഴ് സ്ഥാനവും പതിനേഴ് നാട്ടിൽ

പതിനെട്ട് സ്ഥാനവുമാണ് പ്രധാനം.

അറിവിനും അദ്ധ്വാനത്തിനുംവേണ്ടി ബലിയായ നാട്ടുപെണ്ണിന് ആകെ നൂറ്റിപ്പതിനാല് സ്ഥാനങ്ങളുണ്ട്. വടകര വൈക്കലശ്ശേരിയാണ് കടത്തനാട്ട് സ്വരൂപത്തിലെ കോഴിക്കോട് ജില്ലയിലെ ഒരേയൊരു മുച്ചിലോട്. കർണ്ണാടക തുളു സംസ്കാരം നട്ടുനനച്ച കുമ്പളസ്വരൂപത്തിലെ പെർണ്ണയാണ്, പെരുന്തണയാണ് വടക്കേയറ്റത്തെ മുച്ചിലോട്ട് കാവ്. ഇതിൽ മാതമംഗലം മുച്ചിലോട് സ്ഥാപിച്ച വാണിയക്കാരണവരായ പൊന്നന്റെ ശബ്ദം വേറിട്ട് കേൾക്കാം. ഒരുകാലത്തും മായ്ച്ച് കളയാനാകാത്ത കൊടും ഹത്യയുടെ ചോരക്കറയിൽ മാതമംഗലം മണ്ണും ചോന്നു. മുച്ചിലോട്ടമ്മയെപ്പോലെ വാണിയനായ പൊന്നനും വേദങ്ങളും ശാസ്ത്രവും അഭ്യസിച്ചു. മന്ത്രവും തന്ത്രവും ധ്യാനവും പൂജയും പഠിച്ചു. വാണിയ യുവാവ് മാന്ത്രിക താന്ത്രിക കുടുംബമായ കാളകാട്ടിന് വലിയ തലവേദന സൃഷ്ടിച്ചു. തിരുവായ്ക്കെതിർ വായില്ലാത്ത കാളകാട്ടിന്റെ പല പ്രവർത്തനങ്ങളേയും പൊന്നൻ ചോദ്യം ചെയ്തു. മുച്ചിലോടൻ പടനായരുടെ ഭാര്യയായ, തൃക്കരിപ്പൂർ മുച്ചിലോട് സ്ഥാപിച്ച അച്ചിയുടെ സഹോദരൻ കൂടിയാണ് പൊന്നൻ. മാതമംഗലത്തെ വാണിയനുണ്ടാക്കുന്ന തലവേദന കാളകാട്ട് തന്ത്രി എന്നെന്നേക്കുമായി ഇല്ലാതാക്കി. നേരിട്ട് തോല്പിക്കാനാകാത്ത പൊന്നനെ കൂലിക്കാരെ വെച്ച് വെടിവെച്ചു കൊന്നു. തച്ചിരം വാണിയനായ പൊന്നന്റെ ജ്ഞാനശരീരം കൂടി ചേർത്താണ് മാതമംഗലം മുച്ചിലോടിന്റെ ചുമരുകൾ പണി തീർത്തത്. എല്ലാ തുലാപ്പത്തിലും ബ്രാഹ്മണ്യത്തിന്റെ നിറതോക്കിനിരയായ പൊന്നനെന്ന വാണിയ യുവാവ് തൊണ്ടച്ചൻ തെയ്യമായി വരും. അറിവിനേയും അധികാരത്തിനേയും ചോദ്യം ചെയ്യുന്നവരെ ഇല്ലാതാക്കുന്ന പുതിയ കാലത്തിലും തന്നെ വെടിവെച്ച് വീഴ്ത്തിയവൻ ആൾക്കൂട്ടത്തിൽ ഒളിഞ്ഞിരിക്കുന്നുണ്ടോ എന്ന് തീ പാറുന്ന കണ്ണുകളോടെ തെയ്യം നോക്കും.

അതെ പെരുങ്കളിയാട്ടത്തിന്റെ വർത്തമാനത്തിലെ പെരുവയൽ ശൂന്യതയിലാണ് നില്ക്കുന്നത്. പെരുങ്കളിയാട്ടം ഒരു ചരിത്രസംഭവമാക്കുന്നതിനുള്ള അതിവിപുലമായ പ്രവർത്തനങ്ങൾ തുടങ്ങിക്കഴിഞ്ഞു. ലക്ഷക്കണക്കിനാൾക്കാർ കരിവെള്ളൂരിന്റെ ചരിത്ര സ്മൃതിയിലെത്തും. പെരുങ്കളിയാട്ടം വൻ വിജയമാകും. സംശയമില്ല. പക്ഷേ, തങ്ങൾക്ക് മുന്നിൽ മണങ്ങിയാട്ടമാടുന്ന ഈ നാട്ടുപെണ്ണിന്റെ ജീവിതത്തെ അതി ബൃഹത്തായ മുച്ചിലോട്ട് പാരമ്പര്യത്തെ പുതുതലമുറയ്ക്ക് പകർന്ന് കൊടുക്കലാണ് ശരിയായ വിജയം. മുച്ചിലോട്ടമ്മയെ ചരിത്രത്തിന്റെ എല്ലാ പച്ചപ്പും മനുഷ്യപ്പറ്റും തിരസ്കരിച്ച് കാളിയോ ലക്ഷ്മിയോ പാർവ്വതിയോ സീതയോ ആക്കി എഴുന്നള്ളിക്കുമ്പോൾ തന്നെയാണ് തീയിൽ വെന്ത പെണ്ണിന് വാണിയൻ നല്കിയ സ്നേഹം ചെപ്പ്കുടം തുള്ളുമ്പോൾ തുളുമ്പിമറിയുന്നത്. കാരുണ്യത്തിന്റേയും അപാരമായ മനുഷ്യ സ്നേഹത്തിന്റെ ജലസ്പർശത്തിൽ ഓരോ വാണിയനും ശുദ്ധീകരിക്കപ്പെടുകയാണ് ചെയ്യുന്നത്. ദേഹത്ത് തെറിച്ചു വീഴുന്ന ഓരോ തുള്ളിയിലും തെയ്യ

മുണ്ട്. ദൈവമുണ്ട്.

കരിവെള്ളൂർ മുച്ചിലോടിന് തൊട്ടടുത്ത് തന്നെയാണ് മണക്കാടൻകുരിക്കൾ സമാധിസ്ഥിതനായത്. ആദി കാരണവരായ പെരുവണ്ണാന് മരിച്ച പെണ്ണിനെ ഉയിർപ്പിക്കാൻ മൃതസഞ്ജീവനിയായി നല്കിയ നീരും നിലവും ആകാശവും പെരുവയൽ സമൃദ്ധിയുമെവിടെ. ഈ ഊഷരതയുടെ സ്നേഹരാഹിത്യത്തിൽ മണിക്കിണർ വറ്റിപ്പോകുന്ന വർത്തമാനത്തിലാണല്ലോ മുച്ചിലോട്ടമ്മയ്ക്കുവേണ്ടി മോത്തെഴുതാൻ പെരുവണ്ണാന്മാർ കിടക്കുന്നത്. ഉത്തരമലബാറിലെ ജലസ്രോതസ്സുകളെ കുടിച്ചു വറ്റിക്കുന്ന കുംഭം മീനം മാസത്തിലെ അത്യുഷ്ണത്തണത്തിലാണ് മുച്ചിലോട്ടമ്മയുടെ തിരുമുടി നിവരുന്നത്. മണിക്കിണറിൽ ജല സമൃദ്ധി പകരുന്ന കാവുകളിലെ വിശുദ്ധവൃക്ഷങ്ങളും നാട്ടു പച്ചയും ദ്രാവിഡപ്പഴമയും വെട്ടിത്തെളിച്ച് പുണ്യാഹം തളിച്ച് ശുദ്ധം വരുത്തിയതും നമ്മൾ തന്നെയാണല്ലോ. മുച്ചിലോട്ട് ഭഗവതി സ്വയം വെളിപ്പെട്ട മണിക്കിണറിൽ നോക്കുമ്പോൾ തിരയടിച്ചുയർന്ന് തിരുമുടിയെ തൊടുന്ന ആയിരം ജലകരങ്ങളെ കാലംതന്നെ അരിഞ്ഞു കളഞ്ഞില്ലേ. മുച്ചിലോട്ടമ്മ ഒളിവളർന്ന മണിക്കിണർത്തുത്തിക സ്നേഹം പകർന്ന് ആരാണ് നിറയ്ക്കുക. പുലവയലിൽ കഠിനാദ്ധ്വാനം ചെയ്ത നാട്ടുപെണ്ണിന്റെ പാട്ടുകൾക്ക് ആരാണ് കാതോർക്കുക.

പാരിസ്ഥിതിക സൗന്ദര്യ ശാസ്ത്രത്തിന്റെ, സ്ത്രീവാദത്തിന്റെ കലർപ്പില്ലാത്ത തോറ്റം പാട്ടുകൾ കീഴാളർ തൊണ്ടപൊട്ടിപ്പാടി തോറ്റത്തെ ഉറയിക്കുമ്പോൾ കാഴ്ചക്കാരും കേൾവിക്കാരുമില്ലാതെ ആ പാട്ടുകൾ ആദിമ സ്മൃതിയിലേക്ക് തന്നെ തിരിച്ചു പോകുന്നു. പള്ളിയറയ്ക്ക് പുറത്ത് വിവാ

ഹമാമാങ്കം പൊടി പൊടിക്കുന്നു. ഉത്സവാഘോഷങ്ങളും കലവറയും അടുക്കളയും അണിയറയും എല്ലാം കീഴടക്കുന്ന വിപണി ഒരു രാക്ഷസനായി അലറുന്നു. ആ അലർച്ചയിൽ തോറ്റം പാട്ടിന്റെ താളവും ശ്രുതിയും പിഴച്ച് പോകുന്നു. പള്ളിയറയ്ക്ക് പുറത്തെ ശബ്ദ കോലാഹലങ്ങളിൽ തോറ്റം പാട്ടില്ലാതാകൽ കളിയാട്ടത്തിലെ സാധാരണകാഴ്ചയാണ്. പരിപാടികൾ തുടങ്ങാൻവേണ്ടി തോറ്റം പെട്ടന്നവസാനിപ്പിക്കുന്നതും പതിവ് കാഴ്ച തന്നെ. പക്ഷേ, തോറ്റം പാട്ടില്ലാതാക്കുന്നവർ അവരുടെതന്നെ ഇന്നലെകളെയാണല്ലോ ഇല്ലാതാക്കുന്നത്. അവരെ ഊട്ടി വളർത്തിയ സ്മരണകളുടെ പെരുവയൽ സമൃദ്ധിയിലാണല്ലോ, എവിടെയും രേഖപ്പെടുത്തി വച്ചിട്ടില്ലാത്ത നാട്ടുചരിതപ്പച്ചയിലാണല്ലോ തീ കോരിയിടുന്നത്.

പുലത്തിലാടിയ പുലയാടികൾ

വലിയവളപ്പിൽ ചാമുണ്ടി പുലിക്കോടിനടുത്ത് തിമിരി കണ്ടത്തിൽ വിത്തെറിയുന്ന ഒരു പൊലത്തെയ്യമാണ്. പുലം കേവലം കൃഷിയിടം മാത്രമല്ല. അറിവുകളുടെ മഹാസങ്കേതമാണ്. അറിവനുഭവങ്ങൾ നുരച്ചു പൊന്തിയ അതേ കണ്ടത്തിലാണ് വലിയ വളപ്പിൽ ചാമുണ്ടി എല്ലാ തുലാം ഒന്നിനും മഴയ്ക്കൊപ്പം വിത്തും കൈക്കോട്ടുമായി വരുന്നത്. അള്ളടത്ത് നാട്ടിൽ തുലാം ഒന്നിന് തന്നെ തെയ്യം തുടങ്ങുന്നു. പക്ഷേ, നീലേശ്വരം തമ്പുരാന്റെ തിരുസന്നിധിയിൽ തെയ്യം കെട്ടിയാടുന്ന തുലാം പത്താണ് തെയ്യം തുടങ്ങുന്നതിന്റെ ഔദ്യോഗിക കണക്ക്. നാക്ക് പിഴുത് മാറ്റപ്പെട്ട അടിമയുടെ ചോര ചാറിച്ചുവന്ന വിപ്ലവഭൂമിയിൽ പൊലിച്ച് വളർന്ന തെയ്യത്തിനെന്ത് കണക്ക്.

പുലവയലിൽ എല്ലുമുറിയെ പണിയെടുത്ത പുലയനാണല്ലോ നിങ്ങളെ ഊട്ടിയത്. പുലദൈവമാണല്ലോ നിങ്ങളുടെ ശാന്തമായ ഉറക്കത്തിന് കാവലിരുന്നത്. പുലയന്റെ അദ്ധ്വാനത്തിന്റെ വെള്ളവും വളവും കുടിച്ചാണല്ലോ വേദാന്തവൃക്ഷങ്ങൾ തഴച്ച് വളർന്നത്. അവന്റെ തന്നെ ചാളയ്ക്ക് മേൽ പതിച്ച് കൊടും നാശം വിതയ്ക്കുമെന്ന ഭീഷണിയിൽ വേദാന്തവും പൗരോഹിത്യവും തുടരുന്ന ചൂഷണങ്ങൾക്കറുതിയില്ല. ഇഷ്ടപ്പെട്ട ഭക്ഷണത്തിന്റെ പേരിൽ കുലത്തൊഴിലിന്റെ പേരിൽ ജാതിയെന്ന പാപത്തിന്റെ പേരിൽ നടക്കുന്ന ബലിദാനങ്ങൾ. തുലാമഴയിൽ കുതിർന്ന കണ്ടത്തിൽനിന്നും പാട്ട് കേൾക്കുന്നില്ലേ. പുലപ്പേച്ച് കേൾക്കുന്നില്ലേ. ഒക്കത്ത് കുഞ്ഞിയും തലയിൽ കള്ളുമായി പാടുന്ന പുലയൻ. കള്ളും മീനും ചേറും മണക്കുന്ന പുലപ്പൊട്ടന്റെ പാട്ട്. വേദാന്തങ്ങളുടെ ആൾദൈവമായ ആചാര്യപാദർക്ക് പാടവരമ്പത്ത് വെച്ചു തന്നെ കൂലി കൊടുക്കുന്ന പാട്ട്. വേലി വേണ്ടാത്ത, വരമ്പ് വേണ്ടാത്ത, വെയിലിൽ പണി വേണ്ടാത്ത വിത്തിടുകയും വിതയ്ക്കയും വേണ്ടാത്ത കൊടുങ്കാറ്റു പോലെ പേമാരി പോലെ താനേ വിളയുന്ന വൈനാടോൻപുഞ്ച തന്നെയാണ് പുലയൻ. പൊട്ടൻ. ആർക്കും തകർക്കാനാകാത്ത പ്രകൃതിയുടെ

നിർമ്മിതി. മനീഷാപഞ്ചകവും പൊലപ്പേച്ചും വെന്ത് തിളയ്ക്കുന്ന ഉടഞ്ഞു പോകാത്ത മൺചട്ടി. മുച്ചിലോട്ടമ്മയ്ക്ക് മുമ്പും പിമ്പും പുലത്തിൽ രക്ത സാക്ഷികളായവരേറെ. തെയ്യത്തിന്റെ മാന്ത്രികച്ചെപ്പിൽ അടച്ച് സൂക്ഷി ക്കപ്പെട്ടവർ.

വെയിലെരിയുന്ന പുലവയലിലും പൊനം കത്തി മറിയുന്ന മലയിലും അടിയാളർ കാറ്റും വെയിലും മഴയുമേല്ക്കാതെ പൊത്തിക്കാത്ത പാട്ടു കൾക്കറുതിയില്ല. ഏഴോത്തെ ചേണിച്ചേരി വലിയ നമ്പ്യാരുടെ പുലം കാത്ത പുലയനായിരുന്നു പള്ളിയത്ത് കല്ലേൻ നമ്പോലൻ. നമ്പോല നെന്ന പച്ചപ്പൊലയൻ. പക്ഷേ, നീതിയിലും ധർമ്മത്തിലും സത്യസന്ധ തയിലും നമ്പോലൻ ആരേക്കാളും മുന്നിലായിരുന്നു. ചേണിച്ചേരി നമ്പ്യാർ കണക്കറ്റ ഭൂമിയും സ്വർണ്ണവും നമ്പോലനെ ഏല്പിച്ച് പടയ്ക്ക് പോയി. നമ്പോലൻ തമ്പുരാന്റെ നിധി ശേഖരം വലിയ വട്ടളത്തിൽ സൂക്ഷിച്ച് രഹസ്യമായി ഏഴോത്തെ ഏട്ടപ്പൊഴയിൽ താഴ്ത്തി. ടിപ്പുവിന്റെ പടയാ ളികൾ നമ്പോലനെ തേടിയെത്തി. നമ്പോലന്റെ നീതിബോധം ചേണി ച്ചേരി നമ്പ്യാരെ ഒറ്റിക്കൊടുത്തില്ല. ടിപ്പു നമ്പോലന്റെ തലയറുത്തു. ഏട്ട പ്പൊഴയിൽ നിധി താഴ്ത്തിയ വിവരം നമ്പോലൻ ആരോടും പറഞ്ഞില്ല. സുരക്ഷിതനായി തിരിച്ചെത്തിയ നമ്പ്യാരുടെ ഉറക്കത്തിൽ പള്ളിയത്ത് കല്ലേൻ നമ്പോലൻ പൂക്കട്ടിയും തലപ്പാളിയുമണിഞ്ഞു വന്നു. ഏട്ടപ്പൊ ഴയിൽ താഴ്ത്തിയ നിധി ശേഖരം കാട്ടിക്കോടുത്തു. പുനത്തിൽ കഠിനാ ദ്ധ്വാനം ചെയ്ത പുലയന്റെ സത്യസന്ധതയെ നമ്പോലൻ തെയ്യമെന്ന് പേരിട്ടു വിളിച്ചു.

കായ്കനികളും മലക്കറികളും ഇലക്കറികളും വിളഞ്ഞ പൊനം കൊത്തിയ മലയും പൂത്താടയും മലയുടുമ്പനും ഏറോലിയനും തൗവ്വനും കയമയും വാളിയ വയലേലകളും ഓർമ്മകൾ മാത്രമായി. മനുഷ്യന് മേൽ മനുഷ്യൻ നടത്തുന്ന ചൂഷണങ്ങൾ ഉള്ളിടത്തോളം വിഷം തളിച്ചും മാലിന്യം നിക്ഷേപിച്ചും ഭ്രൂണഹത്യ ചെയ്യപ്പെട്ട ഈ മണ്ണിന്റെ നിനവു കൾ ശബ്ദിക്കും. ദാഹിച്ച് വരണ്ട തരിശുകൾ നിലവിളിക്കും. ചാപിള്ള കളെ പ്രസവിക്കും. പക്ഷേ, പുലത്തിലാടിയ പുലയാടികൾ വർദ്ധിത വീര്യ ത്തോടെ ഉറയും. ഉറഞ്ഞുരിയാടും. നിങ്ങളെ ഊട്ടിയ പുലദൈവങ്ങളെ നിങ്ങൾ തെറിയുടെ വിഷം തളിച്ച് കൊല്ലാൻ ശ്രമിച്ചു. തല്ക്കാല വിജയം നിങ്ങളുടേത് തന്നെയായിരിക്കാം. അറിവനുഭവങ്ങളുടെ പുലത്തിലാടിയ അച്ചിയായ മുച്ചിലോട്ടമ്മയുടെ നാട്ടുമൊഴിയുടേയൊ തോറ്റം പാട്ടുകളു ടേയോ നാക്കറുക്കാനുള്ള ശക്തിയൊന്നും ഇനിയും ആരും ആർജ്ജിച്ചി ട്ടില്ല. പണ്ഡിത ശിരോമണിയും കൃഷിപ്പണിയുടെ കാര്യസ്ഥനുമായ പെരി യാട്ട് കണ്ടരുടെ സംസ്കൃത ശരീരത്തെ കൊത്തിക്കീറിയ ചെറോന്റെ കന്നക്കത്തി തുരുമ്പെടുത്തുവെങ്കിലും മൂർച്ച കെട്ടുപോയിട്ടൊന്നുമില്ല. ഓർത്തോ.

തെയ്യത്തിന് പൊള്ളുന്നു

ഉത്തര മലബാറിന്റെ സാമൂഹിക സാംസ്കാരിക ചരിത്രത്തെ വിശകലനം ചെയ്യുന്ന ഏതൊരാൾക്കും തെയ്യം അനുഷ്ഠാനത്തെ പരാമർശിക്കാതിരിക്കാനാവില്ല. സംസ്കാരത്തിന്റെയും ചരിത്രത്തിന്റെയും ഈടുവയ്പ്പുകൾ രാജാക്കന്മാർക്കും നാടുവാഴികൾക്കും മതപൗരോഹിത്യ അധികാര കേന്ദ്രങ്ങൾക്കും അടിയറവെക്കുമ്പോൾ ഒരു പരിധിവരെ വർത്തമാന കാലത്തെ തെയ്യത്തിനും അതിൽനിന്നും മോചനമില്ല. തെയ്യത്തിന്റെ ദ്രാവിഡ സ്വത്വം ഒരു ജാതിയുടെയോ മതത്തിന്റെയോ കൊടിയടയാളം വഹിക്കുന്നില്ല. എങ്ങനെ വിശകലനം ചെയ്താലും ഹൈന്ദവ മതബോധത്തിലധിഷ്ഠിതമായ ഒരു സംസ്കാരത്തെ തന്നെയാണ് ഇവിടെ അരക്കിട്ടുറപ്പിച്ചിട്ടുള്ളത്. തെയ്യം പ്രത്യക്ഷത്തിൽ ഹിന്ദു മതവിശ്വാസികളുടെ ഒരാരാധനയായാണ് അംഗീകരിക്കപ്പെട്ടിട്ടുള്ളതും നിലനില്ക്കുന്നതും. വിശാലമായ വിശ്വ വീക്ഷണത്തിൽനിന്നും ഒരു പാരമ്പര്യ മതബോധനത്തിന്റെ മതിൽക്കെട്ടിനകത്തേക്ക് മാറ്റി സ്ഥാപിക്കപ്പെട്ടതുതന്നെയാണ് തെയ്യം അനുഷ്ഠാനം അഭിമുഖീകരിക്കുന്ന ഏറ്റവും കടുത്ത വെല്ലുവിളി.

തെയ്യം ജീവിതം ആവിഷ്കരിക്കുമ്പോൾ

സംസ്കാരത്തിന് ചരിത്രപരമായും സാമൂഹികമായും രാഷ്ട്രീയമായും കലാപരമായും പല കൈവഴികളുണ്ട്. തെയ്യം ഈ വൈവിദ്ധ്യങ്ങളുടെ സമന്വയമാണ്. നമുക്ക് എണ്ണിയാലൊടുങ്ങാത്ത കലാ ആവിഷ്കാരങ്ങളുണ്ട്. ധാരാളം മഹാക്ഷേത്രങ്ങളും ആരാധനാലയങ്ങളുമുണ്ട്. രാജകീയ പ്രൗഢിയാർന്ന് മസ്തകമുയർത്തി നില്ക്കുന്ന കൂറ്റൻ മതിൽക്കെട്ടിനകത്തെ കരിങ്കൽ വിഗ്രഹങ്ങൾ ഒരു ജീവിതമൊന്നും ആരുടെ മുന്നിലും ആവിഷ്കരിക്കുന്നില്ല. അത് വിഗ്രഹങ്ങളുടെ ലക്ഷ്യവുമല്ല. പക്ഷേ, തെയ്യം

വ്യതിരിക്തതയാർന്ന അസ്തിത്വവുമായി മതിൽക്കെട്ടുകളില്ലാതെ സാധാരണ ജനങ്ങളോടൊപ്പം നില്ക്കുന്നു. പാരമ്പര്യ പ്രമാണിത്തമുള്ള ക്ലാസിക്കൽ കലകളെത്തന്നെയാണ് സംസ്കാരത്തിന്റെ മുഖമുദ്രയായി ഭരണകൂടം അംഗീകരിച്ചിട്ടുള്ളത്. ക്ലാസിക്കൽ കലകളുടെ മഹത്തായ പാരമ്പര്യവും ദീർഘകാലത്തെ ഉപാസനയോടെയുള്ള അഭ്യസനവും കണിശമായ സാങ്കേതികത്തികവും ഒക്കെ ശരി. പക്ഷേ, എന്താണ് ക്ലാസിക്കൽ കലയിലെ ജീവിതം. ആരുടെ ജീവിതത്തെയാണ് അത് പ്രതിനിധാനം ചെയ്യുന്നത്. ആരാണ് അതിന്റെ ശരിയായ പ്രേക്ഷകൻ. എവിടെയാണ് ക്ലാസിക്കൽ കലകളുടെ രംഗവേദി. പ്രഖ്യാതമായ ഒരു ഹിന്ദുപുരാണത്തിന്റെ പുനരാഖ്യാനമോ പുനരവതരണമോ ആണ് ക്ലാസിക്കൽ കലകളുടെ ഇതിവൃത്തം. ഒരു പ്രദേശത്തിന്റെ വിമോചനത്തിനായി പോരാടി വീരമൃത്യു വരിക്കുകയോ നാട്ടിന്നുടയോനായ തമ്പുരാന്റെ കൊടും ചതിയിൽ അരുംകൊല ചെയ്യപ്പെടുകയോ ചെയ്ത, പോയ കാലത്ത് ജീവിച്ചിരുന്ന മനുഷ്യരുടെയും അവരുടെ ദേശത്തിന്റെയും ചരിത്രം ക്ലാസിക്കൽ കലകളിലൂടെ ആവിഷ്കരിക്കപ്പെടുന്നില്ല. ഒരു സമൂഹത്തിലെ ഏറ്റവും സുഖ സൗകര്യങ്ങൾ അനുഭവിച്ച ന്യൂനപക്ഷത്തിന്റെ വീരവും ശൃംഗാരവും ഇതിവൃത്തമാക്കിയ ക്ലാസിക്കൽ കലകളാണ് നമ്മുടെ സംസ്കാരത്തിന്റെയും തിരുമുറ്റത്ത് മുറുക്കി ചുണ്ട് ചുകപ്പിച്ച് നില്ക്കുന്നത്. ഉത്തര മലബാറിലെ തെയ്യം കലാകാരനായ ഒരു വണ്ണാനോ മലയനോ പുലയനോ പത്മശ്രീയോ പത്മഭൂഷണോ ലഭിക്കുന്ന കാലം നമുക്ക് സ്വപ്നം കാണാൻ പോലും സാധിക്കില്ല.

പിന്നിട്ടുപോന്ന ഇന്നലെകളിലെ കഷ്ടതകളും ഏറ്റുവാങ്ങിയ ദുരന്തങ്ങളും അപമാനങ്ങളും രക്തരൂഷിതമായ സമരങ്ങളും ചെറുത്തുനില്പുകളും നിങ്ങളുടെതന്നെ ഗോത്രസ്മൃതികളും അനുഭവിക്കണമെങ്കിൽ കോലത്തുനാട്ടിലെ കളിയാട്ടക്കാവുകളിൽത്തന്നെയെത്തണം. കാസർഗോഡ്, കണ്ണൂർ ജില്ലകളിൽ സാധാരണയിൽ സാധാരണമായി നടത്തിവരുന്ന കതിവന്നൂർ വീരൻ തെയ്യം കെട്ട് മാത്രം വിശകലനം ചെയ്താൽ മതി തെയ്യം തുറക്കുന്ന പോർമുഖങ്ങളുടെ കരുത്തും തീവ്ര സൗന്ദര്യവും എന്തെന്നറിയുവാൻ. മറ്റുള്ളവർക്ക് വേണ്ടി ജീവിതം ത്യജിക്കേണ്ടി വന്ന മനുഷ്യരുടെ ദാരുണമായ ജീവിതമാണ് മൂന്ന് ദിവസങ്ങളിലെ അതി സങ്കീർണ്ണമായ കതിവന്നൂർ വീരൻ തെയ്യം അനുഷ്ഠാനങ്ങളിലൂടെ അനാവരണം ചെയ്യപ്പെടുന്നത്. മൂന്ന് രക്തസാക്ഷികളാണ് ഇന്നലെകളിലെ ദ്രാവിഡപ്പാതകൾ താണ്ടി വർത്തമാനത്തിന്റെ കളിയാട്ട മുറ്റത്തെത്തുന്നത്. മാങ്ങാട്ടു മന്നപ്പൻ, (കതിവന്നൂർ വീരൻ തെയ്യം) കൂടാളിത്തറയിൽ കുഞ്ഞിരാമൻ കുരിക്കൾ, (കുരിക്കൾ തെയ്യം) വേളാർകോട്ട് ചെമ്മരത്തി. ബൊളീവിയൻ കാടുകളിൽ വധിക്കപ്പെട്ട ചെഗുവേരയും കുടകിലെ മുത്താർ മുടിയിൽ നൂറ്റിയെട്ട് കഷണങ്ങളായി ഛേദിക്കപ്പെട്ട് മുണ്ട മുള്ളിലും കൈതമുള്ളിലും വലിച്ചെറിയപ്പെട്ട മാങ്ങാട്ടുകാരനായ മന്നപ്പനും രണ്ടല്ല. എല്ലാ സുഖ സൗകര്യങ്ങളും ത്യജിച്ച്, പകരം ദുരന്തങ്ങളുടെയും രക്തം ചിന്തുന്ന

പ്രക്ഷോഭങ്ങളുടെയും ജീവിതം ഏറ്റെടുത്ത്, പിറന്ന നാടുപേക്ഷിച്ച് വേറൊരു നാട്ടിലെത്തി ആ നാടിന് വേണ്ടി പോരാടി മരിച്ച മാങ്ങാട്ടു മന്നപ്പൻ തന്നെയാണ് കണ്ണൂരിലെ ധീരരക്തസാക്ഷിത്വങ്ങളുടെ ആദി മാതൃക. കൂടാളിക്കാരനായ കുഞ്ഞിരാമന്റേത് മറ്റൊരു വിധിയായിരുന്നു. നാട്ടിലെ മരുന്നുകൾക്കും മന്ത്രങ്ങൾക്കും മാരണങ്ങൾക്കും കീഴ്പ്പെടുത്താൻ കഴിയാത്ത വാഴുന്നോരുടെ വ്യാധി നിസ്സാരനായ കൂടാളിത്തറയിൽ കുഞ്ഞിരാമൻ ഭേദമാക്കി. ഇത്രയും കഴിവുള്ള കുഞ്ഞിരാമനെ ബാക്കി വെച്ചേക്കരുത്. അറവിലാപ്പറമ്പിന്റെ അതിർത്തി സ്ഥാനത്ത് പൂഴാതിപ്പറമ്പിന്റെ കന്നിരാശിയിലെ മണ്ണിന്നിത്രയും ചോപ്പ് നിറമുണ്ടാകാൻ കാരണം കൂടാളിത്തറയിൽ കുഞ്ഞിരാമന്റെ ചോര വീണ് കുതിർന്നിട്ടാണ്.

സാമൂഹ്യപരിഷ്കർത്താക്കളായ ശ്രീനാരാണഗുരുവിനും ഇ എം എസിനും വി ടിക്കും എം ആർ ബിക്കും മുൻപേ ജാതി മേധാവിത്തത്തെ വെല്ലുവിളിച്ച് സാമൂഹ്യ പരിഷ്കരണ ശ്രമങ്ങൾക്ക് നേതൃത്വം നല്കിയത് മാങ്ങാട്ട് മന്നപ്പൻ തന്നെയായിരുന്നു. കാവുതീയ സ്ത്രീയായ വേളാർകോട്ട് ചെമ്മരത്തിയെ തീയപ്രമാണിയായ മന്നപ്പൻ പത്തു പണം പച്ചോടം നല്കി പരിണയം ചെയ്തുകൊണ്ട് (തീയരുടെ ആചാര വിവാഹം) ആദ്യത്തെ മിശ്ര വിവാഹത്തിന് തുടക്കം കുറിച്ചു. മന്നപ്പന്റെ ദാരുണമരണത്തിന് സ്വന്തം ശാപവചസ്സുകൾ കാരണമായിട്ടുണ്ടാകാം എന്നു കരുതി ഭാര്യയായ ചെമ്മരത്തി മന്നപ്പന്റെ ചിതയിൽ ഉടന്തടി ചാടി.

കതിവന്നൂർ വീരൻ തെയ്യം കെട്ട് പോലെ ജീവിതത്തെ ഇത്ര പച്ചയായി ആവിഷ്കരിക്കുന്ന രംഗാവതരണങ്ങൾ വേറെ ഉണ്ടാകാനിടയില്ല. ഒരുദിവസം സന്ധ്യക്ക് തുടങ്ങി പിറ്റന്നാൾ സന്ധ്യയോടെ അവസാനിക്കുന്ന, അത്രയും ദൈർഘ്യമേറിയതാണീ അനുഷ്ഠാനം. ഇത് ഒരാൾക്ക് പൂർണ്ണമായും ഒറ്റ കളിയാട്ടത്തിൽവച്ച് കാണാൻ സാധിക്കില്ല. അതുകൊണ്ട് തന്നെ കഥയറിയാതെ ആട്ടം കാണുന്ന ഒട്ടു മിക്ക ആളുകൾക്കും മന്നപ്പന്റെ ജീവിതത്തിന്റെ ആഴവും പരപ്പും അറിയാനും കഴിഞ്ഞിട്ടില്ല.

കാവെന്ന ജൈവീക പരിസരം

കാവ് ഇന്നൊരു സങ്കല്പമായി മാറിക്കഴിഞ്ഞു. കാവും ക്ഷേത്രവും കൂട്ടായ്മയുടെ ആരാധനയുടെ വ്യത്യസ്ത സമ്പ്രദായങ്ങളാണ്. രണ്ട് ധർമ്മങ്ങളാണ് രണ്ടിനും നിർവ്വഹിക്കാനുള്ളത്. എല്ലാ കാവുകളും കളിയാട്ട സ്ഥാനങ്ങളല്ല. ക്ലാസിക്കൽ കലകൾ ക്ഷേത്ര കേന്ദ്രീകൃതമാകുമ്പോൾ തെയ്യം കാവിനെ കേന്ദ്രീകരിച്ചോ മുണ്ട്യ, അറ, പള്ളിയറ, താനം, കോട്ടം, കളരി, മാടം, തറവാടുകൾ എന്നിങ്ങനെ സമാന സ്വഭാവമുള്ള മറ്റിടങ്ങളിലോ ആണ് നടക്കുന്നത്. കാവെന്നത് മനോജ്ഞമായ ഒരു തുറസ്സാണ്. ജീവജാലങ്ങളുടെ സ്വൈര വിഹാരത്തിനുള്ള ഇടമാണ്. പ്രകൃതി തന്നെ തയ്യാറാക്കിയ സവിശേഷമായ ഒരാവാസ വ്യവസ്ഥയാണ്.. തെയ്യമാണ് കാവിന്റെ അധിപൻ. കാവിന് കാവിന്റേതായ നിയമങ്ങളും വില

ക്കുകളുമുണ്ട്. മതിൽക്കെട്ടുകളോ മനുഷ്യനിർമ്മിതമായ തടസ്സങ്ങളോ ഇല്ലാത്ത വിശാലതയാണ് കാവ്. കാവിന് തലയെടുപ്പാർന്ന കോൺക്രീറ്റ് സൗധങ്ങളോ തറയോടോ ടൈൽസോ പാകിയ മുറ്റമോ ഉണ്ടായിരുന്നില്ല. കാവിനകത്ത് മനുഷ്യന് പ്രവേശിക്കാവുന്ന ഇടത്തിന് പരിധികളും വില ക്കുകളും നിശ്ചയിച്ചിരുന്നു. അനാദി കാലം തൊട്ടേ ആരും ആ വിലക്കു കൾ ലംഘിക്കാറില്ല. കാവിന്റെ ഈ ജൈവ നീതി തന്നെയായിരുന്നു കാവ് സ്വയം സംരക്ഷണത്തിനായി തീർത്ത മതിൽക്കെട്ട്. പക്ഷേ, ബുദ്ധിമാ നായ മനുഷ്യൻ നിയതിയുടെ ആ വലിയ നിയമത്തെ, അപൂർവ്വ വൃക്ഷ ങ്ങളും കാട്ടുവള്ളി പടർപ്പുകളും വെട്ടി മാറ്റി ചെറിയ മതിൽക്കെട്ടിനക ത്താക്കി. പുണ്യൂലിട്ട് അഷ്ടബന്ധകലശം നടത്തി വിഗ്രഹ പ്രതിഷ്ഠയി ലൂടെ കലോചിതമായി പരിഷ്കരിച്ചു. നവീകരിച്ചു.

കാവിലെ കളിയാട്ടമെന്നാൽ ആയിരക്കണക്കിനാളുകൾ പങ്കെടു ക്കുന്ന മഹോത്സവങ്ങളല്ല. ഉത്സവത്തിന്റെ നിയമ വ്യവസ്ഥയും കളിയാട്ട ത്തിന്റേതും രണ്ടും രണ്ടാണ്. ഒരു ദേശത്തിന്റെ ജനജീവിതത്തിന്റെ പരി ച്ഛേദം തന്നെയാണ് കാവിലെ അനുഷ്ഠാനങ്ങൾ. കുലവൃത്തിയും സംസ്കാരവും കലയും ജീവിതത്തിന്റെ തുടർച്ചകളായ കാലത്താണ് കാവ് പൊതു ജനങ്ങൾ സംഘടിക്കുന്ന ഒരു സാമൂഹീക രാഷ്ട്രീയ കേന്ദ്ര മായി മാറുന്നത്. ഹിന്ദുമതത്തിലെ ദശാവതാര ദൈവങ്ങളെയോ മറ്റ് അതി മാനുഷ അമാനുഷ ദേവ ജന്മങ്ങളേയോ അല്ല കാവിന്റെ അധിപനായി, ഗോത്ര ജനതയുടെ രക്ഷകനായി, തെയ്യമായി കുടിയിരുത്തപ്പെട്ടിട്ടുള്ളത്. സ്വജീവിതം മറ്റുള്ളവർക്കായി ത്യജിക്കേണ്ടിവന്ന ധീരൻമാരെയോ ധീര കളെയോ അധികാരവർഗ്ഗത്തിന്റെ ചതികളിൽ വധിക്കപ്പെടുകയോ ആത്മ ഹത്യ ചെയ്യുകയോ പലായനം ചെയ്യുകയോ ചെയ്ത മനുഷ്യരെത്തന്നെ വേണമായിരുന്നു കാവിന് ദേവനായി. അതിന് ജാതിയോ മതമോ ലിംഗമോ തടസ്സമായിരുന്നില്ല. ജാതിയുമായി ബന്ധപ്പെട്ട് തൊഴിലിനെ അടിസ്ഥാനമാക്കി വിവിധകുലങ്ങളാണ് നിലവിലുണ്ടായിരുന്നത്. ഒരോ കുലത്തിനും കാവിന്റെയും കളിയാട്ടത്തിന്റെയും അധികാരങ്ങളും അവ കാശങ്ങളും പകുത്ത് നല്കി. കളിയാട്ടത്തിനാവശ്യമായ മെടഞ്ഞ പായ കൾ പുലയൻ കൊണ്ടുവരണം. കാവിലെ ആയുധങ്ങൾ കടയേണ്ടുന്നത് നാങ്കുവർണ്ണമായ കൊല്ലനാണ്. കളിയാട്ടത്തിനാവശ്യമായ മരങ്ങൾ മുറി ക്കുന്നതിന് അവകാശാധികാരങ്ങളുള്ള ആശാരിയുണ്ട്. അനുഷ്ഠാന ത്തിലെ ഓലക്കുട കെട്ടിയുണ്ടാക്കേണ്ടതും കോലക്കാരന്റെയും കളിയാ ട്ടത്തിന്റെയും ഫലം പ്രവചിക്കേണ്ടതും നല്ലറിവോനും നേരറിവോനുമായ കണിയാനാണ്. കള്ളും കലശവും ആവകാനുഷ്ഠാനത്തിനാവശ്യമായ ഓലക്കുട കെട്ടിയുണ്ടാക്കേണ്ടതും കോലക്കാരന്റെയും കളിയാട്ടത്തി ന്റെയും ഫലം പ്രവചിക്കേണ്ടതും നല്ലറിവോനും നേരറിവോനുമായ കണി യാനാണ്. തെയ്യത്തിന് വെക്കുന്ന കലശവും തിരിയോലയുമായി തീയ്യ നുണ്ടാവണം. മീനമൃത്, മീൻ കോവ കൊണ്ടു വരേണ്ട ഉത്തരവാദിത്വം മുകയരുടേതാണ്. വണ്ണാൻ, മലയൻ, പുലയൻ, വേലൻ, കോപ്പാളൻ, മാവി

ലൻ തുടങ്ങിയ ജാതി സമൂഹങ്ങളാണ് തെയ്യം കെട്ടിയാടുന്നത്. കാവിന്റെ കോയ്മ സ്ഥാനം പൊതുവാൾക്കോ നമ്പ്യാർക്കോ ഉള്ളതാണ്. മുസ്ലീങ്ങൾക്ക് (മാടായി നഗരത്തിന്) ആചാരസ്ഥാനമുള്ള കാവുകളുമുണ്ട്. ഒരു കാവിൽ കളിയാട്ടം നടക്കുമ്പോൾ ആ കാവുമായി ബന്ധപ്പെട്ട് ഇതര കാവുകളിലെ സ്ഥാനികരും ആചാരക്കാരും അച്ചന്മാരും ആചാര മുദ്രകളണിഞ്ഞ് ആചാര വേഷത്തോടെ കാവിലെത്തണം. ഇതൊക്കെ ചേരുമ്പോഴേ തെയ്യവും പൂർണ്ണമാവുകയുള്ളൂ. ഇതിലേതെങ്കിലും ഒന്നിന്റെ അഭാവത്തിൽ തെയ്യത്തിന് പ്രസക്തിയില്ല. രക്തസാക്ഷിയായ ഒരാളെ എല്ലാവർക്കും വേണ്ടി നിലനിർത്തുന്ന വിധം ഇങ്ങനെയാണ്.

ദൈവത്തിന്റെ പ്രത്യക്ഷപ്പെടൽ

കാവെന്ന ആവാസ വ്യവസ്ഥയെയാണ് തെയ്യം ആരൂഢമായി സ്വീകരിച്ചതെന്ന് നേരത്തേ വിശദീകരിച്ചുവല്ലോ. ചില പ്രത്യേകതരം മനുഷ്യരുടെ അപമൃത്യുവിലൂടെ, ദൈവക്കരുവായി യോഗം വന്ന്, അവർക്ക് കെട്ടിക്കോലം കല്പിച്ച് പെട്ടെന്ന് തെയ്യമായി മാറുകയല്ല ചെയ്യുന്നത്. മരണത്തിനുശേഷം അതിന് കാരണമായവർക്ക് പ്രതികൂലമായും ജീവിച്ചിരുന്നപ്പോൾ സഹായിച്ച വ്യക്തികൾക്ക് അനുകൂലമായും ദൃഷ്ടാന്തങ്ങൾ കൂട്ടായ്മയ്ക്ക് കാട്ടിക്കൊടുക്കുന്നു. മുച്ചിലോട്ട് പോതിയുടെ പുരാവൃത്തം തന്നെയാണ് ഇതിന് എറ്റവും മികച്ച ഉദാഹരണം. മിത്തും യാഥാർത്ഥ്യവും കെട്ടുകഥകളും കൂടിക്കുഴഞ്ഞ് മുച്ചിലോട്ട് പോതി തെയ്യത്തിന്റെ അനുഷ്ഠാനങ്ങൾ ഏറ്റവും സങ്കീർണ്ണമായിത്തന്നെ നിലനില്ക്കുന്നു.

ആത്മീയവും ഭൗതികവുമായി ജീവിതത്തിന്റെ സമഗ്രത തന്നെയാണ്

മുച്ചിലോട്ട് പോതിയുടെ അനുഷ്ഠാനത്തിന്റെ അന്തഃസത്ത. തർക്കവും വേദാന്തവും ശാസ്ത്രവും തീരെ ചെറിയ പ്രായത്തിൽത്തന്നെ ഹൃദിസ്ഥമാക്കി, ആത്മജ്ഞാനംകൊണ്ട് പുരുഷകേന്ദ്രീകൃതമായ അധികാര മത പൗരോഹിത്യ വ്യവസ്ഥയെ വെല്ലുവിളിച്ച് ഒടുവിൽ ആത്മഹത്യയിൽ ജീവിതം അവസാനിപ്പിച്ച അറിവിന്റെ അർത്ഥമറിഞ്ഞ സ്ത്രീ. പക്ഷേ, ഇങ്ങനെയൊരു പെൺജീവിതത്തിന്റെ ആഖ്യാനം തെയ്യം നേരിട്ട് നിർവ്വഹിക്കുന്നില്ല. അനുഷ്ഠാനങ്ങളുടെ സൂക്ഷ്മ വിശകലനത്തിലൂടെ ഇങ്ങനെയൊരു സ്ത്രീ ജീവിതം കണ്ടെത്താവുന്നതാണ്. കനലാടിമാർ തോറ്റമായി തെയ്യമായി അരങ്ങിലാടിപ്പാടി അവതരിപ്പിക്കുന്നത് മറ്റൊരു സ്ത്രീയെയാണ്. പെരിഞ്ചല്ലൂരിലെ പേരുകേട്ട ഇല്ലത്തിലെ സുഖസൗകര്യങ്ങളോ പ്രൗഢിയോ പ്രതാപമോ ഒന്നുമില്ലാത്ത ഒരു സാധാരണ നാട്ടുപെണ്ണ്. വരുന്നത് പക്ഷേ, കൈലാസത്തുനിന്നുമാണ്. ഹിന്ദുപുരാണത്തിൽ പാടിപ്രകീർത്തിക്കപ്പെട്ട കൈലാസമല്ല തോറ്റം പാട്ടിലെ കൈലാസം. ചെക്കിയും ചേമന്തിയും അതിരാണിയും ചെമ്പരത്തിയും പിച്ചിയും മുല്ലയും പൂത്ത് തളിർത്ത ഉത്തര മലബാറിലെ കുന്നുകൾ നിറഞ്ഞ നാട്ടിൻപുറം തന്നെയാണീ കൈലാസം. വടക്കോക്കിക്കൊള്ള തിരിഞ്ഞ് ആദ്യം കരിവെള്ളൂരും പിന്നാട് പുലിക്കോട്, ദയരമംഗലത്തുമാണ് ഈ പെണ്ണെത്തുന്നത്. കാസർഗോഡ് ജില്ലയിലെ പുലിക്കോട്, ചെറുവത്തൂർ പ്രദേശങ്ങളായ കേണമംഗലം ചേരിക്കല്ലിലെ തരിശായി കിടക്കുന്ന കൃഷിയിടങ്ങളെ കഠിന പ്രയത്നത്തിലൂടെ ഫലഭൂയിഷ്ഠമാക്കി. ചെങ്കൽകുന്നുകളും താഴ്വരകളും കാട് വെട്ടിത്തെളിച്ച് പൊനം കൃഷിയെന്ന ജൈവ വൈവിദ്ധ്യത്തിന് ഉപയുക്തമാക്കിയ അതീവ കാര്യപ്രാപ്തിയുള്ള കർഷക സ്ത്രീയായിട്ടാണ് മുച്ചിലോട്ട് പോതി പെരുങ്കളിയാട്ട മുറ്റത്തെത്തുന്നത്. കണക്കിലും കാര്യത്തിലും അന്നത്തെ ഇടപ്രഭുക്കന്മാർക്കും അധികാര കേന്ദ്രങ്ങൾക്കും കടുത്ത ഭീഷണിയായ ഈ സ്ത്രീക്ക് പിന്നീട് ജീവഹാനി സംഭവിച്ചിട്ടുണ്ടാകാം. (തെയ്യം അനുഷ്ഠാനം ഇത് സാധൂകരിക്കുന്നില്ല.)

കല്യാണപ്രായമായ പെണ്ണിനെ കെട്ടുകല്യാണവും കുറിച്ച് കരിവെള്ളൂരിലേക്കയച്ചു എന്നാണ് തെയ്യത്തിന്റെ മൊഴി. കരിവെള്ളൂരിലെ പലനക്കാച്ചേരി നമ്പിയുടെ നീരും നിലവും സമ്മതിച്ച് മുച്ചിലോട്ട് പോതി തെയ്യമായി ആരാധിച്ചു തുടങ്ങി. ചക്കിൽ എള്ളാട്ടി എണ്ണയെടുത്ത് ഉപജീവന മാർഗ്ഗം നയിക്കുന്ന അദ്ധ്വാനിക്കുന്ന കൂട്ടായ്മയുടെ കുല ദേവതയായതിന്റെ പ്രത്യക്ഷങ്ങൾ തോറ്റം പാട്ട് തന്നെ തരുന്നുണ്ട്. മുച്ചിലോട്ട് പോതി കരിവെള്ളൂരിലെ മനുഷ്യർക്ക് പ്രത്യക്ഷയായത് ഇടിനാദമായോ അശരീരിയായോ അല്ല. വാണിയന്റെ അദ്ധ്വാനത്തിന്റെയും ആരാധനയുടെയും ചിഹ്നമായ ചക്കിലായിരുന്നു ദൈവം തന്റെ അടയാളങ്ങൾ ആദ്യം വെളിപ്പെടുത്തിയത്. എണ്ണക്കച്ചവടത്തിന് പോയ മുച്ചിലോട്ട് വാണിയൻ വഴിയിൽ കണ്ട തികച്ചും അപരിചിതയായ സ്ത്രീക്ക് തന്റെ ഉപജീവന മാർഗ്ഗമായ എണ്ണ മുഴുവനും കൊടുത്തു. അപമാനഭാരത്താൽ നാടും

വീടും ഉപേക്ഷിച്ച പെൺകുട്ടി, ആ എണ്ണ, സ്വയം കൂട്ടിയ ചിതയിലൊഴിച്ച് ആത്മഹത്യ ചെയ്തു. പടിഞ്ഞാറ്റകത്ത് വച്ച് ഒഴിഞ്ഞ തുത്തിക തുളുമ്പിമറിയുന്ന കാഴ്ചയാണ് മുച്ചിലോട്ട് വാണിയൻ പിന്നീട് കാണുന്നത്. ഇതേ സമയത്ത് ഭാര്യ വാണിയത്തിയും സമാനമായൊരു സ്വപ്ന ദർശനത്തിൽപ്പെടുന്നു. വെള്ളം കോരുന്നതിനായി കിണറ്റിലേക്ക് നോക്കിയപ്പോൾ വെള്ളത്തിൽ അസാധാരണമായ തിരയിളക്കം. കിണറ്റിൽ മഞ്ഞക്കുസുമത്തിന്റ മണവും അരമണിയുടെയും തൃക്കാൽച്ചിലമ്പിന്റെ കുറ്റും. അങ്ങനെ ആദി കരിവെള്ളൂർ മുച്ചിലോട്ടെ മണിക്കിണറിലെ ജല വാതായനങ്ങൾ തുറന്ന് സങ്കടപ്പെടുന്നവരുടെയും എന്നെന്നും കഷ്ടതകൾ മാത്രം അനുഭവിക്കുന്നവരുടെയും തെയ്യമെത്തി. അതേ ജീവിതത്തിന്റെ കനൽ വഴികൾ താണ്ടി. അതെ. തെയ്യത്തിന് ഇങ്ങനെ മാത്രമേ ദൈവമായി പ്രത്യക്ഷപ്പെടാൻ പറ്റൂ. ജീവൻ നിലനിർത്തുന്ന ജലത്തിലും മനുഷ്യാദ്ധ്വാനത്തിന്റെ പ്രതീകമായ ചക്കിലും വെറും ദൈവ സാക്ഷ്യങ്ങൾ മാത്രമല്ല തെയ്യം കാണിച്ചുകൊടുത്തത്. അദ്ധ്വാനത്തിന്റെ മഹത്ത്വവും പാവനതയും പാരിസ്ഥിതികാവബോധത്തിന്റെ അനിവാര്യതയും പ്രാധാന്യവും കൂട്ടായ്മയ്ക്ക് പകർന്നു കൊടുക്കുക കൂടി ചെയ്യുന്നുണ്ട് തെയ്യം പ്രത്യക്ഷപ്പെടൽ എന്ന സ്വപ്ന ദർശനത്തിലൂടെ.

കനലാടിമാർക്ക് പറയാനുള്ളത്/ആരാണ് ദൈവക്കരു

തെയ്യം അനുഷ്ഠാനം കേവലം ഒരു കലാവിഷ്കാരത്തിനപ്പുറം എങ്ങനെ ഒരു ജീവിതത്തിന്റെ ആവിഷ്കാരമാകുന്നു എന്ന് വിശദീകരിക്കാനാണ് ഇതുവരെ ശ്രമിച്ചത്. മേൽ വിവരിച്ചതുപ്രകാരമുള്ള തെയ്യം ഇന്ന് എങ്ങനെ നിലനില്ക്കുന്നു. പുതിയ കാലം തെയ്യത്തെ എങ്ങനെ സ്വീകരിക്കുന്നു. തെയ്യത്തിന്റെ അതിജീവനത്തിനുള്ള സിദ്ധൗഷധങ്ങൾ എന്താണ്. തെയ്യം നൂറുശതമാനവും പ്രാദേശികമായ അനുഷ്ഠാനമായതിനാൽ തെയ്യത്തെപ്പറ്റി പൊതുവായി പറയുക എളുപ്പമല്ല. ഏത് ആശയത്തേയും വീക്ഷണത്തേയും അതിനാൽ ആർക്കും എളുപ്പം ഖണ്ഡിക്കാൻ കഴിയും. അതുകൊണ്ട് തന്നെ തെയ്യവുമായി ബന്ധപ്പെട്ട് പല പ്രശ്നങ്ങളും കേരളത്തിന്റെ പൊതു സമൂഹത്തിന്റെ ശ്രദ്ധ കിട്ടാതെ കേവലം പ്രാദേശിക വേവലാതികളായി ഒതുങ്ങിപ്പോകുന്നു.

ഇക്കഴിഞ്ഞ 2014 സെപ്തംബർ 19–ാം തീയതി തെയ്യത്തിലെ ഒരു ദുരന്ത ദിനമാണ്. അള്ളടത്തു നാട്ടിലെ (കാഞ്ഞങ്ങാടിനും പയ്യന്നൂരിനും ഇടയിലെ പ്രദേശം. നീലേശ്വരമാണ് അള്ളട സ്വരൂപത്തിന്റെ ആസ്ഥാനം) ഏറ്റവും പ്രതിഭാധനനായ തെയ്യം കലാകാരൻ സജിത് പണിക്കർ മരണപ്പെട്ടു. കടുത്ത നടുവേദനയെയും എല്ലു തേയ്മാനത്തെയും തുടർന്ന് തെയ്യം കെട്ടിൽനിന്നും വിട്ടുനില്ക്കേണ്ടി വരുമോ എന്ന ഭീതിയിലും വിഭ്രാന്തിയിലും സമാനതകളില്ലാത്ത ആ പ്രതിഭ സ്വയം ജീവനൊടുക്കി. ഒരു നാടിന്റെ സാമൂഹിക സാംസ്കാരികാഭിവൃദ്ധിക്ക് വേണ്ടി സ്വജീവിതം സമർപ്പിച്ച കോലക്കാരന്റെ/കലാകാരന്റെ ചോര തീവണ്ടിപ്പാളങ്ങളിൽ മന

യോലച്ചോപ്പായി പടർന്നു. പതിമൂന്നു തവണ ഒറ്റക്കോലം (തീച്ചാമുണ്ടി) എന്ന അതിബീഭത്സമായ അനുഷ്ഠാനത്തെ തന്റെ മെലിഞ്ഞ ശരീരം കൊണ്ട് നിഷ്പ്രയാസം അതിജീവിച്ച 43 കാരനായ സജിത് പണിക്കരുടെ ദാരുണമായ മരണം ശേഷിപ്പിക്കുന്ന സന്ദേഹങ്ങൾ തൃക്കരിപ്പൂർ നാട്ടിലെ തെയ്യം അനുഷ്ഠാനത്തെ ഇനിയുള്ള കാലമത്രയും വേട്ടയാടുന്നതായിരിക്കും. പതിനേഴ് വയസ്സിന്റെ ചോരത്തിളപ്പിൽ, കത്തിജ്ജ്വലിക്കുന്ന മേലേരിയിൽ (കനൽക്കൂമ്പാരം) നൂറ്റൊന്ന് തവണ പ്രവേശിച്ച് ഉദിനൂർക്കോലോത്തെ തമ്പുരാനിൽനിന്നും പട്ടും വളയും വാങ്ങി പണിക്കരായി, നാട്ടിലെ വീരനായകനായ മലയൻ ചെക്കനെ കാത്തിരുന്ന വിധി. അല്ല. കഠിനമായ അനുഷ്ഠാനത്തിന്റെ മേലേരിച്ചൂടിൽ വാടിക്കരിഞ്ഞുപോയ സ്വന്തം ശരീരം. തമ്പുരാന്റെ പട്ടും വളയ്ക്കുമൊപ്പം കിട്ടിയ വിട്ടു മാറാത്ത നടുവേദനയും എല്ല് തേയ്മാനവും വില്ക്കാനോ പണയം വെക്കാനോ പറ്റാതെ ഒടുവിൽ സ്വന്തം ജീവിതം തന്നെ കോണ്ടുപോയി. സ്വന്തം ജന്മമായ (തെയ്യം കെട്ടുന്നതിന് അവകാശവും അധികാരവുമുള്ള ദേശം) തൃക്കരിപ്പൂരിലെ കുറുവാപ്പള്ളിയറയിലെ കളിയാട്ടത്തിന് ദിവസങ്ങൾ മാത്രം ബാക്കി നില്ക്കെ അവസാനത്തെ ചമയവും അണിയലവും പുതുക്കി തയ്യാറാക്കി വച്ചു. തീവണ്ടിയുടെ ചൂളംവിളി മലയന്റെ ആത്മാവായ ചീനിക്കുഴലിന്റെ വംശീയഗീതമായി. തീവണ്ടിച്ചക്രങ്ങൾക്കറിയില്ലല്ലോ ഒരു നാട്ടിലെ സാധാരണക്കാരായ മനുഷ്യരുടെ ആധിവ്യാധികൾ അകറ്റുന്ന, അവർക്ക് സമാധാനവും പ്രതിസന്ധികളിൽ ആത്മവിശ്വാസവും പകരുന്ന ദൈവത്തിന്റെ ശരീരത്തെയാണ് തന്റെ ചക്രങ്ങൾ ഛിന്നഭിന്നമാക്കിയിരിക്കുന്നതെന്ന്.

കനലാടിമാരുടെ അകാലത്തിലുള്ള ദേഹവിയോഗം അള്ളടത്തു നാട്ടിൽ ഒരു സാധാരണ സംഭവമായി മാറിക്കഴിഞ്ഞു. ഏറ്റവും വലിയ തെയ്യം കെട്ട് മഹോത്സവമായ, കാൽ നൂറ്റാണ്ടു കൂടുമ്പോഴുള്ള തൃക്കരിപ്പൂർ രാമ വില്യം കഴകത്തിലെ പെരുങ്കളിയാട്ടത്തിൽ രണ്ടുതവണ നാല്പത്തീരടി നീളമുള്ള പടക്കത്തി ഭഗവതിയുടെ ഭീമാകാരമായ തിരുമുടിയണിഞ്ഞ ഒരേയൊരു കോലക്കാരനായ തെക്കുംകര കണ്ണൻ കർണ്ണമൂർത്തിയുടെ മോത്തെ മനയോലയും കാലം നേരത്തേ മായ്ച്ചു കളഞ്ഞു. തെയ്യം കെട്ടിലെ ഇതിഹാസം എന്ന വിശേഷണത്തിനപ്പുറമുള്ള പുലിക്കോട്ടുകാരനായ കർണ്ണമൂർത്തി അമ്പത്തിയഞ്ചാമത്തെ വയസ്സിൽ മംഗലാപുരത്തെ ആശുപത്രിയിൽ കിടന്ന് മരിച്ചു. അതിന് മുമ്പേ തന്നെ അതീവ ദുഷ്കരമായ ക്ഷേത്ര പാലകൻ തെയ്യം കെട്ടിലെ മഹാരഥൻ ഏട്ടനായ രാമൻ നേണിക്കം രോഗബാധിതനായി മരണത്തിന് കീഴടങ്ങിക്കഴിഞ്ഞിരുന്നു. മലയസമുദായക്കാരുടെ ഗുരുകാരണവസ്ഥാനത്തുണ്ടായിരുന്ന മലയൻ പണിക്കർ, സജിത് പണിക്കരുടെ അച്ഛൻ, ദീർഘകാലത്തെ അസുഖത്തെത്തുടർന്ന് മരണപ്പെട്ടിരുന്നു.

മുപ്പത് വയസ്സു കഴിഞ്ഞ ആരോഗ്യവാനായ ഒരു തെയ്യക്കാരനും ഇന്ന് അള്ളടത്തു നാട്ടിൽ ആചാരക്കാരായില്ല. തെക്കുംകരകണ്ണൻ കർണ്ണമൂർ

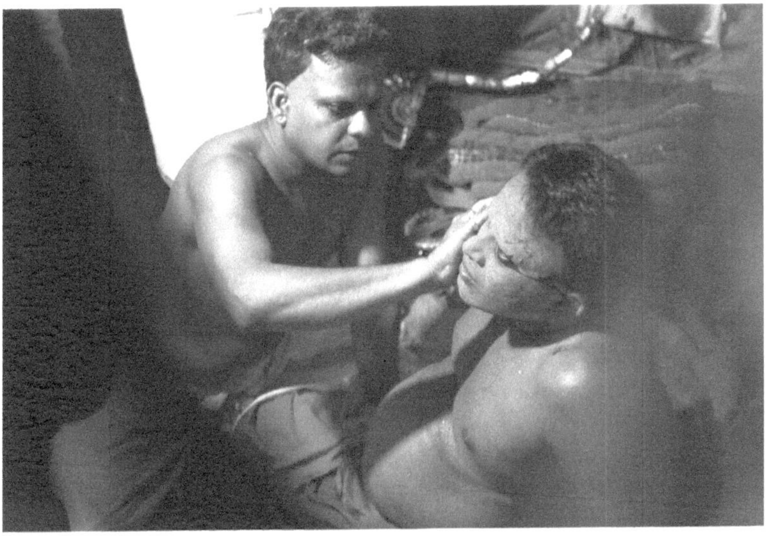

ത്തിക്കൊപ്പം സഞ്ചരിച്ച രവിമണക്കാടന്റെ ദുഃഖം അദ്ദേഹം ഒതുങ്ങിപ്പോകുന്ന അണിയറയിലെ ഇരുളിൽ ഘനീഭവിച്ചു കിടക്കുന്നു. രോഗങ്ങളുടെയും ദുരിതങ്ങളുടെയും കളിയാട്ടങ്ങളിൽ തേപ്പും കുറിയും തലച്ചമയവുമില്ലാത്ത തെയ്യമായി രവിമണക്കാടനെന്ന മണക്കാടൻ ഗുരുക്കളുടെ പിൻമുറക്കാരൻ നമുക്കിടയിലുണ്ട്. 1977 ലെ കരിവെള്ളൂർ മുച്ചിലോട്ടെ പെരുങ്കളിയാട്ടം. പെരുങ്കളിയാട്ടമാണെങ്കിലും രവിയെന്ന കോലധാരി പതിനാറു വയസ്സിന്റെ ബാല്യത്തിന്റെ കളിമുറ്റത്തായിരുന്നു. ഭുവനി മാതാവായ മുച്ചിലോട്ട് പോതിയുടെ തിരുമുടിയണിയുന്നതിനായി ചിറയ്ക്കൽ കോവിലകത്തെ തമ്പുരാനിൽനിന്നും കച്ചും ചുരികയും വാങ്ങി മണക്കാടനെന്ന ആചാരക്കാരനായി. അന്നത്തെ മുച്ചിലോട്ടുപോതിയെപ്പോലെ തേജോമയിയായ ഒരു ചൈതന്യത്തെ പിന്നീട് ദർശിക്കാനായിട്ടില്ലെന്ന് ധാരാളം പെരുങ്കളിയാട്ടങ്ങളിൽ പങ്കെടുത്തിട്ടുള്ള പ്രായമുള്ളവർ സാക്ഷ്യപ്പെടുത്തുന്നു. പിന്നീട് കഠിനമായ വ്രത നിഷ്കർഷയുടെ ഉലയിൽ ഊതിക്കാച്ചിയ ദ്രാവിഡ ശരീരവുമായി 2002 ൽ വീണ്ടും മുച്ചിലോട്ട് പോതിയുടെ ആരൂഢസ്ഥാനമായ കരിവെള്ളൂർ മുച്ചിലോട്ടിന്റ തിരുമുറ്റത്തെത്തി. രവി മണക്കാടനെന്ന കോലക്കാരൻ ഉത്തരമലബാറിന്റെ ചരിത്രമോ സംസ്കാരമോ ആകുന്നതങ്ങനെയാണ്. പക്ഷേ, പ്രായം നാല്പത് പിന്നിട്ടപ്പേഴേക്കും രോഗത്തിന്റെ കറുത്ത കൈകൾ അദ്ദേഹത്തിന്റെ കാലുകളിൽനിന്നും ചിലമ്പും പറ്റും പാടകവും മണിക്കയലും അഴിച്ചെടുത്തു.

കടുത്ത രോഗത്തെയും വേദനയെയും കടിച്ചമർത്തിയാണ് തെയ്യം നമുക്കിന്ന് അനുഗ്രഹങ്ങൾ തരുന്നത്. തെക്കുംകര ബാബുകർണ്ണമൂർത്തി, തെക്കുംകര രാജീവൻനേണിക്കം സുരേഷ് ബാബു അഞ്ഞൂറ്റാൻ ബാബു

കോതോർമ്മൻ തുടങ്ങിയ കനലാടിമാർ കർണ്ണമൂർത്തിയുടെയും സജിത് പണിക്കരുടെയും തുടർച്ചയായി, ജീവിച്ചിരിക്കുന്ന ഇതിഹാസങ്ങളായി, ആരും എവിടെയും അടയാളപ്പെടുത്തി വെക്കാത്ത ചരിത്രമായി, സംസ്കാരമായി നമുക്കിടയിലുണ്ട്. പക്ഷേ, ഇവർ നേരിടുന്ന കടുത്ത ആരോഗ്യ പ്രശ്നങ്ങളിൽ ആർക്കാണ് വേവലാതികൾ ഉള്ളത്.

ഇത് കനലാടിമാർ ഉള്ളുതുറക്കുന്ന കാലമാണ്. ഇപ്പോഴത്തെ കർണ്ണമൂർത്തിയായ തെക്കുംകര ബാബു കർണ്ണമൂർത്തിക്ക് ഈ കുംഭമാസം ഒന്നാം തീയതി മുതൽ ഇരുപത്തി ഒൻപതാം തീയതിവരെ തെയ്യമാണ്. തുടർച്ചയായ മുപ്പത് ദിവസം അദ്ദേഹം ഉറങ്ങാതിരിക്കണം. കൃത്യമായ ഭക്ഷണമോ വിശ്രമമോ കോലക്കാരന്റെ ശരീരത്തിന് ലഭിക്കില്ല. ഇത് അതിശയോക്തിയല്ല. അവിശ്വസനീയമായ യാഥാർത്ഥ്യമാണ്. മുൻപുണ്ടായിരുന്നതിലും ഇരട്ടിയിലധികമാണ് ഇന്ന് കളിയാട്ടങ്ങൾ. യാതൊരു തരത്തിലുള്ള ആരോഗ്യ പരിരക്ഷയോ മതിയായ വിശ്രമമോ കോലക്കാരനില്ല. വയറ് കായലും ഒറക്കോയ്മയിലും ഏതൊരാളുടെയും ശരീരത്തെ ഏറ്റവും പ്രതികൂലമായി ബാധിക്കുന്നതാണ്. ഉറക്കമൊഴിക്കലും ഭക്ഷണമില്ലാതെ വയറ് കായലുമാണ് തെയ്യത്തിന്റെ അടിസ്ഥാനം. ഇതു രണ്ടുമില്ലെങ്കിൽ തെയ്യമില്ല. നിരവധി തെയ്യക്കാരെ ചികിത്സിച്ചിട്ടുള്ള തൃക്കരിപ്പൂരുള്ള പ്രസിദ്ധ ആയുർവ്വേദ ഡോക്ടർ രാജീവൻ പറയുന്നത്; "ഇപ്പോഴത്തെ സമ്പ്രദായത്തിലുള്ള ജീവിതചര്യ തുടർന്ന് പോകുകയാണെങ്കിൽ കോലക്കാരുടെ ശിഷ്ടജീവിതം അങ്ങേയറ്റം ദുരന്തപൂർണ്ണമായിരിക്കും" എന്നാണ്.

കോലക്കാരുടെ ശരീരം നേരിടുന്ന അഗ്നിപരീക്ഷണങ്ങൾക്ക് തെയ്യത്തിന്റെ മിത്തിനോളം തന്നെ പഴക്കമുണ്ട്. കാസർഗോഡ് ജില്ലയിലെ കാലിക്കടവ് കരക്കക്കാവിലെ തെക്കുംകരകർണ്ണമൂർത്തിയുടെ സമാധി ഇത് സാക്ഷ്യപ്പെടുത്തുന്നു. ഒരു തെങ്ങോളം ഉയരമുള്ള വലിയമുടിത്തെയ്യമായ കരക്കീൽ പോതി തെയ്യം കെട്ടിയാടുമ്പോൾ മരണപ്പെട്ട കർണ്ണമൂർത്തിയെന്ന കാരണവരെ വലിയ മുടിയഴിച്ച് അങ്ങനെത്തന്നെ കരക്കക്കാവിൽ അടക്കം ചെയ്യുകയായിരുന്നു. എല്ലാ തുലാം 29 നും ഇപ്പോഴത്തെ കർണ്ണമൂർത്തിയായ ബാബു കർണ്ണമൂർത്തി പൂർവ്വീകാചാര്യന് അടിയന്തിരം നടത്തണം.

തുടർച്ചകൾ സംഭവിച്ചു കൊണ്ടിരിക്കുന്നു. കരിവെള്ളൂർ രക്തസാക്ഷി മണ്ഡപത്തിൽനിന്നും കഷ്ടിച്ച് ഒരുകിലോമീറ്റർ ദൂരത്തെ കുണിയനിലാണ് കുണ്ടോറക്കുഞ്ഞാരപ്പെരുവണ്ണാൻ എന്ന ഒറ്റക്കോലത്തിന്റെ വീട്. ഒരു മേലേരിക്ക് വണ്ണാൻ കുഞ്ഞാരൻ പകരമായി കൊടുത്തത് തന്റെ വലതു കാലാണ്. പഴയങ്ങാടിക്കടുത്ത്, കഴുത്തിലെ അസ്ഥികൾക്ക് ക്ഷതം സംഭവിച്ച് വെങ്ങര അനീഷ് പെരുവണ്ണാനുണ്ട്. ഇന്ന് കതിവന്നൂർ വീരൻ തെയ്യം കെട്ടുന്ന കോലക്കാരിൽ ഏറ്റവും പ്രഗത്ഭനാണ് വെങ്ങര അനീഷ് പെരുവണ്ണാൻ. 2012 ൽ പയ്യന്നൂരിനടുത്ത് കണ്ടോത്ത് വച്ചുനടന്ന കളിയാട്ടത്തിലാണ് അദ്ദേഹം അവസാനമായി മന്നപ്പന്റെ പലിശയും താരിയും

എടുത്തത്.

ഇതൊക്കെയാണ് യാഥാർത്ഥ്യം. തെയ്യക്കോലമായി മാറാത്ത, ജീവിച്ചിരിക്കെത്തന്നെ ദൈവക്കരുവായി മാറിയ വിശുദ്ധ ജന്മങ്ങൾ. തെയ്യക്കാരെപ്പോലെ ഇത്രയും അർപ്പണബോധമുള്ള കലാകാരൻമാർ വേറെവിടെയുണ്ടാകും. തെയ്യം കെട്ടിലെ അത്യപൂർവ്വതകളായ അതിയടം കണ്ണപെരുവണ്ണാനും അതിയടം കുഞ്ഞിരാമൻ പെരുവണ്ണാനും പുതുതലമുറയിലെ തെയ്യക്കാർക്ക് വേണ്ടുന്ന മാർഗ്ഗനിർദ്ദേശങ്ങൾ നല്കി കളിയാട്ടത്തിൽ വളരെ സജീവമായുണ്ട്. പന്ത്രണ്ടുവർഷം കൂടുമ്പോഴുള്ള അതിയടം മുച്ചിലോട്ട് കാവിലെ പെരുങ്കളിയാട്ടത്തിൽ തുടർച്ചയായി മൂന്ന് തവണ മുച്ചിലോട്ട് പോതി തെയ്യം കെട്ടിയ ഒരേയൊരു കോലക്കാരനാണ് അതിയടം കുഞ്ഞിരാമൻ പെരുവണ്ണാൻ. പ്രായം എൺപത് കഴിഞ്ഞിട്ടും കണ്ണപെരുവണ്ണാനുണ്ടെങ്കിൽ അണിയറയിൽ മറ്റ് കോലക്കാർക്ക് പിന്നെയൊന്നും നോക്കേണ്ടതില്ല. തെയ്യം കെട്ടൽ കുലവൃത്തിയായുള്ള കോലക്കാരന്റെ കീഴാള ശരീരമാണ് ദ്രാവിഡ ഗന്ധമുള്ള നമ്മുടെ ഗോത്ര സ്മരണകളെ കാലാന്തരങ്ങളായി വിനിമയം ചെയ്തുകൊണ്ടിരിക്കുന്നത്.

വിപണിയിലെ തെയ്യം/നട്ടു നനച്ചേടത്തും കരിച്ചു വാളിയേടത്തും.....

തെയ്യത്തിന് ഇന്ന് ആഗോള പ്രസിദ്ധി കൈവന്നു. ബുദ്ധിജീവികളും കലാകാരൻമാരും കമ്യൂണിസ്റ്റ് പാർട്ടിയും തെയ്യത്തിന്റെ പക്ഷത്തായി. മാധ്യമങ്ങളിൽ തെയ്യം ഇഷ്ട വിഭവമായി. തെയ്യത്തിന്റെ തട്ടകമായ കണ്ണൂർ ജില്ലയിൽ ചിറയ്ക്കൽ തമ്പുരാന്റെ കോലോത്ത് ഫോക്‌ലോറിനായി ഒരു അക്കാദമിതന്നെ സർക്കാർ തുറന്നു. രാജ്യാന്തര വിപണികൾ ലക്ഷ്യം വച്ച് തെയ്യത്തെക്കുറിച്ച് സിനിമകളും ഡോക്യുമെന്ററികളും പുസ്തകങ്ങളും പുറത്തിറങ്ങി. പ്രൊഫഷണൽ തെയ്യം കലാകാരൻമാർ എന്ന പുതിയകോലക്കാർ ഉടലെടുത്തു. കനലാടിമാരും കാവിലെ അന്തിത്തിരിയന്മാരും അച്ഛമ്മാരും സ്ഥാനീകരും കൂട്ടായ്മയും പരിപാലിച്ചു പോന്ന തെയ്യത്തിന് പുതിയ സംരക്ഷകരുണ്ടായി. നട്ടു നനച്ചേടത്തും കരിച്ചു വാളിയേടത്തും പൊടിച്ച തെയ്യത്തിന്റെ വിത്തുകൾ ഏത് തരിശിലും മുളപ്പിച്ചെടുക്കാനുള്ള താന്ത്രിക സാങ്കേതികവിദ്യകൾ വികസിപ്പിച്ചെടുത്തു. ഒറ്റക്ലിക്കുകൊണ്ട് തെയ്യത്തെ ലോകത്തിന്റെ കമ്പോളമുറ്റത്ത് പ്രതിഷ്ഠിച്ചു. അതെ, തെയ്യത്തിന്റെ പ്രൊഫഷണൽ മൂല്യമേറി. പൊൻമുട്ടയിടുന്ന താറാവായ തെയ്യത്തെ കൊല്ലാതെ പൊൻമുട്ടകൾ വിപണിയിൽ വിറ്റ് പണവും പ്രശസ്തിയും സ്ഥാനമാനങ്ങളും സമ്പാദിച്ചു. അപ്പോഴും പ്രൊഫഷണൽ അല്ലാത്ത പാവം തെയ്യക്കാരൻ തീവണ്ടിക്ക് മുന്നിൽ ചാടിയോ, മദ്യപിച്ചു മത്തനായി തീയിൽ വെന്ത വിരലുകൾ പീശാക്കത്തികൊണ്ട് സ്വയം ഛേദിച്ച് കളഞ്ഞോ (കുണ്ടോറകുഞ്ഞാരൻ പെരുവണ്ണാൻ, തീപ്പോള്ളലേറ്റ് പഴുത്ത വിരലുകൾ കത്തി കൊണ്ട് സ്വയം മുറിച്ചു കളഞ്ഞു.) അശ്രീകര

ങ്ങളായി, ദുശ്ശകുനങ്ങളായി നമ്മുടെ വഴി മുടക്കിക്കൊണ്ടിരുന്നു.

കടിച്ച പാമ്പിനെക്കൊണ്ട് തന്നെ വിഷമിറക്കുന്നത് പോലെ മാടായിക്കാരിയും (പുലിമഞ്ഞ തൊണ്ടച്ചൻ തെയ്യം) പാലന്തായിക്കണ്ണനും (വിഷ്ണുമൂർത്തി തെയ്യം) കരുമാരത്തില്ലത്ത് വിഷകണ്ഠനും (വിഷകണ്ഠൻ തെയ്യം)മാങ്ങാട്ട് മന്നപ്പനും (കതിവന്നൂർ വീരൻ തെയ്യം) കുടാളിത്തറയിൽ കുഞ്ഞിരാമൻ കുരിക്കളും (കുരിക്കൾ തെയ്യം) പൊട്ടനും (പൊട്ടൻതെയ്യം) ഉച്ചാടനം ചെയ്ത വർണ്ണവ്യവസ്ഥയെ അവരെവച്ച് തന്നെ പുനഃസ്ഥാപിച്ചെടുക്കാൻ നമുക്ക് സാധിച്ചു. മാപ്പിളയായ മാടായി നഗരത്തെ രക്ഷകനായി തന്നോടൊപ്പം ചേർത്ത് നിർത്തിയ തെയ്യങ്ങൾ ആടിത്തിമർക്കുന്ന കാവുകളിൽ പുത്തൻ നടത്തിപ്പുകാർ കുറുവടിയുമായി അഹിന്ദുവിനെ അടിച്ചു പുറത്താക്കുന്നത് കണ്ണിനിമ്പമുള്ള പതിവ് കാഴ്ചയായി. ശ്രീനാരായണ ഗുരുദേവന് മുമ്പുതന്നെ ജാതി മത ചിന്തകൾക്കതീതമായി മനുഷ്യനെ കാണാനുള്ള പാഠങ്ങൾ പകർന്നു കൊടുത്ത കാവുകളെ വിവേചനത്തിന്റെ പുതിയ കളരികളാക്കി. അകത്ത് മുസൽമാനാണ് ദൈവമെങ്കിലും ക്ഷേത്രമായി മതം മാറിയ കാവിന്റെ മുറ്റത്ത് അഹിന്ദുക്കൾക്ക് പ്രവേശനമില്ലെന്ന രാജശാസന തങ്കലിപികളിൽ എഴുതിവച്ചു. ഓരോ കളിയാട്ടവും പെരുങ്കളിയാട്ടവും ജാതിപരമായി സംഘടിക്കുന്നതിന്റെയും ജാതിയുടെ ഊറ്റം കാണിക്കുന്നതിന്റെയും പണക്കൊഴുപ്പിന്റെയും ധൂർത്തിന്റെയും മഹാമേളകളായി. ഓരോ കളിയാട്ടങ്ങളിലൂടെയും ബാക്കിയാകുന്ന ധനം വിനിയോഗിച്ച് പ്രൗഢമായ ചുറ്റുമതിലുകളും മണിസൗധങ്ങളും കല്യാണ മണ്ഡപങ്ങളും അത്യന്താധുനിക സൗകര്യങ്ങളുമുള്ള ശ്മശാനങ്ങളും സ്ഥാപിച്ച് ഏതൊരു മതസ്ഥാനത്തേക്കാളും മീതെയാണ് കാവുകളെന്നും സ്ഥാപിച്ചെടുത്തു.

തെയ്യത്തിന്റെ തുറന്ന അരങ്ങ് പതുക്കെപ്പതുക്കെ ഇല്ലാതാകാ(ക്ക)ൻ തുടങ്ങിയിരിക്കുന്നു. തോറ്റം പാട്ടിന്റേയും ചെണ്ടയുടെയും ചിലമ്പിന്റേയും ചീനിക്കുഴലിന്റേയും കുടയിളക്കത്തിന്റേയും ജനങ്ങളുടെ ആരവങ്ങളുടേയും സിംഫണിയുടെ പ്രാക്തന സൗന്ദര്യത്തെ തകർത്തു കളയുംവിധം കാവുകളിൽ മേല്ക്കൂരകൾ വന്നുകൊണ്ടിരിക്കുന്നു. പുതിയ പുതിയ പരിഷ്കാരങ്ങൾ കളിയാട്ടങ്ങളുടെ നടത്തിപ്പിലും വന്നു തുടങ്ങി. വളന്റിയർ പൊലീസുകാരുടെ പട്ടാളച്ചിട്ടകൾ മറികടന്ന് പെരുങ്കളിയാട്ടത്തിലെ തെയ്യം കാണുകയെന്നത് ഇന്ന് എളുപ്പമല്ല. കമ്മിറ്റി നേരിട്ട് ഏർപ്പെടുത്തിയ ഫോട്ടോഗ്രാഫർമാർക്കല്ലാതെ തെയ്യത്തിന്റെ ഒരു ഫോട്ടോപോലും ആർക്കും എടുക്കാൻ പറ്റില്ല. തെയ്യത്തിന്റെ ആഗോളഖ്യാതിയറിഞ്ഞ് കേരളത്തിന്റെ പല ഭാഗത്തുനിന്നും എത്തുന്ന എത്രയോപേർ ഒരു ഫോട്ടോപോലും എടുക്കാനാകാതെ പേരുകേട്ട വടക്കൻ പെരുമയെ, ആതിഥ്യ മര്യാദയെ ശപിച്ച് പുച്ഛിച്ച് നിരാശരായി മടങ്ങിപ്പോകുന്നത് ഇന്ന് കളിയാട്ടത്തിലെ പതിവ് കാഴ്ചയാണ്. (പക്ഷേ, സായിപ്പിന് ഇത് ബാധകമല്ല.)

തനിക്ക് ചുറ്റുമുള്ള ലോകം കീഴ്മേൽ മറിയുന്നത് തെയ്യവും തെയ്യ

ക്കാരും അറിയുന്നുണ്ട്. വിപണിയെ ഉപയോഗിക്കാനറിയാത്ത കോലക്കാർ സ്വന്തം ജന്മത്തിൽ കാലം തീർത്തു. അവർക്ക് കാലത്തിന്റെ ശരവേഗത്തിനൊപ്പം ഓടിയെത്താനായില്ല. ദുരന്തങ്ങളും കഷ്ടപ്പാടുകളും നിറഞ്ഞ കഠിനമായ അനുഷ്ഠാനത്തിന്റെ പാതകൾ വിട്ട് പല കോലക്കാരും പ്രൊഫഷണൽ തെയ്യത്തിന് വേണ്ടി മോത്തെഴുതാൻ കിടന്നു. പുതിയ പുതിയ തെയ്യം സംഘങ്ങൾ സജീവമാകാൻ തുടങ്ങി. ഒരേസമയം വിപണിക്ക് പ്രിയപ്പെട്ട, വിലമതിക്കാനാകാത്ത ഉല്പന്നമാവുകയും അതേ സമയം അതിന്റെ ദുരന്തമനുഭവിക്കുന്ന ഇരകളായി ജീവിതം ഒടുക്കേണ്ടി വരികയും ചെയ്യുന്ന ഇരട്ട ജീവിതമാണ് കോലക്കാരുടേത്.

കൃഷിയില്ലാതെ പിന്നെന്ത് തെയ്യം/തെയ്യത്തിന്റെ അതിജീവനം

കൃഷി ചെയ്യാത്ത ഒരുദേശത്ത് തെയ്യത്തിന് അനുഷ്ഠാനം എന്ന നിലയിൽ എന്ത് പ്രസക്തിയാണുള്ളത്. മേടച്ചൂടിൽ മേഘത്തിന്റെ സ്നേഹമിറ്റുന്ന മൂർച്ചയിലേക്ക് വിത്തെറിഞ്ഞ്, കന്നി വെയിലിൽ കൊയ്തെടുത്ത്, തുലാപ്പത്തിന് പുഴുങ്ങിയ നെല്ലുണക്കി ഉരലിൽ കുത്തിയരിയാക്കി പത്താമുദയത്തെ വരവേല്ക്കുന്ന സംസ്കൃതിയോളംപോന്ന മറ്റെന്തുണ്ട്. കർക്കിടത്തിലെ നെറയും ചിങ്ങത്തിലെ പുത്തരിയും തുലാമാസത്തെ പത്താമുദയവും മകരത്തിലെ ഏർപ്പും മേടത്തിലെ വിഷുക്കണിയും. ഇതൊന്നും കേവലം ഉത്തരമലബാറിന്റെ അനുഷ്ഠാനങ്ങൾ മാത്രമായിരുന്നില്ല. മനുഷ്യന് പ്രകൃതിയോടുള്ള ഉത്തരവാദിത്വത്തിന്റെയും പാരസ്പര്യത്തിന്റേയും നേർക്കാഴ്ചകൾ കൂടിയായിരുന്നു. സൂപ്പർമാർക്കറ്റിലെ ഉണക്കലരിയും മഞ്ഞപ്പൊടിയും നാട്ടിൻപുറങ്ങളിലെ പാറകളിൽനിന്നും പറിച്ചെടുക്കുന്ന ഔഷധ വീര്യമുള്ള കാട്ടു ചെക്കിപ്പൂവുകൾക്ക് പകരം കോയമ്പത്തൂരിലെയോ മംഗലാപുരത്തെയോ മാർക്കറ്റിലെ ചെക്കിപ്പൂവും നല്കി തെയ്യം അരുളിച്ചെയ്യുന്ന മൊഴിയുടെ പൊരുളെന്ത്. കണ്ടങ്ങളും കാലികളും ഇല്ലെങ്കിൽ പിന്നെ കാലിച്ചേകോനെന്തിന്. ഹോട്ടലുകളും റിസോർട്ടുകളും മുള്ളുവേലികൾ കെട്ടി വേർതിരിച്ച കണ്ടത്തിലെവിടെയാണ് വലിയ വളപ്പിൽ ചാമുണ്ഡി വിത്തിടേണ്ടത്.

തൊഴിലധിഷ്ഠിതമായ കുലങ്ങൾ ഇല്ലാതാവുകയും പകരം വന്ന ജാതി, വിവേചനത്തിന്റെ ഒരു സാംസ്കാരിക അടയാളമായി മാറുകയും ചെയ്യുന്നിടത്ത് തന്നെ തെയ്യം അനുഷ്ഠാനം ദുർബ്ബലപ്പെടുന്നുണ്ട്. ധനാധിഷ്ഠിതമല്ലാത്ത, അനുഷ്ഠാനമായിരുന്ന കുലവൃത്തി കീഴ്മേൽ മറിയുകയും ജാതി വ്യത്യാസമില്ലാതെ ഏത് തൊഴിലും ആർക്കും എടുക്കാം എന്ന സാമൂഹിക പരിതസ്ഥിതിയുമാണ് പിന്നീടുണ്ടായത്. (മരപ്പണി എടുക്കണമെങ്കിൽ ആശാരിയായി ജനിക്കണമെന്നില്ല). ഇന്ന് പാടത്തും പറമ്പിലും തൊഴിൽ ശാലകളിലും പണിയെടുക്കാൻ അന്യദേശത്തുനിന്നും ഹിന്ദിക്കാരുമെത്തി.

തെയ്യം ഇതര ഗോത്രകലാനുഷ്ഠാനങ്ങൾ നേരിടുന്ന പ്രതിസന്ധിയിലൂടെയല്ല കടന്നുപോകുന്നത് പുറമെ നിന്ന് നോക്കുമ്പോൾ അതിശ

ക്തമായി സംരക്ഷിക്കപ്പെട്ടുപോരുന്ന ഒരനുഷ്ഠാനമാണ് തെയ്യം. തെയ്യത്തെ സംരക്ഷിക്കുന്നതിനോ നിലനിർത്തുന്നതിനോ പ്രോത്സാഹിപ്പിക്കുന്നതിനോ കാവിന് പുറത്തുനിന്നുമുള്ള ഒരു സംവിധാനത്തിന്റെയും ആവശ്യമില്ല. പക്ഷേ, മാറുന്ന കാലത്തിനനുസരിച്ച് മാറിയ തെയ്യത്തെ കാണണമെങ്കിൽ ഒരുൾക്കാഴ്ചയുണ്ടാകേണ്ട കാലം അതിക്രമിച്ചിരിക്കുന്നു. അല്ലെങ്കിൽ തെയ്യം അന്തഃസാര ശൂന്യമായ, അടിത്തറ തകർന്ന വെറും കാഴ്ചയായി മാറും. കൃത്യമായ പാരിസ്ഥിതിക വീക്ഷണമോ ജാതിമതനിരപേക്ഷമായി മനുഷ്യനിലൂന്നിയുള്ള ചിന്തയോ സംസ്കാരമോ ഇല്ലാത്ത, ജാതിയും മതവും പണവും കൈകോർക്കുന്ന ഉത്സവത്തിമിർപ്പിലകപ്പെട്ട തെയ്യത്തെ സംരക്ഷിക്കാൻ തെയ്യം മാത്രമേയുള്ളൂ.

തെയ്യം ഒരാളുടെ ഒറ്റയ്ക്കുള്ള അവതരണമല്ല. അത് സംഘകലയാണ്. കൃഷി അടിസ്ഥാനമാക്കിയുള്ള മനുഷ്യജീവിതമാണ് തെയ്യം അനുഷ്ഠാനത്തിന്റെ അന്തഃസത്ത. ഇതിൽ ഒരു ഘടകത്തിനും വീഴ്ച വരുത്താനാകില്ല. കള്ളു ചെത്താത്ത തീയ്യന്, ഉലയൂതാത്ത കൊല്ലന്, എണ്ണയാട്ടാത്ത വാണിയന്, മീൻപിടിക്കാത്ത മുക്കുവന് കാവിലെന്താണ് കാര്യം. ബിഗ്ബസാറിലെ അരിയെറിഞ്ഞ് വരവിളിക്കുന്ന കോലക്കാരൻ തോറ്റം പാട്ട് മുഴുവൻ പാടണമെന്ന് നിർബ്ബന്ധം പിടിക്കാൻ ആകുമോ. മറുവശത്ത് തെയ്യക്കാരും ഒട്ടും മോശമല്ല. അനുഷ്ഠാനത്തിന്റെ മുഴുവൻ വശങ്ങളും ഹൃദിസ്ഥമാക്കീട്ടില്ലാത്ത ആചാരക്കാരായ കോലക്കാർ ഏറി വരികയാണ്. തെയ്യബാഹ്യമായ എല്ലാ അനുഷ്ഠാനങ്ങളും മര്യാദകളും നമ്മൾ കാറ്റിൽ

പറത്തുകയും പഴയ അതേ സമ്പ്രദായത്തിൽ തെയ്യം തുടരണമെന്നും നിർബ്ബന്ധം പിടിക്കുന്നത് ഏത് യുക്തിയുടെ അടിസ്ഥാനത്തിലാണ്.

പ്രളയത്തിന് മുമ്പ് ഭൂമിയിലെ എല്ലാ ജീവജാലങ്ങളുടെയും വിത്തുകൾ സൂക്ഷിച്ചുവച്ച നോഹയുടെ പെട്ടകംപോലെ വിലപ്പെട്ട പലതിനെയും കാവ് സ്വയം സംരക്ഷിക്കുന്നുണ്ട്. കാലാതീതമായി നിലനില്ക്കുന്ന, നില നില്ക്കേണ്ടുന്ന ആർക്കൈവ്സ് ആണ് ഓരോ കാവും. നാം ഇന്നോളം പിന്നിട്ടു പോന്ന ജീവിത്തിന്റെ റെക്കോർഡുകൾ ഭദ്രമായി ചിതലെടുക്കാതെ അവിടെ സൂക്ഷിക്കുന്നുണ്ട്. ഒരു പുനർവിചിന്തനത്തിലൂടെ, പ്രകൃത്യാനുസാരിയായ ജീവിതത്തിലൂടെ ഫലഭൂയിഷ്ഠമായ മണ്ണിലും മനസ്സിലും എറിയാനുള്ള വിത്തുകൾ നാളേക്കായി കരുതിവച്ചിട്ടുണ്ട്. അത് കണ്ടെടുക്കാൻ, വീണ്ടെടുക്കാൻ കഴിയുമെന്ന ചിന്തയും പ്രത്യാശയും കൂട്ടായ്മയിലുണ്ടാക്കുക എന്നത് തന്നെയാണ് തെയ്യം സ്വയം ആർജ്ജിച്ച അതിജീവന മാർഗ്ഗം.

ദൈവത്തിന്റെ വിവർത്തന പുസ്തകം

ഒറ്റക്കോലം തെയ്യവുമായി ബന്ധപ്പെട്ട ചർച്ചയിൽ കോലധാരിയായ സജേഷ് പണിക്കരോട് ഒരു ചോദ്യം ചോദിക്കുകയുണ്ടായി. സ്വന്തം ഗുരുക്കന്മാരായ അച്ഛനെയും സഹോദരനെയും അകാലത്തിൽ നഷ്ടപ്പെട്ട പണിക്കർ, ജീവിതത്തിൽ നേരിട്ട ഏറ്റവും നിർണ്ണായകമായ ചോദ്യമായിരുന്നു അത്. ഏട്ടനായ സജിത് പണിക്കർ നായകനായ **മേലേരി** ഡോക്യുമെന്ററി കണ്ടതിന് ശേഷമുള്ള ചോദ്യം എന്ന നിലയിൽ അതിന് പല മാനങ്ങളുമുണ്ട്. ജീവിതത്തെ നിത്യദുരിതത്തിലേക്ക് തള്ളിവിടുന്ന ഒറ്റക്കോലം എന്ന ദാരുണമായ അനുഷ്ഠാനത്തിനായി സ്വന്തം മകനെ വിട്ടുകൊടുക്കുമോ എന്നതായിരുന്നു ചോദ്യം. സജേഷ് പണിക്കർക്ക് ആറ് വയസ്സായ ഒരു മോനാണുള്ളത്. അദ്ദേഹത്തിന്റെ അച്ഛനും ഏട്ടനും അള്ളടത്ത് നാട്ടിലെ പ്രഗൽഭരായ തെയ്യക്കാരായിരുന്നു. അച്ഛൻ നേരത്തെ തെയ്യം കെട്ടിൽനിന്നും പിൻവാങ്ങി അസുഖ ബാധിതനായാണ് മരണപ്പെട്ടത്. എന്നാൽ സഹോദരനും ഗുരുവുമായ സജിത് പണിക്കർ തെയ്യമായി ഉറഞ്ഞാടുമ്പോൾതന്നെ സ്വയം മുടിയെടുത്തു. തെയ്യം അനുഷ്ഠാനത്തിലെ എക്കാലത്തെയും ഉള്ളം നീറ്റുന്ന ദൈവ സാന്നിദ്ധ്യമാണ് സജിത് പണിക്കർ. പക്ഷേ, പാതിവഴിയിൽവെച്ച് തന്നെ ജീവിതത്തിന്റെ കൊടിയടയാളം താഴ്ത്തിക്കെട്ടി പണിക്കർ യാത്രയായി. തെയ്യത്തിന്റെ മർമ്മമറിയുന്ന ഏട്ടനും അച്ഛനും നഷ്ടപ്പെട്ട സജേഷ് പണിക്കർ അനുഭവിക്കുന്ന ഏകാന്തത മറ്റുള്ളവർക്ക് സങ്കൽപ്പിക്കാൻ പോലുമാകില്ല. ഒരു പക്ഷേ, ഇന്ന് തെയ്യം കെട്ടിയാടുന്ന കോലക്കാരിൽ എറ്റവും കൂടുതൽ വേദന കടിച്ചമർത്തി, കൂട്ടായ്മയ്ക്ക് സന്തോഷത്തെയും ഭാഗ്യത്തെയും പൊലിയിക്കുന്ന കോലക്കാരൻ സജേഷ് പണിക്കരായിരിക്കും. മറ്റുള്ളവരുടെ സങ്കടക്കൂറുകൾ കേൾക്കുന്ന ദൈവങ്ങൾക്കും സങ്കടങ്ങളും ദുരിതങ്ങളുമുണ്ട്.

ദൈവങ്ങൾ സ്വന്തം വ്യസനങ്ങൾ ആരോട് ചൊല്ലിക്കെട്ടി വിശേഷിക്കും.

അതെ. സജേഷ് പണിക്കർ ഒരു പതർച്ചയുമില്ലാതെ നിർഭയം നിസ്സങ്കോചം കൃത്യമായി വ്യക്തമായി ഉത്തരം പറഞ്ഞു. ഏട്ടനെയും അച്ഛനെയും അച്ചാച്ചനെയും പോലെ എന്റെ മോനെയും തെയ്യക്കാരനാക്കും. ഇപ്പോൾ ആറ് വയസ്സായ അവന് പ്രായം തികഞ്ഞാൽ ഒറ്റക്കോലം തെയ്യംകെട്ടിയാടിക്കും. കാരണം തെയ്യം കെട്ടുന്നത് പണത്തിന് വേണ്ടിയല്ല. സ്വന്തം സുകൃതത്തിന് വേണ്ടിയല്ല. തെയ്യം നാടിന് വേണ്ടിയുള്ളതാണ്. തെയ്യക്കാരൻ കേവലം ഒരു വ്യക്തിയല്ല. ഒരു നാട് നടത്തേണ്ടുന്ന ഉത്തരവാദിത്വം അയാൾക്കുണ്ട്. സജേഷ് പണിക്കർ പറഞ്ഞുനിർത്തി.

എല്ലാ ദുരന്തങ്ങൾക്കും മുകളിൽ നാളെ സജേഷ് പണിക്കരുടെ മകനും ഇരുപത്തിയൊന്ന് ആദിമ ഗുരു പരമ്പരയെ വന്ദിച്ച് കാണി മുണ്ട് ചുറ്റി തലപ്പാളി കെട്ടി അരിയെറിഞ്ഞ്, വരവിളിച്ച് ചൊല്ലിയുറയും. ഒരു നാടിനെ ഉണർത്തും. പൊലിയിക്കും. അപ്പോഴും നമ്മൾ തീയിൽ വീണത് മതിയായില്ലെന്ന് വീണ്ടും വീണ്ടും ഉറക്കെപ്പറഞ്ഞാർത്ത് വിളിക്കും. മനുഷ്യനെന്നോ ദൈവമെന്നോ വകതിരിവില്ലാതെ മേലെരിക്കുന്ന, മേലേക്ക് മേലേക്ക് എരിയുന്ന മേലേരി എരിഞ്ഞു കത്തും.

സജേഷ് പണിക്കർ അങ്ങനെ പറഞ്ഞപ്പോൾ സദസ്സിൽനിന്നും നിർത്താതെ കയ്യടി ഉയർന്നു. കയ്യടിച്ചവരുടെ ആവേശത്തിന് ആ കയ്യടി ശബ്ദത്തിന്നപ്പുറം ആയുസ്സൊന്നുമില്ല. പക്ഷേ, ഒരു തെയ്യക്കാരന്റെ ഉത്തരവാദിത്വം അവിടെ വെച്ച് ആരംഭിക്കുകയാണ്. മരണപ്പെട്ട സജിത് പണിക്കർക്ക് രണ്ട് പെൺകുട്ടികളും സജേഷ് പണിക്കർക്ക് ഒരു പെൺകുട്ടിയും ആൺകുട്ടിയും ആണ് മക്കളായിട്ടുള്ളത്. അതുകൊണ്ട് ജന്മാരിയായി ജൻമാധികാരിയായി നാട് നടത്തേണ്ടുന്ന ഉത്തരവാദിത്വം അദ്ദേഹത്തിന്റെ മകനുണ്ട്. തൃക്കരിപ്പൂർ നാടിന്റെ തേപ്പും കുറിയുമണിഞ്ഞ് ചിലമ്പനക്കുന്ന സ്വപ്നമാണവൻ. ചായില്ല്യപ്പൂക്കൾ പൂക്കുന്ന തെയ്യത്തിന്റെ ഒരു കുഞ്ഞു ചെടി. അത് പൂക്കട്ടെ തളിർക്കട്ടെ പടർന്ന് പന്തലിക്കട്ടെ.

തെയ്യം കെട്ടുന്ന കുലത്തിന് പുറത്തുള്ളവർക്ക് അത് ആഘോഷവും ആചാരാനുഷ്ഠാനവുമാകുമ്പോൾ, തെയ്യക്കാരന് തെയ്യം കുലത്തൊഴിൽ കൂടിയാണ്. മറ്റെല്ലാ കുലത്തൊഴിൽ സമ്പ്രദായങ്ങളും ഇല്ലാതായപ്പോൾ ഇന്നും സങ്കരങ്ങളില്ലാതെ, ഏറ്റവും പരമവും പവിത്രവുമായ കുലത്തൊഴിലായി തെയ്യം അവശേഷിക്കുന്നുണ്ട്. തെയ്യമെന്നത് വിവിധ തൊഴിൽ കുലങ്ങളെ ഒരു വൃക്ഷത്തണലിൽ സമന്വയിപ്പിച്ച ഒരു സാംസ്കാരിക ഏകകമാണ്. ജാതി ഒരു ശാപമല്ലാതിരുന്ന കാലത്ത്, അധ്വാനം കലാപരമായ മികവും മൂല്യവും പുലർത്തിയിരുന്നു. അന്ന് അധ്വാനഭാരത്തെ പണം കൊണ്ടും പദവികൊണ്ടും തൂക്കി തിട്ടപ്പെടുത്തിയിരുന്നില്ല. തൊഴിൽ എന്നത് കൂട്ടായ്മയുടെ പ്രകൃത്യാനുകൂലമായ നിലനിൽപ്പായിരുന്നു. അതി ജീവനമായിരുന്നു. രോഗികളെ സുഖപ്പെടുത്തുന്ന വൈദ്യനും കണ്ടത്തിലെ ചേറിൽ പുരണ്ട കൃഷിക്കാരനും ഒരേ സംസ്കൃതിയിലെ വർണ്ണഭേദമില്ലാത്ത അനിവാര്യതയായിരുന്നു. ആ സമത്വ ബോധത്തിലാണ് മരവും

വെള്ളവും ആകാശവും തീയും കാറ്റും പ്രതിഷ്ഠകളാകുന്ന തെയ്യമെന്ന ദൈവ വിചാര വ്യവസ്ഥ രൂപപ്പെടുന്നത്. അത് അതേ സമയം തന്നെ അനുഷ്ഠാനപരമല്ലാത്ത തീർത്തും ഉൽപ്പാദനപരമായ ഒരു സമൂഹത്തിന്റെ ആവശ്യവുമായിരുന്നു. തികച്ചും ദൈവികമായിരിക്കുകയും ഒരു തരത്തിലും ഉൽപ്പാദന പരമല്ലാതിരിക്കുകയും ചെയ്യുന്ന വൈദിക സംസ്കൃതിക്ക് പൂർണ്ണമായും ബദലും ആയിരുന്നു. കാവിലെ വൃക്ഷപ്പടർപ്പുകളിൽ കാട്ടു വള്ളിയായി പടർന്നും വൈനാടോൻ പുഞ്ചയിൽ പുലയനൊപ്പം ഊറ്റത്തോടെ കുരുത്തുമാണ് തെയ്യം ഉരുവപ്പെടുന്നത്. മഴയോടൊപ്പം നനഞ്ഞും വെയിലോടൊപ്പം വിയർത്തും ധനുമാസക്കുളിരിൽ കുളിർത്തുമാണ് അത് നാട്ടുജീവിതവഴക്കമാകുന്നത്. മനുഷ്യന്റെ തോളോട് ചേർന്ന് സങ്കടങ്ങൾ പകുത്ത് കെട്ടുന്നത്.

സ്വയം ബലിയാകുന്ന തെയ്യങ്ങൾ

അതെ, ഒറ്റക്കോലമായി കുന്നോളം കൂട്ടിയ മേലേരിയിൽ വെന്തും അത്യുഷ്ണത്തിലുരുകിയും പാകം വന്ന തെയ്യക്കാരന്റെ ശരീരത്തെക്കുറിച്ച് തന്നെ. ഉത്തരമലബാറിലെ കോലക്കാർ ഏറ്റെടുക്കുന്ന സ്വയം ബലിയാണ് തെയ്യങ്ങൾ. ഏട്ടനായ സജിത് പണിക്കർ എരിഞ്ഞടങ്ങിയ നിരിപ്പ് സ്വന്തം മകന് നൽകുമ്പോൾ അവൻ നിലനിൽക്കുന്ന സമൂഹം എന്താണ് പകരം നൽകുന്നത്. മേലേരിയിൽ വാട്ടി കരിച്ചെടുക്കുന്ന തെയ്യത്തിന് നൽകുന്ന പട്ടിലും വളയിലും എല്ലാ ബഹുമതിയും ആദരവും ഒടുങ്ങിപ്പോകുന്നു. മറ്റനേകം തെയ്യക്കാരെപ്പോലെ മകന് ഉന്നതവിദ്യാഭ്യാസം നൽകി, ഏറ്റവും സുരക്ഷിതമായ ഒരു തൊഴിൽ മേഖലയിൽ മകന്റെ ജീവിതം ഭദ്രമാക്കാമായിരുന്നു. പകരം സജേഷ് പണിക്കർ എന്ന ചെറുപ്പക്കാരന്റെ ആകുലത മുഴുവൻ തനിക്ക് ശേഷം തന്റെ നാടിനെ ആര് കൊണ്ട് നടത്തും എന്നുള്ളതാണ്.

ഒരു തെയ്യക്കാരന്റെ ശരീരമെന്നത് നമ്മുടെ എല്ലാ യുക്തിക്കുമപ്പുറമാണ്. ഒരു തീക്കനലിന്റെ ചൂടു പോലും താങ്ങാനാകാത്ത നമുക്കത് ആലോചിക്കാൻ പോലും പറ്റില്ല. അഗ്നിപർവ്വതം പോലെ ജ്വലിക്കുന്ന നിരിപ്പിന് മുന്നിൽ തീയിൽ വീഴാൻ വേണ്ടി നിസ്സംഗതയോടെ കാത്തിരിക്കുന്ന തെയ്യത്തിന്റെ മനസ്സിനെപ്പറ്റി എപ്പോഴെങ്കിലും ആലോചിച്ചിട്ടുണ്ടോ. ഒരു ചെറു കാറ്റിൽ നിലംപൊത്തുന്ന ശരീരവുവായി നാൽപ്പത്തീരടി നീളമുള്ള വലിയമുടിയും പേറി കൊടുങ്കാറ്റിനെപ്പിടിച്ചു കെട്ടാനുള്ള ഇച്ഛാശക്തിയുമായി മീനമാസച്ചൂടിൽ ഉരുകിത്തിളയ്ക്കുന്ന തെയ്യശരീരം. എത്രയെത്ര വീരദൈവതങ്ങൾ കൂടുകൂട്ടിയ ചില്ലയാണിത്. ഏത് കൂരിരുട്ടിലും വൈരക്കല്ലുപോലെ തിളങ്ങുന്ന എത്രയെത്ര തെയ്യശരീരങ്ങൾ. പേര് കേൾക്കുമ്പോൾ പോലും ഞെട്ടി വിറയ്ക്കുന്ന കൊലധാരികൾ നമ്മെ കടന്നുപോയി. പലരേയും പേരെടുത്ത് പറഞ്ഞ് എഴുതി ഫലിപ്പിക്കുക അസാദ്ധ്യം. നീലേശ്വരം, പിലിക്കോട്, കൊടക്കാട്, കുഞ്ഞിമംഗലം, അതിയടം, ഏഴോം, പട്ടുവം, മാങ്ങാട്... തെയ്യത്തിലെ എക്കാലത്തേയും ഇതിഹാസ

ങ്ങളെ സംഭാവന ചെയ്ത നാട്ടു സമൃദ്ധികളിൽ ചിലതിനെ മാത്രമാണ് പരാമർശിച്ചിരിക്കുന്നത്.

ചില ദേശങ്ങൾ തെയ്യ പ്രസൂതികളാണ്. പിലിക്കോട് വീത് കുന്നിനേക്കാൾ ഗരിമയുണ്ട് തെക്കും കര കർണ്ണമൂർത്തിയെന്ന വണ്ണാന്. അതിയടമെന്ന് കേൾക്കുമ്പോൾത്തന്നെ ഉള്ളിൽക്കിടന്ന് താരീം പലിശീം കിലുങ്ങി ഒച്ച വെക്കാൻ തുടങ്ങും. അതിയടത്തോറെന്ന് ഒറ്റത്തെയ്യക്കാരനെയേ വിളിച്ചിട്ടുള്ളു. അത് അതിയടം കണ്ണപെരുവണ്ണാനെയാണ്. കോതോർമ്മന്റെ വീരഗാഥകൾ അത്രയും പേറുന്നുണ്ട് നീലേശ്വരത്തിന്റെ മണ്ണും മനസ്സും. കണ്ണപെരുവണ്ണാൻ കൊടക്കാട്ടെ ഒരു ദൈവസാന്നിദ്ധ്യത്തിന്റെ മാത്രം പേരല്ല. കൊടക്കാടിന്റെ രാഷ്ട്രീയ സാമൂഹ്യ സാംസ്കാരികാവബോധത്തിന്റെ പേര് കൂടിയാണ് കൊടക്കാട് കണ്ണപെരുവണ്ണാൻ. അങ്ങനെയെത്രയെത്ര കനലാടിമാർ മറവിയുടെ ഇരുളിലേക്ക് പോയ് മറഞ്ഞു. കിഴക്കൻ മലയോര മേഖലകളിലെ എത്രയെത്ര പേരറിയാത്ത മാവിലൻമുപ്പന്മാർ, അവഗണനയുടെ മൂവാളംകുഴികളിൽ കുഴിച്ചിട്ട അത്യുഗ്രവിസ്ഫോടന ശേഷിയുള്ള തുളു ഭൂതങ്ങളായ കോപ്പാളെരെന്ന് വിളിക്കപ്പെടുന്ന നലിക്കത്തായ. കാലവും ചരിത്രവും നിരാകരിച്ച എത്രയെത്ര ഗുരു പരമ്പരകൾ. തെയ്യത്തെ കാറ്റ് തട്ടാതെ വെയില് തട്ടാതെ ചിറകിനടിയിൽ കാത്ത് സൂക്ഷിച്ചവർ.

ഉത്തര മലബാറിലെ ഓരോ തെയ്യജീവിതവും സ്വയംബലികളാണ്. രോഗവും അകാല വാർധക്യവും മരണവും ഒരു വാർത്തയേ അല്ലാതാകുന്നതിവിടെ മാത്രമാണ്. ശരീരത്തിന്റെ സഹനങ്ങൾ അവൻ അനുഭവിക്കേണ്ടതാണെന്ന് നിഷ്ക്കരുണം ആവർത്തിക്കപ്പെടുന്നതും കളിയാട്ടക്കാവുകളിൽ തന്നെയാണ്. തങ്ങളുടെ അവകാശങ്ങളെപ്പറ്റി യാതൊരു ബോധ്യവും ഇല്ലാത്ത കോലധാരികളുടെ പകരം വെക്കാനില്ലാത്ത സ്വയം സമർപ്പണത്തിന്റേയും സ്വയം ബലിയുടേയും ആഘോഷങ്ങളാണ് ഉത്തര മലബാറിലെ തെയ്യംകെട്ടുത്സവങ്ങൾ. ഓരോ തെയ്യശരീരത്തിന്റെയും തറനിലാണ് ഉത്തരമലബാറിന്റെ കളിയാട്ടങ്ങളും പെരിങ്കളിയാട്ടങ്ങളും മൂലധനമൊഴുകുന്ന എല്ലാ ആഘോഷങ്ങളും പടുത്തുയർത്തുന്നത്.

കലാകാരനല്ലാത്ത തെയ്യക്കാരൻ

കനലാടി ഒരു ഒറ്റ ശരീരമല്ല. അതൊരൊറ്റ പദവുമല്ല. കോലക്കാരൻ മാത്രമേയുള്ളു. തെയ്യം കലാകാരൻ ഇല്ല. അത് ഇടുങ്ങിയ യാഥാസ്ഥിതിക വീക്ഷണവുമല്ല. സംസ്കാരത്തിന്റെ പല വ്യതിയാനങ്ങളിലൂടെ പ്രവഹിക്കുന്ന ധാരകൾ ഒന്നിച്ച് തെയ്യക്കാരന്റെ കായസമുദ്രത്തിൽ നിപതിക്കുന്നു. കലാകാരൻ എന്നത് ഏറ്റവും മനോജ്ഞവും മഹനീയവുമായ ഒരു സംജ്ഞയാകുമ്പോൾ തെയ്യത്തിൽ കലാകാരൻ എന്നത് വല്ലാതെ പരിമിതപ്പെട്ടു പോകുന്നുണ്ട്. തെയ്യത്തിന്റെ കാഴ്ചപ്പൊലിമയെ അടിയിലേക്കടിയിലേക്ക് മാറ്റി നിർത്തുന്നു. ഒരു കലാകാരൻ ഏത് കലയിലാണോ പ്രാവീണ്യം നേടിയിരിക്കുന്നത്, ആ കലാ വൈഭവമാണ് അയാളെ കലാ

കാരനാക്കുന്നത്. പക്ഷേ, തെയ്യത്തിലുൾച്ചേർന്ന കലയെ വേർതിരിക്കുകയാണെങ്കിൽ, ഏതൊക്കെ കലകൾ ചേരുന്നതാണ് തെയ്യം. സംഗീതം, നൃത്തം, നാടകം ശില്പകല, കൈവേല, ചിത്രമെഴുത്ത്, കൊത്തുപണി, കൈത്തുന്നൽ, വാദ്യകല എന്ന് തുടങ്ങി ഏതാണ്ടെല്ലാ കലകളും ഏറ്റവും ശുദ്ധമായ രൂപത്തിൽ തെയ്യത്തിൽ കാണാം. മാത്രവുമല്ല കളരി, ആയോധനകലകൾ, യോഗ, മന്ത്രം, തന്ത്രം, മന്ത്രവാദം, ആഭിചാരം, മാരണം, എന്നിങ്ങനെ ഒട്ടനവധി സങ്കീർണ്ണ സങ്കേതങ്ങൾ തെയ്യവുമായി ബന്ധപ്പെട്ട് വേറെയുമുണ്ട്. സംസ്കൃതം, മണിപ്രവാളം, പ്രാചീന മലയാളം, തമിഴ്പ്പടി മലയാളം, തുളു വകഭേദങ്ങൾ, കന്നട എന്നീ ഭാഷാ വൈവിധ്യങ്ങളും തെയ്യത്തിലുണ്ട്. ഇങ്ങനെയെത്രയെത്ര ശീലത്തുണികൾ ചേർത്താണ് മണക്കാടൻ കുരിക്കളും, പാലാപരപ്പേനും ഉൾപ്പെടുന്ന ഗുരുപരമ്പര തെയ്യത്തിന്റെ ചിത്ര കമ്പളം തുന്നിച്ചേർത്തത്. തെയ്യം ഒരു നിസ്സാര സംഗതിയല്ലെന്ന് മനസ്സിലായില്ലേ. കലാകാരൻ ഒറ്റ സംജ്ഞയിൽ സ്വസ്തമാകുമ്പോൾ തെയ്യക്കാരൻ പല വിതാനങ്ങളുള്ള പലമകളുടെ പടർപ്പുകളിലാണ്, കലർപ്പുകളിലാണ് അസ്വസ്ഥമാകുന്നത്. ഇതിൽ മുച്ചിലോട്ട് പോതിയുടെ നീലവാനമുണ്ട്, മരക്കലത്തമ്മമാരുടെ കപ്പൽച്ഛേദങ്ങളുണ്ട്, മതമാതംഗങ്ങളും ശാർദ്ദൂലങ്ങളും സൈരിഭങ്ങളും പുളയ്ക്കുന്ന ഘനവിപിനങ്ങളുണ്ട്. കാലിച്ചേകോനും പുലദൈവങ്ങളും നടനമാടുന്ന തീരദേശ ഹരിതാഭകളുണ്ട്. ഐന്തിണകളിൽ നട്ടു നനച്ചും കരിച്ച് വാളിയും വിളയിച്ചെടുത്ത തെയ്യമെന്ന ഒറ്റ ശരീരത്തിലെ കാഴ്ചപ്പൊലിമയിലെ വിസ്മയങ്ങൾ അങ്ങനെയാണ്.

തെയ്യക്കാരന് പലതാണ് നാമ രൂപകങ്ങൾ. കോലക്കാരൻ, കോല

ധാരി, കനലാടി, ജമ്മാരി അങ്ങനെ ഹൃദയഹാരിയായ എത്രയെത്ര വാങ്മയങ്ങൾ. തെയ്യത്തിന്റെ എല്ലാ വ്യഥകളും പേറുന്ന മറ്റൊരു പേരു കൂടിയുണ്ട്. നമ്മുടെ സംസ്കൃത ജീവിതം തെയ്യംപാടിക്കൂട്ടി പിതൃലോകത്തിലേക്കയച്ച ബേനിച്ചൊങ്കൻ വേനൽപ്പൂക്കളെപോൽ ചോര ചാറി ചുകന്നു നിൽപ്പുണ്ട്. കത്തിയെരിയുന്ന വേനലിൽ മാത്രം ചോപ്പണിയുന്ന, തെയ്യ ജീവിതക്കയ്പ് അങ്ങനെത്തന്നെ കുടിച്ചു തീർത്താണ് ബേനിച്ചൊങ്കൻ ഇങ്ങനെ ചോന്നിരിക്കുന്നത്.

മലയൻ, വണ്ണാൻ, പുലയൻ, വേലൻ, കോപ്പാളൻ, മാവിലൻ എന്നിങ്ങനെയുള്ള ജാതി സമൂഹങ്ങളാണ് തെയ്യത്തെ ഒരു തൊഴിലായി അവരുടെ നിലനിൽപ്പുമായി ബന്ധപ്പെട്ട അനുഷ്ഠാനമായി കൊണ്ടുനടക്കുന്നത്. കല തന്നെ കുലധർമ്മമായുള്ളവർ ഈ ഭൂമിയിൽത്തന്നെ വിരളമാണ്. ചാതുർവർണ്ണ്യവ്യവസ്ഥിതി പ്രകാരം ഈ ജാതി വിഭാഗങ്ങൾ ഏറ്റവും താഴെത്തട്ടിലാണ് നിലനിൽക്കുന്നത്. ഗോത്ര ചിഹ്നമായ ജാതി, വിവേചനത്തിന്റെ വിഭാഗീയതയുടെ ഏറ്റവും ശക്തമായ ഉപകരണമായി വർത്തിക്കുന്നുണ്ട്. തെയ്യം നമ്മുടെ വരേണ്യ വർഗ്ഗവ്യവസ്ഥയെ തലകീഴായി തൂക്കിയെറിയുമ്പോൾത്തന്നെ തെയ്യം അനുഷ്ഠാനത്തിൽ ജാതീയത നിലനിൽക്കുന്നുമുണ്ട്. ദേവതമാരുടെ കൂടിക്കാഴ്ചകളിലും കൂടിപ്പിരിയലുകളിലും ഇത് പ്രകടമാണ്. പ്രധാന ദേവതയുടെ തട്ടകത്തിന്റെ പുറത്ത് വരെ മാത്രം പ്രവേശനം അനുവദിക്കപ്പെട്ട പ്രാദേശിക ദേവതകളുമുണ്ട്. പുലയന്റെ വീട്ടിൽ മുത്തപ്പൻ വെള്ളാട്ടം കെട്ടിയതിന്റെ പേരിൽ പെരുവണ്ണാന് നേരെയുയർന്ന വിലക്കിന്റെ അലയൊലികൾ ഇപ്പോഴും അടങ്ങീട്ടില്ല. കാവിന്റെ രക്ഷാധികാരികൾക്ക് തെയ്യക്കാരുടെ മേലുള്ള അധികാരസ്ഥാപനത്തിന്റെ ഊർജ്ജകേന്ദ്രം ജാതിഘടന തന്നെയാണ്.

തെയ്യക്കാരന്റെ ജാതി എന്നത് ഒരു കനലാടി ജീവിതത്തിൽ വളരെ പ്രധാനപ്പെട്ടതാണ്. എല്ലാ കാലത്തും ബ്രാഹ്മണ കേന്ദ്രീകൃതമായ വിശ്വാസങ്ങളും ആസ്തിക്യ ചിന്തകളുമാണ് സംസ്കാരത്തിന്റെ എല്ലാ മേഖലയിലും പ്രബലമായി നിലനിൽക്കുന്നത്. ബ്രാഹ്മണ ദൈവങ്ങളുടെ ചരിത്രവും വാഴ്ത്തു പാടലുകളും അവരെ ഭയന്ന് ജീവിച്ച രാജാക്കന്മാരുടെ ഐതിഹാസിക ജീവിതവുമാണ് ചരിത്രത്തെയും പാഠപുസ്തക നിർമ്മിതിയെയും എക്കാലത്തും സ്വാധീനിച്ചിട്ടുള്ളത്. ദളിത് ചിന്തകനും എഴുത്തുകാരനുമായ കാഞ്ച ഐലയ്യയുടെ Why I am not a Hindu എന്ന പുസ്തകത്തിൽ ഇത് കൃത്യമായി വിശദീകരിക്കുന്നുണ്ട്. അതാത് പ്രദേശങ്ങളുടെ മണ്ണിൽ ആഴത്തിലാഴത്തിൽ വേരുകളാഴ്ത്തിയ തെയ്യം പോലുള്ള സംസ്കൃതിയെ അധമമെന്നും അപരിഷ്കൃതമെന്നും മുദ്രകുത്തി സംസ്കാരവും ചരിത്രവും പുകച്ചു പുറത്ത് ചാടിച്ചു. പ്രാദേശിക ദേവതമാരെയും ഭരണാധികാരികളെയും കൊന്ന് വീഴ്ത്തുന്നതിനായി ക്ഷേത്രപാലകന്റെ നേതൃത്വത്തിൽ വൈരജാതനും ഊർപ്പഴശ്ശിയും വേട്ടക്കൊരുമകനും പോലുള്ള തമ്പുരാൻദൈവങ്ങൾ നായർ പടയാളികളുടെ അകമ്പടിയോടെ തെക്കുനിന്നും യാത്ര പുറപ്പെട്ടു. തുളു സംസ്കൃതിയി

ലധിഷ്ഠിതമായ ഒരു ദേശത്ത് പുതിയ സാമ്രാജ്യത്വം സ്ഥാപിച്ചു. സാമൂതിരിയും കോലത്തിരിയും ചേർന്ന് സ്ഥാപിച്ച അള്ളട സ്വരൂപത്തിന്റെ ചരിത്രം അധിനിവേശത്തിന്റെ കൂടി ചരിത്രമാണ്. എഴുത്തും വായനയുമറിയാത്ത മൊയോനായ അസ്രാളൻ തമ്പാച്ചിയും വണ്ണാനായ രാജീവൻ നേണിക്കവും കേസരിക്കും എം ജി എസ്സിനും മുമ്പേ തന്നെ നീലേശ്വരം രാജവംശത്തിന്റ ചരിത്രം സ്വരൂപാചാരം ചൊല്ലി, തെയ്യം വാചാലുകൾ പറഞ്ഞ് ജനങ്ങളെ പഠിപ്പിക്കുന്നുണ്ട്.

ആര്യ കേന്ദ്രീകൃതമായ വിശ്വാസങ്ങളും ചിന്തകളും നമ്മുടെ എല്ലാ പഠന മേഖലകളെയും നിയന്ത്രിച്ച് നിർത്തുമ്പോൾ ദളിത് ജീവിതം എല്ലാ ചരിത്ര പാഠപുസ്തകങ്ങളിൽനിന്നും തുടച്ച് മാറ്റപ്പെടുന്നു. ഈ ഒരു പാരമ്പര്യ പഠന സങ്കേതം തെയ്യം പഠനത്തിലും നിലനിൽക്കുന്നുണ്ട്. യൂറോപ്യൻ അധിനിവേശാനന്തരമുണ്ടായ ബ്രാഹ്മണാധിപത്യം സമസ്ത മേഖലകളിലും പിടി മുറുക്കിയ സാഹചര്യത്തിൽ സ്വാതന്ത്ര്യാനന്തരം തന്നെ തെയ്യം പഠനവും ആരംഭിക്കുന്നുണ്ട്. പഠിതാവ് പാഠ്യ വിഷയത്തേക്കാൾ ഉയർന്ന് നിൽക്കുന്ന തരത്തിലായിരുന്നു ആദ്യകാല തെയ്യം പഠനങ്ങൾ. ചിറക്കൽ ടി. ബാലകൃഷ്ണൻനായരും സി എം എസ് ചന്തേരയും എം. വി. വിഷ്ണുനമ്പൂതിരിയെയുംപോലുള്ള മഹാമനീഷികളാണ് തെയ്യം പഠനത്തിന് ശക്തമായ അടിത്തറയൊരുക്കിയത്. നിലവിലുള്ള പാരമ്പര്യ പഠന സങ്കേതങ്ങളുടെ വാർപ്പ് മാതൃകകൾ വെച്ചും സാഹിത്യ സിദ്ധാന്തങ്ങളുടെ തോത് പിടിച്ചുമൊക്കെയാണ് അവർ ഗോത്ര സംസ്കൃതിയിലൂന്നിയ പ്രാദേശികാനുഷ്ഠാനമായ തെയ്യത്തെയും പഠിച്ചതും എഴുതിയതും. ആരെയും അതിശയിപ്പിക്കുന്ന തെയ്യത്തിലെ കീഴാള പ്രതിരോധ ജീവിതവും സവർണ്ണ തത്വശാസ്ത്രങ്ങൾക്ക് ശക്തമായ ബദൽ എന്ന നിലയിലുള്ള തെയ്യത്തിന്റെ അസ്തിത്വവും വേണ്ടവിധത്തിൽ ആദ്യകാല പഠനങ്ങളിൽ കടന്നു വന്നില്ല. സ്വർഗ്ഗവും നരകവും ഇല്ലാതെ മണ്ണ് കേന്ദ്രീകരിച്ച് നിലനിൽക്കുന്ന ഉൽപ്പാദന സമൂഹത്തെ പ്രോത്സാഹിപ്പിക്കുന്ന തെയ്യത്തെയും പഠിച്ചത് അധ്വാനമെന്തെന്നറിയാത്ത തീരെ ഉൽപ്പാദനപരമല്ലാത്ത അനുഷ്ഠാനകേന്ദ്രീകൃതമായ ബ്രാഹ്മണീക താൽപ്പര്യങ്ങൾ വെച്ചു തന്നെയാണ്.

എം. വി. വിഷ്ണുനമ്പൂതിരി

തെയ്യദൈവങ്ങൾ പരലോക കേന്ദ്രീകൃതമായ ആര്യദൈവ സങ്കൽപ്പങ്ങൾക്ക് തികച്ചും വിരുദ്ധവുമായിരുന്നു. കലാ സാംസ്കാരിക മേഖലക

ളിൽ ആകമാനം സംഭവിച്ച മേൽജാതി ആധിപത്യം തെയ്യത്തിൽ അതിന്റെ വീര്യം കാണിച്ചത് കീഴാളനായ തെയ്യക്കാരനെ പൂർണ്ണമായും നിരാകരിച്ചുകൊണ്ടായിരുന്നു. മലയനും പുലയനും മാവിലനുമായ തെയ്യക്കാരനെ സവർണ്ണ പഠിതാക്കൾക്ക് ഒരു മഹാനായി കാണാനേ സാധിച്ചില്ല. തെയ്യത്തിന് മുകളിൽ തെയ്യക്കാരനെ ഉയർത്തിക്കാട്ടുന്ന ഒരു തെയ്യം നിരീക്ഷണവും ഉണ്ടായിട്ടുമില്ല. തമ്പുരാനെ കാണുമ്പോൾ തീണ്ടാപ്പാടകലെ നിൽക്കേണ്ടി വരുന്ന തെയ്യജാതിക്കാർ പഠന ഗ്രന്ഥങ്ങളിലും ഈ അകലം കൃത്യമായി പാലിക്കാൻ നിർബന്ധിക്കപ്പെട്ടു. തെയ്യത്തെ ഫോക്ക്ലോറായി പരിഗണിച്ച് നിരവധി കൃതികളും ഗവേഷണ പ്രബന്ധങ്ങളും പുറത്തിറങ്ങീട്ടുണ്ട്. പുറത്തിറങ്ങുന്നുമുണ്ട്. തെയ്യക്കാരൻ നായകനായ ഒരദ്ധ്യായവും അവയിലൊന്നിലും കാണാനാകില്ലെന്നത് അത്ര സുഖമില്ലാത്ത യാഥാർത്ഥ്യമാണ്.

മഹാൻമാരായ പൂർവ്വകാല ഫോക്ക്ലോറിസ്റ്റുകളുടെ മാതൃക തന്നെയാണ് പിന്നീടു വന്ന പഠിതാക്കളും പിൻപറ്റിയത്. ദൗർഭാഗ്യവശാൽ തെയ്യം മേഖലയിൽ ആവർത്തന വിരസതകളില്ലാത്ത തെയ്യം പഠനങ്ങൾ ദുർല്ലഭമാണ്. എഴുത്തെന്ന സവർണ്ണ അധികാര വ്യവസ്ഥ എങ്ങനെയൊക്കെ തെയ്യക്കാരനെ മുഖ്യധാരയിൽനിന്നും അകറ്റാൻ പറ്റുമോ അങ്ങിനെയൊക്കെ അകറ്റുന്നതിന് വേണ്ടി മത്സരിച്ചു. ചരിത്രകാരന്മാരും ഗവേഷകരും തങ്ങൾ നേരത്തേ തയ്യാറാക്കി വെച്ച ഗഹനമായ സിദ്ധാന്തങ്ങൾ തെയ്യത്തിലൂടെ ആവിഷ്ക്കരിച്ചുകൊണ്ടിരുന്നു. തെയ്യക്കാരനൊഴികെ പല പല വിഷയങ്ങൾ തെയ്യത്തിൽ സംഭവിച്ചുകൊണ്ടിരുന്നു. സാഹിത്യകാരന്മാർ തെയ്യംമിത്തുകൾ കുഴിച്ച് കഥയുടേയും നോവലിന്റേയും മുത്തുകളെടുത്തു. അപ്പോഴും ഇതിന്റെയൊക്കെ ഉപജ്ഞാതാവായ തെയ്യക്കാരൻ തീയിൽ വെന്തും ഉഷ്ണത്തിൽ ഉരുകിയും വൻമുടിയേന്തി കഴുത്തൊടിഞ്ഞും പാരമ്പര്യ സൗന്ദര്യ ശാസ്ത്ര സങ്കൽപ്പങ്ങളുടെ ദുശ്ശകുനമായി വഴിമുടക്കിക്കൊണ്ടിരുന്നു. സാഹിത്യകാരന്മാരും ഗവേഷകരും അനുഷ്ഠാനമോ കലയോ ആയ തെയ്യത്തെ സ്വീകരിക്കുകയും കലാകാരനല്ലാത്ത ജാതിയിൽ താണവനായ തെയ്യക്കാരനെ ഉപേക്ഷിക്കുകയും ചെയ്തു.

കൊടക്കാട് കണ്ണപെരുവണ്ണാൻ മാത്രമാണ് ഈ വിവേചന വ്യവസ്ഥയുടെ ചക്രവ്യൂഹം ഭേദിച്ച ഒരേയൊരു കോലക്കാരൻ. ആദ്യമായി പുറത്തിറങ്ങിയ ഒരു തെയ്യക്കാരന്റെ ആത്മകഥാ ഗ്രന്ഥവും അദ്ദേഹത്തിന്റെ *ചിലമ്പിട്ട ഓർമ്മകളാണ്*. ഫോക്ക്ലോറിന്റെ നവീനമായ അന്വേഷണങ്ങളിൽ തെയ്യക്കാരൻ ഇങ്ങനെ അസ്പൃശ്യനാകുമ്പോഴും കണ്ണപെരുവണ്ണാൻ സമർത്ഥമായിത്തന്നെ അതിനെ നേരിടുന്നുണ്ട്. കണ്ണപെരുവണ്ണാൻ ഇന്നാണ് അങ്ങനെ ചെയ്യുന്നതെങ്കിൽ ഒരിക്കലും അദ്ദേഹത്തിന് അത് സാധിക്കുകയുമില്ല. ഒരു തെയ്യക്കാരന് കിട്ടാവുന്ന ഏറ്റവും കൂടുതൽ പ്രശസ്തിയും ആദരവും കിട്ടിയ കൊടക്കാട് കണ്ണപെരുവണ്ണാൻ ഒരൊറ്റ പെരുങ്കളിയാട്ടത്തിൽ പോലും പ്രാധാന ദേവതയുടെ കോലം ധരിച്ചിട്ടില്ല. തൊട്ടടുത്ത് പുലിക്കോട് ദേശത്ത് പതിനൊന്ന് പെരുങ്കളിയാട്ടങ്ങളിൽ രണ്ട്

കൊടക്കാട് കണ്ണപെരുവണ്ണാൻ

തവണ തിരുമുടി വെച്ചാടിയ തെയ്യത്തിലെ എക്കാലത്തെയും ഇതിഹാസമായ തെക്കുംകര കണ്ണൻ കർണ്ണമൂർത്തി സാധാരണക്കാരനിൽ സാധാരണക്കാരനായി പുറംലോകം അറിയാതെ ക്യാൻസർ രോഗം ബാധിച്ച് മരിച്ചു പോവുകയാണുണ്ടായത്. കർണ്ണമൂർത്തിയുടെ ജന്മമായ ഒളോറപ്പുഴയ്ക്കും ഉദയൻകുന്നിനുമപ്പുറം ആരും ഭൂമിയിൽ സംഭവിച്ച ഈ മഹാത്ഭുതമറിഞ്ഞില്ല. കൊടക്കാട് കണ്ണപെരുവണ്ണാൻ മരണാനന്തരം നർത്തക രത്നമായി ദേവനർത്തകനായി, തെയ്യത്തിലെ എക്കാലത്തെയും സമുന്നത വ്യക്തിത്വമായി നിലനിൽക്കുമ്പോൾ കർണ്ണ മൂർത്തി, ആണ്ട് തോറും മരുമകൻ കർണ്ണമൂർത്തിയും മക്കളും വെക്കുന്ന വീതിലെ നിത്യ നിരാമയമായ ദേവ സാന്നിദ്ധ്യമെന്ന സ്വകാര്യാനുഭവം മാത്രമാകുന്നു. ഒളോറപ്പുഴയിലെ ഓളങ്ങളും ഉദയൻകുന്നിലെ വിശുദ്ധ വൃക്ഷങ്ങളും തെക്കുംകര കണ്ണൻ കർണ്ണമൂർത്തിയുടെ ചിലമ്പനക്കങ്ങളെ വീണ്ടും വീണ്ടും ഓർത്തെടുത്ത് ആ തിരസ്കൃത ജീവിതത്തിന് ചിലമ്പിട്ട ഓർമ്മകൾ എന്ന് ആമുഖമെഴുതുന്നു.

ലോക പ്രശസ്തനായ നാടക സംവിധായകൻ പീറ്റർബ്രൂക്ക് കൊടക്കാട് കണ്ണപെരുവണ്ണാനെ തേടിയെത്തി. മഹത് പ്രതിഭയായ കാവാലം കണ്ണപെരുവണ്ണാന്റെ പുസ്തകത്തിനും ജീവിതത്തിനും അവതാരികയെഴുതി. പ്രമുഖ മാധ്യമമായ *ഭാഷാപോഷിണി* അധഃകൃതനായ തെയ്യക്കാരന്റെ മുഖം കവർചിത്രമാക്കി. മക്കൾക്ക് ഉന്നത വിദ്യാഭ്യാസം നൽകി തെയ്യത്തിലെ തീയിൽനിന്നും തീവെയിലിൽനിന്നും രക്ഷിച്ചെടുത്തു. ഇവിടെ പ്രസക്തമായ ഒരു വിഷയം, മകനെയും മരുമകനെയും തെയ്യത്തിന്റെ അഗ്നി പ്രപഞ്ചത്തിന് സമർപ്പിച്ച കർണ്ണമൂർത്തിക്ക് കിട്ടാതെ പോയതൊക്കെ എങ്ങനെയാണ് കണ്ണപെരുവണ്ണാന് കിട്ടി എന്നുള്ളതാണ്. അദ്ദേഹം ആ ബഹുമതികൾക്ക് അർഹതയുള്ള തെയ്യം കലാകാരൻ തന്നെയായിരുന്നു എന്നത് നിസ്തർക്കമാണ്. അദ്ദേഹത്തിന്റെ മഹത്വത്തെ വില കുറച്ച് കാണുന്നതേയില്ല. ഇവിടെ പ്രസക്തമായ ഒരു കാര്യം എന്തുകൊണ്ട് കൊടക്കാട് കണ്ണപെരുവണ്ണാൻ അംഗീകരിക്കപ്പെട്ടു. പുറംലോകം അറിയപ്പെടുന്ന കലാപ്രതിഭയായി മാറി. ഒരു ജന്മാരിയായി, കനലാടിയായി തന്റെ കർമ്മം അനുഷ്ഠിച്ചതിനല്ല അദ്ദേഹത്തിന് അംഗീകാരവും ആദരവും ലഭിച്ചത്. വരേണ്യ വ്യവസ്ഥിതിയുടെ അധികാരത്തിലും പരിലാളനകളിലും വികസിച്ച ഒരു സാംസ്കാരിക വ്യവസ്ഥിതിക്ക് കീഴ്പ്പെട്ടതിനാൽ, അല്ലെങ്കിൽ അതിന്റെ ഭാഗമായതിനാലാണ് അദ്ദേഹം സാംസ്കാരിക പ്രമാണിമാർക്ക് സ്വീകാര്യനായത്. തെക്കുംകര കർണ്ണ

സജേഷ് പണിക്കരും മകനും

മൂർത്തിക്ക് അങ്ങനെയൊരു തെയ്യം സാക്ഷരത ഇല്ലാത്തതിനാൽ ഒളോറ പ്പുഴയുടെ താരാട്ടിലും വീത് കുന്നിലെ കാറ്റിന്റെ മുമ്മൊഴികളിലും കാലം കഴിച്ചു. അനാദികാലത്തെ ഗുരുപരമ്പരകളുടെ ആത്മാവലിഞ്ഞു ചേർന്ന ചായില്ല്യവും ചിലമ്പും തലപ്പാളിയുമല്ലാതെ വേറൊരു ലോകവും കർണ്ണ മൂർത്തിയെ ആകർഷിച്ചില്ല. ഒരു ജന്മാരിയിൽനിന്നും കണ്ണപെരുവണ്ണാൻ കലാകാരനിലേക്ക് നടന്നു തീർത്ത ദൂരമുണ്ട്. അതിനുള്ള പാരിതോഷി കങ്ങളാണ് അദ്ദേഹത്തിന് കിട്ടിയ അംഗീകാരങ്ങൾ.

ശരീരമെന്ന ശിലാസ്മാരകങ്ങൾ

കനലാടി ജീവിതത്തിന് ആധികാരിക പാഠങ്ങളില്ല. ഓരോ തെയ്യ ജീവിതവും ഓരോ പാഠങ്ങൾ തന്നെ. തെയ്യം എപ്പോഴും ഒറ്റയാണ്. തെയ്യ ത്തിന്റെ പ്രധാന സവിശേഷതകളിലൊന്ന് അതിന് പൊതുവായിട്ടൊന്നു മില്ലെന്നുള്ളതാണ്. തെയ്യം ഓരോ ദേശത്തിനും ഓരോന്നാണ്. ഒരേ തെയ്യം ഒരേ നാട്ടിലും വ്യത്യസ്തമാകുന്നുണ്ട്. ഒരു കാവിൽ തികച്ചും അപ്രധാന മായ തെയ്യം മറ്റൊരു കാവിൽ അതീവ പ്രാധാന്യത്തോടെ കെട്ടിയാടിക്കു ന്നതും കാണാം. തെയ്യം എപ്പോഴും വ്യവസ്ഥാപിത സങ്കൽപ്പങ്ങളേയും അതിന്റെ ഉൽപ്പന്നമായ മൂല്യ വ്യവസ്ഥിതിയേയും തകിടം മറിക്കുകയും ചെയ്യും. തെയ്യത്തിന് എല്ലാവരും അനുസരിക്കുന്ന നിയമ വ്യവസ്ഥയോ പെരുമാറ്റച്ചട്ടമോ നിലവിലില്ല. *നാട്യശാസ്ത്രം* പോലൊരു വിശുദ്ധ ഗ്രന്ഥ ത്തിന്റെ ഉഗ്ര ശാസനകളേയും തെയ്യത്തിന് ഭയക്കേണ്ടതില്ല. തെയ്യത്തിന്റെ പരമാധികാരി തെയ്യക്കാരനാണ്. ഓരോ തെയ്യക്കാരനും ഓരോ നാട്യശാസ്ത്രമാണ്. തെയ്യക്കാരന്റെ വ്യക്തിപ്രഭാവം അതിനെ സാധൂക രിക്കുന്നുണ്ട്. എക്കാലത്തേക്കും കാറ്റെടുക്കാത്ത, കടലെടുക്കാത്ത തെയ്യ മെന്ന ആദിമ സംസ്കൃതി കൊത്തിവെച്ചിരിക്കുന്ന ചരിത്ര ലിഖിതമാണ് ഓരോ തെയ്യശരീരവും. ആരും എഴുതാത്ത ചരിത്രത്തിന് തെയ്യശരീരം തന്നെ സ്വയം ചരിത്രമായി മാറുന്നു. തെയ്യത്തിന്റെ ചരിത്രമെന്നാൽ അതി മാനുഷ അവതാര ദൈവം നായികയോ നായകനോ ആകുന്ന കെട്ടുകഥ കളോ പുരാണങ്ങളോ അല്ല. അത് സാമ്പത്തികമായും സാംസ്കാരികവു മായുമുള്ള അധിനിവേശത്തിന്റെ കൂടി ചരിത്രമാണ്. വേരുകളാഴ്ത്തി പടർന്ന ദ്രാവിഡ സംസ്കാരത്തിന് മുകളിലുള്ള ബ്രാഹ്മണാധികാരത്തിന്റെ കൂടി ചരിത്രമാണ്. പ്രകൃതിയെ ഉപാസിച്ച് ജീവിച്ചിരുന്ന, കൃഷി അടി സ്ഥാനമായ ഉൽപ്പാദന വ്യവസ്ഥയിൽ, ഋതുഭേദങ്ങൾക്കനുസാരിയായി, മനുഷ്യൻ നടത്തിയ ഐക്യപ്പെടലാണ് ഒരു കാവിൽ നടക്കുന്ന കളിയാട്ട ത്തിന്റെ അന്തസ്സത്ത. കാവ് ആരെയും നിഷേധിച്ചിരുന്നില്ല. ജാതിയോ മതമോ കാവ് വേർതിരിച്ചിരുന്നില്ല. മനുഷ്യന് മനസ്സിലാക്കാനാകുന്ന അനു ഭവിക്കാനാകുന്ന ഒരു ദൈവീകാനുഭവത്തെ കാവ് വിവിധങ്ങളായ അനു ഷ്ഠാന പ്രക്രിയകളിലൂടെ ഗ്രാമ്യ ജീവിതവുമായി സമന്വയിപ്പിക്കുന്നു. കാവ് എപ്പോഴും ഇഹലോക സംബന്ധിയാണ്. തെയ്യം ലൗകികാനുഭവവും. ഈ അനുഭവപാഠങ്ങളാണ് ഓരോ തെയ്യക്കാരനും സ്വശരീരത്തിൽ പേറി നട

ക്കുന്നത്.

തെയ്യക്കാരന്റെ ശരീരം ഇതര കലാ ശരീരങ്ങൾക്ക് സമാനമല്ല. ഈ ശരീരത്തിന്റെ കറുപ്പ് അവമതിയുടെയോ വർഗ്ഗ ഭേദത്തിന്റെയോ കറുപ്പല്ല. സംസ്ക്കാരത്തിന്റെ എല്ലാ നിറഭേദങ്ങളും സ്വീകരിച്ചാണ് ഈ ശരീരം കറുത്ത് പോയത്. ഈ കറുപ്പിനെ വിഭജിച്ചു നോക്കൂ നിറങ്ങളുടെ ഉത്സവം തന്നെ കാണാം. കലാകാരല്ലാത്ത കറുപ്പിന്റെ ശരീര കലകളിൽ എല്ലാ കലകളും സമന്വയിക്കുന്ന അതിശയം കാണാം. നൃത്തം. സംഗീതം, അഭിനയം, താളം, ചിത്രവേല, ചായ നിർമ്മാണം, ചമയ നിർമ്മാണം, മിത്ത്, കഥ, ചരിത്രം, സംസ്ക്കാരം, രാഷ്ട്രീയം, പരിസ്ഥിതി, ഗോത്ര ജീവിതം, സാമൂഹ്യജീവിതം, ദൈവം, നവോത്ഥാനമുന്നേറ്റങ്ങൾ അങ്ങനെ തെയ്യം കലയുടേയും രാഷ്ട്രീയത്തിന്റേയും പാരമ്പര്യശക്തികളുമായി നിരന്തരം കലഹിച്ചുകൊണ്ടിരിക്കുന്നു. ആദിമ ഗോത്രസംസ്കൃതിയിൽനിന്നും ആധുനിക ജ്ഞാന വ്യവസ്ഥിതിയിലേക്കുള്ള മനുഷ്യ സമൂഹത്തിന്റെ വികാസ പരിണാമങ്ങൾ തെയ്യത്തിലുടനീളം കാണാം. അതിന്റെ ഏക ചരിത്ര സാക്ഷ്യമാണ് അറിവനുഭവങ്ങളുടെ വാഹകരും കൈമാറ്റക്കാരുമായ തെയ്യകുലങ്ങൾ. ജ്ഞാനവ്യവസ്ഥ കോറിയിട്ട കരിങ്കൽ ശിലാസ്മാരകങ്ങളാണ് തീവെയിലിൽ പൊള്ളിപ്പാകപ്പെട്ട കനലാടിമാർ. ആ ലിഖിതങ്ങളിലെ ജീവിതപ്പോരാട്ടങ്ങളുടെ ഭാഷയെ വിഘടിപ്പിക്കാനറിയുന്ന സാങ്കേതിക ജ്ഞാനമുള്ളവർക്ക് അത് വായിച്ചെടുക്കാം..

ദൈവത്തിന്റെ വിവർത്തന പുസ്തകം

ഒരു ക്ലാസിക്കൽ ശരീരത്തോട് കാണിക്കുന്ന ഭക്തി, ആദരവ്, ബഹുമാനം ഇതൊന്നും ഒരു കീഴാള തെയ്യ ശരീരത്തോട് കാണിക്കാറില്ല. ഒരു കനലാടി ജീവിതം കഠിന ജീവിതമാകുന്നതിന്റെ കാരണങ്ങൾ പലതാണ്. തെയ്യം കാണലും തെയ്യത്തെ അറിയലും രണ്ടും രണ്ടാണ്. കാണലിന് ഒന്നും ആവശ്യമില്ല. കാണൽ എളുപ്പവുമാണ്. എന്നാൽ തെയ്യത്തെ അറിയൽ അങ്ങനെയല്ല. അറിയാൻ പല സാങ്കേതിക സങ്കേതങ്ങളുടേയും സഹായം ആവശ്യമാണ്. നാട്ടുകാരെ സംബന്ധിച്ച് തെയ്യം കാണലേയുള്ളൂ. അറിയലില്ല. എന്നാൽ തെയ്യത്തെ അറിയാൻ ശ്രമിക്കുന്നവരാകട്ടെ നേരത്തെ സ്വായത്തമാക്കിയ പല പൂർവ്വ മാതൃകകളുടേയും തോത് പിടിച്ചാണ് തെയ്യത്തെയും അളന്നത്. ഘടനാപരമായ വിശകലനത്തിനും പാഠനിർമ്മിതികൾക്കുമുള്ള ശ്രമങ്ങൾ വളരെ വിരളമായി മാത്രമാണ് നടക്കുന്നത്. എല്ലാ പുതിയ പഠന സങ്കേതങ്ങളും പഴയ മാതൃകകൾ പിൻപറ്റുന്നുവെന്നതും തെയ്യത്തിന്റെ വ്യാപ്തിയെ ചുരുക്കിക്കാണുന്നതിന് കാരണമായിട്ടുണ്ട്. കൃഷിയും പരസ്പര സാഹോദര്യ സൗഹൃദവും കാത്തുസൂക്ഷിരുന്ന തൊഴിൽ കുലങ്ങളും ഏതാണ്ട് പൂർണ്ണമായിത്തന്നെ തുടച്ചുമാറ്റപ്പെട്ട ഉത്തരമലബാറിൽ തെയ്യത്തിലെ മാറ്റങ്ങളും പുതിയ ജീവിത പരിസരത്തുനിന്നുമാണ് നോക്കികാണേണ്ടത്. മണ്ണിൽനിന്നും കിളിർത്തു

വരുന്ന ഒരു ചെടിപോലെ അത്രയും ജൈവീകമായ തെയ്യത്തിൽനിന്നും അതിന്റെ ജൈവീകമായ അടയാളങ്ങളുടെ അണിയലങ്ങൾ കാലം തന്നെ ഓരോന്നോരാന്നായി അഴിച്ചെടുത്ത്, നാട്ടു വഴികളിലെ മാലിന്യക്കൂമ്പാരത്തിലേക്ക് വലിച്ചെറിയുമ്പോൾ തെയ്യത്തെ അതിവൈകാരിക ഭക്തികൊണ്ട് ആശ്ലേഷിക്കുമ്പോൾ രണ്ടു വട്ടം ആലോചിക്കണം. സൂര്യന്റെ അയനക്രമമനുസരിച്ചും ഉത്തരകേരളത്തിന്റെ പ്രത്യേക ഭൂപ്രകൃതിയുമായും ഋതുഭേദങ്ങളുമായും മനുഷ്യന്റെ ഒരിടത്തുനിന്നും മറ്റൊരിടത്തേക്കുള്ള സഞ്ചാരവുമായും സമന്വയിച്ച് പൂർവ്വീകാചാര്യൻമാർ ചിട്ടപ്പെടുത്തിയ ഈ പാരമ്പര്യാനുഷ്ഠാനത്തിന്റെ പുതിയ കാലത്തെ പ്രാധാന്യവും അതിജീവനവുമാണ് പഠന വിധേയമാക്കേണ്ടത്. ഒരു കാട്ടുചെത്തി പൂപോലും ചൂടാത്ത തെയ്യവും, പാടവരമ്പിലെ ചളിയിലൂടെ ഓലച്ചൂട്ടും വീശിവരുന്ന ഗ്രാമീണനും മൃത ഫോക്ക്ലോറായി മുന്നേറുന്നിടത്താണ് തെയ്യത്തിന്റെ പാരമ്പര്യ വാദാധിഷ്ഠിത പഠനങ്ങളും കാഴ്ചപ്പാടുകളും കുതിച്ച് മുന്നേറുന്നത്. കാവെന്ന ജൈവീക സംസ്കൃതി പൂർണ്ണമായും ഇല്ലാതായ, ഇല്ലാതാക്കിയ, ക്ഷേത്രമതിൽക്കെട്ടിനുള്ളിൽ തറയോട് പാകിയ നിലത്ത് ലോഹത്തകിട് പുതച്ച മേൽക്കൂരയ്ക്ക് താഴെ ഉരുകിയുഷ്ണിച്ച്, വിഷം തളിച്ച കമ്പോളച്ചെക്കിയുടെ രാസഗന്ധത്തിൽ ഓജസ്സ് കെട്ടുപോയ പുതുകാലത്തെ തെയ്യം. ഇല കൊഴിഞ്ഞ ചെമ്പകച്ചില്ലകൾക്ക് താഴെ ചാണകമെഴുകിയ തറയിൽ ചിലമ്പനക്കുന്ന, കത്തുന്ന വെളിച്ചെണ്ണയുടേയും കുരുത്തോലയുടേയും പച്ചമണമുള്ള നമ്മുടെ പഴയ മഞ്ഞക്കുറിക്കാരികൾ ഒരുപക്ഷേ, പുതുകാലത്തെ തെയ്യങ്ങളെ തിരിച്ചറിയണമെന്നു പോലുമില്ല.

പൈതങ്ങൾക്ക് ഗുണം വരുത്തുന്ന മഞ്ഞൾപ്പൊടി വരെ പുറത്ത് നിന്ന് വരുമ്പോൾ കിട്ടുന്ന ഗുണവും അത്ര ഗുണപ്രദമാകില്ല. തെയ്യം പഠനത്തിലെ ആചാര്യൻമാരായ ചിറക്കൽ ടി ബാലകൃഷ്ണൻ നായരോ എം. വി. വിഷ്ണു നമ്പൂതിരിയോ അറിഞ്ഞ, അനുഭവിച്ച തെയ്യമോ കാവ് സംസ്കൃതിയോ അല്ല ഇന്നുള്ളത്. അതുകൊണ്ട് തന്നെ അവരുടെ പഠനങ്ങളെ അപനിർമ്മിച്ച് മാത്രമേ തെയ്യത്തിന്റെ അക്കാദമികമായ കാഴ്ച ഇന്നു സാദ്ധ്യമാകൂ. തെയ്യക്കാരനെ പാടേ അവഗണിച്ച പഠന സങ്കേതങ്ങൾക്ക് പുറത്ത് തെയ്യമെന്ന മനുഷ്യന്റെ പ്രാധാന്യം അത്രമേൽ വലുതാണ്. നാട് കൊണ്ട് നടക്കേണ്ടവർ എന്നാണ് തെയ്യക്കാരെക്കുറിച്ച് അവർ തന്നെ പറയുന്നത്. അതെ. ഒരു നാടിനെക്കൊണ്ട് നടക്കേണ്ടവർ തന്നെ. തെയ്യമാവൽ മാത്രമല്ല ഒരു തെയ്യക്കാരന്റെ ജീവിതം. നാടുമായി ബന്ധപ്പെട്ട പല അനുഷ്ഠാനങ്ങളിലും തെയ്യക്കാരൻ വേണം. ഋതു ഭേദങ്ങൾക്കനുസരിച്ച് പൂരം, പാട്ട്, നിറ പുത്തരി പോലുള്ള വിവിധ അനുഷ്ഠാനങ്ങൾ കാവിൽ നടക്കുമ്പോൾ തെയ്യക്കാരൻ അതിലെ അനിവാര്യതയാണ്. കൂടാതെ മിക്ക തെയ്യക്കാരും നാട്ടുവൈദ്യം, മന്ത്രവാദം, അകന്നാള് കൈക്കൽ തുടങ്ങിയവയും ജനങ്ങൾക്ക് വേണ്ടി ചെയ്തുകൊടുക്കുന്നുണ്ട്. തെയ്യക്കാരുടെ മാട്ടു വൈദ്യവും വളരെ പ്രധാനപ്പെട്ടതാണ്. മിക്ക തെയ്യക്കാരും തെയ്യമില്ലാത്ത സമയങ്ങളിൽ മറ്റ് തൊഴിലുകളിലും ഏർപ്പെടുന്നുണ്ട്. ഒരു കഥ

കളി നടന് അതിലെ വേഷം മാത്രം കൈകാര്യം ചെയ്താൽ മതി. അയാൾ പാടണ്ട. ചെണ്ടയോ മദ്ദളമോ വായിക്കണ്ട. ഒരു നർത്തകിക്ക് നൃത്തം ചെയ്താൽ മാത്രം മതി. ഒരു നടന് അഭിനയിച്ചാൽ മതി. എന്നാൽ ഒരു തെയ്യക്കാരന് ഒരു തെയ്യമായി പകർന്നാടിയാൽ മാത്രം പോര. വേറൊരു കാവിൽ അയാൾ വാദ്യക്കാരനും തോറ്റം പാട്ട് പാടുന്നയാളുമായിരിക്കും. മുഖത്തെഴുതുന്നതും അണിയലങ്ങളുണ്ടാക്കുന്നതും അതേ തെയ്യക്കാരൻ തന്നെയായിരിക്കും. ഒരു തെയ്യക്കാരൻ സമ്പൂർണ്ണ കലാകാരനാണെന്നത് വെറും ഭംഗി വാക്കല്ല. കനലാടി ഒറ്റ ശരീരമല്ലെന്ന് പറയുന്നത് ഈയൊരു സാഹചര്യത്തിലാണ്.

കനലാടിയുടെ നാനാർത്ഥങ്ങൾ പലതാണ്. മറ്റേതൊരു അവതരണ കലയിലും കാണാത്ത ചില പ്രാദേശിക സങ്കേതങ്ങൾ തെയ്യത്തിലുണ്ട്. തെയ്യത്തിലേക്കുള്ള തെയ്യക്കാരന്റെ സഞ്ചാരത്തിൽ, അയാൾ പല സ്വത്വങ്ങളിലൂടെ പരിണമിക്കപ്പെടുന്നുണ്ട്. അച്ഛന്റെയോ അമ്മാമന്റെയോ കൂടെക്കൂടുന്ന തെയ്യക്കാരൻ ചെക്കൻ കണ്ടും കേട്ടും ചോദിച്ചും തെയ്യത്തെ അറിയുകയും ഹൃദിസ്ഥമാക്കുകയുമാണ് ചെയ്യുന്നത്. ആയിരം അണിയറ തുക്കിയാണ് അരത്തെയ്യക്കാരനാകുന്നത്. വായിച്ച് മനസ്സിലാക്കാനായി ഒരു പുസ്തകവും തെയ്യക്കാർക്ക് വേണ്ടിയില്ല. അവരവർ തന്നെയാണ് പാഠപുസ്തകങ്ങൾ. അവർ ഇല്ലാതാകുന്നതോടെ ആ പാഠപുസ്തകങ്ങളും ഇല്ലാതാകുന്നു. പകരം മറ്റൊരു ശരീരത്തിലാണ് തെയ്യം സ്വയം ആലേഖനം ചെയ്യപ്പെടുന്നത്. മണക്കാടൻ, കർണ്ണമൂർത്തി, നേണിക്കം, കുറ്റൂരാൻ, പുല്ലൂരാൻ, എരമംഗലൻ, മാങ്ങാടൻ, ആലപ്പടമ്പൻ, ചിങ്കം, കോതോർമ്മൻ, പരപ്പേൻ, മുതൂടൻ, മുത്താണിശ്ശേരി, പെരുവണ്ണാൻ, പെരുമലയൻ, പണിക്കർ, ഗുരുക്കൾ, കലൈപ്പാടി, കൊടക്കൽ എന്നിങ്ങനെയുള്ള അതിവിപുലമായ സങ്കേതങ്ങളിലൂടെയാണ് ഒരു സാധാരണക്കാരനായ കോലക്കാരൻ നാട്ടു ദൈവമായി പാകപ്പെട്ട് വരുന്നത്. മറ്റൊരു അവതരണ കലയിലും ഇത്രയും വൈവിധ്യമായ ആചാര പദവികൾ കാണാൻ കഴിയില്ല. ഒരു നർത്തകൻ എല്ലാ കാലത്തും നർത്തകൻ തന്നെയായിരിക്കും. ഒരു നടനായാലും അങ്ങനെത്തന്നെ. അവരാരും മറ്റൊരു അസ്തിത്വമായി രൂപാന്തരപ്പെടുന്നില്ല. തെയ്യത്തിലെ ആചാര പദവികളുടെ പ്രാധാന്യം വളരെ വലുതാണ്. അതിന് കൃത്യമായ മാനദണ്ഡങ്ങളും വ്യവസ്ഥയുമുണ്ട്. അത് സർക്കാരിന്റെ നിയന്ത്രണത്തിലുള്ളതല്ല. സംസ്ഥാന സർക്കാരിന്റെ പുരസ്കാരം ലഭിച്ച തെയ്യക്കാരൻ പക്ഷേ, കാവിൽ വെച്ച് ആചാരപ്പെട്ടിട്ടുണ്ടാകണമെന്നില്ല. തെയ്യത്തിലെ ആചാരങ്ങൾ ബഹുമതികൾ സ്വാധീനിച്ച് തരപ്പെടുത്താനാകുന്നതല്ല.

ഓരോ ആചാരക്കാരനും നാടിനെത്താങ്ങിനിർത്തുന്ന നെടുംതൂണുകളാണ്. കർണ്ണമൂർത്തിയും മണക്കാടനും മാങ്ങാടനും നേണിക്കവും കോതോർമ്മനും അങ്ങനെയെത്രയെത്ര നെടുംതൂണുകളിലാണ് ഉത്തര മലബാറിന്റെ നാട്ടു വഴക്കങ്ങൾ പടുത്തുയർത്തപ്പെട്ടിട്ടുള്ളത്. നാടിന്റെ ശ്വാസ കോശങ്ങളാണ് ഓരോ ആചാരക്കാരനും. അത് ഓരോ നാട്ടിലും

ഓരോ വിധമാണ്. രാജ്യം ഭരിക്കുന്ന പ്രധാനമന്ത്രിയില്ലെങ്കിലും പ്രശ്നമില്ല. പക്ഷേ, നീലിയാർകോട്ടത്ത് ദാസൻ മാങ്ങാടൻ ഇല്ലാതെ ശരിയാവില്ല. പച്ച പടർന്ന നീലിയാർകോട്ടത്തിന്റെ ഉയിരാണ് മാങ്ങാടൻ. അദ്ദേഹം തലയിലേന്തിയിരിക്കുന്നത് കേവലമൊരു തെയ്യത്തിന്റെ നീണ്ട മുടി മാത്രമല്ല. നാട്ടുജീവിത വഴക്കങ്ങളിലെ ദുഃഖങ്ങളും ദുരിതങ്ങളും പ്രതീക്ഷകളും നേരും പൊലിയിച്ചാണ് ആ മുടി ദാസൻ മാങ്ങാടന്റെ ജീവിതത്തോട് ചേർന്നിരിക്കുന്നത്. എറകോട് ചേർന്നിരിക്കുന്ന എറച്ചിയുടെ അംശം പോലെ അറുത്ത് വേർപെടുത്താൻ പറ്റാത്ത വിധം പച്ചക്കാടും നീലിയാർ ഭഗവതിയും നീലിയാർകോട്ടമെന്ന പച്ചക്കാടും തിരുമുടിയും ചർമ്മ ബന്ധിതമായിരിക്കുന്നു. തൃക്കരിപ്പൂർ നാടിനെ പ്രളയത്തിൽ കട പുഴക്കാതെ പിടിച്ചു നിർത്തുന്ന വൻമരമാണ് തെക്കുംകര ബാബു കർണ്ണമൂർത്തി. കച്ച ചുറ്റി നിൽക്കുന്ന ബാബു കർണ്ണമൂർത്തിയെന്ന ചെറുപ്പക്കാരന്റെ ആകാര സൗഷ്ഠവത്തിന് മുന്നിൽ തെയ്യങ്ങളായ മഞ്ഞക്കുറിക്കാരികളെല്ലാം നാണത്താൽ തല താഴ്ത്തി നിൽക്കും. തെയ്യത്തേക്കാൾ മനോഹരമായ കർണ്ണമൂർത്തിയുടെ ദേഹകാന്തി കണ്ണേറ് തട്ടാതെ എത്രകാലം കളിയാട്ടക്കാവിൽ കാണാൻ പറ്റും. നീലകണ്ഠേശ്വരന് മാത്രം അവകാശപ്പെട്ടതല്ല നീലേശ്വരത്തിന്റെ മഹത്വം. കോതോർമ്മനെന്നും അഞ്ഞൂറ്റാനെന്നും പേരുള്ള രണ്ട് പടവീരൻമാർ പൊരുതി നേടിയെടുത്ത സംസ്ക്കാരത്തിന്റെ ചരിത്രം കൂടിയുണ്ട് നീലേശ്വരത്തിന്. ഈ രണ്ട് മനുഷ്യരിലൂടെയാണ് തുലാപ്പത്തിലെ മഴയിൽ നീലേശ്വരം ചോക്കാൻ തുടങ്ങുന്നത്. ഇടവപ്പാതിയിൽ മന്ദൻ പുറത്ത് കാവിലെ കലശകുംഭങ്ങൾക്കൊപ്പം മധു നിറച്ച മേഘഭരണികളും തുളുമ്പി മറിയും. ബാബു കോതർമ്മനും സുരേഷ്ബാബു അഞ്ഞൂറ്റാനും ഈ രണ്ട് മനുഷ്യരുടെ മോത്തെ ചായില്ല്യച്ചോപ്പിളകിയൊലിക്കുമ്പോഴാണ് അള്ളടനാട് പതുക്കെപ്പതുക്കെ മഴക്കോളിൽ നനഞ്ഞ് കുളിരുന്നത്.

ഒരു കനലാടി ശരീരമെന്നാൽ ദൈവസൂക്തങ്ങൾ ആലേഖനം ചെയ്യപ്പെട്ട വിശുദ്ധ ഗ്രന്ഥമാണ്. മനുഷ്യനജ്ഞാതമായ ദൈവത്തെ ഇവിടെ വിവർത്തനം ചെയ്ത് സൂക്ഷിക്കുന്നുണ്ട്. ഓരോ തെയ്യശരീരവും ദേവലിഖിതങ്ങൾ കോറിയ വിവർത്തന പുസ്തകമാണ്. ഭാഷയ്ക്കതീതമായ ദൈവത്തെ മനുഷ്യന്റെ സങ്കടത്തിലേക്കും ദുരിതത്തിലേക്കും മൊഴിമാറ്റിയിരിക്കുന്നു. മണ്ണിൽ പണിയെടുക്കുന്നവന്റെ കഠിനാധ്വാനവും അതിജീവനവുമാണ് ഈ വിവർത്തന പുസ്തകത്തിന്റെ വ്യാകരണത്തെ നിർണ്ണയിക്കുന്നത്. മനുഷ്യനെയാണ് വായിക്കുന്നതെങ്കിലും അത് മുഴുവൻ ദൈവത്തെക്കുറിച്ച് മാത്രമാണ്. തെയ്യക്കാരന്റെ ശരീരമെന്നാൽ ദൈവമരങ്ങൾ പൂക്കുന്ന വനഖണ്ഡമാണ്. ഇതുവരെ കണ്ടും കേട്ടും പരിചയിച്ച ദൈവങ്ങളല്ല അത്. തെയ്യത്തിൽ തെയ്യക്കാരനില്ല എന്നത് അധ്വാനത്തിൽനിന്നും കലയിൽനിന്നും മനുഷ്യനെ മായ്ച്ച് കളയുന്ന അധികാര ചിന്തയാണ്. ഇങ്ങനെ മായ്ച്ചില്ലാതാക്കൽ പലകാലത്തും പല അധികാര ശക്തികളും ചെയ്തു വരുന്നതാണ്. തികച്ചും സാമൂഹികമായ തെയ്യക്കാരന്റെ മാനു

ഷിക പദവിയെ ഇല്ലാതാക്കാനുള്ള എളുപ്പവഴികളിലൊന്നായിരുന്നു അതിനെ പൂർണ്ണമായും അനുഷ്ഠാനമാക്കുക എന്നത്. അങ്ങനെയൊരു പൂർവ്വകാലത്തിന്റെ കുഴമ്പ് തേച്ച് നടക്കുന്നവരാണ് തെയ്യക്കാരനെന്ന മനുഷ്യനെ എല്ലാകാലത്തേക്കും അനുഷ്ഠാനത്തിന്റെ വലിയ തോട്ടി കാട്ടി നിയന്ത്രിച്ച് പേടിപ്പിച്ച് നിർത്തുന്നത്.

തെയ്യമെന്നാൽ തെയ്യക്കാരൻ തന്നെയാണ്. ഇങ്ങനെയൊരു സമ്പൂർണ്ണമായ അലിഞ്ഞുചേരൽ തെയ്യത്തിൽ മാത്രമുള്ളതാണ്. കടലിൽ ജലം അവസാനിക്കുമ്പോൾ ജലം കടലാകുന്നതുപോലെ. തെയ്യക്കാരനാണ് കടൽ. കടൽ തേടിയെത്തി കടലായി മാറുന്ന ചെറു ചെറു പുഴകളാണ് തെയ്യത്തിലെ ദൈവങ്ങൾ. ഏകീകരിച്ച കാഴ്ചയുടെ ഏകാധിപത്യത്തിൽനിന്നും തെയ്യക്കാരൻ ഇല്ലാതാവുകയോ ഇല്ലാതാക്കുകയോ ചെയ്യപ്പെടുകയായിരുന്നു. അരങ്ങിലെ എല്ലാ അവതരണരൂപങ്ങളിലും നടൻ ഉയർന്ന് നിൽക്കുമ്പോൾ രംഗാവതരണത്തിന്റെ വിരാട് രൂപമായ തെയ്യത്തിലെ നടനെ ഏതിരുട്ടിലാണില്ലാതാക്കിയത്. പൊതു സമൂഹത്തിൽ പുലയനും മാവിലനും വേലനും കോപ്പാളനും മലയനും വണ്ണാനുമായ തെയ്യക്കാരന്റെ സാംസ്കാരിക പദവി എന്താണ്. സവർണ്ണതയുടെ അതിർ വരമ്പുകൾക്കപ്പുറമുള്ള തെയ്യശരീരത്തെക്കുറിച്ച് പറയുമ്പോൾ നെറ്റി ചുളിയുകയും അസ്വസ്ഥതപ്പെടുകയും ചെയ്യുന്നതെന്തിനാണ്. ശാരീരികവും സാംസ്ക്കാരികവുമായ തെയ്യക്കാരന്റെ അധ്വാനത്തെ ഏത് അളവ് വെച്ചാണ് മൂല്യ നിർണ്ണയം ചെയ്യാൻ സാധിക്കുക. കുലത്തൊഴിലാളി കുടിയായ തെയ്യക്കാരൻ തെയ്യമെന്ന അതിവിശിഷ്ടമായ അനുഷ്ഠാനത്തിലൂടെ കുലം കുലം കുത്തിയൊലിച്ചുപോയ ഒരു സാമൂഹ്യ ക്രമത്തിൽ എങ്ങനെയാണ് നിലനിൽക്കുന്നത്. തെയ്യ ബാഹ്യമായ എല്ലാ കുലത്തൊ

ഴിലും കീഴ്മേൽ മറിയുന്ന ആഗോളവൽകൃത സമൂഹത്തിൽ തെയ്യം മാത്രം കുലത്തൊഴിലായി എങ്ങനെ നിലനിൽക്കും. ദൈവത്തെ വിവർത്തനം ചെയ്ത് സൂക്ഷിച്ചുവെച്ച തെയ്യക്കാരനെന്ന വിവർത്തന പുസ്തകത്താളുകളുടെ കന്യകാത്വം. ആരാലും അശുദ്ധമാക്കപ്പെടാതെ കാലത്തിന് മുകളിൽ ചരിത്രത്തിന് മുകളിൽ വായിക്കപ്പെടാതെ നിലനിൽക്കുന്നു എന്നതിനാലാണ് ഈ കീഴാള ശരീരം ഒരു വിശുദ്ധ പുസ്തകമാകുന്നത്.

തെയ്യത്തിന്റെ നിലവിളികൾ

ജനാധിപത്യ ഇന്ത്യയിൽ ഭരണഘടനയും അംബേദ്കറും ഉണ്ടായെങ്കിലും യൂറോപ്യൻ അധിനിവേശത്തിന് ശേഷമുള്ള ബ്രാഹ്മണരുടെയും നിയോക്ഷത്രിയരുടേയും അപ്രമാദിത്വം തീർത്ത പുതിയ വർണ്ണവ്യവസ്ഥയുടെ ദൂഷ്യവശങ്ങൾ ഇപ്പോഴും ശക്തമായി നിലനിൽക്കുന്നുണ്ട്. തെയ്യത്തെ തന്നെ ജാതിയുടെ പല തട്ടുകളായി തിരിച്ചിട്ടുണ്ട്. തെയ്യങ്ങൾക്കിടയിലും ജാതി പ്രവർത്തിക്കുന്നുണ്ട്. മലയനും വണ്ണാനും തെയ്യത്തിലെ മേൽജാതിയാകുമ്പോൾ മാവിലൻ, വേലൻ, പുലയൻ കോപ്പാളൻ എന്നിവർ കീഴ്ജാതിയായും കണക്കാക്കപ്പെടുന്നുണ്ട്. തെയ്യത്തിലെ കോള് സമ്പ്രദായം വലിയ കീറാമുട്ടിയായിത്തന്നെ ഇപ്പോഴും നിലനിൽക്കുന്നു, കൽപ്പനക്കളിയാട്ടം എന്ന പേരിൽ തന്നെ ഒരു വർഷത്തിൽ അത്രയധികം കളിയാട്ടങ്ങളുണ്ട്. പേരു പോലെ തന്നെ അത് തമ്പുരാൻ കൽപ്പിച്ചിട്ടുള്ളതാണ്. അത് തെയ്യക്കാരൻ സ്വയം ഏറ്റെടുത്ത് നടത്തേണ്ടുന്നതാണ്. പല കൽപ്പനക്കളിയാട്ടങ്ങളിലും കോളിൽ കാര്യമായ വർദ്ധനയുണ്ടാവാറില്ലെന്ന് തെയ്യക്കാർ തുറന്ന് സമ്മതിക്കുന്ന കാര്യമാണ്. രാജീവൻ നേണിക്കത്തിനും സജേഷ് പണിക്കർക്കുമൊക്കെ ഇത്തരത്തിലുള്ള നിരവധി കളിയാട്ടങ്ങളുണ്ട്. കൽപ്പനക്കളിയാട്ടമല്ലാതെ മറ്റ് കളിയാട്ടങ്ങൾ വരുമ്പോഴാണ് അവർക്ക് സാമ്പത്തികമായി മെച്ചമുണ്ടാകുന്നത്. കൽപ്പനക്കളിയാട്ടത്തിലെ നഷ്ടം ഇവർ നികത്തുന്നത് മറ്റ് കളിയാട്ടങ്ങളിൽനിന്നുമുള്ള വരുമാനംകൊണ്ടാണ്. എന്തു തന്നെയായാലും മറ്റ് തൊഴിൽ മേഖലകളുമായി താരതമ്യം ചെയ്യുമ്പോൾ തെയ്യത്തിലെ കൂലി വളരെ ചെറുതാണ്. തെയ്യത്തിലെ കൂലി സമ്പ്രദായം പല തരത്തിലാണ്. രാത്രിയും പകലും ജോലി ചെയ്യുന്നവർക്ക്, വാദ്യക്കാർക്ക്, അണിയറപ്പണിയെടുക്കുന്നവർക്ക് അങ്ങനെ കൂലി വ്യത്യസ്തമാണ്. തെയ്യക്കാരന് കിട്ടുന്ന പണത്തിൽനിന്നും എല്ലാവർക്കും വീതം വെച്ച് കഴിഞ്ഞാൽ ബാക്കിയാകുന്ന തുക തീരെ തുച്ഛമാണ്. അതിന്റെ കണക്കുകൾ അത്രയ്ക്ക് ഭീകരമാണ്. എന്നാൽ ചില പ്രത്യേക ആചാര പദവിയിലുള്ള കോലക്കാരുടെ വരുമാനം മാന്യമായ ജീവിതത്തിനുതകുന്നതാണ്. അതുകൊണ്ട് തെയ്യക്കാരന്റെ സാമ്പത്തിക പ്രയാസങ്ങളെപ്പറ്റി ദുരിതങ്ങളെപ്പറ്റി പൊതുവായി പറഞ്ഞു പോകാനാകില്ല. ചില തെയ്യക്കാരുടെയെങ്കിലും ജീവിതം അങ്ങേയറ്റം കഠിനവും പ്രയാസം നിറഞ്ഞതുമാണ്. മുത്ത

പ്പൻ വെള്ളാട്ടം പോലുള്ള ആളും അധ്വാനവും കുറവും വരുമാനം കൂടുതലുമുള്ള തെയ്യത്തിലേക്ക് പ്രഗൽഭരായ കോലക്കാർ ശ്രദ്ധ കേന്ദ്രീകരിക്കുന്നതും ഈ സാഹചര്യത്തിൽ വേണം പരിശോധിക്കാൻ.

എന്തായാലും തെയ്യക്കാരന്റെ ജീവിതമെന്നത് ഒരു ഗ്യാരണ്ടിയും ഇല്ലാത്ത ഏർപ്പാടാണ്. ഒരു ക്ഷേത്രപാലകൻ തെയ്യം കെട്ടുന്ന തെയ്യക്കാരന്, ഒരു ഒറ്റക്കോലത്തിന്റെ ശരീരത്തിന് എന്ത് പരിരക്ഷയാണ് നമ്മൾ ഏർപ്പെടുത്തിയിട്ടുള്ളത്. മുൻപില്ലാത്ത വിധം ദുരന്തങ്ങളും മരണങ്ങളും തെയ്യത്തിൽ സംഭവിച്ചുകൊണ്ടിരിക്കുന്നു. ഇന്ന് തെയ്യം കെട്ടിയാടുന്ന തെയ്യക്കാരിൽ പൂർണ്ണമായ ആരോഗ്യത്തോടെയുള്ളവർ തീരെയില്ലെന്ന് തന്നെ പറയാം. വാത സംബന്ധമായ അസുഖവും എല്ലു തേയ്മാനവുമായി വലയുന്ന കോലക്കാരാണ് ദൈവമായി വേഷം മാറി മഞ്ഞൾക്കുറിയിലും ചെക്കിപ്പൂവിലും നമ്മുടെ സങ്കടങ്ങളും ദുരിതങ്ങളും വാങ്ങിയനുഭവിക്കുന്നത്. തെയ്യമായിരിക്കെ തന്നെ ബോധം കെട്ട് വീണ് മുടി നേരത്തെയെടുക്കേണ്ടി വന്ന അനുഭവങ്ങൾ വരെ ധാരാളമുണ്ട്. കതിവന്നൂർവീരനായി അരങ്ങ് തകർക്കുമ്പോഴാണ് വെങ്ങര അനീഷ് രോഗ ബാധയെ തുടർന്ന് തെയ്യത്തിൽനിന്നും പിൻവാങ്ങിയത്. ഒരു പത്തു വർഷക്കാലമെങ്കിലും അനീഷ് പെരുവണ്ണാൻ മാങ്ങാട്ട് മന്നപ്പനായി തെയ്യത്തിൽ തുടർന്നിരുന്നുവെങ്കിൽ ഉത്തര മലബാറിന്റെ അനുഷ്ഠാനസ്വത്വത്തെ അത് പുനർ നിർമ്മിക്കുമായിരുന്നു. തെയ്യം എന്ന മഹാ വിസ്മയം എന്തെന്നറിയണമെങ്കിൽ ഈ ചെറുപ്പക്കാരന്റെ തെയ്യം ഒറ്റത്തവണയൊന്ന് കണ്ടാൽ

മാത്രം മതി. എല്ലാ രംഗകലാകാരന്മാർക്കും ഏറ്റവും മികച്ച റെഫറൻസാകേണ്ടിയിരുന്ന ഒരു നടനവിസ്മയമായിരുന്നു അനീഷ് പെരുവണ്ണാൻ. തെക്കുംകര ബാബു കർണ്ണമൂർത്തി ഒരുമാസം മുഴുവനും ഉറങ്ങാതിരിക്കണം എന്നു പറഞ്ഞാൽ എത്ര പേർ വിശ്വസിക്കും. കുഭം-മീനം മാസങ്ങളിൽ അദ്ദേഹത്തിന് എല്ലാ ദിവസവും തെയ്യമാണ്.

ഉത്തര മലബാർ മനസ്സുകൾക്ക് തെയ്യം എന്നും ആവേശക്കാഴ്ച മാത്രമാണ്. തീയിൽ പൊള്ളി നരകിക്കുന്ന ഒരു ദൈവത്തെ അവർക്ക് സങ്കൽപ്പിക്കാനേ കഴിയില്ല. തെയ്യം അഴിക്കുന്നതോടെ തെയ്യക്കാരന്റെ എല്ലാ പരിവേഷവും അഴിഞ്ഞു പോകുന്നു. ഒരു കതിവന്നൂർ വീരനെയോ ഒരു തീച്ചാമുണ്ഡിയുടെയോ കാരക്കുളിയന്റെയോ യാതൊരു സുരക്ഷയുമില്ലാത്ത ശരീരത്തെക്കുറിച്ച് ശരീര കേന്ദ്രീകൃതമായ ഇതര ശ്രേഷ്ഠ കലാകാരൻമാർക്ക് ചിന്തിക്കാൻ പോലും സാധ്യമല്ല. തെയ്യക്കാർ പറയുന്നത് പോയ പോലെ തിരിച്ച് വരവുണ്ടെന്നുറപ്പില്ലാത്ത പോക്കാണ് തെയ്യം എന്നതാണ്. ഒരു തെയ്യത്തിലേക്കുള്ള തെയ്യക്കാരന്റെ പ്രയാണം തിരിച്ചു വരവില്ലാത്തതാണെന്ന് എത്രയെത്ര ദുരന്തങ്ങൾ സാക്ഷ്യപ്പെടുത്തി. സുമേഷ് പെരുവണ്ണാന്റെ തെങ്ങിൻമുകളിൽ നിന്നുമുള്ള പതനത്തിന്റെ ആഘാതം ഇപ്പോഴും വിട്ടുപോയിട്ടില്ല. ബപ്പിരിയൻ തെയ്യമായി സുമേഷ് പെരുവണ്ണാന് സ്വന്തം ശരീരത്തിലേക്ക് തിരിച്ച് പ്രവേശിക്കാനായില്ല. ദൈവമായിരിക്കെത്തന്നെ പീറ്റത്തെങ്ങിന്റെ കൊടങ്കല്ലിൽനിന്നും താഴെ വീണ് അസ്ഥികൾ നുറുങ്ങി. ദൈവം പരാജയപ്പെട്ട നിമിഷമായിരുന്നു അത്. നാലഞ്ച് വർഷങ്ങൾക്ക് മുമ്പ് തൃക്കരിപ്പൂർ കന്നുവീട് കടപ്പുറത്തും സമാനമായ ദുരന്തം സംഭവിച്ചു. കത്തിജ്ജ്വലിച്ചാടിയുറഞ്ഞ ഘണ്ഡാ കർണ്ണൻ തീയിൽ കത്തിയമർന്നു. ഒറ്റപ്പെട്ട അപകടങ്ങൾ ചൂണ്ടിക്കാട്ടി തെയ്യം അനുഷ്ഠാനം മുഴുവൻ ദുരന്ത പര്യവസായിയാണെന്ന് സ്ഥാപിക്കുകയല്ല ചെയ്യുന്നത്. തെയ്യം ആഘോഷത്തിമിർപ്പിലെ ചില യാഥാർത്ഥ്യങ്ങൾ ചൂണ്ടിക്കാണിച്ചുവെന്ന് മാത്രം. കണ്ടനാർ കേളനായും പൊട്ടനായും ഒറ്റക്കോലമായും തീയിൽ വെന്ത തെയ്യക്കാരുടെ ശരീരത്തിലെ പൊള്ളൽ ചിത്രങ്ങൾ ആരുടെ മനസ്സിനെയാണ് പൊള്ളിക്കുന്നത്.

ചില കൈത്താങ്ങുകൾ ദൈവ സാന്നിദ്ധ്യം പോലെയാണ്. സുമേഷ് പെരുവണ്ണാന്റെ തിരിച്ചു വരവിന് പിറകിൽ അങ്ങനെയൊരു മഹത്തായ കൂട്ടായ്മയുടെ പ്രാർത്ഥനയും കഠിനാധ്വാനവുമുണ്ട്. ചരിത്രത്തിലാദ്യമായി വീണു കിടന്ന ഒരു തെയ്യക്കാരനെ ഒരു സംഘമാളുകൾ തിരികെ ജീവിതത്തിലേക്ക് കൈ പിടിച്ചു നടത്തി. ഇനിയൊരു തിരിച്ചു വരവില്ലാത്ത വിധം നിലംപതിച്ച സുമേഷ് പെരുവണ്ണാന്റെ ഇച്ഛാശക്തിക്കു മുന്നിൽ ദൈവങ്ങൾ വരെ മുട്ടു മടക്കി. 2017 ഡിസംബർ 27 ന് പട്ടുവം പുന്തുരുത്തി കാവിൽ തെയ്യത്തിന്റെ ചരിത്രത്തിലെ തന്നെ ആ മഹാത്ഭുതം കണ്ട് പലരും വിസ്മയിച്ചു. തായ്പ്പരദേവതയുടെ കാറ്റ് പിടിച്ച ഭീമൻ മുടിയെ ക്ഷതം പറ്റിയ കായബലം കൊണ്ട് പിടിച്ചു കെട്ടിയ ചെറുപ്പക്കാരൻ തളർന്നു വീണുപോയ ലോകത്താകമാനമുള്ള കലാകാരൻമാരുടെ എക്കാ

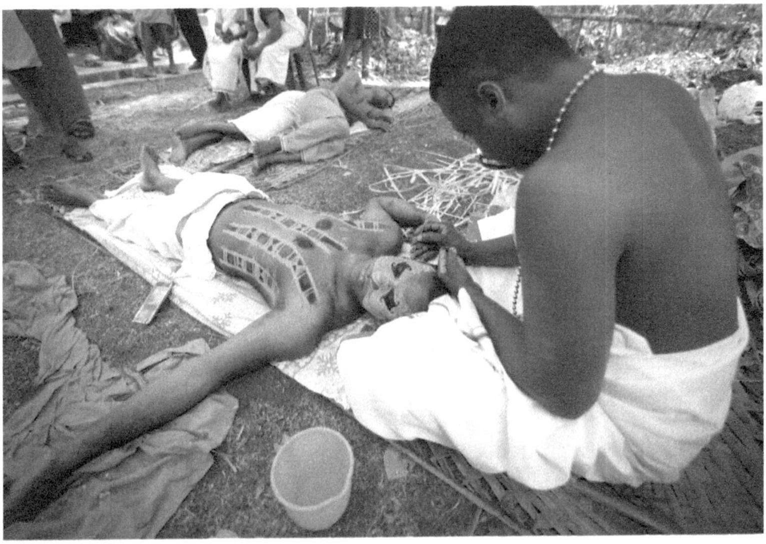

ലത്തെയും കെട്ടു പോകാത്ത ആവേശവും പ്രചോദനവുമാണ്.

തെങ്ങിൽ നിന്നും വീണുപോയ മനുഷ്യനെ സഹായിക്കാൻ സമൂഹത്തിന്റെ നാനാതുറകളിൽ നിന്നും ആൾക്കാരെത്തി. അദ്ദേഹത്തിന്റെ ചികിത്സാച്ചെലവിന് പുറമെ സ്വന്തമായി ഒരു ഓട്ടോറിക്ഷ കുടി വാങ്ങിക്കൊടുത്തു. പക്ഷേ, തെയ്യം അനുഷ്ഠാനവുമായി ബന്ധപ്പെട്ട് നടന്നുകൊണ്ടിരിക്കുന്ന സമീപകാല സംഭവങ്ങൾ തെയ്യത്തിന് ഒട്ടും ഗുണകരമായതല്ല. ഡൽഹി പൈതൃകോത്സവത്തിൽ തെയ്യം അവതരിപ്പിച്ചതിന്റെ പേരിൽ തെയ്യക്കാരെ വേട്ടയാടുന്നതിന് പിന്നിലുള്ള ആസൂത്രണത്തെ അത്ര നിസ്സാരമായി കാണാനാകില്ല. ഏതോ പ്രാകൃത കാലത്തെ ഓർമ്മിപ്പിക്കുന്ന വിധത്തിലുള്ള ഊരുവിലക്കും അച്ചടക്കവും രാജശാസനയുമായി നവക്ഷത്രിയർക്ക് കാവിലെ അധികാരം ഊട്ടിയുറപ്പിക്കുന്നതിനുള്ള എളുപ്പവഴികൾ കുടിയാണിത്. തെയ്യക്കാരന്റെ നാക്കരിഞ്ഞുകൊണ്ടുള്ള ജാതീയമായ അധികാര കേന്ദ്രങ്ങൾ കാവിലേക്ക് തിരിച്ചു വരുന്നതിന്റെ വ്യക്തമായ സുചനകൾ കണ്ടു തുടങ്ങിയിട്ടുണ്ട്. കാവിന് പുറത്ത് തെയ്യം കെട്ടുന്നതിന്റെ ശരി തെറ്റുകൾ അതിന്റേതായ രീതിയിൽ വിലയിരുത്തുന്നതിന് പകരം ചില തെയ്യക്കാരെ ഇല്ലാതാക്കാനുള്ള എളുപ്പവഴിയായും ഇത്തരത്തിലുള്ള നടപടികൾ വഴി തെറ്റുന്നുണ്ട്. തെയ്യക്കാരെ ശിക്ഷിക്കാൻ വളരെ എളുപ്പമാണ്. കാരണം ജാതിയിൽ താഴ്ന്ന വിഭാഗമാണ്. എല്ലാ തെയ്യക്കാരെയും ഉൾക്കൊള്ളുന്ന ശക്തമായ സംഘടനാ സംവിധാനമില്ല. ഒരു നേതാവിന്റെയോ ഒരു സംഘടനയുടെയോ കീഴിലേക്ക് തെയ്യക്കാരെ കൊണ്ടു വരാതിരിക്കുന്നതിൽ എല്ലാ രാഷ്ട്രീയപ്പാർട്ടികളും ഒറ്റക്കെട്ടാണ്. കമ്യൂണിസ്റ്റ് പാർട്ടിയുടെ സംഘടനാ വളർച്ചയ്ക്ക് വേണ്ടുന്ന വളക്കുറുള്ള

മേൽമണ്ണ് നിർമിച്ചെടുത്ത തെയ്യത്തെ ശക്തമായ സംഘടനാ സംവിധാനം എന്ന നിലയിൽ കമ്യൂണിസ്റ്റ് പാർട്ടിയും കയ്യൊഴിഞ്ഞു കളഞ്ഞു. അധികാരത്തെ നിർണ്ണയിക്കുന്ന വോട്ടിങ്ങ് ശതമാനത്തിൽ തെയ്യക്കാരൻ എന്ന അസംഘടിത വിഭാഗം വളരെ ദുർബലമാണ്. പകരം പണവും അധികാരവും ജാതീയമായ മേൽക്കയ്യുമുള്ള ക്ഷേത്രങ്ങളുടെ പക്ഷം പിടിച്ചാണ് ഇവിടത്തെ കക്ഷി രാഷ്ട്രീയം നിലനിൽക്കുന്നത്. കളിയാട്ടങ്ങളും പെരുങ്കളിയാട്ടങ്ങളും സംഘടിപ്പിക്കുമ്പോൾ വിവിധ രാഷ്ട്രീയ പാർട്ടികളുടെ പ്രതിനിധികൾക്ക് സ്ഥാനമാനങ്ങളൊക്കെ പങ്കുവെച്ച് നൽകുന്നുണ്ട്. തെയ്യത്തിലെ എന്തെങ്കിലും പ്രശ്നങ്ങൾക്ക് ഒരു രാഷ്ട്രീയനേതാവിനെയോ സാംസ്ക്കാരിക പ്രവർത്തകനേയോ എവിടേയും കാണാറില്ല. തെയ്യക്കാരന്റെ പ്രശ്നങ്ങൾ അവനവൻ തന്നെ തീർക്കണം. മറ്റുള്ളവരുടെ ക്ഷേമത്തിന് വേണ്ടി തെയ്യം കെട്ടുന്നതിനാൽ തനിക്കൊരാപത്തു വന്നാൽ കെട്ടിയാടിയ തെയ്യങ്ങൾ പോലും തിരിഞ്ഞു നോക്കില്ല.

നിരവധി തെയ്യം സംഘടനകളുണ്ടെങ്കിലും അതൊന്നും ഒറ്റക്കൊടിക്കീഴിലുള്ളതല്ല. തെയ്യം കെട്ടുന്ന എല്ലാ വിഭാഗങ്ങളേയും ഉൾക്കൊള്ളുന്ന ഒരു സംഘടനയും നിലവിലില്ല. തെയ്യത്തിലെ കാലാകാലങ്ങളായുള്ള അവകാശത്തർക്കങ്ങളും ആചാരത്തർക്കങ്ങളും അതേ പോലെത്തന്നെ നിലനിൽക്കുന്നുണ്ട്. ഇന്നലത്തെ മഴയിലെ പടുമുളകളായ ഇത്തരം സംഘടനകൾ തെയ്യത്തിലെ പ്രശ്നങ്ങളെ മുതലെടുക്കുകയാണ് ചെയ്യുന്നത്. തെയ്യം സംരക്ഷണ സമിതിയെന്ന പുതിയ പ്രസ്ഥാനവും അവതരിച്ചിട്ടുണ്ട്. തെയ്യക്കാരുടേത് ദുർബ്ബലമായ അസംഘടിതരുടെ, ഗതികെട്ട മനുഷ്യരുടെ ഒരു കൂട്ടമാണ്. ക്ഷേത്രത്തിന്റെ ഭരണാധികാരികൾക്ക് അവരുടെ അനുഷ്ഠാന ജീവിതത്തിൽ നിർണ്ണായകമായ സ്വാധീനമുണ്ട്. ഓരോ പ്രാദേശിക ക്ഷേത്രത്തിന്റെയും നിയമങ്ങൾ ഇത്തരത്തിലുള്ള അധികാര കേന്ദ്രങ്ങളാണ് നിയന്ത്രിക്കുന്നത്. കോടതിക്കിതിൽ പ്രത്യേകിച്ചൊന്നും ചെയ്യാനില്ല. അതുകൊണ്ട് തന്നെ തെയ്യക്കാരെ ദ്രോഹിക്കുക എളുപ്പമാണ്. നീതിയും നിയമവുമൊക്കെ ഇവിടെ മരവിച്ചു നിന്നുപോകും. തെയ്യക്കാരന് വേണ്ടി സംസാരിക്കാനോ പക്ഷം പിടിക്കാനോ കൊള്ളാവുന്ന ഒരാളും ഉണ്ടാകില്ലെന്ന ഉറപ്പും ഇവർക്കുണ്ട്. ഡൽഹി പൈതൃകോത്സവത്തിൽ തെയ്യം അവതരിപ്പിച്ചതിന്റെ പേരിൽ ഇന്ന് ജീവിച്ചിരിക്കുന്ന തെയ്യക്കാരിൽ സർവ്വാദരണീയനായ അതിയടം കുഞ്ഞിരാമൻ പെരുവണ്ണാന് നേർക്കുള്ള അധിക്ഷേപങ്ങൾ അത്രയും ഗൗരവം നിറഞ്ഞതാണ്. എന്നെന്നേക്കുമായി ഇല്ലാതാക്കി എന്നു നാം അഹങ്കരിച്ചിരുന്ന മേൽ ജാതി ആധിപത്യം തിരിച്ചു വരുന്നതിന്റെ അതിശക്തമായ സൂചനയാണത്. ക്ഷേത്ര ഭരണാധികാരികൾ കാവിലെ വൻമരങ്ങളും വള്ളിപ്പടർപ്പുകളും വെട്ടി വെളുപ്പിച്ച് ഉഷ്ണം പുകയുന്ന ഷീറ്റുകൾ കൊണ്ട് മേൽക്കൂര പണിത് എല്ലാ കാവുകളും ഓഡിറ്റോറിയങ്ങളായി പുതുക്കിപ്പണിതിട്ടാണീ അനുഷ്ഠാന വിരുദ്ധ പ്രവർത്തികൾ എന്ന് ഓർമ്മിക്കേണ്ടതാണ്. കാവിലെ മരങ്ങൾ മുറിച്ച് മാറ്റി ആസ്ബസ്റ്റോസ് ഷീറ്റ് മേഞ്ഞുണ്ടാക്കുന്ന പാരിസ്ഥിതിക

അതിയടം കുഞ്ഞിരാമൻ പെരുവണ്ണാൻ

നാശത്തേക്കാൾ എത്രയോ ചെറിയ പാപമാണ് സ്റ്റേജിൽ തെയ്യം കെട്ടുക എന്നുള്ളത്.

അതിയടം കുഞ്ഞിരാമപെരുവണ്ണാൻ തെയ്യത്തിലെ ഏറ്റവും മഹത്വമാർന്ന ഉപലബ്ധിയാണ്. ഇനിയൊരിക്കലും സംഭവിക്കാനിടയില്ലാത്ത യാഥാർത്ഥ്യം. തെയ്യത്തിൽ ഇങ്ങനെയൊരാൾ മുമ്പുണ്ടായിട്ടില്ല. അതിയടം മുച്ചിലോട്ട് പെരുങ്കളിയാട്ടത്തിൽ തുടർച്ചയായി മൂന്നു തവണ മുച്ചിലോട്ട് ഭഗവതിയുടെ തിരുമുടിയണിഞ്ഞ ഒരേയൊരു കനലാടി. മുച്ചിലോട്ട് ഭഗവതി, മാക്കപ്പോതി, പുതിയഭഗവതി, കൊലസ്വരൂപത്തിങ്കൽത്തായി, ബാലി, കതിവന്നൂർവീരൻ എന്നിങ്ങനെയുള്ള അതിബൃഹത്തായ തോറ്റം ആഖ്യാനങ്ങൾ ഹൃദിസ്ഥമാക്കിട്ടുള്ള, സ്വന്തമായി തോറ്റം പാട്ട് കെട്ടിട്ടുള്ള കോലക്കാരൻ. കൊട്ട്, പാട്ട്, ആട്ടം, അണിയറപ്പണി, ചമയ നിർമ്മാണം, മുടിപ്പണി, മുഖത്തെഴുത്ത് എന്നിങ്ങനെ തെയ്യത്തിലെ ഏതർത്ഥവും ചികയാവുന്ന നിഘണ്ടു. ഉത്തരമലബാറിന്റെ അഭിമാനം. മുച്ചിലോട്ട് പെരുങ്കളിയാട്ടങ്ങളിലെ ആചാര്യൻ. വിശേഷണങ്ങൾ പെരുവണ്ണാന് മുന്നിൽ മുഖം പൊത്തും. എത്രയോ തെയ്യക്കാരുടെ എക്കാലത്തെയും ആചാര്യൻ. എഴുപതോടടുക്കുന്ന ജ്ഞാന വൃദ്ധനെ ഫേസ്ബുക്കിലും വാട്സ് ആപ്പ് കൂട്ടായ്മകളിലും പുലഭ്യം പറഞ്ഞുറ്റം കൊള്ളുന്ന പുതിയ സോഷ്യൽ മീഡിയ കാലം. ഫേക്ക് ഐഡികളുടെ മരങ്ങൾക്ക് പിന്നിൽ മറഞ്ഞിരുന്ന് ആര്യ ദൈവാജ്ഞയാൽ പെരുവണ്ണാനെന്ന ദ്രാവിഡന് നേരെ അമ്പ് തൊടുക്കുന്ന നവക്ഷത്രിയർ. ചോദിക്കാനും പറയാനും ആളില്ലാത്ത, സോഷ്യൽ മീഡിയയുടെ സാങ്കേതികതത്തിന് തീരെ വഴങ്ങാത്ത ഒരു വൃദ്ധനെ കല്ലെറിഞ്ഞ്

കൊല്ലുന്നതിൽ എന്ത് ആനന്ദമാണുള്ളത്, അഭിമാനമാണുള്ളത്. ലോകത്താകമാനമുള്ള തെയ്യം അനുഷ്ഠാനത്തെ നിയന്ത്രിക്കുന്ന ഒരൊറ്റ അധികാര കേന്ദ്രമൊന്നും തെയ്യത്തിലില്ല. ഓരോ കാവിന്റെയും നിയമവും നീതിയും ഓരോന്നാണ്. ഒരു കാവിലെ അന്തിത്തിരിയനോ കോമരമോ ഇവരാരും തന്നെ മറ്റുള്ളവരുടെ തൊഴിൽ സ്വാതന്ത്ര്യത്തെ, സഞ്ചാര സ്വാതന്ത്ര്യത്തെ വിലക്കുന്നതിന് അധികാരമുള്ള സുപ്രീം കോടതിയുമല്ല. സ്വന്തം അധികാരം തകർന്ന് പോകുമെന്ന ഭീതിയോ, തെയ്യക്കാരൻ പുറം ലോകത്തെത്തിയാൽ അവനെ ആജീവനാന്തം അടിമയാക്കി വെക്കാമെന്ന വർഗ്ഗാധിപത്യം തകരുമെന്നോ ഉള്ള പേടിയോ ആണ് ഇത്തരത്തിലുള്ള പ്രവർത്തനങ്ങൾക്കടിസ്ഥാനം.

തെയ്യക്കാരന്റെ നിസ്സഹായതയ്ക്ക് അറുതിയില്ല. അയാളുടെ ജീവിതത്തിനും പലപ്പോഴും നേർച്ചക്കോഴിയുടെ സ്വാതന്ത്ര്യത്തിന്റെ വിലയേ ഉള്ളു, വടക്കിന്റെ അത്ഭുതക്കാഴ്ച്ചകൾ കണ്ടാനന്ദിക്കുന്നവരേ നിങ്ങളുടെ കണ്ണെത്താത്ത എത്രയെത്ര കാഴ്ചകൾ. നിങ്ങളുടെ ചെവിയെത്താത്ത എത്രയെത്ര നിലവിളികൾ. നിങ്ങളുടെ ഹൃദയം തൊടാത്ത എത്രയെത്ര സ്നേഹസ്പന്ദങ്ങൾ. നാൽപ്പത്തീരടി നീളമുള്ള ഭീമാകാരമായ തിരുമുടിയേന്തിയാടുന്ന തെയ്യക്കാഴ്ച പോലെ വിസ്മയകരമായ മറ്റെന്തുണ്ട്. തിരുമുടിയേന്തിയാടുന്നത് ഒരു ദൈവമല്ല. ദൈവത്തെ സ്വശരീരത്തിലേക്ക് മൊഴിമാറ്റിയ മനുഷ്യനാണ്. ഒരു നാടിന്റെ വീരതേജസ്സിന്റെയും ഇന്നലകളുടെ ദ്രാവിഡ സംസ്കൃതിയുടേയും കൊടിയടയാളമാണ് തെയ്യത്തിന്റെ ശരീരത്തിൽ ബന്ധിച്ച നീളമുള്ള മുടി. അത് ഒരു ചരിത്ര ഖണ്ഡം കൂടിയാണ്. ഒട്ടനവധി അധിനിവേശങ്ങൾ ചവുട്ടിക്കുഴച്ച മണ്ണിലുറച്ച് നിന്നാണ് തെയ്യം ആടുന്നത്. തെയ്യമായ ശരീരം ആര്യ ദ്രാവിഡ സംസ്കൃതിയുടെ ഒരു ഫോസിൽ രൂപകമാണ്. അക്കാദമികമായ ബൗദ്ധിക വ്യാപാരങ്ങൾക്ക് പുറത്ത് അറിവിന്റെ, അന്വേഷണത്തിന്റെ വാതായനങ്ങൾ പലതുണ്ട് ഒരു കനലാടി ശരീരത്തിൽ. താണ്ടിത്തീർക്കാനേറെയുണ്ട് കനലാടിജീവിതത്തിലേക്കുള്ള ദൂരം. ഇടിയാതെ ഒരു നാടിനെ നെടും തൂണായി കാക്കുന്ന തെയ്യക്കാരനെ ഇടിഞ്ഞു വീഴാതെ കാത്തു രക്ഷിക്കേണ്ടത് ആരുടെ ഉത്തരവാദിത്വമാണ്.

www.ingramcontent.com/pod-product-compliance
Lightning Source LLC
LaVergne TN
LVHW100814051026
849519LV00006B/2080
9789390301348